ए रशियन डायरी

ॲना पोलितकोवस्क्या

मूळ रशियन पुस्तकाचे अनुवादक
आर्च टेट
जोन स्नो ह्यांच्या प्रस्तावनेसह

अनुवाद
शोभना शिकनीस

D9900047

मेहता पब्लिशिंग हाऊस

- *या पुस्तकातील लेखकाची मते, घटना, वर्णने ही त्या लेखकाची असून त्याच्याशी प्रकाशक सहमत असतीलच असे नाही.*

A Russian Diary by Anna Politkovskaya
Translated from the Russian by **Arch Tait** with a Foreword by **Jon Snow**

© Anna Politkovskaya 2007

Translated in Marathi Language by Shobhana Shiknis

ए रशियन डायरी / अनुवादित आत्मकथन

अनुवाद : शोभना शिकनीस
मराठी अनुवादाचे व प्रकाशनाचे हक्क मेहता पब्लिशिंग हाऊस, पुणे ३०
प्रकाशक : सुनील अनिल मेहता, मेहता पब्लिशिंग हाऊस,
१९४१, सदाशिव पेठ, माडीवाले कॉलनी, पुणे - ४११ ०३०.
अक्षरजुळणी : इफेक्ट्स, २१/६ब, आयडिअल कॉलनी, कोथरूड, पुणे - ३८

मुखपृष्ठ : फाल्गुन ग्राफिक्स
प्रथमावृत्ती : मार्च, २०११

P Book ISBN 9788184982343

प्रस्तावना

ॲना पोलितकोवस्क्याला जगू देण्यात आलं नसतं, याची जणूकाही भविष्यवाणीच तिची 'ए *रशियन डायरी*' वाचताना झाल्यासारखी भासते. तिच्या मॉस्को येथील अपार्टमेंट ब्लॉकच्या जिन्यात, सुपारी घेऊन एका भाडोत्री मारेकऱ्याने केलेली तिची भयानक हत्या घडल्याचं तुम्हाला ठाऊक असल्याने तिचा हा शेवट अटळ होता, हे प्रकर्षाने जाणवतं.

व्लादिमीर पुतिनच्या राजवटीतल्या, घायाळ करणाऱ्या आणि हादरवून टाकणाऱ्या सत्यांना तिने तिच्या आधीच्या आणि या डायरीत ज्या प्रकारे उघड केलं आहे, त्यावरून तिला केव्हाना केव्हा कोणीतरी मारून टाकणारच होतं आणि एका प्रकारे ती एवढे दिवस जगली, हाच एक चमत्कार म्हणावा लागेल!

सर्वांत आश्चर्यकारक गोष्ट तर ही म्हणावी लागेल की, सोव्हिएतनंतरच्या अस्थिरतेच्या काळात एक अशी पत्रकार उभी राहिली, जिने जवळजवळ एकहाती चेचन्याची कुप्रसिद्ध दुःखान्तिका, तसंच आधुनिक रशियाची गैरकृत्यं जगाच्या नजरेसमोर आणली.

राजकीय आणि मानवी हक्कांची व्यवस्थेतच मोठ्या प्रमाणावर घडून आलेली पायमल्ली, याचा तिने बुरखा फाडला आणि '*रशियन डायरी*'त केलेल्या नोंदीतून तिने ते काम सुरूच ठेवलं. हीच ती डायरी, डिसेंबर २००३ ते २००५ च्या अखेरपर्यंत भ्रष्टाचाराने बरबटलेल्या पार्लमेंटरी निवडणुका आणि बेसलानच्या शाळेवर झालेल्या हल्ल्यानंतर उठलेला गदारोळ यांच्या नोंदी ठेवणारी!

मी जेव्हा '*ए रशियन डायरी*' वाचली, तेव्हा मला प्रश्न पडला की, भूतलावरच्या या रशियात विदेशी दूतावास आहेत तरी कशासाठी? पुतिन यांचे काय उद्योग चालले आहेत याच्याकडे आमच्या नेत्यांनी एवढं जाणूनबुजून दुर्लक्ष कसं काय केलं? गॅससाठी हपापलेपणा? लुटारू, एकहाती सत्ता असणाऱ्या हुकूमशहांना साथ देण्यासाठी? रशियन साधनसंपत्तीचा आणि उत्पादनक्षमतेचा लिलाव मांडणाऱ्या

पोस्ट कम्युनिस्ट 'सेल-ऑफ'मधून आमच्या आर्थिक संस्थांना मिळालेल्या संपत्तीसाठी? नाहीतर मग रशियाला 'आमच्या बाजूला' ठेवण्याची एक आंधळी कामना, त्या देशाच्या स्वत:च्या दरिद्री जनतेला बळी देऊनही?

याच लोकांचं प्रतिनिधित्व करण्यासाठी आणि त्यांच्याशी बोलण्यासाठी ॲना पोलितकोवस्क्याने मैलोन् मैल प्रवास केला. तिने जे धोके स्वीकारले, ते भीतिदायक तर होतेच, पण तिने चित्रित केलेलं, भारावून टाकणारं वास्तव श्वास रोखायला लावतं. मॉस्को मेट्रोमध्ये २००४ साली झालेल्या बॉम्बस्फोटात एकोणचाळीस लोक ठार झाले होते. ॲना त्यातल्या काही बळींच्या घरांना भेट देते. तिला असं आढळून येतं की, बऱ्याच मृत्यू दाखल्यांमधील मृत्यूच्या कारणाच्या नोंदींवर फुल्या मारण्यात आल्या आहेत. ती लिहिते, 'मृत्यूसारख्या विषयातदेखील रशियन स्टेट त्यांच्या अप्रामाणिकपणापासून दूर राहात नाही. दहशतवादाचा त्यात नामोल्लेखदेखील नाही.'

स्टेटने ज्यांना त्रास भोगायला लावला होता, त्यांच्यासाठी ॲनाची पत्रकारिता म्हणजे लवकरच एक अन्यायाला वाचा फोडण्याचा केंद्रबिंदू झाली होती. एकदा रात्री अकरा वाजल्यानंतर तिला भयभीत आवाजात इंगुशेटियाहून फोन आला, 'काहीतरी भयंकर घडतंय, युद्ध सुरू झालंय, आम्हाला मदत करा! काहीतरी करा! आम्ही आमच्या मुलांबरोबर जमिनीवर पडून आहोत!'

पत्रकार म्हणून ॲनाची जडणघडणीची वर्षं कम्युनिझमच्या छायेत होती. १९९१ मध्ये जेव्हा एसएसआरचं रशियन फेडरेशनमध्ये रूपांतर झालं, तेव्हा ती खऱ्या अर्थाने ज्वलंत मोहिमेच्या काळात प्रवेशली. रशियन फेडरेशनचा नेता होता प्रेसिडेंट बोरिस येल्त्सिन. पूर्वीच्या सोव्हिएत युनियनमधील नवीन देश जेव्हा त्यांच्या पायावर उभे राहू लागले, तेव्हा बरीच अंतर्गत युद्धं सुरू झाली. त्यातलं सर्वांत गंभीर युद्ध होतं १९९४-१९९६ च्या सुमाराला झालेलं पहिलं चेचेन वॉर. या युद्धात प्रामुख्याने इस्लामिक चेचेन बंडखोरांनी एका फुटीर, स्वतंत्र स्टेटची स्थापना करण्याचा प्रयत्न केला. अशा प्रकारची विवक्षित परिस्थिती निर्माण करण्यात ॲनाच्याही पत्रकारितेचा सहभाग होता. ज्यामुळे शेवटी घडून आलेल्या शांततामय वाटाघाटी आणि रशियन सैन्याने घेतलेली माघार, हे शक्य होऊ शकलं. येल्त्सिनच्या वर्चस्वापासून सापेक्षतेने

दूर असलेल्या वर्षांत युद्धविराम घडवून आणण्यात माध्यमांच्या सर्वांत मोठ्या कामगिरीचं ॲना हे एक प्रातिनिधिक उदाहरण आहे.

१९९९ मध्ये व्लादिमीर पुतिनचं क्रेमलिनमध्ये आगमन झालं आणि त्याने दुसऱ्या चेचेन युद्धाला तोंड फोडलं. या युद्धामुळे मिलिटरी आणि पत्रकारिता पणाला लागली. रशियाच्या चेचन्यातल्या अमानुष कारवाया मीडियाच्या माध्यमातून जगाच्या समोर येऊन त्याला लाजिरवाणं वाटू नये यासाठी पुतिन यांनी उपाययोजना केली. त्यांची 'सिक्रेट सर्व्हिस' पार्श्वभूमी त्यांच्या उपयोगी पडली. पन्नासपेक्षा अधिक वेळा ॲना चेचन्याला गेली. *'नोवाया गॅझेटा'* हे वृत्तपत्र, ज्यासाठी ती काम करत होती, काही निवडक प्रशासनांपैकी एक होतं. जे त्यांनी त्यांचं कव्हरेज कमी किंवा मवाळ करावं, या क्रेमलिनच्या दबावाला शरण गेलं नव्हतं.

चेचन्यातल्या मॉस्कोच्या दबावाला आवरण म्हणून पुतिनने २००२ मध्ये 'दहशतवादाविरुद्ध बुश-ब्लेअर'चा पुरेपूर उपयोग करून घेतला. ॲना अधिकाधिक एकटी पडत गेली. चेचेन युद्ध चालू राहावं यासाठी रशियन फोर्सेसनी अमलात आणलेल्या कायद्याच्या कक्षेतून पळवाटा शोधून केलेल्या अपहरण, बलात्कार, छळ आणि व्यक्तींना नाहीसं करणं, या गोष्टींना ॲनाने समोर आणलं. बरेचवेळा तिने एकटीनेच त्याचा अहवाल दिला. ज्या दहशतवाद्यांचा पराभव व्हावा म्हणून आखणी करण्याचं काम पुतिनच्या धोरणांनी करायला पाहिजे होतं, त्याऐवजी त्यांची धोरणं दहशतवादाला सक्रियतेने खतपाणी घालून तो फोफावण्यालाच मदत करत आहेत, हे ॲनाला अधिकच उमगत गेलं. तिने जाहीररीत्या तसं लिहिलंही. चेचन्यामध्ये चाललेला संघर्ष पुतिनच्या अध्यक्षपदाकडे चाललेल्या प्रवासाला आकार देतोय, याची ॲनाला चांगलीच खात्री पटत चालली होती. तिने लिहिलेल्या नोंदींवरून ते स्पष्ट होतं. चेचन्यामध्ये वापरण्यात आलेल्या काही विशिष्ट छळवादाच्या पद्धतींचा केजीबी आणि त्यानंतर आलेली एफएसबी, यांच्या ट्रेनिंग मॅन्युअलमध्ये उल्लेख करण्यात आला आहे. ॲनाने या दोन गोष्टींची संगती लावली आहे.

२००३मध्ये पुतिनच्या फेरनिवडणुकीचा तिचा अहवाल थक्क करणारा आहे. जेवढा तिच्या निधडेपणासाठी, तेवढाच तिने उघड केलेल्या सत्यांसाठी!

पुतिनना आव्हान देत समोर ठाकलेला इव्हान रीबकिन हा ज्या प्रकारे गायब

झाला होता, ते प्रकरण जर एवढं गंभीर नसतं, तर एखाद्या काल्पनिक कथेप्रमाणेच वाचता आलं असतं. मॉस्कोमध्ये अमली गोळ्या देऊन त्याला पळवण्यात आलं. तिथून तो लंडनमध्ये उगवला. ॲनाचं निरीक्षण आहे, 'आपल्या इतिहासात एखादा अध्यक्षपदाचा उमेदवार निवडणुकीसाठी येऊ न शकण्याचं हे पहिलंच उदाहरण आहे.' पुतिनच्या गोटाने सुरू केलेली राजकीय संस्कृती अशा प्रकारच्या घटनांना कारणीभूत आहे, याबद्दल ॲनाला कोणताही संशय नाही.

एका तरुण, चळवळ्या वकिलाला, स्टानिसलाव्ह मार्केलॉव्हला पाच तरुणांनी मॉस्को मेट्रोत मारहाण केली. त्याच्या अंगावर ओरडणाऱ्या त्या तरुणांचं ॲना वर्णन करते, 'तू जरा अधिकच भाषणं ठोकली आहेस!', 'हे तूच ओढवून घेतलंयस!' असं ते म्हणत होते.

मारहाणीचा हा प्रकार म्हणजे पुढे घडणाऱ्या अभद्र गोष्टींची एक जीवघेणी झलक होती. ॲना नोंद करते त्याप्रमाणे हे सांगण्याची गरजच नाही की, पोलिसांनी फौजदारी गुन्हा दाखल करून घेण्याचं नाकारलं. अजूनही या गोष्टीचा पत्ता लागलेला नाही की, मार्केलॉव्हवर हल्ला करणारे लोक कोण होते आणि त्यांना हे करायची आज्ञा कोणी दिली होती?

रोस्तोव्हला जाणाऱ्या विमानाने प्रवास करत असताना ॲना तिच्या चहाच्या कपात टाकलेल्या विषाची शिकार झाली. ही घटना घडली तेव्हा ती बेसलान येथे झालेल्या शाळेवरील हल्ल्याच्या ठिकाणाकडे जाण्यासाठी प्रवास करीत होती.

यानंतर तिच्यावर अधिकाऱ्यांनी आणलेल्या दबावांमुळे, तसंच तिला एकटं पाडण्यात आल्याने तिने प्रचार आणि मारामाऱ्या यांचा अहवाल देण्यापलीकडे जाऊन क्रेमलिनच्या धोरणांचे बळी ठरलेल्यांच्या हक्कांसाठी चळवळ करणं आणि लढा देणं सुरू केलं.

ऑक्टोबर २००२मध्ये मॉस्को येथील सिनेमागृहावर हल्ला होण्याच्या प्रकारात ॲनाने अधिकारी आणि अपहरणकर्ते यांच्यात मध्यस्थाची भूमिका सक्रियतेने बजावली. बेसलानलाही तसंच करण्याचा तिचा विचार होता. काही पत्रकार असंही म्हणू शकतील की, तिने पत्रकाराच्या वस्तुनिष्ठ भूमिकेची लक्ष्मणरेषा ओलांडून एखाद्या पक्षाची बाजू घ्यायचा प्रयत्न केला होता. रशियामध्ये त्यावेळी कम्युनिस्टांच्या

नंतरच्या उत्क्रांतीची अवस्था होती. त्याला क्रांती म्हणता आलं नसतं. पुतिन यांच्या राजवटीत चेचन्यात होणारा मानवी हक्कांचा सरसकट अनादर बघून ॲनाला असं वाटलं की, आता त्याचा विरोध केल्याखेरीज पर्याय नाही.

ॲनाचं मूल्यमापन तिच्या संपूर्ण कामावरून होणार आहे. या वैशिष्ट्यपूर्ण पुस्तकाचा त्यात अंतर्भाव आहे. या पुस्तकात, तसंच तिच्या इतर लिखाणातही सत्याचा वेध घेण्यासाठी असलेली तिची अथक बांधीलकी प्रकर्षाने चमकते. त्याचप्रमाणे तिचा अहवाल सादर करण्यासाठी तिने घेतलेले जीवघेणे धोकेदेखील स्पष्ट दिसतात.

पत्रकारितेच्या उच्च दर्जाची आकांक्षा बाळगणाऱ्यांसाठी ॲना पोलितकोवस्क्या हा एक तेजाने चमकणारा पथदर्शक तारा असेल आणि एक असा मापदंड, ज्याने धैर्य, बांधीलकी आणि एकसंधपणा यांचं मापन होईल. तिला बऱ्याच वर्षांपासून ओळखणारे लोक छातीठोकपणे सांगू शकतील की, तिचे पाय जमिनीत घट्ट रोवलेले होते. ती कधीही तिच्या 'सेलिब्रिटी' असण्याने किंवा प्रसिद्धीमुळे फुशारून गेली नाही. ती शेवटपर्यंत सहजसोपीच राहिली.

ॲनाला कोणी मारलं आणि तिच्या मारेकऱ्यांमागे कोणाचा हात होता, हे गुलदस्त्यातच राहील. तिच्या खुनामुळे नितांत ज्वलंत असे माहितीचे आणि संपर्काचे स्रोत आमच्यापैकी बऱ्याच जणांपासून हिरावले गेले. तरीही शेवटी रशियाच्या काळ्याकुट्ट हृदयात दडलेल्या वाईट शक्तींचे मुखवटे ओढून काढण्याचा मार्ग त्यामुळे खुला झाला आहे, असादेखील या घटनेकडे बघण्याचा दृष्टिकोन घेतला जाईल.

मला प्रामाणिकपणे अशी कबुली द्यावीच लागेल की, जेव्हा मी *'ए रशियन डायरी'* हे पुस्तक वाचून संपवलं, तेव्हा माझ्या मनात ही भावना होती की, मदर रशियाच्या सगळ्या प्रदेशांत आकाशातून या पुस्तकाच्या प्रती प्रचंड प्रमाणात रशियाच्या लोकांना वाचण्यासाठी टाकण्यात याव्यात.

जोन स्नो

अनुवादिकेचे मनोगत

ॲना पोलितकोवस्क्या ह्या पत्रकारितेतील अनेक सन्माननीय पुरस्कारांची गौरवण्यात आलेल्या आणि प्रचलित राजवटीतील भोंगळ कारभार, भ्रष्टाचार, यांच्यावर निर्भीडपणे 'नोवाया गॅझेटा' वृतपत्रांत लेख लिहिणाऱ्या रशियन लेखिकेचं 'ए रशियन डायरी' हे पुस्तक मराठीत अनुवादित करण्याची जबाबदारी मेहता पब्लिशिंग हाऊसतर्फे माझ्यावर सोपवण्यात आली; आणि पुस्तकाच्या शीर्षकावरून वाटलं होतं, तेवढं हे काम सहजसोपं नव्हतं, याची मला पुस्तकाचं वाचन सुरू केल्यावर प्रकर्षाने जाणीव झाली.

अर्थात, पुस्तकाचं 'पुतिनच्या रशियातील जीवन, भ्रष्टाचार आणि मृत्यू ह्याबद्दलचा एका पत्रकारांचा अखेरचा अहवाल' हे उपशीर्षक काळजाला हात घालणारं होतं.

'सुपारी' देऊन भाडोत्री मारेकऱ्यांकडून तिच्याच अपार्टमेंटच्या इमारतीच्या लिफ्टमध्ये पोलितकोवस्क्याचा गोळ्या झाडून खून करण्यात आला आणि त्यानंतर तिने नुकतंच लिहून पूर्ण केलेलं 'ए रशियन डायरी' पुस्तक रँडम हाऊसने प्रकाशित केलं. 'डायरी' असं जरी लेखिकेने म्हटलं, तरी ती एक खाजगी रोजनिशी किंवा निव्वळ 'स्मृतिचित्रं' नव्हेत, तर "एका सच्च्या पत्रकाराच्या शैलीत रशियातील घुसळून निघालेल्या राजकीय आणि सामाजिक जीवनाचे ते ज्वलंत चित्रण आहे." असं पुस्तकाला समीक्षकांनी गौरवलं आहे. त्या लिखाणामुळे तिच्या सुरक्षिततेला आणि पर्यायाने आयुष्यात निर्माण झालेल्या धोक्याचा ती क्वचितच उल्लेख करते.

बेसलान शाळेचं 'ओलीस' प्रकरण, चेचन्या वॉर, युद्धात गंभीररित्या जखमी झाल्याने कायमचे अपंग झालेले आणि शासनाने परतीसाठी पाठ फिरवल्याने हतबल झालेले चेचेन युद्धग्रस्त सैनिक, रमझान कादिरॉव्हसारख्या 'वॉर कॉर्ड'च्या खतरनाक गुंडांच्या त्यांच्याच गुहेत जाऊन घेतलेल्या मुलाखती आणि तिथे सोसाव्या लागलेल्या अवहेलनेने परतीच्या प्रवासात अश्रू ढाळणारी ॲना... सगळं काही विषण्ण करणारं!

पुस्तकाच्या अनुवादाच्या निमित्ताने एक वेगळाच, अपरिचित तरीही निवडणुकांतील

भ्रष्टाचार, पोलिसांची भावनाशून्यता, शासकीय यंत्रणेची निष्क्रियता... हे सगळे सर्वसामान्य नागरिकाला ग्रासून टाकणारे ज्वलंत प्रश्न परिचितच वाटले.

'मी भयभीत आहे?' या शेवटच्या प्रकरणात ॲनाचं आत्मचिंतन मन हेलावून टाकतं.

पुतिन यांच्या धोरणासाठी आम्हीच जबाबदार आहोत, असं नाईलाजाने मान्य करून ती म्हणते की, 'समाजाने अमर्याद अरुची दाखवली आहे. आम्हाला गुरांसारखं हाकललं पाण्यामागे. आमची भीतीच कारणीभूत आहे; त्यामुळे त्यांना अधिकच चेव येतो. केजीबी फक्त बलिष्ठांनाच मान देते आणि कमकुवत लोकांना गिळंकृत करून टाकते.' पोलितकोवस्क्यांचं हे परखड भाष्य अंतर्मुख करतं.

मानवी हक्कांसाठी अखेरच्या श्वासापर्यंत लढा देणारी, प्रचलित राजकीय व्यवस्थेविरोधात आवाज उठवणारी, आयुष्याची बाजी लावून शेवटी व्यवस्थेच्या विरोधातील निकराच्या युद्धात धारातीर्थी पडणारी अशीही ॲना!

विश्वास बसणार नाही, एवढ्या अंगावर शहारे आणणाऱ्या आणि स्तिमित करणाऱ्या प्रसंगांची तोफेत दारूगोळा ठासून भरावा, तशी ही स्फोटक डायरी आणि तिचा अनुवाद मराठीत करण्याचं शिवधनुष्य पेलण्याचं आव्हानं!

एवढ्या गंभीर विषयावरचं आजतागायत रशियात प्रकाशित होऊ न शकलेलं हे पुस्तक मराठी वाचकांपर्यंत पोहोचवण्याचा, मेहता पब्लिशिंग हाऊसच्या श्री. सुनील मेहतांचा निर्णय खरोखरच अभिनंदनीय आहे; आणि तो अनुवाद करण्याची संधी मला दिल्याबद्दल मी त्यांची ऋणी आहे.

'मेहता पब्लिशिंग हाऊस' परिवाराच्या सर्व सदस्यांचे, विशेषकरून राजश्रीचे आणि पुस्तकाला वेधक मुखपृष्ठ देणाऱ्या श्री. चंद्रमोहन कुलकर्णी यांचे मन:पूर्वक आभार.

– शोभना शिकनीस

अनुक्रमणिका

भाग पहिला : रशियन संसदीय लोकशाहीचा अंत
डिसेंबर २००३-मार्च २००४ / १

भाग दुसरा : रशियाचे राजकीय औदासीन्य
एप्रिल–डिसेंबर २००४ / १११

भाग तिसरा : आमचा असमाधानी हिवाळा आणि उन्हाळा
जानेवारी-ऑगस्ट २००५ / १८७

मी भयभीत आहे? / ३२०

सूची / ३२२

भाग पहिला

रशियन संसदीय लोकशाहीचा अंत

डिसेंबर २००३ – मार्च २००४

पुतिन पुन्हा कसे निवडून आले?

ऑक्टोबर २००२ च्या जनगणनेनुसार रशियात १४५.२ मिलियन लोक वास्तव्य करतात. जगातील सर्वाधिक लोकसंख्या असणाऱ्या देशांमध्ये रशियाचा सातवा क्रमांक लागतो. यातील ११६ मिलियन लोक म्हणजेच एकूण लोकसंख्येच्या ७९.८ टक्के लोक आपलं वर्णन वांशिकदृष्ट्या मूळचे रशियन असं करतात. आमचा हा मतदारसंघ १०९ मिलियन मतदारांचा आहे.

सात डिसेंबर, २००३

या दिवशी पुतिननी प्रेसिडेंट म्हणून निवडून येण्यासाठी ड्युमाच्या संसदीय निवडणुकीच्या प्रचार-मोहिमेची सुरुवात केली. तो आनंदी, उल्हसित आणि थोडासा अस्वस्थ होता. हे जरा चमत्कारिक होतं. बहुतेक तो दुर्मुखलेलाच असतो. एक दिलखुलास हास्य चेहऱ्यावर आणत त्याने तिथे जमलेल्या लोकांना बातमी दिली की, त्याच्या प्रिय कॉनीने, म्हणजेच लॅब्रॅडॉर कुत्रीने काल रात्री पिल्लांना जन्म दिला.

"व्लादिमीर व्लादिमिरोविच एवढे काळजीत होते!" मॅडम पुतिन तिच्या नवऱ्याच्या मागून किणकिणल्या आणि त्यांनी "आम्ही घरी जायच्या घाईत आहोत." अशी पुस्तीही जोडली.

ज्या कुत्रीने अचूक राजकीय टायमिंग जुळवून युनायटेड रशिया पार्टीला ही भेट दिली होती, तिच्याकडे परत जाण्यास त्या अधीर होत्या.

येस्सेनटुकी. नॉर्थ कॉकेसस येथील एक छोटं पर्यटनस्थळ. 'स्टुडन्ट ट्रेन' म्हणून ओळखल्या जाणाऱ्या गाडीने कॉलेजला जाणारे तरुण विद्यार्थी कॉलेजला निघाले होते. त्याच दिवशी सकाळी गाडीवर झालेल्या दहशतवादी हल्ल्यात बळी गेलेल्यांपैकी तेरा जणांना दफन केलं जात होतं.

मतदानानंतर पुतिन जेव्हा पत्रकारांना भेटले तेव्हा ते मृत्युमुखी पडलेल्यांच्या

कुटुंबीयांविषयी सहानुभूती व्यक्त करतील आणि नागरिकांना संरक्षण देण्यात शासन पुन्हा एकदा अपयशी ठरल्याबद्दल लोकांकडे निश्चितच क्षमायाचना करतील अशी अपेक्षा होती, पण त्याऐवजी त्यांनी लॅब्रॅडॉरच्या नवीन पिल्लांमुळे ते किती आनंदित झाले आहेत ते सांगितलं.

माझ्या मित्रांनी मला फोन केला, ''या वेळेला त्याने शरमेनं मान खाली घालायला लावणारी फार मोठी चूक केली आहे. रशियन लोक आता युनायडेट रशियाला कधीच मत देणार नाहीत.''

मध्यरात्रीच्या सुमाराला निवडणुकांचे निकाल यायला लागले. सुरुवातीला अतिपूर्वेकडून, नंतर सायबेरिया, युरल्स आणि मग पश्चिमेकडचे निकाल आले. लोकांना चांगलाच धक्का बसला. लोकशाहीला पाठिंबा देणारे माझे मित्र एकमेकांना फोन करत होते आणि सांगत होते, ''हे खरं कसं असेल? आम्ही यावलिन्स्कीला मतं दिली, तरीही....'' काहींनी खाकामाडाला मतं दिली होती.

सकाळपर्यंत काहीही संभ्रम उरला नव्हता. रशियाने मूकपणे पुतिनपुढे शरणागती स्वीकारली होती. डेमोक्रॅट्सचा खोटारडेपणा आणि उद्दामपणा त्यांनी नाकारला होता. एखाद्या 'फँटम'सारख्या युनायटेड रशिया पार्टीलाही बरीच मतं मिळाली होती. 'पुतिनना पाठिंबा देणं' हा या पार्टीचा एकमेव राजकीय कार्यक्रम होता. युनायटेड रशियाने रशियाच्या नोकरशहांबरोबर हातमिळवणी करून पूर्वीचे सोव्हिएत कम्युनिस्ट पार्टीचे आणि यंग कम्युनिस्ट लीगचे कार्यकर्ते आपल्या झेंड्याखाली आणले होते. मोठमोठ्या रकमा एकत्रितपणे उभ्या केल्या होत्या. त्यांच्या या निवडणुकांतील फसवाफसवीच्या प्रकारांना उचलून धरण्यासाठी धडपड केली होती. हे नोकरशहा आता याच भल्यामोठ्या शासकीय संस्थांचे गुलाम आहेत.

आम्हाला मिळालेल्या अहवालांनुसार हे कसं घडलं असावं, त्याची चुणूक मिळते. साराटोव्ह इथल्या एका मतदान केंद्राच्या बाहेर एक बाई व्होडका फुकट वाटत बसली होती आणि तिच्या टेबलाजवळ फलक लावला होता, 'व्होट फॉर ट्रेटिआक'. टेट्रिआक हा युनायटेड रशियाचा उमेदवार होता. तो जिंकला!

सगळ्या ड्युमा पदाधिकाऱ्यांचा युनायटेड रशियाच्या उमेदवारांनी धुव्वा उडवला; फक्त जे उमेदवार निवडणुकांपूर्वी या पक्षाला येऊन मिळाले होते, ते मात्र अपवाद ठरले.

साराटोव्हच्या निवडणुकीत हिंसाचारही झाला. युनायटेड रशिया पार्टीने ज्या उमेदवारांना मान्यता दिली नव्हती, त्यांना 'अनोळखी गुंडां'कडून मारहाण झाली. शेवटी त्यांनी निवडणुकांतून माघार घेतली. एका उमेदवाराने युनायटेड रशियाच्या एका आघाडीच्या उमेदवाराविरुद्ध त्याची प्रचार मोहीम चालूच ठेवली. त्याची निष्पत्ती म्हणून त्याच्या खिडकीतून दोनदा प्लॅस्टिक बॅग्ज टाकण्यात आल्या. त्या

बॅगेत होते मानवी अवयव! कोणाचे तरी कान आणि एक मानवी हृदय!

प्रॉव्हिन्शियल इलेक्टोरल कमिशनला प्रचार मोहीम आणि मतदानाच्या वेळचे गैरप्रकारांचे अहवाल देण्यासाठी एक हॉटलाईन देण्यात आली होती, पण त्यांना आलेले ऐंशी टक्के फोन निव्वळ धमकावणारे होते. स्थानिक पातळीवर अत्यावश्यक सेवा पुरवणाऱ्या कंपन्यांना ब्लॅकमेल करण्यासाठीच हे फोन येत होते.

लोकांचा अनुनय करण्यात आला. काही ठिकाणी वीज नव्हती, तर कुठे पाण्याच्या पाईपलाईनचा प्रश्न होता. लोकांनी आग्रह धरला की, ही कामं झाल्याखेरीज आम्ही मतदान करणार नाही, तेव्हा मग चुटकीसरशी हे प्रश्न सोडवण्यात आले. झावोदच्या आणि लेनिन जिल्ह्याच्या रहिवाशांना वातावरण उबदार करण्याची यंत्रणा आणि पाण्याचा मुख्य पुरवठा पूर्ववत चालू करून मिळाले. अटकार जिल्ह्यात तिथल्या लोकांना अनेक वर्षांच्या प्रतीक्षेनंतर विजेची आणि दूरध्वनीची जोडणी पुन्हा करून मिळाली.

शहरी भागात निवडणुका वैध ठरवण्याइतकं साठ टक्के मतदान झालं आणि इतरत्र त्रेपन्न टक्के मतदान झालं.

अर्कांडाकच्या एका मतदान केंद्रावर डेमोक्रॅट्सपैकी एका स्त्री निरीक्षिकेला लोक दोनदोनदा मतदान करताना आढळले. एकदा बूथमध्ये आणि दुसऱ्या खेपेला स्थानिक इलेक्टोरल कमिशनच्या अध्यक्षांचं! हॉटलाईनवर फोन करण्यासाठी ती धावत सुटली, पण तिचे केस ओढून टेलिफोनपासून तिला दूर खेचण्यात आलं.

बालाकोव्हमधून उभा असलेला युनायटेड रशियाचा एक प्रमुख कार्यकर्ता, व्याचेस्लाव वोलोडिन प्रचंड मताधिक्याने निवडून आला. त्याला ८२.९ टक्के मतं मिळाली. आश्चर्य म्हणजे वोलोडिनभोवती कोणतंही प्रसिद्धीवलय नव्हतं. तो फक्त पुतिनच्या समर्थनार्थ अस्पष्ट, समजू न शकणारी भाषणं देण्याबद्दल प्रसिद्ध होता. त्याचा हा विजय 'न भूतो न भविष्यति' असाच म्हणावा लागेल. स्थानिक लोकांसाठी, त्यांच्या कल्याणाच्या दृष्टीने वोलोडिनने कोणतीही धोरणं जाहीर केली नव्हती. कोणताही जाहीरनामा सादर न करताच साराटोव्ह प्रॉव्हिन्समध्ये युनायटेड रशियाला सर्वसाधारणपणे ४८.२ टक्के मतं मिळाली. कम्युनिस्टांना १५.७ टक्के, लिबरल डेमोक्रॅट्सना (व्लादिमीर झिरिनोव्स्कीची पार्टी) ८.९ टक्के आणि नॅशनॅलॅस्टिक रोदिना (मदरलॅंड) पार्टीला ५.७ टक्के मतं मिळाली. शरमेची गोष्ट ही होती की, दहा टक्क्यांहून अधिक मतं 'वरीलपैकी कोणालाही नाही' या प्रकारातली होती. एक दशांश मतदार मतदान केंद्रावर आले, व्होडका प्यायले आणि 'गो टू हेल!' असं उमेदवारांना सांगून गेले!

चेचन्यामध्ये दहा टक्क्यांहून अधिक मतदान झालं, असं नॅशनल इलेक्टोरल कमिशनच्या आकडेवारीप्रमाणे सांगण्यात आलं. हा प्रदेश पूर्णपणे सैनिकी अधिपत्याखाली

आहे आणि नोंदणी झालेल्या एकूण मतदारसंख्येपैकी दहा टक्के मतदान हे तसं अधिकच आहे.

रशियाच्या सर्वाधिक प्रगतिशील आणि लोकशाहीकडे झुकणाऱ्या सेंट पीट्सबर्गने स्वत:ची शान राखली, पण तरीही तिथे युनायटेड रशियाला एकतीस टक्के मतं मिळाली. रोदिनाला सुमारे चौदा टक्के, द डेमोक्रॅटिक युनियन ऑफ राईट फोर्सेस आणि याब्लोको (ॲपल) पार्टीला प्रत्येकी फक्त नऊ टक्के, द कम्युनिस्ट्सना ८.५ टक्के आणि लिबरल डेमोक्रॅट्सना आठ टक्के. आयरिना खाकामाडा, अलेक्झांडर गोलोव्, इगॉर आर्तेमिएव्ह आणि ग्रिगोरी टॉमचिन या संपूर्ण रशियात प्रसिद्ध असलेल्या उमेदवारांनी दणकून आपटी खाल्ली.

'का?' राज्याचे अधिकारी आनंदाने हात चोळत च् च् करत म्हणतायत, "यात डेमोक्रॅट्सचा स्वत:चाच दोष आहे. त्यांचाच लोकांबरोबरचा संपर्क तुटला होता...." त्यांनी आता असं गृहीत धरलंय की, उलटपक्षी आता लोक त्यांच्याच बाजूला आहेत.

सेंट पीटर्सबर्गच्या एका शाळेतील विद्यार्थ्यांनी लिहिलेल्या निबंधातील काही उतारे पुढीलप्रमाणे... विषय होता, 'माझ्या कुटुंबाचा निवडणुकांकडे पाहण्याचा दृष्टिकोन काय आहे?' आणि 'नवीन ड्युमाची निवडणूक अध्यक्षांना त्यांच्या कामात फायदेशीर ठरेल काय?'

'माझ्या कुटुंबाने मतदान करायचं बंद केलंय. ते आता निवडणुकांवर विश्वास ठेवत नाहीत. अध्यक्षांना निवडणुकांमुळे मदत होणार नाही. सगळे राजकारणी आयुष्य सुधारण्याची वचनं देतात, पण दुर्दैवाने विसरून जातात. मला जास्त खरेपणा आवडेल...'

> 'निवडणुका निरर्थक आहेत. ड्युमा निवडून येईल, याला काही अर्थ नाही, कारण काहीच बदलणार नाही. आपण देशात सुधारणा घडवून आणू शकणाऱ्या लोकांना निवडून देत नाही, तर जे चोऱ्या करतात त्यांना निवडून देतो. या निवडणुकांमुळे कोणालाच फायदा होणार नाही; ना अध्यक्षांना ना सर्वसामान्य माणसांना!'
>
> 'आमचं शासन निव्वळ हास्यास्पद आहे. लोकं पैशाच्या मागे एवढे वेडे झालेले नसते, निदान काही नीतितत्त्वांची थोडीतरी चिन्हं आपल्या शासनाने दाखवली असती आणि लोकांना फसवण्याचं प्रमाण कमी केलं असतं तर बरं झालं असतं. आम्ही सरकार निवडून आणतो. त्यांनी आमची सेवा केली पाहिजे. सरकारने आमच्याकडून सेवेची अपेक्षा करू नये. आम्हाला हे निबंध का लिहायला सांगितले आहेत, कोणास ठाऊक? आमच्या अभ्यासात

त्यामुळे व्यत्यय आला. नाहीतरी हे सरकार वाचणारच नाही....'

'माझ्या कुटुंबाला निवडणुकांत रस नाही. ड्युमाने स्वीकारलेले सगळे कायदे अक्कलशून्य होते आणि त्यामुळे लोकांचे काहीही भलं झालं नाही. हे जर लोकांसाठी नाही, तर कोणासाठी आहे?'

'निवडणुकांचा काही उपयोग होईल? हा एक मजेशीर प्रश्न आहे. आपल्याला प्रतीक्षा करावी लागेल. बहुतेक त्यांचा काडीमात्रही उपयोग होणार नाही. मी काही कोणी राजकारणी नाही. त्यासाठी आवश्यक असलेलं प्रशिक्षण माझ्याकडे नाही. पण मुख्य मुद्दा हा आहे की, आपण भ्रष्टाचाराविरुद्ध लढा दिला पाहिजे. कारण आपल्या देशातील राज्यसंस्थांत जोपर्यंत गुंडांचा भरणा आहे, तोपर्यंत आपलं आयुष्य सुधारणार नाही. आता सैन्यात काय चाललंय, माहीत आहे? एक न संपणारी दडपशाही! पूर्वी लोक म्हणायचे की, सैन्यात भरती झाल्यावर मुलाचं पुरुषात रूपांतर केलं जातं. आता हेच सैन्य त्यांना अपंग बनवतंय किंवा त्याहूनही वाईट म्हणजे चेचन्यात कुठेतरी एखाद्या खड्ड्यात मरायला लावतंय. कोणासाठी? लढायला का लावतायत काय ठाऊक? म्हणजे या प्रजासत्ताकावर कोणालातरी सत्ता मिळवता येईल? जोपर्यंत हे आत्ताचं सरकार सत्तेवर आहे, तोपर्यंत सध्याच्या परिस्थितीतून मला काहीही मार्ग दिसत नाही. मला दुःखद बालपण दिल्याबद्दल मी या सरकारचे आभार मानू इच्छित नाही....'

हे विचार आहेत पुढच्या पिढीचे, नवीन रशियाच्या भावी नागरिकांचे! वाचताना असं वाटतं की, हे विचार कोणा प्रौढ व्यक्तीनेच लिहिले असावेत. तरुण पिढीकडून नाकारलं जाणं हेच राजकीय वैफल्यग्रस्ततेला चुकवावं लागणारं मोल आहे.

आठ डिसेंबर

आता क्रेमलिनला एक बुद्धिनिष्ठ विधायक विरोधी फळी म्हणून उभं राहू शकेल, असं जवळपास कोणीच उरलेलं नाही. याब्लोको पार्टी, ग्रिगोरी यावलिन्स्की यांना ड्युमात प्रवेश करता आलेला नाही. बोरिस नेमन्सोव्ह आणि आयरिना खाकामाडा या युनियन ऑफ राईट फोर्सेसच्या उमेदवारांना किंवा इतर स्वतंत्र उमेदवारांनाही ते जमलं नाही. सकाळपर्यंत हे चित्र स्पष्ट झालं की, डाव्या आघाडीने थोडीफार तग धरली, पण लिबरल आणि डेमोक्रॅटिक राईट विंगचा धुव्वा उडाला.

'रशियाच्या सगळ्या शत्रूंना फासावर लटकवू' असं आश्वासन ज्यांनी मतदारांना दिलंय त्या टोकाच्या नॅशनॅलिस्टसना रशियाने विशेषत्वाने कौल दिलाय. युनायटेड रशिया पार्टीचा विजय ही एकमेव वाईट गोष्ट नाही. दिवस संपताना बहुतेक मतं मोजून झाली होती. यूएसएसआरचा पाडाव झाल्यानंतर प्रथमच रशियाने हा कौल दिल्याचं उघड झालंय.

या देशात चाळीस टक्के लोक अधिकृत धोकादायक दारिद्र्यरेषेच्याही खाली जगत आहेत. म्हणून ही घटना भयानक असली तरीही कदाचित हेच अपेक्षित होतं. डेमोक्रॅट्सना जनतेच्या या भागाशी संपर्क प्रस्थापित करण्यात रस नव्हता. त्यांनी श्रीमंत आणि मध्यमवर्ग यांच्यावरच लक्ष केंद्रित केलं; तसंच खासगी मालमत्तेचा बचाव करणं आणि नवीन मालमत्ता मालकांचे हितसंबंध जपणं, याकडेच त्यांचं सगळं लक्ष होतं. गरिबांकडे स्थावर मालमत्ता नसते, म्हणून डेमोक्रॅट्सनी त्यांच्याकडे दुर्लक्ष केलं. पण नॅशनॅलिस्टसनी तसं केलं नाही.

यावलिन्स्की, नेमस्तोव आणि खाकामाडा यांचं क्रेमलिनशी नातं तुटत असल्याचं दिसताच नवीन मालमत्ताधारकांनी याब्लोको आणि युनियन ऑफ राईट फोर्सेसच्या बुडणाऱ्या जहाजातून युनायटेड रशियाकडे मोर्चा वळवला. इलेक्टोरेटच्या दारिद्र्यरेषेखाली जगणाऱ्या लोकसंख्येकडे पाठ फिरवली. ज्यांच्याशिवाय रशियन व्यापारउद्योग तग धरू शकत नाही, अशा अधिकाऱ्यांची जिथे भाऊगर्दी आहे आणि जे भ्रष्टाचाराने बरबटलेले आहेत, अशा ठिकाणी श्रीमंत लोकांनी मोर्चा वळवला.

युनायटेड रशियाच्या वरिष्ठ अधिकाऱ्यांना एवढ्या मोठ्या रकमा लाच म्हणून देण्यात आल्या होत्या की ते उघडपणे म्हणत होते, "आमच्याकडे एवढा पैसा आहे की, आम्हाला त्याचं काय करावं हेच कळत नाही." अर्थातच त्यांच्यावर ही खैरात करणाऱ्यांच्या मनात 'निवडणुकांनंतर आम्हाला विसरू नका बरं!' असा सुप्त हेतू होता. ज्या देशात भ्रष्टाचार खूप कमी झालाय किंवा सामाजिक दृष्टिकोनातून त्याला मान्यता नाही, अशा देशांच्या तुलनेत भ्रष्टाचारी देशात व्यवसाय करताना विधिनिषेध पाळण्याचं प्रमाण अल्प असतं. आता इथून पुढे त्यांना यावलिन्स्कीची किंवा युनियन ऑफ राईट फोर्सेसची गरजच काय? आमच्या नवश्रीमंतांना राजकीय पक्षांशी काहीच घेणं-देणं नाही. स्वातंत्र्य म्हणजे मस्त सुट्ट्यांवर जाणं! ते जेवढे अधिक श्रीमंत होतील, तेवढंच त्यांना अधिक वेळा विमानोड्डाणं करता येतील आणि ही उड्डाणं टर्कीतल्या अंताल्याला नव्हे, तर ताहितीला किंवा ॲकापुल्कोला असतात. स्वातंत्र्य म्हणजे आरामशीर राहणं, असंच समीकरण त्यांच्यापैकी अधिकतर लोकांचं असतं. क्रेमलिनच्या बाजूने असणाऱ्या पक्षांच्या आणि चळवळींच्या माध्यमांतून 'लॉबी' करून आपले हितसंबंध जपणं त्यांना अधिक सोयीस्कर वाटतं. या पक्षांपैकी बहुतेक पक्ष फार पूर्वीपासूनच भ्रष्टाचारात बरबटलेले आहेत. या पक्षांकडे प्रत्येक प्रश्नासाठी

एक किंमत मोजावी लागते. पैसे चारा आणि तुम्हाला जो पाहिजे तो कायदा घ्या किंवा मग प्रोक्युरेटर-जनरलच्या कार्यालयात ड्युमा डेप्युटीतर्फे एखादा प्रश्न विचारण्याचं जमवून आणा. लोक तर डेप्युटींबद्दलही चर्चा करायला लागले आहेत. तुमच्या प्रतिस्पर्ध्यांना नेस्तनाबूद करायचं असेल, तर हा एक स्वस्तातला मार्ग आहे.

झिरिनोवस्कीच्या नेतृत्वाखाली विकसित होणाऱ्या आणि वरचढपणा गाजवणाऱ्या 'लिबरल डेमोक्रॅटिक पार्टी'चं स्पष्टीकरणदेखील आपल्याला या भ्रष्टाचारातूनच मिळतं. हा खरं म्हणजे विरोधी पक्ष नव्हेच. ही एक 'विरोधी पक्षांची खिचडी' आहे, कारण सगळ्या प्रकारच्या मुद्यांवर भान विसरून जोरजोरात प्रतिक्रिया व्यक्त करण्याच्या त्यांच्या नाटकीपणाच्या आड ते नेहमीच क्रेमलिनचीच टिमकी वाजवतात. आमच्या पूर्णपणे कडवट आणि राजकारणाचा गंध नसलेल्या मध्यम प्रतीच्या व्यवसायांकडून त्यांना घसघशीत देणग्या मिळतात आणि त्या मोबदल्यात हे लोक क्रेमलिन आणि जवळच्याच प्रोक्युरेटर-जनरल यांचं कार्यालय, इंटिरिअर मिनिस्ट्री, फेडरल सिक्युरिटी ब्युरो, मिनिस्ट्री ऑफ जस्टिस अँड कोर्ट्स इ. ठिकाणी त्यांच्या वैयक्तिक हितसंबंधांसाठी गटबाजी करतात. डेप्युटींचं तंत्र ते वापरतात.

गेल्यावेळी आणि आत्तादेखील झिरिनोवस्की याच पद्धतीने ड्युमामध्ये घुसला. आता त्याच्याकडे हेवा वाटावा अशा अडतीस जागा आहेत.

दिमित्री रोगोझिनच्या नेतृत्वाखालील क्रेमलिनच्या हरकाम्यांनी खास या निवडणुकीसाठी निर्माण केलेला रोदिना हा आणखी एक आढ्यताखोर पक्ष आहे. अधिक टोकाच्या नॅशनल बोल्शेविक्सपासून जेमतेम राष्ट्रीयवादी मतदारांना दूर खेचण्याचा उद्देश ठेवून तो पक्ष स्थापन करण्यात आला. रोदिनाने सदतीस जागा मिळवून कामही चांगलं केलंय. रोदिनाने सदतीस जागा मिळवून कामही चांगलं केलंय.

*

तत्त्वत: पाश्चिमात्यांकडून प्रेरित होण्याऐवजी नवीन ड्युमाचा रशियन पारंपरिकतेकडे कल होता. पुतिनला कौल देणाऱ्या सगळ्या उमेदवारांनी सातत्याने याच गोष्टीचा पाठपुरावा केला होता. रशियन लोकांची पश्चिमेकडून खिल्ली उडवण्यात आली होती. या दृष्टिकोनाला युनायटेड रशिया पक्षाने खतपाणीच घातलं आणि ते करताना सरळसरळ पाश्चिमात्यांच्या आणि साम्राज्यवाद्यांच्या विरोधात प्रचार केला. निवडणूकपूर्व प्रचाराच्या धुमाळीत 'कठोर परिश्रम', 'स्पर्धा' किंवा 'स्वयंप्रेरणा' या गोष्टींचा उल्लेखदेखील नव्हता आणि असलाच तर फक्त उपहासात्मक संदर्भातच. दुसऱ्या बाजूला याच मातीतल्या रशियन परंपरांबद्दल बरीच चर्चा होती.

प्रत्येकाला रुचेल अशा पद्धतीने राष्ट्रप्रेमाचे वेगवेगळे नमुने मतदारांपुढे 'पेश' करण्यात आले. रोदिनाने 'हीरों'चा राष्ट्राभिमान, तर युनायटेड रशियाने मवाळ

प्रकारचा आणि लिबरल डेमोक्रॅट पक्षाने सरळसरळ इतरांना कमी लेखणारा राष्ट्राभिमान दर्शवला. सनातन विचारांच्या धर्मगुरूंच्या हातांचं आणि क्रॉसचं चुंबन घेणं, प्रार्थना करणं, तसंच छातीवर क्रॉसची खूण करणं, हे सगळं भडक नाटक, जेव्हा जेव्हा पुतिन-समर्थक उमेदवारांना टीव्हीचे कॅमेरे दिसले, त्यांनी ते बरोबर वठवलं.

अगदी हास्यास्पद होतं ते, पण लोक त्या नाटकाला सपशेल फसले. ड्युमात आता पुतिन समर्थक पक्षांना निर्विवाद बहुमत मिळालं होतं. क्रेमलिनने निर्माण केलेल्या युनायटेड रशिया पक्षाला दोनशे बारा जागा मिळाल्या. क्रेमलिनचं समर्थन आणि हातमिळवणी करणाऱ्या इतर तथाकथित 'स्वतंत्र' उमेदवारांना पासष्ट जागा मिळाल्या. याची निष्पत्ती म्हणून एक त्रिशंकू पक्षव्यवस्था उदयाला आली. सरकारचा एक मोठा पक्ष आणि त्याच विचारधारेच्या इतर चिल्लर, छोट्या पक्षांचं एक कोंडाळं!

डेमोक्रॅट्सनी खऱ्याखुऱ्या विविध पक्षीय पद्धती रशियात स्थापण्याच्या महत्त्वाबद्दल बरंच भाष्य केलं होतं आणि येल्त्सिनने त्यात वैयक्तिक रस घेतला होता. ते सगळं आता हातातून निसटलं होतं. आता ड्युमाच्या नवीन संरचनेमुळे वैशिष्ट्यपूर्ण मतभेद निर्माण होण्याची शक्यता फेटाळली गेली आहे.

निवडणुकांनंतर लवकरच पुतिननी सरळ घोषणा केली की, पार्लमेंट हे ठिकाण वादविवादासाठी नव्हे, तर कायद्याची व्यवस्थित आखणी करण्यासाठी आहे. नवीन ड्युमामध्ये आता वादविवाद होणार नाही, याबद्दल पुतिन खुशीत दिसतात.

कम्युनिस्ट डेप्युटी हे बारा वर्षांपूर्वी सत्तेतून हटवले गेले होते, पण २००३ च्या शेवटी त्यांचं रूपांतर रशियाच्या डेमोक्रॅट्सची एक मोठी 'शुभ्र आशा' असण्यात झालं होतं. कम्युनिस्टांच्या पक्षांना एकेचाळीस जागा मिळाल्या. तसंच वैयक्तिकरीत्या उभ्या असलेल्या स्वतंत्र कम्युनिस्ट उमेदवारांना आणखी बारा जागा मिळाल्या. मला हे सांगायला वाईट वाटतंय की, आजच्या घडीला चौथ्या ड्युमामध्ये कम्युनिस्ट डेप्युटीज हे सर्वाधिक मवाळ आणि सूज्ञ आवाज उठवणारे लोक आहेत.

पुढे आलेल्या काही महिन्यांत ड्युमाची गणितं काहीशी बदलली. पदाधिकारी एका पक्षातून दुसऱ्या पक्षाकडे जात राहिले. अध्यक्षीय प्रशासनाला जे काही पाहिजे होतं, ते सगळं बहुमताने संमत झालं. डिसेंबर २००३मध्ये युनायटेड रशियाला राज्यघटना बदलण्यासाठी आवश्यक तेवढं बहुमत मिळालं नव्हतं, (ज्यासाठी ३०१ मतांची आवश्यकता असते.) पण यामुळे काही पेचप्रसंग निर्माण झाला नाही. व्यावहारिक भाषेत बोलायचं झालं, तर क्रेमलिनने वैधानिक मताधिक्य 'घडवून' आणलं.

निवडणुका काळजीपूर्वक आखल्या गेल्या आणि पार पाडल्या गेल्या. निवडणुकांच्या विविध कायद्यांचे उल्लंघन करून आणि हस्तक्षेप करून त्यांच्या मनासारखे निकाल

लावण्यात आले. नोकरशहांनी न्यायव्यवस्थेचा ताबा आधीच घेतल्याने त्या गैरप्रकारांना आव्हान देण्याची शक्यता उरली नव्हती. एकाही निकालाविरुद्ध कोणतीही कायदेशीर कारवाई झाली नाही. पुरावा कितीही वादग्रस्त असला, तरीही पार सुप्रीम कोर्टापर्यंत कुठेही, कोणतीही कारवाई झाली नाही. देशात अस्थिरता माजू नये म्हणून सगळ्या धडधडीत असत्यांचं कायदेशीर समर्थन केलं गेलं. हे सगळं प्रतिपादन मी अतिशय विचारपूर्वक मांडते आहे.

नोकरशहांनी युनायटेड रशिया पार्टीशी आनंदाने हातमिळवणी केली. ज्या प्रकारे १९९६ आणि २००२ मध्ये येल्त्सिनला निवडून आणण्यासाठी निवडणुकांत ढवळाढवळ केली गेली होती, तशाच प्रकारे यावेळीदेखील राज्यांची प्रशासकीय साधनं निवडणुकीदरम्यान कार्यान्वित झाली. येल्त्सिन आजारी आणि दुबळा होता, तरीदेखील त्याला निवडून आणण्यासाठी सगळ्या शक्ती पणाला लावण्यात आल्या. पण यावेळी अध्यक्षीय प्रशासन आणि नोकरशहांना मागे ओढणारी कोणतीही ताकद नव्हती.

पुतिनने गोर्बाचेव्ह आणि येल्त्सिनने केलं नव्हतं, असं सोव्हिएत सिस्टिमचं पुनरुज्जीवन केलं. त्याची कामगिरी एकमेवाद्वितीय होती. या पक्षाचं अधिकाऱ्यांनीही आनंदाने स्वागत केलं, कारण नवीन कम्युनिस्ट पार्टी ऑफ द सोव्हिएत युनियनचे (सीपीएसयू) सभासद होण्यात त्यांना आनंदच झाला होता. त्यांच्यासाठी विचार करणाऱ्या 'कुटुंबप्रमुखा'ची त्यांना नक्कीच अनुपस्थिती जाणवत होती.

लोकशाहीवाद्यांकडून दिलासा देणारे कोणतेही शब्द ऐकायला न मिळाल्याने रशियन मतदारसंघालाही कुटुंबप्रमुखाची उणीव भासत होती. त्यांनी जराही विरोध केला नाही. युनायटेड रशियाने निवडणुकीसाठी कम्युनिस्टांच्या घोषणा चोरल्या आणि त्या सगळ्यांचा मथितार्थ असा होता की, श्रीमंत रक्तपिपासू लोक आमची राष्ट्रीय संपत्ती चोरून आम्हाला चिंध्या पांघरायला लावत आहेत. या घोषणा एवढ्या लोकप्रिय होण्याचं नेमकं कारण म्हणजे आता कम्युनिस्ट लोक त्या घोषणा देत नव्हते.

आठ डिसेंबर

'मनमोकळ्या गप्पा' या कार्यक्रमात राजकीय विश्लेषण करणारी तज्ज्ञ मंडळी निवडणुकांच्या निकालांवर चर्चा करण्यासाठी सकाळी लवकरच जमली. त्यांचा सूर त्रासलेला होता.

इगॉर बुनिनने रशियन लिबरॅलिझमच्या अटीतटीच्या परिस्थितीबद्दल बोलणं केलं. युकोस प्रकरणामुळे प्रचार मोहीम चालू असताना मध्येच एकाएकी जनमानसात अल्पलोकसत्ताक राज्यकर्त्यांविषयी विरोधी भावनेची एक लाट तयार झाल्याने तो

म्हणाला, "झिरिनोवस्कीला पाठिंबा व्यक्त करणं चांगल्या लोकांना शक्य नव्हतं. कारण त्यांच्या मनात तिरस्कार साचून राहिला होता. युनायटेड रशिया पार्टीने सर्वांना एकत्र आणलं होतं – लिबरल पक्षांपासून ते जहाल पक्षांपर्यंत." इगॉर बुनिनने असंही भाकीत वर्तवलं की, आता सत्ताधारी पक्षातील उच्चभ्रू लिबरल्सच्या बाजूने अध्यक्ष उभे राहतील.

याच कार्यक्रमात व्याचेस्लाव निकोनॉव्हने, मोलोटोव्हच्या नातवाने असं सुचवलं की, डेमोक्रॅट्सच्या पराभवाचं मुख्य कारण म्हणजे तरुण लोक मतदानासाठी फिरकलेच नाहीत. रशियन लोकांच्या अभिरुचीप्रमाणे त्यांना 'इव्हान द टेरिबल' आणि स्टालिनच अधिक पसंत असावेत.

संध्याकाळच्या टेलिव्हिजनच्या कार्यक्रमात प्रेतसंस्कार दाखवण्यात आले. त्याला जोड होती येणाऱ्या वादळी हवामानाच्या सूचनेची. स्टुडिओतले लोक वादविवादापेक्षा निवारा घेण्यासाठी जमले आहेत, असंच भासत होतं. ज्या मतदारांना यूएसएसआरचे पूर्वीचे दिवस आठवत होते, त्यांच्या मतदानामुळे आजचे हे निकाल लागले आहेत, डेमोक्रॅट्सना थंडा प्रतिसाद मिळाला या मुद्यावर साराटोव्हने जोर दिला. तो अध्यक्ष येल्त्सिनच्या पूर्वीचा सल्लागार होता.

त्याचं अगदी बरोबर होतं. खोडोरकोवस्कीच्या वागणुकीच्या मुद्यावर एक कोणतीही निश्चित भूमिका घेण्यात डेमोक्रॅट्सना अपयश आलं होतं.

*

*'फ्री स्पीच'*ची मूळ कंपनी एनटीव्ही लवकरच त्या कार्यक्रमाचं प्रक्षेपण थांबवणार होती. पुतिननी या गोष्टीवर भाष्य केलं, "राजकारणात हरलेल्यांसाठी 'टॉक-शो' कशाला पाहिजेत?"

ते निःसंशयपणे यावलिन्स्की, नेमस्तोव्ह आणि इतर अपयशी लिबरल्स आणि डेमोक्रॅट्स यांचा उल्लेख करत होते.

व्याचेस्लाव्ह निकोनॉव्हचं काही महिन्यांतच पुतिन यांची कळकळीने माफी मागणाऱ्या व्यक्तीत रूपांतर होणार होतं. राजकीय विश्लेषकांमध्ये असे बरेच बदल घडून येणार होते.

डेमोक्रॅट्सना आता कुठेही पळून जाण्यासाठी जागा राहिलेली नाही. आता इथून पुढे काय? आमचं स्वातंत्र्य आम्हाला वरून मिळालंय. आपल्याला काढून टाकलं जाणार नाही हा विश्वास मिळवण्यासाठी डेमोक्रॅट्स क्रेमलिनकडे धाव घेत राहिले. त्याच्या बदल्यात त्यांनी उदारमतवादावर नियंत्रण ठेवण्याचा राज्याचा हक्क स्वीकारला. त्यांच्या या जमवून घेण्याच्या प्रवृत्तीमुळेच त्यांनी ही परिस्थिती स्वतःवर ओढवून घेतली आहे.

पंचवीस नोव्हेंबरला, निवडणुकांच्या तेरा दिवस आधी आम्ही बरेचसे पत्रकार पाच किंवा अधिक तास ग्रिगोरी यावलिन्स्की या याब्लोको पार्टीच्या उमेदवाराशी बोलत होतो.

यावलिन्स्की इतका शांत आणि स्वत:वर विश्वास असलेला वाटत होता. ड्युमात तो निवडून येईल याची त्याला शंभर टक्के खात्री होती. आम्हाला असा संशय आला की, त्याचं नक्कीच अध्यक्षीय प्रशासनाबरोबर काहीतरी 'साटंलोटं' झालं असावं. निवडणुकांच्या प्रचार मोहिमेच्या काळात याब्लोकोला पाठिंबा देण्यासाठी प्रशासकीय साधनसामग्री पुरवण्यात आली असावी आणि त्या बदल्यात बऱ्याचशा 'प्रकरणांना' याब्लोकोकडून मूठमाती देण्यात आली असावी. आम्ही पूर्वी याब्लोकोला मतं देत होतो, हे आठवून त्याच्याशी बोलताना आमच्या अंगावर सरसरून काटा उभा राहिला.

याब्लोको आणि डेमोक्रॅटिक युनियन ऑफ राईट फोर्सेस पार्टी यांची हातमिळवणी होण्याच्या शक्यतेवर चर्चा करण्यासाठी यावलिन्स्कीला वेळ नव्हता.

आम्ही त्याच्याबरोबर चर्चा केली तेव्हा तो म्हणाला, "युनियन ऑफ राईट फोर्सेसनी चेचेन युद्ध छेडण्यात फार मोठी भूमिका बजावली. ती एकच पार्टी अशी आहे जिला डेमोक्रॅटिक म्हणता येईल. तसंच ती पुरोगामी समाजाचंही समर्थन करते. तरीही त्यांनी असं प्रतिपादन केलं की, चेचन्यात रशियन सैन्याचा पुनर्जन्म झालाय आणि ज्यांचं मत यापेक्षा वेगळं असेल, ते फितुर लोक आहेत आणि रशियन सैनिकांच्या पाठीत सुरा खुपसतायत."

"मग आता चेचन्याच्या युद्धाच्या विरोधात याब्लोकोबरोबर कोण हातमिळवणी करेल?" आम्ही त्याला विचारलं. त्याच्याबरोबर झालेल्या दीर्घ चर्चेचा सारांश असा की, युनियन ऑफ राईट फोर्सेसनी जर त्यांची चूक कबूल केली, तर त्यांच्याशी जुळवून घेण्याच्या शक्यतांबद्दल विचार करता येईल, पण नेमत्सोव्ह जणूकाही शांततेचा संदेश देणाऱ्या कबुतराचा आव आणतोय आणि चुबैस लिबरल आदर्शांबद्दल बोलतोय, त्यावेळेस तो या शक्यतेवर चर्चा करायला उत्सुक नाही. आणखी कोणाबरोबर ते एकत्र येऊ शकतील हे ते सांगू शकत नाहीत.

आमच्या कल्पनेप्रमाणे दुसरं चेचेन युद्ध युनियन ऑफ राईट फोर्सेसनी नव्हे, तर पुतिननी सुरू केलं. त्यांनी त्याच्या अध्यक्षपदाच्या उमेदवारीला पाठिंबा दिला आणि अनुषंगाने त्याच्यावर सगळ्या विचारवंतांनी आणि संपूर्ण मध्यमवर्गाने एक 'वॉर लिडर' म्हणून शिक्कामोर्तब केलं.

आम्ही त्याच्या निदर्शनास आणलं की, युनियन ऑफ राईट फोर्सेसबरोबर त्याचं विळ्याभोपळ्याचं सख्य आहे. त्यांच्याबरोबर जुळवून घ्यायचं नसलं, तरी त्याचवेळी अध्यक्ष आणि त्यांच्या प्रशासनाबरोबर त्यांनी बऱ्याच तडजोडी केल्या आहेत.

त्यांच्या प्रचार मोहिमांसाठी त्यांच्याकडून बराचसा पाठिंबा मिळावा असा त्यांचा उद्देश आहे. चेचन्या युद्ध हाही असाच एक 'समझोता' आहे. यावलिन्स्कीने चेचेन प्रकरणाबद्दल जास्त आवाज उठवायचा नाही; त्या बदल्यात ड्युमात निवडून येण्यासाठी आवश्यक टक्केवारीची मतं त्यांना मिळवून देण्याची हमी देण्यात आली.

यावलिन्स्की म्हणाले, ''तुम्ही अफवांवर विश्वास ठेवू नका.''

त्यांची प्रतिक्रिया होती की, इतर वर्तमानपत्रांना जेव्हा चेचन्याबद्दल लिहिण्याची परवानगी नव्हती, तेव्हा 'नोवाया गॅझेटा'ला मात्र तशी बंदी करण्यात आली नाही. तुमचा पेपर स्ट्रासबोर्गला नेऊन तिथे फडकावत ते असं म्हणू शकतील की, आमच्याकडे वृत्तपत्रांना पूर्ण स्वातंत्र्य आहे. आता 'नोवाया गॅझेटा'मध्ये चेचन्याबद्दल जे लिहिलं जातंय, तसं खरं काहीच घडत नाही.

आम्ही त्यांना सरळ उत्तर देण्याची विनंती केल्यावर ते म्हणाले की, त्यांनी कोणत्याही प्रकारचा समझोता करण्याचा प्रश्नच येत नाही.

त्याच्या प्रशासन आणि पुतिनशी झालेल्या चर्चेबद्दल विचारल्यावर त्याने सांगितलं ''प्रशासनाने सप्टेंबर १९९९ मध्ये पैसे परत देण्याबद्दल बोलणं केलं होतं. हे पैसे कुठून येणार आहेत त्याचा तपशील आम्हाला माहीत नव्हता आणि आम्ही त्या प्रस्तावाचा स्वीकारही केला नाही. मी पुतिनच्या विरोधात नव्हतो, पण त्यांची आणि माझी ओळख नुकतीच झाली होती. त्यामुळे प्रशासनानेदेखील माझ्याशी करार केला नाही.''

पक्षनेत्यांना क्रेमलिनला बोलावल्यानंतर त्यांना मिळालेल्या मतांच्या टक्केवारीप्रमाणे बसवण्यात आलं. तेव्हा तुम्हीदेखील आमच्याबरोबर बसला असतात, असं ते यावलिन्स्कीला म्हणाले. त्यावेळी कसलीही 'ऑफर' त्यांनी दिली नाही.

पत्रकारांनी जेव्हा यावलिन्स्कीला पुढे काय बोलणं झालं ते विचारलं, तेव्हा त्यांनी सांगितलं की, पुतिन यांच्याशी अकरा जुलैला ते खोडोरकोवस्की प्रकरण आणि युकोसमध्ये झालेला तपास याबद्दल बोलले होते.

स्टेट कौन्सिलला आणि विविध राजकीय पक्षांच्या नेत्यांना आर्थिक कार्यक्रमावर चर्चा करण्यासाठी क्रेमलिनमध्ये बोलावलं गेलं. ही सभा रात्री दहा वाजून तीस मिनिटांनी संपली. यावलिन्स्कीने पुतिन यांना त्यांच्या घरी भेटून सांगितलं की, त्यांना काहीतरी फार महत्त्वाचं बोलायचं आहे. त्यानुसार ते दोघं रात्री साडेअकरा वाजता पुतिन यांच्या घरी भेटले आणि वेगवेगळ्या प्रश्नांवर त्यांनी चर्चा केली; पण मुख्य विषय होता खोडोरकोवस्कीचा.

यावलिन्स्कीला पत्रकारांनी विचारलं, ''आपल्याला तुरुंगात जावं लागेल, याची खोडोरकोवस्कीला कल्पना होती का?''

त्यावर त्याने उत्तर दिलं, ''याबाबतीत त्याने गंभीरपणे विचार केला होता.'' या विषयावर 'फायनान्शियल टाइम्स'मध्ये एक मोठा लेख सहसा दिसून न येणाऱ्या मोठमोठ्या मथळ्यांसह छापून आला. लेखाबरोबर खोडोरकोवस्की, मिखैल फ्रीडमन आणि रोमन अब्रामोविच यांचे फोटोही छापले होते. तेव्हाच खोडोरकोवस्कीच्या बाबतीत काहीतरी वाईट घडणार आहे, याची मला जाणीव झाली.

त्या लेखात असं म्हटलं होतं की, हे मूठभर, एकछत्री, एकतर्फी, हातात सत्ता एकवटलेले हुकूमशहा त्यांची येथील सगळी स्थावर-जंगम मालमत्ता विकून, सगळे पैसे घेऊन पश्चिमेकडे स्थायिक होण्याच्या विचारात आहेत. फ्रीडमनचं त्यावर असं स्पष्टीकरण होतं की, रशियातल्या भ्रष्टाचाराच्या वातावरणात त्यांच्यासारख्या मुरब्बी व्यवस्थापन-तज्ज्ञांनादेखील नवीन कंपन्या स्थापन करण्याचा किंवा आधुनिकतेची जोड देत व्यवसाय करण्याचा कोणताच मार्ग दिसत नव्हता.

''पुतिन पुन्हा दुसऱ्या सत्रात निवडून येतील, असा तुम्हाला अंदाज होता का?'' हे विचारल्यावर यावलिन्स्कीने उत्तर दिलं, ''पुतिन दुसऱ्या सत्रात पुन्हा नक्कीच निवडून येणार आणि त्यांना पटो वा न पटो, त्याने या विचाराशी जमवून घेतलंय.''

''वास्तव परिस्थिती लक्षात घेतली, तर तुमची संधी किती टक्के आहे, असं तुम्हाला वाटतं?'' पत्रकारांनी हा प्रश्न विचारल्यावर ते म्हणाले, ''मला असं काय कळणार? आमच्या पाहणीप्रमाणे ही शक्यता आठ ते नऊ टक्के आहे, पण आपण अशा निवडणुकांबद्दल बोलतोय, जिथे थोडी इथे, थोडी तिथे, अशी मतं पारड्यात टाकली जातात आणि त्याला ते लोक 'मॅनेज्ड् डेमोक्रसी' असं म्हणतात. लोक सरळसरळ हार मानतात.''

''आम्हाला वाटतंय की, तुम्हीदेखील हार मानताय. जॉर्जियातील लोकांनी जसे जुळवून आणलेल्या निवडणुकांचे निकाल नाकारले आणि सरकारच्या मदतीशिवाय स्वतंत्रपणे निवडणुका घ्यायला लावून परिस्थिती बदलायला भाग पाडलं, तसं तुम्हीही करू शकता; कदाचित आपण सगळेच हे करू शकतो. या पद्धतीने जाण्याची तयारी आहे का?''

''रशियात त्याचा शेवट माझ्यासकट इतर अनेकांच्याही रक्तपातात होईल, म्हणून माझी या मार्गावर चालण्याची मुळीच तयारी नाही.'' यावलिन्स्कीने उत्तर दिलं.

''कम्युनिस्टांबद्दल काय? ते रस्त्यावर उतरतील असं तुम्हाला वाटतं का?''

''प्रत्येकाला बारा ते तेरा टक्के जागा मिळतील, अशी माहिती सावकाशपणे प्रत्येकाच्या गळ्यात उतरवली जात आहे. हा सूज्ञपणा प्रथेनेच आल्यासारखा ठरला आहे. मी ही शक्यता नाकारत नाही, कारण राजकीयदृष्ट्या अत्यंत यशस्वीरीत्या पुतिन यांनी त्यांना नागडं केलंय. युनायटेड रशिया रस्त्यावर येण्याची शक्यता

फारच कमी आहे, कारण त्यांना अगदी वाईट प्रकारे पस्तीस टक्केच जागा मिळाल्या आहेत; अडतीस टक्के नव्हे आणि दुसरे कोणते मोठे पक्षच नाहीत. मुळात ते अस्तित्वातच नाहीत. १९९६ नंतर रशियात विरोधी राजकीय पक्ष निर्माण करणं निव्वळ अशक्य झालेलं आहे, कारण आपल्याकडे स्वतंत्र न्यायव्यवस्था नाही. विरोधी पक्षांना एका स्वतंत्र कायदा-व्यवस्थेकडे जाणं शक्य असलं पाहिजे.

"दुसरं म्हणजे आपल्याकडे स्वतंत्र राष्ट्रीय 'प्रसार माध्यम' नाही. माझ्या बोलण्याचा रोख अर्थात टेलिव्हिजन आणि प्राथमिकपणे चॅनल वन आणि चॅनल टूकडे आहे. तिसरं, काहीतरी भरीव कामगिरी करण्यासाठी आपल्याकडे स्वतंत्र आर्थिक स्रोत नाहीत. या तीन मूलभूत बाबींच्या अभावामुळे रशियात एक सक्षम विरोधी राजकीय फळी निर्माण करणं अशक्य आहे.

"रशियात आता लोकशाही नाही, कारण विरोधाशिवाय डेमॉक्रसी अशक्यच. १९९६ मध्ये येल्त्सिनने कम्युनिस्टांचा पराभव केल्यावर राजकीय विरोध निर्माण होण्यासाठी आवश्यक तत्त्वांचाच ऱ्हास झाला आणि आपणही त्यांचा ऱ्हास होऊ दिला. आजच्या घडीला लाखो लोक एखाद्या निदर्शनात तत्त्वत: भाग घेतील, अशी रशियात कुठेही शक्यता नाही.

" 'टोटल रिकॉल'च्या काळात विरोधी पक्षांना ज्या प्रकारे अमानुषपणे चिरडून टाकण्यात येत होतं, तसं आत्ताच्या राजवटीत निव्वळ तेवढंच करण्यात येत नाही, हा तिचा एक वेगळाच स्थायीभाव आहे. त्यावेळेस यंत्रणा लोकशाहीवादी संस्थेचा विनाश करत होती आणि आता स्वत:च्या उद्देशांसाठी राज्य शासनाचे अधिकारी सगळ्या नागरी आणि सार्वजनिक संस्थांना हाताशी धरत आहेत. कोणी प्रतिकार केलाच, तर त्यांच्या जागी दुसऱ्यांना आणून बसवलं जातं. त्यांना जर असं हटवलं जाणं मान्य नसेल, तर मग त्यांनी दुसरे पर्याय शोधावेत. सगळ्या प्रश्नांपैकी पंचाण्णव टक्के प्रश्नांचा निकाल याच पद्धतीने लावला जातो; असं पंखाखाली घेण्याचं, नाहीतर हकालपट्टी करण्याचं तंत्र वापरून!

"आम्हाला जर युनियन ऑफ जर्नालिस्ट्स आवडत नसेल, तर ठीक आहे, आम्ही 'मीडियासोयूझ' निर्माण करू. त्याच्या मालकासकट आम्हाला जर एनटीव्ही आवडत नसेल, तर आम्ही एका नवीन मालकासह पुन्हा एकदा एनटीव्ही नव्याने शोधून काढू.

"तुमच्या वर्तमानपत्रात जर त्यांनी तुम्हाला नकोशी वाटणारी रुची दाखवायला सुरुवात केली, तर काय घडेल याची मला अगदी व्यवस्थित कल्पना आहे. ते तुमचेच लोक विकत घ्यायला सुरुवात करतील आणि अंतर्गत धुमाळी माजवून देतील. तुमचा चमू चांगला आहे, ते इतक्या त्वरेने घडणार नाही, पण सावकाश, पैसे चारून आणि इतर मार्गांनी सत्तेची लालूच दाखवून, चाव्या पिळून, जवळीक

वाढवून सगळं काही विखरून जायला सुरुवात होईल. एनटीव्हीची त्यांनी अशाच पद्धतीने वासलात लावली. जनतेच्या राजकारणाचा त्यांनी मुडदा पाडलाय, असं ग्लेब पावलोवस्कीने जाहीररीत्या भाष्य केलं. ते एक निखळ सत्य होतं. एकमेकांच्या पाठीमागे लपता यावं, म्हणून हे अधिकारी जोड्यादेखील जमवतात. रोदिना कम्युनिस्टांच्या सावलीत युनियन ऑफ राईट फोर्सेस याब्लोकोच्या आणि पीपल्स पार्टी युनायटेड रशियाच्या छायेत लपू शकतात.''

''पण ते जर या सगळ्या खेळी खेळतायत, तर त्यांना भीती कशाची वाटतेय?''

''बदलाची! राज्य शासनाचे अधिकारी त्यांच्या कॉर्पोरेट हितसंबंधांसाठी कृती करतात. त्यांना हातातून सत्ता गमवायची नाही. त्यामुळे ते फार धोकादायक प्रसंगात सापडतील, जे त्यांना चांगलंच ठाऊक आहे.''

यावलिन्स्कीला ड्युमात निवडून येणं शक्य नव्हतं. पुतिनच्या काळात रशियन संसदीय लोकशाहीसाठी अटीतटीची परिस्थिती निर्माण झालेली आम्हाला दिसत होती का? नाही, आम्हाला तिचा मृत्यू दिसत होता. आमची एक उत्कृष्ट राजकीय विश्लेषक लिलिया शेवत्सोवा हिने अचूकपणे मांडल्याप्रमाणे शासनाच्या लेजिस्लेटिव्ह (विधानशाखा) आणि कार्यकारी शाखा परस्परांत मिसळून गेल्या आहेत आणि यातूनच सोव्हिएत सिस्टिमचा पुनर्जन्म झाला आहे. याचं फलित म्हणजे ड्युमा नुसतं नामधारी आणि दिखाऊ राहिलं आहे. पुतिनच्या निर्णयांवर शिक्का उठवणारं एक मंडळ!

आणि दुसरं म्हणजे.... म्हणूनच हा एक शेवट होता आणि निव्वळ अटीतटीचा प्रसंग नव्हता. रशियन लोकांनी त्यांची संमती दिली. कोणीही आवाज उठवला नाही. कोणतीही निदर्शनं, मोठ्या प्रमाणावर नाराजी व्यक्त करणं किंवा नागरी अवज्ञा असे काही प्रकार घडले नाहीत. केवळ यावलिन्स्कीशिवायच नव्हे, तर लोकशाहीव्यतिरिक्त जगण्याची मतदारसंघाने संमती दिली आणि निमूटपणे सगळं स्वीकारलं. एखाद्या मूर्खासारखं वागवलं जाण्याला मान्यता दिली. एका अधिकृत मतचाचणीनुसार मतदानापूर्वी झालेल्या टेलिव्हिजनवरच्या वाग्युद्धात युनायटेड रशियाच्या प्रतिनिधीने त्यांच्या परीने सर्वांत चांगलं योगदान दिलं, असा बारा टक्के रशियन लोकांचा विचार होता. खरं म्हणजे वस्तुस्थिती अशी होती की, युनायटेड रशियाच्या प्रतिनिधींनी टेलिव्हिजनवरील कोणत्याही वादविवादात भाग घ्यायला सपशेल नकार दिला. त्यांची कृतीच पुरेशी बोलकी आहे. याव्यतिरिक्त त्यांना वेगळं काही बोलायचं नव्हतं. मतदारसंघाच्या फार मोठ्या भागातून अशी प्रतिक्रिया उमटली की, 'गोष्टी जशा आहेत, तशाच राहू द्या' हा शेरा अक्स्योनोवने दिला.

दुसऱ्या शब्दांत सांगायचं झालं, तर आपण यूएसएसआरकडे परत जाऊ या.

थोडा सफाईदार हात मारलेली, नीटनेटकं केलेली, आधुनिकीकरण झालेली, तरीही आपलीच 'गुड ओल्ड सोव्हिएत युनियन'; आता नोकरशाहीच्या साम्राज्यवादाबरोबर असलेली, जिच्यात मुख्य हुकूमशहा आहे राज्य अधिकारी, जो एखाद्या मालमत्ताधारकापेक्षा किंवा भांडवलदारापेक्षा खूपच श्रीमंत आहे.

मथितार्थ असा होता की, आम्ही जर यूएसएसआरकडे परत जाणार असलो, तर मार्च २००४ मध्ये पुतिन नक्कीच निवडून आले असते. तो एक ग्राह्य धरण्यात आलेला निष्कर्ष होता. अध्यक्षीय प्रशासनाने मान्यता दिली आणि लाज गुंडाळून ठेवली. १४ मार्च २००४ पर्यंतच्या पुढील काही महिन्यांत, जेव्हा पुतिन खरोखरच निवडून आले, तेव्हा राज्यातील नियंत्रण आणि समतोल नाहीसा झाला. अध्यक्षांची सदसद्विवेकबुद्धी एवढाच फक्त अंकुश उरला होता. दुर्दैवाने त्या व्यक्तीचा स्वभाव आणि त्यांच्या पूर्वीच्या व्यवसायाचं स्वरूप, याचा अर्थ होता, की तेवढंच पुरेसं नव्हतं.

नऊ डिसेंबर

मॉस्को येथील नॅशनल हॉटेलच्या बाहेर आज सकाळी दहा वाजून त्रेपन्न मिनिटांनी आत्मघातकी बॉम्बस्फोट घडवून आणताना एका स्त्रीने स्वतःला उडवून दिलं. ही घटना क्रेमलिनपासून एकशेपंचेचाळीस मीटर अंतरावर ड्युमाच्या समोरच्या चौकात घडली. स्फोट घडवण्याच्या आधी एका पादचाऱ्याला तिने विचारलं, "हे ड्युमा कुठे आहे?"

तिच्या जवळच असलेल्या एका चिनी प्रवाशाचं धडविरहित शीर बराच काळ अस्फाल्टच्या फरशीवर पडून होतं. लोक किंचाळत होते आणि मदतीची याचना करत होते, पण त्या विभागात पोलिसांचा तुटवटा नसूनदेखील स्फोट घडलेल्या ठिकाणी ते वीस मिनिटांपर्यंत आलेच नाहीत. उघडच त्यांना दुसऱ्या स्फोटाची भीती वाटत असणार. हा प्रकार घडल्यावर अर्ध्या तासाने रुग्णवाहिका आली आणि पोलिसांनी तो रस्ता बंद केला.

दहा डिसेंबर

सोव्हिएत ऑफ द फेडरेशन, रशियाचा उच्च विभाग, यांच्याकडून पुतिनच्या फेरनिवडणुकीची तारीख जाहीर करण्यात आली आहे. पुतिनने ही संधी साधून स्वतःला देशासमोर आणि जगाच्या समोर रशियाचा एक आघाडीचा निष्णात तज्ज्ञ म्हणून सादर करण्याचा चंग बांधला आहे. स्टॅलिननेदेखील हीच खेळी खेळली होती.

गाईगुरांची पैदास करणारा बिल्डर्स डेच्या दिवशी सर्वांत आघाडीचा विटा बनवणारा पुतिनच असतो हे अर्थातच चमत्कारिक आहे.

आज योगायोगाने आंतरराष्ट्रीय मानवी हक्क दिवस आहे. पुतिनने मानवी हक्क प्रवक्ते क्रेमलिनला बोलावले. प्रेसिडेन्शियल कमिशन ऑन ह्यूमन राईट्स बरोबर त्याने येल्त्सिनच्या काळातील एक डेमोक्रॅट, एला पामफिलोव्हा हिच्या अध्यक्षतेखाली एक सभा ठरवली. ती संध्याकाळी सहा वाजता सुरू झाली.

बालरोगतज्ज्ञ डॉ. लिओनीड रोशाल, मॉस्को हेलसिंकी ग्रुपची ल्युडमिला अलेक्सेयेव्हा, लीग ऑफ कमिटीज ऑफ सोल्जर्स मदर्सची इडा कुकलिना, सेंटर फॉर रिफॉर्म ऑफर क्रिमिनल जस्टिस सिस्टिमची व्हॅलेरी अब्रामकिन या लोकांनी निवडणुकांच्या राज्य साधनसंपत्तीचा गैरवापर, सैनिकांचे वेठबिगार मजूर म्हणून शोषण, सैन्यातील इतर भयानक प्रकार, लोकांना स्थानबद्ध करणे इ. विषयांवर भाषणं केली.

एला पामफिलोव्हाने ह्युमन राईट्स कॅम्पेनर्स आणि लॉ एनफोर्समेंट एजन्सीज यांच्या दरम्यान बिघडलेल्या संबंधांबद्दल विस्तृत भाषण केलं.

नागरिकत्वासंबंधीच्या नवीन कायद्यावर मेमोरियल ह्यूमन राईट्स सेंटरच्या स्वेतलाना गन्नुश्किनाने विवेचन केलं. तमारा मोर्श्चकोव्हा या राज्यघटना न्यायालयाच्या सल्लागाराने राज्याचे अधिकारी जनमानसात विश्वासार्ह ठरावेत याकरिता प्रस्ताव सादर करण्यासाठी सात मिनिटं घेतली. भाषण स्वातंत्र्य आणि पत्रकारांची अडचणीची परिस्थिती, या विषयावर ॲलेक्सी सिमोनोव्हने तीन मिनिटं भाषण केलं. सर्गी बोरीसॉव्ह आणि अलेक्झांडर औझान या ग्राहक संस्थेच्या प्रतिनिधींनी छोट्या उद्योगांचं रक्षण करण्याची गरज त्यांच्या भाषणातून व्यक्त केली.

या वक्त्यांच्या समोर बसले होते – हेड अँड डेप्युटी हेड ऑफ द प्रेसिडेन्शियल ॲडमिनिस्ट्रेशन, प्रोक्युरेटर जनरल ऑफ रशिया, व्लादिमीर उस्तिनोव्ह, द मिनिस्टर ऑफ द इंटिरिअर, बोरिस ग्रिझलोव्ह, द मिनिस्टर ऑफ जस्टिस, द मिनिस्टर फॉर द प्रेस, द चेअरमन ऑफ द कॉन्स्टिट्यूशनल, सुप्रिम अँड बिझिनेस आर्बिट्रेशन कोर्ट्स, निकोलाय पॅत्रुशेव्ह, डायरेक्टर ऑफ द एफएसबी. हे सर्व सुरुवातीला हजर होते.

मोहिमा राबविणाऱ्या सगळ्यांनीच प्रोक्युरेटर-जनरल उस्तिनोव्हला त्यांचं लक्ष्य केलं. त्यांचे हल्ले चालू असतानाच मधूनमधून पुतिनही त्याला झाडत होता आणि असमर्थनीय निकाल देण्याचा ठपका ठेवत होता. तमारा मोर्श्चकोव्हाने चालू घडामोडींवर भाष्य केलं. बऱ्याच देशांत ही एक मान्यताप्राप्त पद्धत आहे, पण क्रेमलिनला ही फारच नवीन वाटली. उस्तिनोव्ह म्हणाला, "हे रशियन विरोधात होईल." आणि मोर्श्चकोव्हाने विरोध करत असता निर्देश केला की, तो उल्लेख करत असलेला कायदा अस्तित्वातच नाही. याचाच अर्थ असा झाला की, प्रोक्युरेटर जनरलला

कायद्याचीच माहिती नाही. तो बहुतेक त्याच्या श्रोत्यांना बुद्धिपुरस्सर चुकीची माहिती देत असावा; पण पुतिनच्या उपस्थितीत हे शक्य नव्हतं, तेव्हा मग त्याला कायदा माहीत नाही असं म्हणावं लागेल.

स्वेतलाना गन्नुश्किनाने मला असं सांगितलं की, जेव्हा या लोकांना स्वत:ला एखादा अनुभव येतो, तेव्हा तुम्हाला थोडीशी पुढे जाण्याची आशा असते. उदाहरणार्थ, डेप्युटी हेड ऑफ द प्रेसिडेन्शियल ॲडमिनिस्ट्रेशन आणि चेअरमन ऑफ ए वर्किंग कमिटी ऑन मायग्रेशन लेजिस्लेशन विक्टर इव्हानोव्ह यांच्यासारख्याच निवासी नोंदणीबद्दल माझ्याही नकारात्मक भावना होत्या. इव्हानोव्हच्या पत्नीने तिच्याकडे मॉस्कोत राहायला आलेल्या मित्रांची तात्पुरती नोंदणी करण्यासाठी पाच तास रांगेत प्रतीक्षा केली होती. त्यामुळे ती फारच क्रोधित झाली होती.

निवासी नोंदणीचा मूर्खपणा लक्षात आल्याने इव्हानोव्हने त्याविरुद्ध लढा देण्याचा विडा उचलला. गन्नुश्किनाबरोबर एक एफएसबी जनरल या नात्याने त्याने एक संयुक्त कार्यकारी गट स्थापन करण्याचा प्रस्ताव मांडला आणि त्या कायद्यात सुधारणा करण्याचं ठरवलं. त्याने त्या गटासाठी सभासदांची यादी बनवून एकत्र काम करण्याची सूचना केली.

व्हॅलेरी अब्रामकिनने दोन अल्पवयीन मुलींची चुकीने तुरुंगात रवानगी झाल्याचं भयावह उदाहरण दिलं. कोर्टाने आणि तुरुंगाधिकाऱ्यांनी त्यांच्या अल्पवयीन असण्याकडे डोळेझाक केली होती. जेव्हा त्या मुलींची तडीपार करण्यासाठी सुरक्षारक्षकांबरोबर रवानगी केली जात होती तेव्हा हा मुद्दा लक्षात आल्याने त्यांना सोडून देण्यात आलं.

अनपेक्षितपणे पुतिननी या गोष्टीला तीव्र प्रतिक्रिया दर्शवली. त्यांच्या डोळ्यांत क्षणमात्र माणुसकीची चमक येऊन गेली. त्यांच्या कुटुंबाने दोन लहान मुलींना मदत केल्याचं उदाहरण देताना ते म्हणाले की, कायद्याचा मान न राखल्याने त्या मुलींना संकटात पडावं लागलं होतं.

खरोखरच असं दिसतंय की, काहीतरी वैयक्तिक पातळीवरचा अनुभव आल्याखेरीज अन्यायाची शिकार झालेल्या पीडितांकडे प्रशासनाचे लक्ष केंद्रित होत नाही.

स्वेतलाना गुन्नुश्कीनाची प्रतिक्रिया अशी होती, ''काही विशिष्ट प्रयत्नांवर अध्यक्षांची माहिती कमी दर्जाची किंवा वरवरची आहे, असं आपल्याला जाणवतं. ते त्याबद्दल काहीच करत नाहीत.''

यावर भाष्य करताना पुतिननी (पुतिननी काय सांगितलं जातंय ते ऐकलं) त्यांच्या बाजूने असण्याचं आणि आपण मानवी हक्क पुरस्कर्ते असण्याचं नाटक वठवलं. डेमोक्रॅट्सना आता गप्प बसवण्यात आल्याने तो याब्लोको आणि युनियन ऑफ राईट फोर्सेसचं आमच्यातर्फे प्रतिनिधित्व करेल. संसदीय निवडणुकांच्या आदल्या रात्री राजकीय विश्लेषकांनी केलेलं भाकीत खरं ठरतंय.

मानवी हक्क पुरस्कर्त्यांना भेटण्यामागचा यांचा खरा उद्देश बहुतेक हाच होता. त्यांना असं दाखवायचं होतं की, पुरस्कर्त्यांचे कळकळीचे मुद्दे हे त्यांचेही आहेत. ते एक उत्कृष्ट नकलाकार आहेत. गरज असेल तेव्हा तुमच्यापैकीच एक, गरज नसेल तेव्हा तुमचा शत्रू! आणि त्यांच्या या अभिनयाला बरेच लोक फसतात!

मी तुमच्यातलाच एक आहे, या पुतिन यांच्या नाटकाने मानवी हक्क पुरस्कर्तेदेखील भुलले, विरघळले आणि मूळ वास्तवाशी पूर्णतया वेगळी अशी त्यांची भूमिका असूनदेखील त्यांनी पुतिनना उत्स्फूर्त दाद दिली.

एकाने तर असेदेखील तारे तोडले की, पुतिन आम्हाला सुरक्षा अधिकाऱ्यांपेक्षादेखील चांगलं समजून घेतात. पुतिननीदेखील भीडभाड न बाळगता ताडकन उत्तर दिलं, "कारण मी मनापासून एक खराखुरा लोकशाहीवादी आहे."

यानंतर प्रत्येकाच्या आनंदाला भरती येत गेली. डॉ. रोशाल एक मिनिट बोलण्याची परवानगी घेऊन म्हणाले, "व्लादिमीर लादिमीरोविच, मला तुम्ही फार फार आवडता." त्याने हे पूर्वीदेखील सांगितलं होतं. व्लादिमीर लादिमीरोविचने टेबलाकडे नजर वळवली.

डॉक्टरने पुढे सुरूच ठेवलं, "आणि मला खोडोरकोवस्की आवडत नाहीत."

व्लादिमीर एकाएकी ताठर झाले. *देवास ठाऊक हा बालरोगतज्ज्ञ आता पुढे काय म्हणतोय!* आणि त्याची बोटं खरोखरच सरळ भोवऱ्याकडे निघाली होती. कारण डॉक्टर पुढे म्हणाले, "मला जरी तुम्ही आवडता आणि खोडोरकोवस्की आवडत नाहीत, तरी त्यांना अटक झालेली बघण्याची माझी तयारी नाही. शेवटी ते काही एक खुनी नाहीत... ते कुठे पळून जाणार आहेत असं आपल्याला वाटतं?"

अध्यक्षांच्या चेहऱ्याचे स्नायू आक्रसले. इतर उपस्थित लोकांनी त्यांच्या जिभा चावल्या. त्यानंतर खोडोरकोवस्कीचा उल्लेख कोणीही केला नाही. जणू काही पुतिन मृत्युशय्येवर पडलेला पिता होता आणि खोडोरकोवस्की त्याचा वाया गेलेला मुलगा होता! मानवी हक्क पुरस्कर्त्यांनी या आक्रमकतेला साथ देणं अपेक्षित होतं. मुकोसचा प्रश्न टाळला गेल्यावर एकच व्यक्ती अशी निघाली जिने दुसरा विषय काढण्याचं धाडस दाखवलं. तो प्रश्न विचारायचा नाही, अशा अध्यक्षांच्या काफिल्याच्या सूचना असूनदेखील! स्वेतलाना गन्नुश्किनाने चेचन्याचा प्रश्न उपस्थित केला.

स्थलांतराच्या प्रश्नांवरचं छोटेखानी भाषण आटोपतं घेताना तिने पुस्ती जोडली, की अध्यक्ष चेचन्यावर बोलतील अशी तिला अर्थातच अपेक्षा नाही, फक्त अलीकडेच प्रकाशित झालेलं पुस्तक त्यांना सादर करायचंय; हे पुस्तक मेमोरिअल ह्युमन राईट्स सेंटरने प्रकाशित केलं होतं आणि पुस्तकाचं शीर्षक होतं, *'पीपल लिव्ह हिअर : चेचन्या, ए क्रॉनिकल ऑफ व्हायोलन्स.'*

हे अनपेक्षित होतं. घटनांवर लक्ष ठेवून असणाऱ्यांना मध्यस्थी करायला वेळ

मिळाला नाही. पुतिननी ते पुस्तक घेतलं आणि अनपेक्षितपणे त्यात रुचीही दाखवली. सभेच्या उरलेल्या वेळात ते पुस्तकाची पानं उलटत राहिले. रात्रीच्या साडेदहापर्यंत सभा चालली. शेवटी पुतिननी स्वत:हून चेचन्याबद्दल बोलायला सुरुवात केली.

दहशतवादाच्या विरोधात मोहीम चालवताना सगळे मानवी हक्क पायदळी तुडवले तरी काही वावगं नाही याची त्यांना खात्री आहे. गन्नुश्किना आठवण करून देते.

''एखाद्या पार्श्वभूमीवर कायदा मोडता येतो; कायद्याचं पालन केलं नाही तरी चालतं.'' पुतिननी शेरा मारला. पुढे त्यांनी मल्लिनाथी केली, ''हे पुस्तक वाईट पद्धतीने लिहिलंय. लोकांना समजेल असं लिहिलं, तर ते तुमचं ऐकतील आणि तुम्ही सरकारवर प्रभाव टाकू शकाल, पण हे पुस्तक ज्या पद्धतीने सादर केलंय, ते निराशाजनक आहे.''

त्यांच्या मनात चेचन्या नव्हे, तर याब्लोकोची आणि युनियन ऑफ राईट फोर्सेसची हार होती. 'पुतिन यांचं बरोबर आहे.' असा गन्नुश्किनाला विश्वास आहे. ती बऱ्याच काळापासून याब्लोकोची सभासद आहे आणि याब्लोको डेप्युटीजना ड्युमामध्ये तिने मदत केली आहे. आम्ही या किंवा त्या बाजूला नाही, तर आम्ही हक्कांचं संरक्षण करण्याच्या बाजूचे आहोत.

नंतर संभाषण इराककडे वळलं. पुरस्कर्त्यांनी सांगितलं की, चेचेन रशियन नागरिक होते; इराकींपेक्षा वेगळे. पुतिननी या गोष्टीला उडवून लावलं. ते म्हणाले, ''यूएसएपेक्षा रशियाबद्दलची प्रतिक्रिया अधिक चांगली होते, कारण चेचन्यात गैरप्रकार केलेल्या मिलिटरीच्या ऑफिसरांविरुद्ध आम्ही अधिक वेळा जोमाने आरोप दाखल केलेले आहेत. युनायटेड स्टेट्सने त्यांच्या इराकमधल्या युद्ध गुन्हेगारीविरुद्ध तेवढ्या वेळा ते केलेले नाहीत.''

प्रोक्युलेटर-जनरल मधेच किणकिणला, ''सहाशे प्रकरणांपेक्षा अधिक.'' पण मानवी हक्क पुरस्कर्त्यांनी गप्प बसून ऐकलं नाही. ''त्यापैकी किती दोषींना शिक्षा सुनावण्यात आली?'' तो प्रश्न तसाच राहिला; उत्तराशिवाय!

क्रेमलिनने जिला 'हिरॉईन'च्या प्रतिमेपर्यंत पोहोचवलंय, अशी ल्युडमिला अलेक्सेव्हा, मॉस्को हेलसिंकी गटाची लीडर आणि रशियन ह्युमन राईट्स पुरस्कर्त्यांची अनभिषिक्त सम्राज्ञी, आत्ताच्या चर्चेत सहभागी झालेल्या व्यक्ती आणि अध्यक्ष यांची राऊंड टेबल कॉन्फरन्स घेऊन चेचन्याच्या प्रश्नावर चर्चा करण्याचा ल्युडमिलाने प्रस्ताव मांडला. निरोप घेता घेता पुतिन पुटपुटले, ''या गोष्टीवर विचार करावा लागेल.'' त्याचा खरा अर्थ होता, ''हे घडू शकेल अशी शक्यता नाही.''

*

आणि खरोखरच पुतिन आणि ह्युमन राईट्स पुरस्कर्ते यांच्यात चेचन्यावर चर्चा झाली नाही, पण डिसेंबरमधल्या सभेनंतर त्यांच्यापैकी काहीजणांनी डेमोक्रॅट्सवाद्यांबरोबर असं ठरवलं की, नव्याने डेमोक्रॅटिक असलेले पुतिन पराभूत यावलिन्स्की आणि नेमत्सोव्हपेक्षा जुळवून घेण्यासाठी अधिक उपयोगी ठरतील.

आमच्यापैकी बऱ्याच पत्रकारांच्या नशिबातही हेच लिहिलेलं होतं. आमच्या डोळ्यांदेखत प्रसिद्धीशी तडजोड करण्यात आली.

लादिमीर सोलोविओव्ह एक लोकप्रिय टेलिव्हिजन आणि रेडिओ समालोचक होता. अतिशय धीट, लोकशाहीवादी आणि सखोल माहिती असलेला एक वार्ताहर. त्याने काही काळापूर्वीच 'नोर्ड-ओस्ट' (ज्यात प्रेक्षकांपैकी नऊशे बारा सभासद, जे एका संगीत कार्यक्रमात जमले होते आणि चेचेननी ओलीस म्हणून पकडून नेले होते.) रासायनिक हल्ला झाल्याच्या भयंकर प्रकरणात शासनाने घेतलेल्या दुष्ट भूमिकेचा बुरखा फाडला होता; त्याच लादिमीरने एकाएकी सार्वजनिकरीत्या त्याचा पुतिनना आणि रशियाला असलेला भावपूर्ण, मनापासूनचा पाठिंबा व्यक्त केला.

त्याला क्रेमलिनच्या जवळ नेण्यात येऊन साखरपेरणी करण्यात आल्यामुळे हे घडलं. त्याच्यात परिवर्तन घडून आलं. हा एक सध्याचा रशियन प्रश्न आहे; क्रेमलिनच्या जवळ आल्यावर लोक 'नाही' म्हणायला वेळ लावतात आणि बऱ्यावाइटाचा विधिनिषेध हरवून बसतात. क्रेमलिनला हे चांगलं ठाऊक आहे. आधी छातीशी धरायचं, ऊब द्यायची, त्यामुळे विरोध आपोआप मावळायला लागतो. आम्ही हे सालोविओव्ह, तसंच डॉ. रोशालच्या बाबतीत घडताना बघितलं. आता साखारॉव्ह तसंच येलेना बॉनर यांचे प्रशंसकपण पुतिन यांच्या करिष्म्याबद्दल बोलायला लागले आहेत. आशा करायला जागा आहे असं म्हणू लागले आहेत.

अर्थात, ही काही पहिली वेळ नाही अलीकडच्या इतिहासातली. राजवट आणि मानवी हक्कांचा बचाव करणारे एकत्र आलेले, तसंच राजवट आणि डेमोक्रॅट्स जवळ आलेले आम्ही पूर्वीही बघितले आहेत. पण पूर्वीच्या स्थानभ्रष्टांसाठी हे प्रथमच एवढं हृदयद्रावक ठरलंय. रशियन लोकांना आता कोणती आशा उरलीय? विरोधाच्या फळीचा एक भाग जर उडवून देण्यात आला असेल आणि त्याचं अस्तित्वच नाहीसं करून टाकण्यात आलं असेल, तसंच उरलासुरला भागही पुढल्या उपयोगासाठी राखून ठेवण्यात आला असेल तर?

अकरा डिसेंबर

आज राज्याच्या चॅनल वनवर ऑन्द्रे माकारेविचला 'सर्व्हिसेस फॉर द फादरलँड'साठी पदक देऊन सन्मानित करण्यात येणार आहे. येल्त्सिनच्या राजवटीच्या लोकशाहीच्या

वर्षाचं राष्ट्रगीत होतं, 'बदलणाऱ्या जगापुढे तुमचं मस्तक नमवू नका, एक दिवस ते जगच तुमच्यापुढे विनम्र होईल' ऑन्द्रे माकारेविच हा एक सोव्हिएत काळात भूमिगत झालेला रॉक संगीतकार होता. केजीबी*च्या विरोधात लढणारा एक फुटीर. क्रेमलिनने आलिंगन दिल्याने त्याची प्रतिष्ठा नष्ट झाली आहे.

माकारेविच युनायटेड रशियाला पाठिंबा देण्यासाठी पुढे आला आणि त्याच्या निवडणूकपूर्व मेळाव्यात त्याने भाग घेतला. त्याने खरोखरच त्याचं मस्तक युनायटेड रशिया आणि पुतिन यांच्यापुढे झुकवलं. पूर्वी एक फुटीर असूनदेखील आता आपण पुतिनवर स्तुतिसुमनं उधळतोय याची त्याला क्षिती नाही. क्रेमलिनधार्जिणे होण्याची लाज त्याला वाटत नाही आणि त्या बदल्यात त्याला अधिकृत फायदे दिले जात आहेत.

तिसऱ्या ड्युमाचा आज शेवटचा दिवस असल्याने पुतिननी ड्युमाच्या नेत्यांसाठी स्वागत समारंभ आयोजित केला. राज्यसत्तेच्या वेगवेगळ्या शाखांमध्ये सकारात्मक संबंध विकसित होत असल्याबद्दल तो बोलला. यावलिन्स्की कुत्सितपणे हसला.

दिवसेंदिवस युनायटेड रशिया एखाद्या गरम हवेच्या फुग्यासारखी फुगत चाललीय. दुसऱ्या पार्टीतले नवीन निवडून आलेले डेप्युटी त्यांचे पक्ष सोडून युनायटेड रशियाला येऊन मिळत आहेत. ड्युमाच्या इमारतीत मावळत्या संसदेचं शेवटचं सत्र घेण्यात आलं. जवळजवळ प्रत्येकजण तिथे होता. युनायटेड रशिया सुट्टीच्या मूडमध्ये होती आणि तो मूड लपवण्याचा त्यांनी प्रयत्नदेखील केला नाही.

यावलिन्स्की नेहमीप्रमाणेच इतरांपासून दूर उभा राहिला. तो दुर्मुखलेला होता. कशासाठी टाळ्या वाजवायच्या? येल्त्सिनच्या अध्यक्षपदाच्या कारकीर्दीत पहिल्या ड्युमाच्या दहाव्या वार्षिक दिनी रशियन पार्लमेंटरी डेमोक्रॅसीचा विनाश करण्यात यश आले होते. बारा डिसेंबरला रशियाच्या नवीन येल्त्सिन घटनेचापण दहावा वार्षिक दिन आहे.

लोकांना जोवर नेमत्सोव्हमध्ये रस आहे तोवर तो त्याचा फायदा करून घेत आहे. अधिकाधिक मुलाखती देतो आहे. तो स्पष्टीकरण देतो, "सात डिसेंबरपूर्वी जे आभासमय वाटत होतं, ती अशक्य गोष्ट युनियन ऑफ राईट फोर्सेस आणि याब्लोको करून दाखवत आहेत. आम्ही एकत्र येण्याचा प्रयत्न करत आहोत." लोक त्याच्यावर पूर्णपणे विश्वास ठेवत नाहीत. सात डिसेंबरपूर्वी ते एकमेकांत विलीन व्हावेत या आशेने – म्हणजे त्याचा निवडणुकीवर परिणाम होईल या आशेने – डेमोक्रॅसीच्या बाजूने असलेले मतदार प्रार्थना करीत होते; परंतु याब्लोको आणि युनियन ऑफ राईट फोर्सेस यांना त्यात अजिबात स्वारस्य नव्हते.

गेन्नाडि सेलेझनीकॉव्ह निरोपाचं भाषण करतो, जे कोणीही ऐकत नाही. आपण स्पीकर आहोत, पण स्पीकर म्हणून आपले दिवस संपले आहेत, हे त्याला माहीत

आहे. भविष्यकाळात स्पीकरची नियुक्ती संसदीय निवडणुकीने नव्हे, तर क्रेमलिनतर्फे होईल. भावी स्पीकर कोण आहे हे ठाऊक आहे : बोरिस ग्रिझलॉव्ह, पुतिनचे मित्र आणि त्यांचे एकनिष्ठ भक्त, युनायटेड रशियाचे नेता आणि मिनिस्टर ऑफ द इंटिरिअर. हा निर्विवादपणे एक ऐतिहासिक क्षण आहे. तिसऱ्या ड्युमाला निरोप देताना आम्ही एका राजकीय काळालाही कायमचा निरोप देतोय... पुतिननी आमचं वादविवाद करणारं पार्लमेंट चिरडून टाकलंय.

राजकीय चढउतारांमुळे क्रेमलिनने पैशांच्या बाबतीत दुर्लक्ष केलेलं नाही. युकोसवरचा हल्ला चालूच आहे. अजूनही जेवढे लचके तोडता येतील, तेवढे लचके आमचे व्यावसायिक लोक तोडून घेत आहेत. सुरगुटनेफ्तगाझ या कंपनीच्या बाजूने आर्बिट्रेशन कोर्ट ऑफ याकुटियाने निकाल दिला आहे. हीच कंपनी साखनिफ्तेगाझ या कंपनीच्या स्पर्धेत ऑईल अँड गॅस राईट्सच्या मार्च २००२मध्ये झालेल्या लिलावात हरली होती. कोर्टाने दिलेल्या निकालाप्रमाणे युकोसकडून तलाकान फिल्डचे १२० मिलियन टन नैसर्गिक तेलाचे साठे आणि ६० बिलिअन क्युबिक मीटर्स गॅस हिरावून घेतला. त्यांच्या प्रतिस्पर्ध्यांना एक असं लायसन्स बहाल केलं, ज्यामुळे ते सातत्याने त्या ऑईल फिल्डच्या मध्यवर्ती सवलतींचा फायदा उठवू शकतील.

त्सेन्ट्रोबँक गोल्ड आणि फॉरेन करन्सी रिझर्व्हसच्या साठ्यांची पुन्हा पूर्ववत स्थिती करण्यासंबंधीचा आणखी एक उच्चांक निदर्शनास आणते. पाच डिसेंबरपर्यंत हा साठा ७०.६ बिलिअन होता; पण हा काही विजय आहे का? युकोसच्या नाजूक परिस्थितीमुळे कंपन्या त्यांचे विदेशी चलनाचे फायदे मार्केटमध्ये टाकत आहेत. राज्याने असा दावा केला आहे की, युकोसने कर चुकवण्यासाठी त्यांचं उत्पन्न दडवलं. बाकीचे लोक त्यांचे फायदे रुबल्समध्ये परिवर्तित करत आहेत. युकोसच्या नावाने एवढा शंख केल्याने राज्याला काहीच नुकसान पोहोचत नाही, म्हणूनच ते त्यांच्या परदेशातून घेतलेल्या कर्जाची परतफेड करू शकतात. काय चाललंय याची कल्पना नसताना रशियन लोक आनंद व्यक्त करत आहेत. बरोबर नऊ वर्षांपूर्वी आजच्या तारखेला रशियाचे चेचेनबरोबरचे सर्वात अलीकडचे युद्ध सुरू झाले. अकरा डिसेंबर १९९४ रोजी ग्रॉझ्नीमध्ये रणगाड्यांनी प्रथम प्रवेश केला आणि पहिले सैनिक आणि अधिकारी त्यामध्ये जिवंत जळालेले आम्ही बघितले. आज कोणत्याही टेलिव्हिजन चॅनल्सवर याचा अजिबात उल्लेख नव्हता. हा दिवसच रशियाच्या कॅलेंडरवरून काढून टाकण्यात आला आहे.

सगळ्या टेलिव्हिजन चॅनल्सचा एकसारखेपणा हा प्रासंगिक असू शकत नाही. अध्यक्षीय प्रशासनाकडून आलेल्या सूचनांप्रमाणे हे घडलं असणार. याचा अर्थ पुतिन यांच्या अध्यक्षपदाच्या प्रचार मोहिमेत चेचन्याचा उल्लेखदेखील होणार नाही. त्यांचं

काम असंच चालतं. चेचन्याबद्दल काय करायचं ते त्यांना ठाऊक नाही, म्हणून चेचन्याचा व्हॅलेरिया नोवोद्वोरस्काया, एक कट्टर डेमोक्रॅट आणि लादिमीर झिरिनोवस्की यांच्यामध्ये एक वाग्युद्ध टेलिव्हिजनवर आज संध्याकाळी दाखवण्यात आलं. चेचन्याच्या राक्षसी, बेजबाबदार, वंशहत्या युद्धाबद्दल ती बोलली. यावर झिरिनोवस्की चिरकून उन्माद झाल्यासारखं ओरडू लागला, ''गेट आऊट ऑफ द कंट्री! आम्ही त्यांना कधीही शरण जाणार नाही!'' कार्यक्रमाच्या शेवटी झालेल्या मतदानात दर्शकांनी ४०,००० मतं झिरिनोवस्कीच्या बाजूने दिली आणि नोवोद्वोरस्कायाला १६,००० मतं मिळाली.

बारा डिसेंबर

कॉन्स्टिट्यूशन डे. सुट्टीचा दिवस. मॉस्कोमध्ये मिलिशियामेन आणि साध्या वेशातले हस्तक यांची तुफान गर्दी उसळलीय. सगळीकडे कुत्री स्फोटकांचा शोध घेत आहेत. क्रेमलिनमध्ये राजकीय आणि उच्चभ्रू लोकांसाठी अध्यक्षांनी एक भव्य स्वागतसमारंभ आयोजित केला होता. मानवी हक्कांवर त्यांनी एक भाषण ठोकलं. त्यांचा रशियात विजय झालाय असं भविष्य वर्तवलं. येल्त्सिन हजर होता. तंदुरुस्त आणि अधिक तरुण दिसत होता, पण चेहऱ्यावर प्रश्नांचं जाळं. त्याला पुतिन यांच्या क्रेमलिनमध्ये सहसा आमंत्रण नसतं, तरी त्याच्या अध्यक्षपदाच्या काळात घटनेचा स्वीकार झाला होता, म्हणून तो तिथे होता.

एका पाहणीनुसार फक्त दोन टक्के रशियन लोकांनाच घटनेमध्ये वस्तुत: काय म्हटलंय याची थोडीफार कल्पना आहे. पंचेचाळीस टक्के लोकांना असं वाटतं की, घटनेची मुख्य आवश्यकता होती 'काम करण्याचा अधिकार'. मुक्त भाषण हा आयुष्य जगण्यासाठी एक मूलभूत अधिकार असल्याचा उल्लेख फक्त सहा टक्के लोकांनी केला.

अठरा डिसेंबर

टेलिव्हिजनवरचा फोन-इन. पुतिन लोकांना भेटणार असल्याने एक मोठा कार्यक्रम. लाखाहून अधिक प्रश्न त्यांना विचारण्यासाठी पाठविण्यात आल्याचं जाहीर झालंय. अध्यक्षांचे प्रिय सूत्रधार, रोस्सिया चॅलनचे सर्गी ब्रिलेव्ह आणि चॅनल वनची येकाटेरिना आंद्रेयेव्हा यांनी त्यांचा देशाबरोबरचा प्रत्यक्ष संवाद संचलित केला.

आंद्रेयेव्हा पुतिनला – ''या प्रत्यक्ष संवादात तुम्ही तिसऱ्यांदा येताय; मीदेखील! तुम्ही अस्वस्थ आहात का?''

पुतिन – "नो! तुम्ही जे देऊ शकणार नाही, ते देण्याचा प्रस्ताव मांडू नका आणि खोटंही बोलू नका. मग तुम्हाला भीती वाटण्याचं काही कारण नाही."

ब्रिलेव्ह, आनंदाने गळा दाटून – "अगदी आमच्या कामासारखं–"

पुतिन – "खूप अडचणी आल्या, पीछेहाट झाली, तरी रशियाने जे काही मिळवलंय, ते कष्टाने मिळवलं आहे. स्वत:च्या पायावर भक्कमपणे उभं राहून जलद गतीने प्रगती करणारा तो एक देश आहे, असंही रशियाने दाखवून दिलंय. मी काही आकडेवारी बरोबर आणली आहे. २००२ मध्ये आमचा विकासाचा दर ४.३ टक्के होता, चालू वर्षासाठी ५ टक्के किंवा ६.९ टक्केदेखील गाठू. विदेशी कर्जांच्या परतफेडीतही घट झाली आहे. आम्ही १७ बिलिअन डॉलर्सची परतफेड केली आणि देशाने त्याची दखलदेखील घेतली नाही. २००२ मध्ये सोन्याचांदीचे आणि विदेशी चलनाचे साठे २००३ मध्ये २० बिलिअनच्या घरात पोहोचले आणि आजमितीला ते ७० बिलिअनपर्यंत गेले आहेत. ही केवळ पोकळ आकडेवारी नाही. त्या आकडेवारीशी बऱ्याच घटकांचा संबंध आहे. आपल्या सद्य:परिस्थितीच्या आर्थिक धोरणाप्रमाणे चालत राहणं जर पुढेही चालू ठेवलं, तर चलनाच्या बाबतीत काही चुका होणार नाहीत. २००३ मध्ये ३७ मिलियन लोक असे होते, ज्यांचं उत्पन्न जगायला आवश्यक असलेल्या उत्पन्नापेक्षाही खाली होतं. २००३च्या तिसऱ्या सत्रात हा आकडा ३१ मिलियनवर आला; पण हेदेखील लज्जास्पद आहे. जीवन जगण्यासाठी आवश्यक उत्पन्नाची सरासरी पातळी दरमहा २११२ रुबल्स इतकी आहे, जी खूपच खाली आहे आणि ३१ मिलियन लोक त्या पातळीच्याही खाली जगतात."

कोमसोमलूस्क-ऑन-अमूर, खाबारोव्ह विभाग यांच्याकडून एक प्रश्न– "अतिपूर्व रशियातलं तिसऱ्या मोठ्या शहरांच्या क्रमांकावर आमचं शहर आहे. एक भव्य औद्योगिक केंद्र, तरुणांचं शहर, पण मॉस्कोपासून फार अंतरावर. माझं नाव किरिल बोरोडुलिन. मी अमूर शिपयार्डमध्ये काम करतो. सध्या फक्त निर्यातीच्या मागण्यांवर. आम्हाला रशियन संरक्षण उद्योगाकडून माल पुरवण्यासाठी मागण्या केव्हा मिळणार? रशियाला आमची गरज असावी असं आम्हाला वाटतं."

(हे प्रश्न उत्स्फूर्तपणे विचारण्यात आल्याचं दिसत नाही आणि उत्तरंदेखील आधीच तयार करून ठेवलेली वाटतात. पुतिन त्यांच्या टिपणांमधून आकडेवारी वाचून दाखवतात. जरी हा प्रश्न – 'लाईव्ह ऑन एअर' विचारला गेला होता, तरीही! उघडच आहे, ज्या प्रश्नांना त्यांना उत्तरं द्यायची आहेत, तेवढ्याच प्रश्नांना ते उत्तरं देणार.)

पुतिन – "तुम्ही निर्यातीसाठी काम करता, ही एक सकारात्मक बाब आहे. शस्त्रास्त्रांच्या पुरवठ्याच्या मार्केटमध्ये आज झगडा चाललाय आणि आमची कामगिरी

बिलकुल वाईट नाही. २०१० सालापर्यंत शस्त्रास्त्रं मागवण्याचा आमचा कार्यक्रम आहे. आणि या कार्यक्रमाला पूर्णपणे आर्थिक पाठबळ देण्यात आलं आहे. अर्थात काही प्रश्न उपस्थित होतात. संरक्षण दलाला अधिक पाठबळ उपलब्ध करून देण्यात यावं, असंच कोणालाही वाटेल. मागण्यांचे अग्रक्रम मिनिस्ट्री ऑफ डिफेन्सतर्फे ठरवण्यात येतात आणि या खात्याने नवीन विमानांच्या खरेदीला या अग्रक्रमात आठवा क्रमांक दिला आहे; आजची युद्धं विमानांच्या वापराने लढण्यात येत असली, तरीही! तुमच्या सेवांची गरज भासेल, याबद्दल संपूर्णपणे खात्री बाळगा."

कात्या उस्तियेन्को, विद्यार्थी – पुतिनना प्रश्न विचारतो – "मी प्रथमच मतदान केलंय. नवीन ड्युमाकडून आम्ही काय अपेक्षा करू शकतो?"

पुतिन – "कोणतंही सुसंस्कृत राज्य कायदेकानूविषयक काम पाहणाऱ्या संस्थांशिवाय टिकू शकत नाही. ड्युमावर बरंच काही अवलंबून असेल. पद्धतशीर, सफाईदार कामाची आम्हाला अपेक्षा आहे."

अलेक्झांडर निकोलाएविच – "माझे वडील पूर्वी टुला येथे राहात असलेल्या घरात मी राहतो. घराचा पाया खचायला लागला आहे. आम्ही उत्खननाच्या पट्ट्यात येतो. राज्य एवढं सगळं बोलतं, पण कोसळणाऱ्या निवासस्थानांच्या प्रश्नांवर तोडगा का काढत नाही?"

पुतिन – "मी टुलाला गेलो आहे. निवासी जागांची अवस्था बघून मला आश्चर्य वाटलं. यावर उपाय आहेत. ते कोणते? काही वर्षांपासून स्टेटने जवळजवळ काहीही निधी मंजूर केला नाही. २००३ मध्ये आम्ही प्रथमच निधी उपलब्ध करून दिला. आमच्या फेडरल बजेटमधून आम्ही १.३ बिलिअन रुबल्स मंजूर केले. तेवढीच रक्कम स्थानिक राज्यांच्या अंदाजपत्रकातूनही उपलब्ध करून देण्यात येणार होती. गहाणवटीने उधार देण्याची पद्धत विकसित करणं हा एक मार्ग निघू शकतो. असं तारण ठेवण्याची पद्धत सुरू करण्यात आली असती, तर तुम्हाला त्याचा उपयोग करून घेता आला असता. तुमचा दरमहाचा पगार काय आहे? तुम्ही एका चांगल्या विभागात काम करता."

अलेक्झांडर निकोलाएविच – "१२,००० रुबल्स."

पुतिन – "तुम्ही गहाणवटीसाठी पात्र ठरू शकाल. आम्हाला कायदेकानूत काही फेरफार करावे लागतील."

युरी सिडोरोव्ह, कुझबास – "खाणकामगार म्हणून काम करणं धोक्याचं आहे. त्यांचं निवृत्तिवेतन फक्त कायदेशीर बाबींची पूर्तता होईल, एवढं कमी का करण्यात आलं आहे? हे कोणत्या प्रकारचं पेन्शन आहे?"

पुतिन – "खाणकामगारांचा राष्ट्रीय सरासरी मासिक पगार ५७०० रुबल्स

एवढाच आहे, तर सध्या त्यांना देण्यात येणारा पगार १२,००० रुबल्स आहे. याचं तर्कशास्त्र असं आहे; निवृत्तिवेतनात सुधारणा घडवून आणायच्या असतील, तर पगारातून वळत्या होणाऱ्या रकमेशी त्यांचा थेट संबंध जोडावा लागेल. तुमच्या फायद्याच्या दृष्टीने तुमच्या सरासरी पगारापेक्षा निवृत्तिवेतन वेगळं असेल; ते अधिक असेल. हा बदल अमलात आणण्यात आला आहे. नोकरीच्या ठिकाणी आणि देशभरात सल्लामसलतींच्या केंद्रांचं एक जाळंच नॅशनल पेन्शन फंडातर्फे निर्माण करण्यात येणार आहे. तुम्ही तिथे जाऊन त्यांच्याशी चर्चा करण्याची गरज आहे.''

व्हॅलेंटिना ॲलेक्सेयेवना, क्रॅसनोडार येथून आलेली – ''अध्यक्षपदाच्या निवडणुकीच्या रिंगणात उतरण्याचा तुमचा विचार आहे की नाही, याबद्दल आत्तापर्यंत तुम्ही काहीच जाहीर केलेलं नाही. तुमचे बेत काय आहेत?''

पुतिन – ''होय, मी निवडणुकीला उभा राहणार आहे. नजीकच्या भविष्यकाळात मी तशी अधिकृत घोषणा करेन.''

ॲलेक्से विक्टोरोविच, नेवल रिपेअर यार्ड, मुरमान्स्क प्रॉव्हिन्स – ''ऑगस्ट महिन्यापासून आम्हाला पगारही देण्यात आलेला नाही किंवा सुट्टीही दिलेली नाही. हा प्रश्न केव्हा धसाला लावण्यात येणार आहे?''

पुतिन – ''अंदाजपत्रकाच्या संदर्भात आम्ही हा प्रश्न सोडवलेला आहे. पगारवाटपासाठी दोन दिवसांपेक्षा अधिक उशीर होऊ नये. उद्योगांचा विचार केला तर बरेच फरक आढळून येतात. राज्यांचे काही उद्योग आहेत, ज्यांची पुन्हा अंदाजपत्रकातून आर्थिक साहाय्य उपलब्ध करून देण्यात येणारे उद्योग अशी नव्याने वर्गवारी करण्यात येत आहे. बरेच उद्योग आर्थिक संकटाच्या अवस्थेत आहेत. काही प्रकरणांत मालक आणि व्यवस्थापन त्या परिस्थितीला जबाबदार आहे.''

ब्रिलेव्हकडून प्रश्न – ''शासकीय कार्यालयात तुमची तैलचित्रं लावण्यात आली आहेत, त्याबद्दल तुमची प्रतिक्रिया काय आहे?''

पुतिन – ''अध्यक्ष हे राज्याचे प्रतीक आहेत. त्यामुळे त्यात काहीच गैर नाही. सम्यक प्रमाणात सगळंच चांगलं असतं. त्या गोष्टीचा विसर पडला तर मग ती काळजीची बाब ठरते.''

सार्जंट सर्गी सेरगेविच, कांट, कर्गिझिया येथील रशियन मिलिटरी बेस येथून आलेले –

''सद्दाम हुसेनला पकडण्यात अमेरिकनांनी यश मिळवलंय, पण इराकमध्ये दुसरं व्हिएतनाम घडणार आहे. प्रत्येकजण पळून जाईल. तिथे निर्माण होणाऱ्या गोंधळाची प्रत्येकाला झळ पोहोचेल.''

पुतिन – ''सर्गी सेरगेविच, आंतरराष्ट्रीय दहशतवादाशी संघर्ष करण्यात अमेरिकेला अपयश आलेलं पाहणं, हे आपल्या राष्ट्रीय हिताचं नाही. इराकच्या प्रश्नाबाबत बोलायचं झालं, तर तो एक वेगळा विषय आहे. सद्दाम हुसेनच्या अखत्यारीत

कोणीही आंतरराष्ट्रीय दहशतवादी नव्हते. युनायटेड नेशन्स सिक्युरिटी कौन्सिलच्या मान्यतेशिवाय आक्रमण कायदेशीर मानता येत नाही. सगळ्या कालमानात प्रचंड साम्राज्यं त्यांच्या भव्यतेच्या आणि अजिंक्य असण्याच्या भ्रामक कल्पनेत मग्न होती आणि त्यामुळे त्यांना काहीही फरक न होता त्रास भोगावा लागला. आमच्या अमेरिकन जोडीदारांच्या बाबतीत असं घडणार नाही, अशी मला आशा आहे.''

व्हिटालि पोटापॉव्ह, इलेक्ट्रिशियन, बोरोविची, नॉव्हगोरोड प्रॉव्हिन्स – ''ड्युमाच्या निवडणुकांच्या आधी तुमच्या कुत्रीला पिल्लं झाली होती; कशी काय आहेत ती?''

पुतिन – ''छान चाललंय त्यांचं. ती फार खेळकर आहेत, पण त्यांनी अजून डोळे उघडलेले नाहीत. त्यांच्या भविष्याबद्दल बोलायचं झालं, तर त्यांना दत्तक घेण्यासंबंधी बऱ्याच लोकांनी आम्हाला विनंती केली आहे. मी, माझी मुलं आणि माझ्या पत्नीला त्याबद्दल विचार करावा लागेल. ती पिल्लं चांगल्या घरात जातील याची आम्हाला खातरजमा करावी लागेल.''

बालकारोव्ह, नालचिक येथील काबार्डीनिअन – ''मी रशियन थिएटरमध्ये काम करतो; जॉर्जियाचा एक वादग्रस्त भाग. येथील अब्खाझिआन्स काबार्डिनिअन्स या रशियन नागरिकांशी संबंधित आहेत. आपण अब्खारिआचा रशियन फेडरेशनमध्ये समावेश करून एक नवीन युद्ध टाळू शकू.''

पुतिन – ''संपूर्ण रशियासाठी आणि विशेषत: आमच्या दक्षिण विभागासाठी हा एक ज्वलंत प्रश्न आहे. राज्यातील प्रादेशिक एकात्मता टिकवून ठेवणं, हा आमचा स्वत:चा अलीकडच्या काळातील एक अग्रक्रमाने महत्त्वाचा प्रश्न होता. सर्वसाधारणपणे आमची कामगिरी आम्ही पार पाडलीय. या तत्त्वांचा पाठपुरावा करत असताना तीच तत्त्वं आमच्या शेजाऱ्यांच्या बाबतीतही ग्राह्य मानण्याचं आम्ही टाळू शकत नाही.''

''आम्ही युनायटेड नेशन्सचे सदस्य आहोत आणि आमची आंतरराष्ट्रीय जबाबदारी आम्ही पार पाडू. डोंगराळ भागात राहणारे लोक हा समाजाचा एक वैशिष्ट्यपूर्ण घटक आहे, ही वस्तुस्थिती लक्षात घेऊन त्यांच्या कित्येक शतकांपूर्वीच्या नात्यागोत्यांचा एका विशिष्ट पद्धतीने विचार करावा लागेल. या लोकांच्या भवितव्याबद्दल आम्ही मुळीच उदासीन नाही. यूएसएसआर कोसळल्यावर बऱ्याच ठिकाणी संघर्षाची ठिणगी पडली; दक्षिण ओस्सेशिया, काराबाख, अब्खाझिया येथे. रशियाला या सगळ्यावर तोडगा काढता येईल, असं ग्राह्य धरणं चुकीचं ठरेल. मी तर म्हणतो, परस्परातील वाद मिटवा. आम्ही एका प्रामाणिक मध्यस्थाची भूमिका पार पाडू. अब्खाझ प्रश्नावर आम्ही बारीक लक्ष ठेवू, पण आम्हाला जॉर्जियाच्या प्रादेशिक एकात्मतेबद्दलही आदर आहे.''

अखमद साझेव्ह, बाल्कारिअन लेखक – ''कायद्यानुसार जातीयवाद भडकवणे निषिद्ध आहे, पण निवडणूक प्रचाराच्या वेळी काही विवक्षित पक्षांनी 'रशिया फॉर

द रशियन्स' या घोषणेचा प्रचारासाठी उपयोग केला. टेलिव्हिजनवर अशा प्रकारच्या भावना व्यक्त करण्याची या पक्षांना का म्हणून परवानगी देण्यात आली?''

पुतिन – ''जो कोणी 'रशिया फॉर द रशियन्स' असं म्हणतो, तो एकतर मूर्ख तरी आहे किंवा मग उपद्व्यापी! रशिया हा एक बहुराष्ट्रीय देश आहे. या लोकांना काय पाहिजे? फाळणी? रशियाला छिन्नविछिन्न करणं? सहज मिळणारे फायदे हस्तगत करण्यासाठी धडपडणारे हे खोडसाळ लोक असावेत. निवडणूक प्रचाराबद्दल म्हणायचं, तर मी काही तो टेलिव्हिजनवर पाहिला नाही. जर तसं घडलं असेल, तर मी प्रोक्युरेटर जनरलशी बोलेन. कारवाई करण्यात येईल.''

नतालिया कोरेनकोव्हा, क्रान्सोयार्स्क – ''खासगीकरणाला पूर्णविराम देऊन पुन्हा एकदा राष्ट्रीयीकरणाला सुरुवात करण्याची वेळ आली आहे, असं नाही वाटत?''

पुतिन – ''हा काही नवीन प्रश्न नाही आणि या विषयावर माझे स्वत:चे विचार आहेत. जेव्हा देशाने खासगीकरणाला सुरुवात केली, तेव्हा नवीन भूधारक अधिक कार्यान्वित होतील असं गृहीत धरण्यात आलं. खरं म्हणजे ते बरोबर होतं. विकसित अर्थव्यवस्थांना एका चांगल्या प्रकारे स्थिरावलेल्या प्रशासनाच्या यंत्रणा असतात. खासगी उद्योगांकडून करवसुलीतून मिळणाऱ्या उत्पन्नातून राज्याला नागरिकांचे सामाजिक प्रश्न सोडवता येतात. आमची गोची झाली. प्रशासकीय यंत्रणा रूळलेली नव्हती आणि आवश्यक साधनसामग्रीचा ओघ ट्रेझरीकडे वळला नाही. जर कसली गरज असेल तर राज्याच्या संस्था, कायदेकानू बळकट करणं, प्रशासकीय यंत्रणेत सुधारणा करणं यांची आणि या मुद्यावर मी ठाम आहे. खासगीकरण थांबवणं हा तो उपाय नाही.

दिमित्री येगोरोव्ह – पंचवीस वर्षांचा तरुण – ''मी 'हेवी रॉक' ऐकतो; तुम्हाला कोणत्या प्रकारचं संगीत आवडतं?''

पुतिन – ''लाईट शास्त्रोक्त आणि मोठ्या रशियन वाद्यवृंदाची शब्दबद्ध गाणी.''

ॲलेक्सी, स्वेर्डलोवस्क विभाग – ''तुमच्या मुलींना तुम्ही फार कडकपणे वागून वाढवलंत का?''

पुतिन – ''नाही; दुर्दैवाने किंवा सुदैवाने! माझ्या मुली स्वतंत्रपणे वाढल्या; आपण कोण आहोत याची जाणीव ठेवत. मला असं वाटतं की, हा एक चांगला परिणाम आहे.''

आयरिना मोझाइस्काया, शिक्षिका – ''स्तारोपोलिए येथे गेल्या तीन वर्षांत अतिरेकी कारवायांचे बारा उद्रेक झाले. येस्सेनटुकी येथे पंचेचाळीस लोक ठार झाले. या गोष्टीला कसं थोपवता येईल?''

पुतिन – ''या प्रश्नाचं मूळ कशात आहे? फक्त चेचन्यामधून मूळ धरणारा हा प्रश्न नाही. इस्लामचा पाठपुरावा करणाऱ्या लोकांच्या दृष्टिकोनावर प्रभाव टाकण्याचा हक्क आपल्याला आहे, असं समजणारे लोक या जगात आहेत. मुस्लीम लोकांचा बुजबुजाट असलेल्या दहशतवाद्यांवर ताबा मिळवण्याचाही त्यांना हक्क आहे, असंही ते समजतात. आपल्या देशाच्या संदर्भात हे खूपच अर्थपूर्ण आहे. आम्ही या लोकांना 'आंतरराष्ट्रीय अतिरेकी' असं संबोधतो. यूएसएसआरच्या विखरून जाण्याच्या प्रश्नाचा त्यांनी फायदा उठवलाय. हे प्रश्न चेचन्यात जे घडलं, त्याच्याशी संबंधित आहेत; पण त्यांची उद्दिष्टे वेगळीच आहेत. त्यांना चेचन्यासाठी स्वातंत्र्य नको आहे, तर ज्या विभागात मुस्लीम लोकसंख्या जास्त आहे, ते विभाग बंद करण्याचा त्यांचा विचार आहे.

रशियाचं जर बाल्कनीकरण सुरू होणार असेल, तर ते फारच भयंकर होईल. आपण त्यासाठी लढा दिला पाहिजे. ही धमकी विदेशातून येते आहे. डागिस्तानमधील टोकाच्या इस्लामिक गटांमध्ये पन्नास टक्के लोक परदेशी आहेत. त्यांच्या दबावाला बळी पडायचं नाही, गोंधळून जायचं नाही, हा एकच मार्ग आहे. आपण खंबीर राहून पद्धतशीरपणे कृती केली पाहिजे. तसंच कायद्याची अंमलबजावणी करणाऱ्या संस्थांनी त्यांच्या कार्यपद्धतीत फरक केला पाहिजे.''

ॲनातोलि निकितिन, मुरमान्स्क विभाग – ''इंटर्नल अफेअर्स ऑफिस आणि ट्रॅफिक मिलिशिया, असा विचार करत असल्यासारखं वाटतं की, ते फक्त नफा कमावण्यासाठी या व्यवसायात आहेत. या एजन्सीमध्ये काय चाललंय याची तुम्हाला पूर्ण माहिती आहे?''

पुतिन – ''चालू वर्षात इंटिरिअर मिनिस्ट्रीच्या जबाबदारीच्या कार्यक्षेत्रात एकोणीस हजारांपेक्षा अधिक त्रुटी होत्या आणि त्यातील दोन हजार सहाशे तर सरळसरळ कायद्याचं उल्लंघन करणाऱ्या होत्या. कित्येक अधिकाऱ्यांवर गुन्हेगारी स्वरूपाचे आरोप ठेवण्यात आले होते. सुरक्षा सेवांना इथून पुढे अधिक बळकट करण्यात येईल.

तुम्हाला सरळच उत्तर द्यायचं झालं तर, होय, मला कायदा आणि सुव्यवस्था संस्थांमधील खऱ्या परिस्थितीची जाणीव आहे.''

सर्गी तातारेन्को – ''चिनी लोकांचं अतिपूर्वेकडे होणारं स्थलांतर थांबवण्याचा राज्याचा विचार आहे का?''

पुतिन – ''ते थांबवण्याचा नव्हे, तर नियंत्रित करण्याचा विचार आहे. आम्हाला कोणत्या ठिकाणी, किती आणि कोणत्या प्रकारच्या स्थलांतरित लोकांची आवश्यकता आहे आणि हे मनुष्यबळ आकर्षित करण्यासाठी कोणता मार्ग शोधून काढावा लागेल, हे माहीत करून घ्यावं लागेल. या क्षेत्रात लाचलुचपतीची पातळी फारच मोठी आहे.''

लिडिया इव्हानोव्हना, खिमकी, मॉस्को प्रॉव्हिन्स – "प्रॉक्युरेटरच्या कार्यालयातील आणि न्यायालयातील भ्रष्टाचाराशी लढा देण्यासाठी एखादी यंत्रणा निर्माण करण्यात येईल का? तसंच राज्याच्या कार्यवाही करणाऱ्या संस्थांतील भ्रष्टाचाराला आळा घालता येईल का?"

पुतिन – "या प्रकारात कठोर भूमिका स्वीकारण्याबरोबरच काही मूलभूत फरक घडवून आणण्याचीही नितांत गरज आहे. प्रशासकीय क्रांति घडवून आणण्याची आम्ही सुरुवात केली पाहिजे. निर्णयप्रक्रियेत ढवळाढवळ करण्याची जेवढी कमीतकमी संधी अधिकाऱ्यांना मिळेल, तेवढं अधिकच चांगलं! कोर्टाची यंत्रणा स्वतंत्र, पण पारदर्शी, समाजाची बांधीलकी जपणारी असावी. न्यायमूर्तींना स्वनियंत्रणाची व्यवस्था अस्तित्वात आहेच; मला आशा आहे की, ती कार्यान्वित होईल."

इव्हेट्टा, विद्यार्थी, पेडॅगॉगिकल युनिव्हर्सिटी, निझ्नी नोवगोरोड – "लोक म्हणतात की, तुम्ही अनातोली सोबचाकचे राजकीय विद्यार्थी आहात. सोबचाक डेमोक्रॅटिक चळवळीचे एक पाईक होते. उजव्या राजकीय शक्तींच्या पराभवाबद्दल आपला दृष्टिकोन काय आहे?"

पुतिन – "सोबचाक माझे विद्यापीठात शिक्षक होते. उजव्या शक्तींच्या पराभवामुळे मला बिलकुल आनंद होत नाही. पार्लमेंटमध्ये देशाच्या सगळ्या राजकीय आवाजांना प्रतिनिधित्व मिळालं पाहिजे. त्यांची अनुपस्थिती हे एक मोठं नुकसान आहे, पण त्यांच्या धोरणांचा तो परिपाक आहे. त्यांच्या राजकीय प्रचाराची कार्यप्रणाली आणि तंत्र, या दोन्ही गोष्टीत ते लोक चुका करतात. प्रशासकीय साधनसामग्रीपर्यंत त्यांचे हात पोहोचलेले होते – चुबैइसकडे रशियाच्या संपूर्ण विद्युत्‌यंत्रणेचा अधिकार होता. त्यांच्याकडे सगळं काही होतं. लोकांच्या एका राजकीय पक्षाकडून काय अपेक्षा असतात, याची समज मात्र नव्हती.

"उजव्या पक्षातील किरकोळ शक्तींकडेही राजकीय इच्छेची उणीव होती, त्यामुळे एकत्रित कृतीसाठी पावलं उचलण्यावर त्यांचं एकमत झालं नाही. मला आशा आहे की, त्यांच्या पराभवाची परिणती ते राजकीय पटलावरून अस्तंगत होण्यात होऊ नये. आम्ही त्यांनादेखील मदत करू. युनियन ऑफ राईट फोर्सेस आणि याब्लोकोशी चर्चा करून त्यांच्या मनुष्यबळाचा उपयोग करण्याचा आम्ही प्रयत्न करू."

व्लादिमीर बायकोव्स्की, चुवाशिया – "तुम्ही भावनाप्रधान होता का?"

पुतिन – "दुर्दैवाने, होय!"

डोब्रोस्लावा डायाचकोव्हा, सेवानिवृत्त, व्याबोर्ग – "वयस्कर आणि अपंग व्यक्तींच्या एका आशासदनात मी काम करतो आणि तिथे निवारा घेतलेल्या लोकांशी बरंच बोलतो. पुष्कळ लोकांना बाल्टिक स्टेट्‌समध्ये नातेवाईक आणि

मित्रपरिवार आहे. बाल्टिक स्टेट्समधील रशियन जनतेला वाचवण्यासाठी रशिया अधिक सकारात्मक कृती का करत नाही?''

पुतिन – ''अलीकडील काही वर्षांत आमची फॉरेन अफेअर्स मिनिस्ट्री त्या बाबीकडे वाढत्या प्रमाणात लक्ष पुरवत आहे. तेथील बऱ्याच गोष्टी आम्हाला काळजीचं कारण ठरतात. या लोकांचा त्यांच्या हक्क आणि स्वातंत्र्यावर पूर्णपणे ताबा आहे, असं म्हणता येणार नाही. त्यांना आम्ही शिष्टाचार सांभाळून, तसंच न्यायालयीन प्रकरणातील वेगवेगळ्या पातळ्यांवर मदत करण्याचा प्रयत्न करत आहोत. पण इतर बाबतीत योग्य वाटणारे काही विवक्षित पश्चिमी युरोपियन आदर्श बाल्टिक स्टेट्समध्येदेखील उचित ठरावेत. सुरक्षा आणि सहकारासाठी स्थापन झालेली मॅसिडोनिया येथील संस्था आणि युरोपीय समाज, यांचा जर असा विश्वास असेल की, अल्बानियन जनतेला मॅसिडोनियाच्या पश्चिम भागात प्रतिनिधित्व मिळावं, तर रिगामध्येदेखील तेच तत्त्व का लागू होऊ नये? तिथे तर पंचवीस टक्के जनता रशियन आहे... हे निकष वेगवेगळे का? आमच्या सहकारी देशभक्तांचा फायदा करून देण्याऐवजी त्यांचं नुकसान होऊ नये, म्हणून ही बाब आम्हाला काळजीपूर्वक हाताळावी लागेल.''

ॲना नोव्हिकोवा, विद्यापीठ अध्यापिका – ''जे लोक नशेच्या गोळ्यांचं वितरण करतात, त्यांना जन्मठेपेची शिक्षा ठोठावली पाहिजे!''

पुतिननी उत्तर दिलं, ''शिक्षा अधिक कडक स्वरूपाची देण्यासाठी मी बदल सुचवले आहेत. थर्ड ड्युमाने ते मंजूर केले आहेत, सोव्हिएत ऑफ द फेडरेशनने त्यांना पाठिंबा दिला आहे आणि एका आठवड्यापूर्वी या सुधारणांना कायद्याचं स्वरूप देण्यासाठी मी त्याच्यावर स्वाक्षऱ्या केल्या आहेत. शिक्षेच्या कडकपणात लक्षात घेण्याजोगी वाढ करण्यात आली आहे. काही विवक्षित प्रकारांसाठी वीस वर्षांच्या तुरुंगवासाची शिक्षा होऊ शकते. मला असं वाटतं की, ही एक वैशिष्ट्यपूर्ण प्रगती आहे.''

पुतिननी नंतर त्यांना ई-मेलद्वारे आलेला एक प्रश्न स्वतःच वाचून दाखवला. तो असा होता– ''अध्यक्षपदाची मुदत वाढविण्यासंबंधी तुमचा दृष्टिकोन काय आहे?'' त्यावर पुतिन यांनी ''मी त्या गोष्टीच्या विरोधात आहे.'' असं उत्तर दिलं.

लोकांच्या या भेटीगाठीनंतर लगेचच पुतिन यांनी पत्रकारांना सांगितलं – ''आमची राज्यव्यवस्था अद्याप व्यवस्थितपणे प्रस्थापित झालेली नाही. रशियामध्ये अद्याप सगळ्या गोष्टी आकाराला येत आहेत; त्यामुळे नागरिकांशी थेट संवाद साधणं फारच उपयुक्त आहे.''

पुतिन यांनी अशा प्रकारे या कार्यक्रमाचा समारोप केला आणि ते 'फोन-इन' कार्यक्रमाकरिता का हजर झाले, याचंही स्पष्टीकरण त्यातूनच मिळालं. ''लोकशाहीला

मजबूत बनवणं या गोष्टीला रशियामध्ये व्यावहारिक महत्त्व आहे. अशी एक परिस्थिती निर्माण झाली आहे ज्यामुळे आपल्याला एक अद्वितीय अशी बहुपक्षीय व्यवस्था निर्माण करता येईल. एक शक्तिशाली उजव्या बाजूचं केंद्र, सामाजिक लोकशाही डाव्या बाजूला, मित्रपक्ष कोणत्याही एका बाजूला आणि अल्पसंख्याक गट, तसंच पक्षांचे प्रतिनिधीदेखील असतील. हे आता एक साध्य करण्यासारखं उद्दिष्ट आहे.''

या विचित्र वक्तव्यातून वास्तवतेचा प्रत्ययच येत नाही! निवडणूकपूर्व दृष्टिकोनातून जर आपण 'फोन-इन'चा विचार केला, तर पुतिन यांच्या अठरा डिसेंबरच्या व्यासपीठाचे प्रमुख आधार पुढीलप्रमाणे– ''गरिबीविरुद्ध लढा, घटनेचे संरक्षण, बहुपक्षीय व्यवस्थेची निर्मिती, भ्रष्टाचाराविरुद्ध लढाई, दहशतवादाविरुद्ध संघर्ष आणि गहाणवटीवर कर्ज देण्याची पद्धती विकसित करणं.''

आपले जवळजवळ झाल्यातच जमा असलेले अध्यक्ष यापैकी किती गोष्टींची अंमलबजावणी करणार आहेत?

वीस डिसेंबर

आज 'सिक्रेट पोलीसमन्स डे' आहे. गेली शहाऐंशी वर्षं चेका OGPU - NKVO - KGB - FSB त्याच्या मागे आहेत. टेलिव्हिजनवर हा एक मुख्य विषय आहे. किती वाईट! अहवाल देताना भावनेचा लवलेशही नाही. जणू काही लाखो आयुष्यांची आहुती या रक्तलांच्छित सेवेसाठी पडलीच नाही. या देशात आणखी कसली अपेक्षा करणार? देशाचा नेताच उघडपणे कबूल करतो की, अध्यक्षाच्या हुद्यावर असूनदेखील तो सक्रियतेने 'द फर्म'च्या राखीव साठ्यात आहे.

संसदीय निवडणुकांच्या अंतिम निर्णयाच्या गोषवाऱ्याप्रमाणे युनायटेड रशियाला ३७.५५ टक्के (१२० जागा), कम्युनिस्ट पार्टीला १२.६ टक्के (४० जागा), लिबरल डेमोक्रॅटिक पार्टीला ११.४५ टक्के (३६ जागा) मिळाल्या आहेत. रोदिनाला २९ जागा मिळाल्या. स्वेर्डलोवस्क, उलियानोवस्क आणि सेंट पीटर्सबर्ग या तीन मतदारसंघांत १४ मार्चला पोटनिवडणुका घेण्यात येतील. कारण गेल्यावेळचे विजयी उमेदवार 'नन ऑफ द अबोव्ह' गटात होते. उद्यापासून पक्ष त्यांच्या अध्यक्षपदाच्या उमेदवाराचं नामांकन करू शकतील.

युनायटेड रशियात सामील होण्यासाठी डेप्युटी धडपडत आहेत. स्वतंत्र उमेदवार म्हणून निवडून आलेल्या पावेल क्रॅशेलिनीओव्ह यांचं फुटीर होणं विशेषतः दुःखदायक आहे, पण तो पूर्वी एक लिबरल ऑफ युनियन ऑफ राईट फोर्सेसचा सदस्य म्हणून मतदारसंघाला परिचित होता. ड्युमा म्हणजे एकाच पार्टीचं नाटक होत चाललंय.

संसदीय निवडणुकांच्या रणधुमाळीतील जातीयवादी प्रचाराचे हे फलित आहे.

एकवीस डिसेंबर

याब्लोकोसाठी अध्यक्षपदाचा उमेदवार म्हणून उभं राहायला यावलिन्स्कीने नकार दिला आहे. ते एक प्रमुख डेमोक्रॅटिक पक्ष स्थापन करतील, असं त्यांनी जाहीर केलं; पण त्यांचा चढेल आविर्भाव बघून प्रत्येकजण त्याला मत देण्यापासून परावृत्त होतो. आम्हाला नवीन चेहरे, नवीन उमेदवार हवे आहेत याला काही पुरावा हवा का? आजचे लोक डेमोक्रॅटिक विरोधी फळी उभारायला असमर्थ आहेत.

युनियन ऑफ राईट फोर्सेसच्या खाकामाडानेपण असं जाहीर केलं की, ते उमेदवार उभा करणार नाहीत. तिचं स्पष्टीकरण पटण्यासारखं होतं. 'ज्या पद्धतीने लोकांनी मतदान केलंय, त्यावरून हे स्पष्ट आहे की, आम्ही देशाचं नेतृत्व करावं अशी त्यांची इच्छा नाही.'

कम्युनिस्टपण म्हणतायत की, त्यांना निवडणुकांत कोणताही सहभाग घ्यायचा नाही.

अध्यक्षपदाच्या निवडणुकीवर विरोधातल्या डाव्या-उजव्या पक्षांनी टाकलेला बहिष्कार आता डिसेंबर निवडणुकांनंतर देशाच्या राजकारणात भाग घेण्याचा एकमेव मार्ग उरला आहे काय?

बावीस डिसेंबर

स्वत:च्या उमेदवारीच्या समर्थनार्थ सह्या गोळा करण्याची मोहीम राबविण्याची ज्यांची इच्छा आहे, अशा एका मतदार गटाचे अर्ज पुतिन यांनी आज सेंट्रल इलेक्टोरल कमिशनला सुपूर्द केले.

क्रेमलिनच्या जनमत चाचणीनुसार आज जर निवडणूक घेण्यात आली, तर बहात्तर टक्के मतदारसंघ पुतिनना मत देईल.

त्यांच्या विरोधात कोण उभा आहे? आजच्या घडीला पुतिनना केवळ एक पर्याय आहे. ते म्हणजे घेरमान स्टर्लिगॉव्ह. एक शवपेटिका बनवणारा, दफनविधीची सर्व व्यवस्था पाहणारा. त्याच्यामागे कोणताही पक्ष नाही. फक्त गाठीला भरपूर पैसा आणि 'द रशियन आयडियल' (तो खरंतर एक उपरा आहे.) दुसरा एक संभावित उमेदवार म्हणजे लादिमीर झिरिनोवस्की. त्याने वक्तव्य केलंय की, लिबरल डेमोक्रॅटिक पार्टीपण उमेदवाराला रिंगणात उतरवेल. तोही उपराच आहे, पण क्रेमलिनमध्ये 'इनसायडर' होण्यासाठी त्याने त्याची भूमिका बजावलीय. अशा लोकांच्या कंपनीमध्ये पुतिन हास्यास्पद दिसतात. असं गृहीत धरता येईल की, पुढल्या काही आठवड्यांत प्रशासन जरा अधिक आदरणीय लोकांचं मुटकुळं

पुतिननी त्यांचा पराभव करावा म्हणून एकत्र आणतील.

खोडोरकोवस्की गुन्हेगार शाबीत होईल, असं अद्याप कोणालाही वाटत नाही. पुतिन यांची फेरनिवडणूक झाल्यावर क्रेमलिनने रचलेला हा डाव सोडून देण्यात येईल, असंच बहुतेकांना वाटतं. त्यांचा तुरुंगवास अधिक लांबावा म्हणून व्यवस्था करण्यात आली आहे आणि मॉस्कोच्या बासमॅनी कोर्टात त्याची सुनावणी आधीच ठरवून ठेवण्यात आली आहे. म्हणजे तीस डिसेंबरला त्याच्या स्थानबद्धतेचा कालावधी संपला, तरी तो सुटू शकणार नाही.

आजच्या संध्याकाळी एक गोष्ट स्पष्ट झाली की, प्रोक्युरेटर-जनरलच्या ऑफिसने अशी मागणी केलीय की, पंचवीस मार्चपर्यंत खोडोरकोवस्कीला स्थानबद्धतेत ठेवण्यात यावं. म्हणजे तो पुतिन यांची फेरनिवडणूक तुरुंगातूनच पाहू शकेल. त्याला चार वाजता कोर्टात आणण्यात आलं. सहा वाजल्यानंतर जेव्हा सगळे जज्ज, कर्मचारी, साक्षीदार, दुसऱ्या प्रकरणातील वादी-प्रतिवादी निघून गेले, त्यावेळी बासमॅनी कोर्टाचे दरवाजे बंद करण्यात आले आणि त्याच्या खटल्याची सुनावणी सुरू झाली.

त्यांना एवढी कसली भीती वाटतेय? खोडोरकोवस्की हा रशियातला खरोखरच एक फार धोकादायक माणूस आहे काय? दहशतवाद्यांनादेखील असं वागवलं जात नाही आणि खोडोरकोवस्कीवर फक्त सात आर्थिक घोटाळ्यांचा ठपका ठेवण्यात आला आहे. रात्री सुमारे दहा वाजता त्याला मात्रोस्सकाया तिशिना तुरुंगात परत नेण्यात आलं. प्रोक्युरेटर-जनरल ऑफिसचा अर्ज मंजूर करण्यात आला.

गेल्या रविवारच्या गव्हर्नरांच्या स्थानिक निवडणुकांचे काही निकाल – ट्रेर प्रॉव्हिन्समध्ये नऊ टक्के मतदारसंघाने 'नन ऑफ द अबव्ह' या गटासाठी मतदान केलं. किरॉव्ह प्रॉव्हिन्समध्ये ते प्रमाण दहा टक्के होतं.

जे लोक 'विरोधात' मतदान करत आहेत, तेच आज रशियात खरे डेमोक्रॅट्स आहेत. त्यांनी मतदानासाठी बाहेर पडून नागरिक म्हणून आपलं कर्तव्य बजावलंय आणि त्यातील बहुतेकजण वैचारिक प्रवृत्तीचे आणि सत्ताधाऱ्यांपासून दूर राहणं पसंत करणारे असे आहेत.

तेवीस डिसेंबर

जारणमारणासाठी मॉस्कोमध्ये खून पाडण्यात येत आहेत. गेल्या चोवीस तासांत दुसरं एक धडावेगळं शीर आढळून आलं. या वेळेला ते गोलिआनोव्हा जिल्ह्यामध्ये आढळलं. हे ठिकाण मॉस्कोच्या पूर्वेला आहे. अल्ताईस्काया रस्त्यावर एका घाणेरड्या कंटेनरमध्ये ते होतं. काल संध्याकाळी क्रास्नोयारस्काया रस्त्यावर

अपार्टमेंट ब्लॉक क्रमांक तीनच्या बाहेरच्या अंगणात एका प्लॅस्टिक बॅगमध्ये एका टेबलावर एक मुंडकं ठेवण्यात आलं होतं. ज्यांची ही शिरं होती, ते पुरुष मरण पावून चोवीस तासांपेक्षा अधिक वेळ उलटून गेला होता. दोन्ही उदाहरणांत परिस्थिती समान आहे. दोन्ही बळी कॉकासस येथील आहेत. तीस ते चाळीस वयोगटातील आणि काळ्या केसांचे. त्यांची ओळख पटलेली नाही. एकमेकांपासून एक किलोमीटर अंतरावर ही दोन्ही मुंडकी आढळून आली.

आमचे लोक जातीयवादी प्रचाराला चटकन बळी पडतात आणि लगेचच प्रतिक्रिया दर्शवतात. या महिन्याच्या पूर्वार्धात मॉस्कोमध्ये दिमित्री रोगोझिनच्या रोदिना पार्टीला पंधरा टक्के मतं मिळाली.

युनियन ऑफ राइट फोर्सेस आणि याब्लोको यांनी त्यांचा नवीन संयुक्त प्रकल्प उघड केला आहे. युनायटेड डेमोक्रॅटिक कौन्सिल एक आंतरपक्षीय संस्था असेल आणि प्रत्येक पक्ष प्रत्येकी सहा उमेदवारांचे नामांकन याकरिता करतील, असे त्या प्रकल्पाचे स्वरूप असेल. हे जाहीर केलं गेलं तेव्हा ही युनियन टिकेल यावर पार्टीच्या कार्यकर्त्यांचादेखील विश्वास नव्हता. यावलिन्स्की, नेमत्सोव्ह आणि याब्लोको पार्टीच्या अनेक विद्वानांचं काय झालं, याबद्दल सर्वसाधारण जनतेला अजिबात रस नाही.

व्यवसाय क्षेत्रातील उच्चभ्रू व्यक्तींबरोबर पुतिन यांनी एक सभा घेतली किंवा असं म्हणता येईल की, चेंबर ऑफ कॉमर्स अँड इंडस्ट्रीच्या बोर्डाची सभा झाली, ज्याला पुतिन उपस्थित राहिले.

रशियन युनियन ऑफ इंडस्ट्रीऑलिस्टस अँड आंत्रप्रिनर्स म्हणजेच RUIE पेक्षा पुतिन चेंबरला प्राधान्य देतात, कारण ही युनियन अल्पलोकसत्ताकवाद्यांची ट्रेड युनियन समजण्यात येते. याच RUIE मधून अनातोली चुबैसने खोडोरकोवस्कीला अटक झाल्यानंतर लगेचच त्याच्या बचावासाठी भाषण केलं. रशियन उद्योग व्यवसायांच्या कायद्याची अंमलबजावणी करणाऱ्या एजन्सीवरचा उडालेला विश्वास त्याने व्यक्त केला. पुतिन यांच्या अधिकाराखाली असलेल्या फोर्सेसमुळे समाजजीवन विस्कळीत आणि अस्थिर होतंय, असा हुकूमशहांच्या ट्रेड युनियनचा सरळसरळ आरोप होता. चुबैसने पुतिनना 'एक सुस्पष्ट आणि स्वच्छ प्रतिमा' स्वीकारायला विनंती केली. अकल्पितपणे व्यावसायिकांकडून शासनाला कठोर शब्दांत झाडण्यात आलं. प्रिमाकोव्हने पुतिनना विश्वास दिला की हुकूमशहा आणि व्यावसायिक या दोन वेगवेगळ्या गोष्टी आहेत...

पुतिन यांनी त्या सर्वांना 'उन्मादाच्या अवस्थेत जाऊ नका' असं सार्वजनिकरीत्या सुनावलं. तसंच गव्हर्नमेंटने या चर्चेत स्वत:ला ओढून घेऊ नये, असाही सल्ला दिला. हुकूमशहांच्या तक्रारीचा मूळ गाभा काय आहे, याकडे दुर्लक्ष करून त्यांनी कायद्याची अंमलबजावणी करणाऱ्या एजन्सीवर पूर्ण विश्वास व्यक्त केला. (जानेवारी

महिन्यात पुतिननी रशिर ग्रीझलॉव्ह या नागरी सैन्यातील एका खलनायकी अधिकाऱ्याला 'मिनिस्टर ऑफ द इंटिरिअर' म्हणून बढती दिली.) पुतिन यांचा नेता म्हणून असलेला कमकुवतपणा आणि त्याबद्दलची कुजबुज याला दिलेला तो एक प्रतिसाददेखील असू शकेल. राजवट किती जोमदार आहे ते त्यांना दाखवून द्यायचं होतं.

पुतिन यांची चेंबर ऑफ कॉमर्स अँड इंडस्ट्रीशी झालेली बैठक बरीचशी शांततापूर्ण होती. आरयूआयईपेक्षा चेंबर एका वेगळ्या प्रभावात मोडतं, असं पुतिन मानतात. चेंबर ऑफ कॉमर्सचा अध्यक्ष, तोच तो धूर्त कावेबाज वृद्ध सोव्हिएत कोल्हा येवजिनी प्रिमाकोव्ह याने त्याचं भाषण वाचून दाखवलं आणि तब्बल पाच वेळा पुतिनांना उद्धृत केलं. त्याच्या शब्दांत... "जसं व्लादिमीर व्लादिमिरोविच याने बरोबर शेरा दिल्याप्रमाणे...." अशी सुरुवात करत *"हुकूमशहा शब्द स्खलनशील भासतो. शेवटी हुकूमशहा म्हणजे तरी काय? इतर गोष्टींबरोबरच संशयास्पद हालचाली करून श्रीमंत होणारा, त्याच्या टॅक्स बिलात फेरफार करणारा, समव्यावसायिकांना तोंडघशी पाडणारा किंवा राजकारणात हस्तक्षेप करण्याचे खडबडीत प्रयत्न करणारा, अधिकाऱ्यांना भ्रष्टाचारी बनवणारा, तसंच पक्षांना आणि डेप्युटींनाही लाचलुचपत करायला लावणारा..."* आणि बरंच काही. प्रिमाकोव्हचं संपूर्ण भाषण सोव्हिएत सर्विसिटीच्या रजिस्टरमध्ये होतं आणि पुतिनना ते उघडच आवडलं होतं.

नंतर प्रश्नोत्तरासाठी वेळ होता. नैसर्गिकपणे त्यांनी खासगीकरणाच्या परिणामांचा लेखाजोखा घेण्यात येणार आहे किंवा कसं, याबद्दल विचारणा केली. ते लोक अधिकार एकतर्फी एकवटलेल्या हुकूमशहांच्या ट्रेड युनियनचे नसले, तरी युकोसची भानगड प्रत्येकाच्या मनात होतीच.

नंतर प्रश्नोत्तरांसाठी वेळ होता. खासगीकरणासंबंधी त्यांच्या परिणामांचा फेरविचार करण्याचा विचार आहे किंवा नाही, हे विचारण्यात आलं. प्रत्येकाच्या डोक्यात युकोस प्रकरण घोळत होतं.

पुतिन एकाएकी एखाद्या मार्केट ट्रेडर किंवा तुरुंगाच्या सुरक्षारक्षकासारखे खवळले. "खासगीकरणाचा फेरविचार होणार नाही. कायदे गुंतागुंतीचे होते, खड्ड्यात घालणारे होते, पण ते पाळणं पूर्णपणे शक्य होतं! अशक्य असं त्यात काहीच नव्हतं आणि ज्यांना ते करायचं होतं, त्यांनी ते केलं. पाच-सहा लोकांनी ते कायदे पाळले नाहीत, त्याचा अर्थ प्रत्येकजण अयशस्वी झाला असा होत नाही. ज्यांनी ते पाळले, ते आता शांत झोपले आहेत; जरी ते फारसे श्रीमंत झाले नाहीत, तरीही! ज्यांनी कायदे मोडले, त्यांना इतरांसारखं वागवलं जाऊ नये."

'आता शांत झोपले आहेत' याचा रशियन भावार्थ 'थडग्यात आहेत' असादेखील होतो!

पुतिन यांच्या या उद्रेकानंतर पुढची कारवाई सफाईने पार पडली. व्यावसायिकांनी

वेगवेगळ्या उद्दिष्टपूर्तींसाठी आपापले अहवाल सादर केले व उद्दिष्टपूर्तीसाठी हमी दिली.

गोर्बाचेव्हच्या उदयापासून आजतागायत कोणी जेवढ्या खालच्या पातळीला उतरलं नसेल, तेवढं खाली उतरून देशाच्या नेत्याचे बूट चाटण्याचं काम प्रिमाकोव्हने बजावलं. पुतिनइतके अर्थगर्भ शब्द आणखी कोणाचे नसतील, असं शपथेवर सांगितलं.

(डिसेंबर २००३ मध्ये हे कानाला कर्कश वाटलं आणि बरेचजण प्रिमाकोव्हच्या वर्तनाने अस्वस्थ झाले, पण वारा वाहील तशी पाठ फिरवणारा तो पहिला होता. नंतर लोकांनी त्याचंच अनुकरण केलं आणि पुतिनना गोत्यात आणतील असे अवघड प्रश्न विचारणं बंद केलं. ब्रेझनेव्हच्या काळात हे असंच प्रचलित होतं.)

डेमोक्रॅटिक पार्टीची नेता गालिना स्तारोवोयतोव्हा हिच्या नावाने दिला जाणारा पुरस्कार, डेमोक्रॅटिक युनियन पार्टीची नेता व्हॅलेरिया नोव्होडवोरस्कायाला सेंट पीटसबर्ग येथे देण्यात आला. हा पुरस्कार तिला मानवी हक्कांचं संरक्षण आणि रशियात लोकशाही सशक्त बनवणं याबद्दल देण्यात आला. विशेष मोहिमा पार पाडणाऱ्या मारेकऱ्यांकडून गालिनाचा खून झाला होता. हे मारेकरी लष्कराच्या सेंट्रल इंटेलिजन्स डायरेक्टोरेटचे (GRU) होते. तिला तिच्याच घराच्या प्रवेशद्वाराजवळ मारण्यात आलं होतं.

कार्यक्रमाच्या वेळी नोवोडवोरस्काया म्हणाली, "आम्ही सध्याच्या राजवटीच्या विरोधात नव्हे तर समोरासमोर आहोत. आम्ही येऊ घातलेल्या निवडणुकांत भाग घेणार नाही. आमच्या बहिष्कार घालण्याने काही फरक पडणार नसला तरीही आम्ही बहिष्कार घालू." नोवोडवोरस्काया शब्द अतिशय तोलूनमापून वापरते आणि शासनावर तोफ डागणारी ती पहिलीच आहे.

मॉस्को म्युनिसिपल कोर्टाने अल्ला आल्माकिना हिला दिला जाणारा मोबदला वाढवला आहे. सव्वीस ऑक्टोबर २००२ मध्ये एका थिएटरवर झालेल्या हल्ल्यात मारल्या गेलेल्या एका व्यावसायिकाची ती विधवा आहे. त्या घटनेला *नॉर्ड-ओस्त* असं संबोधण्यात येतं.

हा मोबदला दोन कोपेकनी वाढवण्यात आला. (एका पेनीचा एक छोटासा भाग!)

चोवीस डिसेंबर

एकत्रितरीत्या राजकीय परिस्थितीत तग धरण्यामध्ये काय भवितव्य आहे, या मुख्य मुद्यावर चर्चा करण्यासाठी युनायटेड डेमोक्रॅटिक कौन्सिल ऑफ याब्लोको आणि युनियन ऑफ राईट फोर्सेस यांची आज प्रथमच सभा घेण्यात आली.

युनायटेड डेमोक्रॅटिक फ्रंटचा उमेदवार अध्यक्षपदासाठी रिंगणात उभा करण्याचा मुद्दा कार्यक्रम पत्रिकेतून वगळण्यात आला.

यावलिन्स्कीबरोबर झालेल्या संभाषणाचा गोषवारा–

''अध्यक्षपदाच्या निवडणुकीत भाग घ्यायला याब्लोको नकार का देत आहे?'

''कारण सापेक्षतेनेदेखील आपल्या निवडणुका लोकशाहीवादी राहिलेल्या नाहीत.''

''मग तुम्ही संसदीय निवडणुकांत भाग का घेतला?''

''निवडणुकांच्या आक्षेपार्ह निकालावरूनच आम्हाला स्पष्टपणे कळलं की, गोष्टी अशाप्रकारे पुढे जाऊ शकणार नाहीत. गेल्या निवडणुकांच्या वेळेला उद्योगधंद्यांनी राजकारण्यांसाठी केलेली गुंतवणूक चिरडून टाकण्यात आली होती, कारण तिला संमती मिळालेली नव्हती. त्यामुळेच आता क्रेमलिनच्या परवानगीशिवाय कोणताही उद्योगपती राजकीय कारणासाठी पैसे द्यायचं धाडस करणार नाही.''

''याब्लोकोला काय भवितव्य आहे असं तुम्हाला वाटतं?''

''रशियाच्या इतर भागांसारखंच. ते एखादी दिखाऊ, खोटी, डेमोक्रॅटिक समांतर पार्टी उभी करतील किंवा आम्ही नष्ट होईपर्यंत आम्हाला लढायला भाग पाडतील. पुढच्या निवडणुकांची तयारी करण्यासाठी आम्हाला ते क्षणभरदेखील उसंत घेऊ देणार नाहीत.''

''एकपक्षीय ड्युमा? पण कम्युनिस्ट पार्टी तर अजून तिथेच आहे!''

''औपचारिकपणेच फक्त! उरलेल्या पक्षांचे पाच लोक घेऊन तुम्ही त्यांना वेगवेगळ्या खोल्यात ठेवलंत आणि जिव्हाळ्याचे प्रश्न विचारलेत, उदाहरणार्थ 'चेचन्यात काय केलं पाहिजे? लष्करात सुधारणा कशी घडवून आणायची? शिक्षण आणि आरोग्यासाठी काय करायचं? युरोप आणि अमेरिकेबरोबर आपले संबंध कसे असावेत?' तर ते सगळेजण सारखीच उत्तरं देतील.''

''आपली संसद ही एक फसवी बहुपक्षीय संस्था आहे. फसवी मोकळीक व फसवी प्रामाणिकता दाखवणारी निवडणूक! फसवा नि:पक्षपातीपणा देणारी न्यायसंस्था आणि तितकीच फसवी स्वातंत्र्याचा आभास निर्माण करणारी प्रसारमाध्यमे आपल्याकडे आहेत. या सगळ्याचा हा एक अतिशय फसवा देखावा आहे. आत्ताची सगळी व्यवस्था ही एक अतिशय लाजिरवाणी गोष्ट आहे.''

''हे असं बराच काळ चालेल असं तुम्हाला वाटतं का?''

''सगळीकडे जलद गतीने बदल होत आहेत आणि ते फार काळ टिकेल असं ज्यांना वाटतं, ते चूक करत आहेत. तुम्हाला आणि मला मात्र हे दीर्घकाळ चाललंय असं वाटेल.''

यावलिन्स्की काय म्हणत आहेत याकडे केवळ सवयीमुळे मी रस घेते आहे. इतर पत्रकारांना त्यात अजिबात रस नाही.

विजयी युनायटेड रशिया पार्टीने मॉस्कोमध्ये त्यांची सभा घेतली. नवीनच नियुक्ती झालेला ड्युमाचा प्रवक्ता बोरिस ग्रिझलोव्ह याने जाहीर केले की, ''रशियाच्या नागरिकांपैकी सदतीस टक्के नागरिकांनी म्हणजेच बावीस लाख लोकांनी आमच्या पक्षाला मतदान केलं. आम्हाला ड्युमात बहुमत मिळालंय, त्यामुळे आमच्यावर मोठी जबाबदारी येऊन पडली आहे आणि मला जबाबदारी झटकून टाकायला आवडत नाही.

''मी माझा अर्ज पुतिन यांच्याकडे दिला आणि त्यांनी माझी बदली ड्युमात करण्याची व्यवस्था केली. व्लादिमीर व्लादिमिरोविच पुतिनबद्दलची माझी विशेष कृतज्ञता मला व्यक्त करू द्यात. त्यांनी आखून दिलेल्या मार्गामुळे आज विजयाची खात्री पटलीये. पुढे येऊ घातलेल्या निवडणुकीसाठी आमचा उमेदवार सर्वांना माहीतच आहे : द प्रेसिडेंट – व्लादिमीर व्लादिमिरोविच पुतिन. ते निर्णायकपणे जिंकून येतील याची खात्री पटवणं, हेच आमचं कर्तव्य आहे.''

परिसंवादानंतर संसदीय युनायटेड रशिया पार्टीची पहिली सभा झाली. ड्युमाच्या राजकीय भूमिकेबद्दलची आपली व्हिजन काय आहे हे ग्रिझलोव्हने आम्हाला सांगितले. राजकीय वादविवाद म्हणजे नुसती एक बाष्कळ बडबड असते आणि ती टाळली पाहिजे. ग्रिझलोव्हसाठी वादविवादाव्यतिरिक्त ड्युमा एक पुढे टाकलेलं पाऊल ठरेल.

पुतिन यांच्या उमेदवारीचा प्रस्ताव मांडण्यासाठी सेंट्रल इलेक्टोरल कमिशनने मतदारांचा एक संघ नोंदवलाय. आजच्या घडीला ते त्यांची मोहीम अधिकृतरीत्या राबवू शकतात. जणू काही आत्तापर्यंत ते तसं करतच नव्हते!

सव्वीस डिसेंबर

'रशियन लोकांना वाट बघण्याचा कंटाळा आलाय.' अशा घोषणेने मॉस्कोमध्ये लिबरल डेमोक्रॅटिक पार्टी या दिशाभूल करणाऱ्या नावाच्या पक्षाची पंधरावी सभा सुरू होतेय. झिरिनोवस्की अध्यक्षपदासाठी उभे राहणार नाहीत. ''आम्ही एक पूर्णपणे माहीत नसलेला असा उमेदवार उभा करू, पण प्रेसिडेंटच्या निवडणुकीच्या काळात मी पार्टीचं नेतृत्व करेन'' – त्यांनी जाहीर केलं. एक पूर्णपणे बिनडोक असलेला झिरिनोवस्कीचा अंगरक्षक आणि कुस्त्यांसचा प्रशिक्षक असलेला ओलेग मलिश्कि याचं नाव सुचवलं. अध्यक्षपदाचा उमेदवार या नात्याने टेलिव्हिजनला दिलेल्या मुलाखतीत त्याला त्याचं आवडतं पुस्तक कोणतं, हे आठवायला त्रास झाला. पुतिनना प्रतिस्पर्ध्यांचीच केवळ कमतरता नाही, तर सगळीच पार्श्वभूमी, ज्यावर निवडणुकांचं आयोजन होतंय, ती म्हणजे एक वाळवंट आहे, ज्याच्यात

बुद्धीचा अभाव आहे. या सगळ्या प्रकाराला कोणत्याही तर्कशास्त्राचा, कार्यकारणभावाचा किंवा अस्सल, गंभीर विचारांचा आधार नाही. उमेदवारांकडे कोणतेही जाहीरनामे नाहीत आणि एखादा राजकीय वादविवाद ते पेलू शकतील, अशी आपण कल्पनादेखील करू शकत नाही.

आपण काय करणार? निवडणुकांच्या प्रचार मोहिमा लोकशाही संस्थांकडून अशाप्रकारे आखण्यात येतात की, ज्यामुळे लोकांना त्यांचं भवितव्य ठरवता यावं, उमेदवारांना सल्ला आणि सूचना देता याव्यात.

आम्हाला गप्प बसायला सांगण्यात आलंय. उमेदवार क्रमांक प्रत्येकाला एक चांगला ठाऊक आहे आणि कोणाच्याही सल्ल्याची त्यांना गरज नाही. त्यांचा उद्धटपणा सुधारायला कोणीही नाही. परिणामत: रशियाला अपमानित करण्यात आलं आहे.

सत्तावीस डिसेंबर

सेंट्रल इलेक्टोरल कमिशनने स्टर्लिगॉव्ह या शवपेटिका बनवणाऱ्याला निवडणुकीसाठी उभं राहण्यास अपात्र ठरवलं आहे. वर्कर्स रशिया पार्टीतला एक विदूषक, विक्टॉर अनपिलॉव्ह याने लगेचच स्वत:ला पुढे केलं. मुळ्यापेक्षा हॉर्स रॅडिश काही फार गोड नसतं!

अठ्ठावीस डिसेंबर

शेवटी त्यांनी पुतिनना एक योग्य प्रतिस्पर्धी शोधून काढलाय. तो आहे सोव्हिएत ऑफ द फेडरेशनचा प्रवक्ता, सर्गी मिरोनॉव्ह. त्याचं नाव सुचवलंय पार्टी ऑफ लाईफ (अध्यक्षीय प्रशासनाचे मुख्याधिकारी व्लादिस्लाव्ह सुरकोव्ह यांनी स्थापन केलेल्या अनेक खुज्या, दुबळ्या पक्षांपैकी एक.) त्याने ताबडतोब जाहीर केलं, 'माझा पुतिनना पाठिंबा आहे.'

रशियन कम्युनिस्ट पार्टीची सभा चालू आहे. कम्युनिस्टांनी पूर्वी केजीबी ऑफिसर असलेल्या एका वृद्ध, बडबड्या माणसाचं, निकोलाय खारितोनोव्ह याचं नाव पुढं केलं आहे.

सध्या परदेशात अज्ञातवास भोगणारा बोरिस बेरेझोवस्की पुतिन यांचा मुख्य प्रतिस्पर्धी आहे. त्याने घडविलेल्या इव्हान रिबकिनने आपण निवडणुकीला उभे राहणार आहोत असे जाहीर केले आहे. रिबकिन ड्युमाचा प्रवक्ता होता आणि नॅशनल सिक्युरिटी कौन्सिलचा अध्यक्ष. तो आज कोण आहे, हे काळच सांगू शकेल!

यादरम्यान मॉस्को मात्र थबकून राहिलंय. श्रीमंतांना जगात कोणतीही काळजी नाही. ते सगळे सुट्टी घेऊन मजा करायला गेले आहेत. मॉस्को हे श्रीमंत शहर आहे.

साधी, महागडी, सगळीच रेस्टॉरंट्स गच्च भरली आहेत किंवा कॉर्पोरेट पार्ट्यांसाठी बंद ठेवण्यात आली आहेत. बाकीच्या रशियाच्या कल्पनेतदेखील येणार नाहीत, अशा उत्कृष्ट चवदार पदार्थांची टेबलावर रेलचेल आहे. एकेका संध्याकाळी हजारो डॉलर्सचा चुराडा करण्यात येतोय. एकवीसाव्या शतकाच्या नवीन आर्थिक धोरणाची ही शेवटची खेळी आहे काय?

एकोणतीस डिसेंबर

नवीन ड्युमाची आज पहिली बैठक. पुतिनने जाहीर केलंय, "आपली सत्ता लोकांकडून येते हे आपण लक्षात ठेवलं पाहिजे. नागरिकांच्या आयुष्याचा दर्जा आणि त्यावर परिणाम करणारे विषय यांच्यावर आपण लक्ष केंद्रित केलं पाहिजे. ड्युमाला राजकीयदृष्ट्या समोर येणे या एकमेव कामापासून विधायक कामाकडे वळवण्यात बराच काळ आणि प्रयत्न खर्ची पडले आहेत... प्रत्येक आघाडीवर मुसंडी मारणं आवश्यक आहे... पार्लमेंटरी लोकशाहीला रशियात मजबूत बनवण्यासाठी ही वेळ योग्य आहे, असं म्हणण्याचा आपल्याला पूर्ण हक्क आहे... सगळा वादविवाद निरर्थक आहे."

लाडिसलॉव्ह सुरकॉव्ह अध्यक्षीय प्रशासनातर्फे उपस्थित होता. तो एक हरहुन्नरी डॉक्टर आहे. युनायटेड रशियाला त्याच्याचमुळे वैधानिक बहुमत मिळालं आहे. तो राजकीय पक्ष घडवणारा एक डिझायनर आहे, तसाच तो घातक आणि बेमालूम निसटून जाणारा आहे.

ड्युमाच्या घडणीला कोर्टात आव्हान द्यायचंय, असं अल्ताई विभागाच्या एका स्वतंत्र उमेदवाराने, लादिमीर रिझकॉव्हने जाहीर केलं. "मतदारसंघाने युनायटेड रशियाला वैधानिक बहुमतासाठी संमती दिली नव्हती." असे तो म्हणतो. खरंच? पण आता तुम्ही काय करणार आहात त्याबद्दल? स्टेट ॲथॉरिटीजनी पूर्णपणे लाज सोडून दिलीय, अशा काळात आपण जगतोय...

सर्गी शोयगू – मिनिस्टर फॉर इमर्जन्सी सिच्युएशन्स आणि युनायटेड रशियाचा एक आघाडीचा, परंतु सर्वाधिक मूर्ख नसलेला कार्यकर्ता. त्याने एकाएकी जाहीर केलं, "युनायटेड रशिया ही एक अशी पार्टी झाली पाहिजे, जी अध्यक्षांच्या निर्णयांची पूर्तता करण्यासाठी जनतेची विश्वासार्हता मिळवू शकेल."

इरिना खाकामाडा अध्यक्षांच्याच बाजूने उभी राहू शकते. सगळे लोकशाहीवादी आणि उदारमतवादी तिचा आधीच धिक्कार करत आहेत. ते असं म्हणतात की, पुतिन यांनी ज्याचा पराभव करावा, असा एकतरी बुद्धिमान प्रतिस्पर्धी असावा. म्हणून प्रशासनाने तिच्याबरोबर करार करण्याचा प्रस्ताव मांडलाय. विक्टॉर गेराशचेन्को,

त्सेन्त्रो बँकेचा मुख्य आणि आता रोदिना पार्टीचा डेप्युटी यानेदेखील निवडणुकीला उभं राहण्याचा निर्णय घेतलाय.

तीस डिसेंबर

एका लॉबी ग्रुपने प्रस्ताव दिल्यानंतर, चोवीस तासांच्या विचारानंतर इरिना खाकामाडाने उमेदवार म्हणून उभं राहण्याकरता शिक्कामोर्तब केलंय. हा लॉबी ग्रुप क्रेमलिनने तर पाठवला नसेल ना?

अठ्ठावीस जानेवारीपर्यंत तिला २ मिलियन सह्या गोळा करायच्या आहेत. रोदिनाच्या ड्युमामध्ये जागा असल्याने विक्टॉर गेराशचेन्कोला सह्या गोळा कराव्या लागणार नाहीत. लाडिस्लाव सुरकॉव्हने रोदिनाची संकल्पना प्रत्यक्षात आणली. तिला वेगवेगळ्या हुकूमशहांचं पाठबळ आहे. रोदिनाचा एक स्वतंत्र उमेदवार म्हणून सर्गी ग्लाझिएव्ह उभा राहील. पुतिन यांना प्रतिस्पर्ध्यांची गरज होती आणि नवीन वर्षाची भेट म्हणून त्यांना ते मिळाले आहेत. सगळ्या नवीन उमेदवारांनी लगेच जाहीर केलंय की, निवडणुकीत भाग घेणं ही मुख्य गोष्ट आहे; जिंकणं नव्हे.

एकतीस डिसेंबर

२००३ सालाला एक उदासवाणा निरोप आहे. पुतिनच्या सार्वभौमत्वासाठी ड्युमाच्या निवडणुका म्हणजे एक मोठाच विजय होता. पण किती काळ आपण साम्राज्यं उभारत राहणार? एक साम्राज्य सतत दडपशाही करत रहातं, त्याचं पर्यवसान प्रगतीमध्ये न होता अधोगती होण्यात होतं. शेवटी सगळं काही थांबून जातं एखाद्या डबक्यागत. आमचा प्रवास याच मार्गाने होतो आहे. राजकीय आणि आर्थिक प्रयोगांमुळे आमचे लोक थकून गेले आहेत. त्यांना एक चांगलं आयुष्य जगायचंय, पण त्यासाठी लढा द्यायची इच्छा नाही. सगळं काही वरून आपसूक यावं अशी त्यांची अपेक्षा आहे आणि वरून त्यांच्यासाठी दडपशाही आली, तर ते निमूटपणे तिच्यापुढे मान तुकवतात. इंटरनेटवरचा एक प्रसिद्ध विनोद : 'रशियात संध्याकाळ झालीय, खुजे लोक प्रचंड सावल्या पाडतायत.'

एनटीव्हीच्या 'फ्रीस्पीच' कार्यक्रमाच्या प्रेक्षकांनी 'रशियन ऑफ द इयर'साठी मतदान केलंय. त्यात नावं सुचवण्यात आली होती – लाडिसलॉव्ह सुरकॉव्ह (युनायटेड रशियाला दणदणीत विजय मिळवून दिल्याबद्दल), शिक्षणतज्ज्ञ विटाली गिंझबर्ग (२००३चं नोबेल प्राईस क्वांटम फिजिक्समध्ये केलेल्या कामगिरीबद्दल), नोवोसिबिर्स्कचा फिल्म डायरेक्टर, अँड्रे श्वाजिनत्सेव (ज्याच्या 'द रिटर्न' या पहिल्या चित्रपटाला व्हेनिस फिल्म फेस्टिव्हलमध्ये द लायन डी'ऑर बक्षीस मिळालं.),

जॉर्जी यार्तसेव (वेल्सच्या विरोधात विजयी झालेल्या रशियन फुटबॉल टीमला ज्याने प्रशिक्षित केलं.) आणि मिखैल खोडोरकोवस्की (रशियामध्ये एक अतिशय पारदर्शी आणि प्रामाणिक कंपनी निर्माण केल्याबद्दल, देशातला एक सर्वांत श्रीमंत माणूस झाल्याबद्दल आणि शेवटी तुरुंगात रवानगी झाल्याबद्दल!). या साऱ्यांचा रशियन ऑफ द इयरच्या यादीत समावेश होता.

प्रेक्षकांनी गिंझबर्गला आद्यस्थान दिलं. सुरकॉव्हचा सर्वांत शेवटचा क्रमांक लागला.

कार्यक्रमाच्या शेवटी कार्यक्रम सादर करणाऱ्या साविक शूस्टरने रोमीर पब्लिक ओपिनिअन सर्व्हे सर्व्हिसने घेतलेल्या आधीच्या एका मतचाचणीमध्ये अनुभवलेले चढउतार उघड केले. त्या मतचाचणीतपण गिंझबर्ग प्रथम आला आणि सुरकॉव्ह शेवटी. यावरून पुतिन यांच्या प्रशासनाच्या वास्तवतेचं मॉडेल आणि वास्तविकता यातली दरी दिसते.

अधिकृत दूरदर्शन केंद्रांचं खरंखुरं जग फार वेगळं आहे. *व्रेमया* देशाचा मुख्य समाचार कार्यक्रम आहे. त्या कार्यक्रमांतर्गत २००३ मध्ये एक लोकप्रियता चाचणी घेण्यात आली. या चाचणीत पहिला क्रमांक पुतिन यांचा, दुसरा शोत्रगूचा आणि तिसरा ग्रिझलॉव्हचा लागला. म्हणजे बघा!

क्रेमलिनने मध्यरात्री घंटा वाजवून या वर्षासाठी शेवटचा विचार मांडण्याचीच वेळ आता झाली आहे. एवढे लोक स्थलांतर का करत आहेत? पश्चिमेकडे राहायला जाण्यासाठी अर्ज करणाऱ्या नागरिकांची संख्या गेल्या वर्षात छप्पन्न टक्क्यांनी वाढली आहे. यूएन हाय कमिशनर फॉर रेफ्युजीज्च्या ऑफिसच्या म्हणण्यानुसार इतर देशांत स्थलांतरित होण्याच्या प्रकारात रशियन नागरिक बाकी सर्व जगाच्या पुढे आहेत.

चार जानेवारी, २००४

पार्टी ऑफ लाईफच्या सभेमध्ये सर्गी मिरोनॉव्हला त्यांचा अध्यक्षपदाचा उमेदवार म्हणून नियुक्त केल्याचं जाहीर केलंय. सर्गी यांनी पुनरुच्चार केला आहे, "पुतिन निवडून येतील अशी मला आशा आहे."

पुतिन यांच्या उमेदवारीसाठी जे मनुष्यबळ उपयोगात आणण्यात येतंय, त्यात मिरोनॉव्हचा समावेश आहे. नशिबावर हवाला ठेवायचा नाही, हे प्रचार मोहिमेच्या काही मुख्य वैशिष्ट्यांपैकी एक आहे. ते एवढे चिंताग्रस्त का आहेत? चेचेन मिलिशियासाठी काम करणाऱ्या खासन चालेव्ह याला रशियन सैनिकांनी बेरकाट-युर्ट या चेचेन गावातून पळवून नेलंय. त्याचा काहीच ठावठिकाणा नाही.

पाच जानेवारी

पुतिन यांनी त्यांच्या मंत्रिमंडळाची एक सभा घेतली. 'शासनाच्या अग्रस्थानी कोणत्या गोष्टी आहेत, हे आपण ड्युमा डेप्युटीजना स्पष्ट करून सांगितलं पाहिजे.' असं त्यांनी वारंवार बजावलं. त्यांचा 'मूड' चांगला नाही. जॉर्जियामध्ये 'द रोझ रेव्होल्यूशन'चा विजय झालाय आणि साकाशविली विजय साजरा करत आहेत. आत्तापर्यंत हाती लागलेल्या निकालांवरून पुतिन यांना एकूण मतांपैकी ८५ टक्के मते मिळाली आहेत. कॉमनवेल्थ ऑफ इंडिपेंडंट स्टेटच्या इतर देशांनी खडबडून जागे होण्याची वेळ आली आहे. पुतिन यांच्याभोवती टेबलाजवळ बसलेल्यांना याची चांगली कल्पना आहे. लोकांना तुम्ही किती काळपर्यंत पायदळी तुडवू शकता, याला काही मर्यादा आहेत. त्यांना जेव्हा बदल पाहिजे असतो, तेव्हा त्यांना थांबविण्यासाठी तुम्ही काहीही करू शकत नाही. त्या लोकांना याचीच भीती आहे का?

सहा जानेवारी

आपापली कागदपत्रं सादर करण्याचा अध्यक्षपदाच्या उमेदवारांसाठी आज अंतिम दिवस. खारिटोनोव्ह, मल्नाश्किन, गेराश्चेन्को आणि मिरोनोव्ह यांच्या नावांचे प्रस्ताव ड्युमातील पक्षांनी सादर केले आहेत. पुतिन, खाकामाडा, ग्लाझिएव्ह, रिबकिन, अकेसेंटिएव्ह आणि ब्रिन्डालोव्ह असे आता सहा स्वतंत्र उमेदवार आहेत. खाकामाडाला तिच्या उजव्या बाजूच्या पक्षाच्या सहकाऱ्यांबरोबर काही अडचणी आहेत. उजव्या शक्तींची संघटना किंवा याब्लोको यापैकी कोणालाही खाकामाडाला पाठिंबा देण्याची कसलीही घाई नाही किंवा तिला सह्या गोळा करण्याची मदत करण्याची निकडही नाही. या गोष्टीमुळे ती काहीशी एकटी पडल्यासारखी झाली आहे, ज्यामुळे उलट रशियन लोक तिच्या बाजूने मतं देण्याची शक्यता वाटते. आम्हाला बहिष्कृत लोक आवडतात, पण जेतेही आवडतात. ज्याप्रकारे पुतिन बाकीच्या सर्वांना फसवतात, ती पद्धत लोकांना पसंत पडते. मध्यभागी लटकलेले लोक मात्र हरतात.

पारंपरिक रशियन नाताळच्या आधीची ही रात्र आहे. या रात्री प्रथेप्रमाणे लोक एकमेकांना भेटवस्तू देतात आणि चांगली कृत्यं करतात. (पण जाहीररीत्या मात्र नव्हे.) पुतिन हेलिकॉप्टरने सुझदाल येथे गेले. त्यांचं खासगी आयुष्य ही एक सार्वजनिक मालमत्ता झाली, कारण त्यांना निवडणूक जिंकायची आहे. सुझदाल येथे पुतिननी पुरातन प्रार्थनास्थळांमध्ये फेरी मारली, कॉन्व्हेंटमध्ये नवोदितांचं गायन

ऐकलं, टेलिव्हिजनच्या कॅमेऱ्यांसमोर 'पोझ' दिली आणि नि:संशय, ख्रिसमसची प्रार्थना सुरू होण्यापूर्वी पत्रकारांच्या ताफ्यालाही फोटो काढू दिले. गावातील छोट्या मुलांच्या आणि डोक्याला रुमाल गुंडाळलेल्या स्थानिक महिलांबरोबर पुतिनना एकटे दाखवता येईल, अशा पद्धतीने टेलिव्हिजन कार्यक्रमाची आखणी करण्यात आली होती. एकही अंगरक्षक दिसत नव्हता. पुतिननी क्रॉसची खूण केली. थँक गॉड, जगात प्रगती होतेय. अलीकडे ते क्रॉसची खूण सफाईदारपणे करतात!

समाजाच्या अग्रभागी असलेले आणि तळागाळात असलेले लोक जणू काही वेगवेगळ्या ग्रहांवर वास्तव्य करत असावेत, अशी आमची आणखी एक रशियन प्रथा आहे. सामान्य लोकांमध्ये ख्रिसमसच्या वेळेला पुतिनचं प्रदर्शन केल्याने त्यांचं आयुष्य बदलेल, असा त्याचा अर्थ नाही. उच्चभ्रू लोकांपैकी कोणी जिथे पाऊलदेखील ठेवणार नाहीत, अशा सर्वाधिक वंचित लोकांना भेटण्यासाठी मी निघाले. ते ठिकाण होतं मानसिक-मेंदू विकृती असलेल्या अनाथ मुलांसाठी असलेला पंचवीस क्रमांकाचा मॉस्कोच्या बाह्य परिसरातील आश्रम.

शहराच्या मध्यवर्ती ठिकाणी असणाऱ्या, अशक्य कोटीतल्या भासणाऱ्या अलीकडील चकचकीत ठिकाणांसारखी मॉस्कोची उपनगरं नाहीत. तिथे भुकेचं आणि शांततेचं अस्तित्व जाणवतं. खेळणी, देणग्या, पुस्तकं आणि सुखावणाऱ्या वस्तू दान करणारे आश्रयदाते येथे नाहीत; ख्रिसमसच्या वेळीदेखील!

अतिशय लहान मुलांसाठी असलेल्या त्या आश्रमाची सूज्ञ संचालिका लिडिया स्लेवाक म्हणते, "चला, आपण मुलांना भेटायला जाऊ" तिचा स्वर असा काही असतो, जो माझ्या सगळ्या प्रश्नांची उत्तरं मिळतील, असंच सुचवतो.

एका प्रौढ दाईच्या हातात छोटा डॅनिला एखाद्या मेणबत्तीसारखा उठून दिसतो. जवळजवळ तुमच्याभोवती त्याचे हात टाकल्याने तो तुमच्या निकट आल्यासारखा भासतो, पण त्याचवेळी तो तुमच्यापासून दूर, एकटाही वाटतो. जग त्याच्याजवळून पुढे चाललंय, पण तो स्वत:तच मग्न आहे. त्याची छोटीशी, कृश पाठ तो अगदी ताठ ठेवतो; एखाद्या योग्याप्रमाणे! मेणबत्तीच्या ज्योतीसारखे त्याचे केस आहेत, शुभ्र आणि कुरळे. कॉरिडॉरच्या दरवाजातून हलकेच येणाऱ्या वाऱ्याच्या मंद झुळकेनेदेखील त्याचे रेशमी केस थरथरतात. तो ख्रिसमसचा एक चमत्कार आहे, एक देवदूत!

फक्त प्रश्न एवढाच आहे, की कोणाचा आहे हा देवदूत? आमच्या मूर्खपणाच्या कायद्यांमुळे कोणालाही त्याला दत्तक घ्यायची परवानगी नाही. डॅनिलाची अधिकृत स्थिती हा असा एक प्रश्न आहे, ज्यावर तोडगा नाही. पळून जाण्यापूर्वी डॅनिलाच्या निसर्गदत्त मातेने तिच्या मातृत्वाच्या हक्कांवर पाणी सोडलं नाही. मिलिशियाचं काम आहे तिचा छडा लावणं, पण त्यांच्यापुढे काळजी करण्यासाठी यापेक्षा महत्त्वाच्या

गोष्टी आहेत. डॅनिला हा एक छोटासा चमत्कार असला तरीही तो दत्तक जाऊ शकत नाही. त्याची प्रकृती सुधारण्यासाठी, आयुष्यात चांगली संधी मिळण्यासाठी, तो जेवढ्या लवकर दत्तक जाईल, तेवढा तो लवकर बरा होईल आणि त्याच्या बाबतीत काय घडलं ते विसरून जाईल. पण सरकारपुढे काळजी करण्यासारख्या यापेक्षा महत्त्वाच्या गोष्टी आहेत.

एखाद्या चांगल्या शिशुगृहात असावा, तसा येथील आजूबाजूचा परिसर उबदार आणि स्वच्छ आहे. डॅनिला आणि इतर अकरा लहान मुला-मुलींना ठेवण्यात आलेल्या खोलीच्या दरवाजाच्या चिन्हावरून आपल्या लक्षात येतं की, या गटाचं 'बेबी स्टारलिंग्ज' असं नामकरण करण्यात आलं आहे. त्यांच्या सहनशील दाया दयाळू आहेत. त्या थकलेल्या आणि वाजवीपेक्षा अधिक कामाच्या ताणाखाली असलेल्या स्त्रिया आहेत. इथे मुलं रडत नाहीत, एवढं सोडून बाकी सगळं ठीक आहे.

ती मुलं एकतर शांत असतात किंवा मग किंचाळत राहतात. हसण्याचा आवाजही येत नाही. दात कराकरा खात नसेल, तेव्हा पंधरा महिन्यांचा डॅनिला शांत असतो. आलेल्या अनोळखी लोकांना बारकाईने लक्षपूर्वक न्याहाळत राहतो. एखादं पंधरा महिन्यांचं मूल – ज्याप्रकारे तुमच्याकडे बघायची तुमची अपेक्षा असेल, तसं तो बघत नाही. तो सरळ तुमच्या नजरेला नजर देऊन एखाद्या एफबीआयच्या प्रश्नकर्त्यांसारखा टक लावून बघतो. त्याच्यावर कोसळलेल्या आपत्तींमुळे मानवी हळुवारपणाचा त्याला मर्यादित अनुभव आहे.

येलेतस्क्या रस्त्यावरच्या अनाथाश्रमात ती नाताळच्या आधीची रात्र आहे. नाताळची भेटवस्तू नुकतीच आलीय. ती आहे दिमित्री रिमित्रीएविच आणि त्याला लिव्हर आणि किडनीचा दुर्धर आजार आहे. त्याचा जन्म २००२च्या डिसेंबरमध्ये झाला आणि २००३च्या मे महिन्यात त्याची आई त्याला एका राहत्या घराच्या प्रवेशद्वारापाशी सोयीस्करपणे 'विसरली'... आश्चर्य म्हणजे तिचा थांगपत्ता लावण्यात मिलिशियाला यश आलं आणि तिने आवश्यक ते प्रतिज्ञापत्र लिहून दिलं; 'माझे पालकत्वाचे हक्क सोडून देण्यासाठी मी अर्ज करीत आहे.'

दिमित्री रिमित्रीएविचला रुग्णालयातून अनाथाश्रमात आणण्यात आलं आहे. त्याचं अर्ध आयुष्य अतिदक्षता विभागात गेलंय आणि त्याच्या डोक्याच्या मागच्या बाजूला केसच नाहीत. नेहमी पाठीवर पडून राहिल्याने घर्षणामुळे ते गळून गेले आहेत... गटात नवीन आलेला हा मुलगा एका खास बेबी वॉकरमध्ये बसून त्या अनोळखी जागेचं निरीक्षण करतो. त्याच्यासमोर खुळखुळे आणि खेळणी आहेत, पण दिमित्री रिमित्रीएविचला लोकांमध्ये अधिक रुची असल्याचं दिसतंय. तो सल्लागाराचं परीक्षण करतो. त्याला तिच्याकडे नीट न्याहाळून पाहायचंय, पण

त्याच्या छोट्याशा पायांचा कसा उपयोग करायचा, हे त्याला अद्याप ठाऊक नाही; कारण दीर्घकाळपर्यंत अंथरुणाला खिळल्याने त्याला त्या पायांनी बेबी वॉकर लिडिया कॉन्स्टंटाटिनोव्हनाच्या समोरासमोर येईल, अशा पद्धतीने वळवणं जमत नाही. ती काहीही ढवळाढवळ करत नाही. त्याला जे पाहिजे ते मिळवायला त्याने शिकावं, अशी त्याची इच्छा आहे.

"कम ऑन, दिमित्री रिमित्रीएविच," ती म्हणते, 'आयुष्यावर पकड मिळव! फाईट बॅक!'

कोणत्याही मदतीशिवाय दिमित्री रिमित्रीएविच खरोखरच झगडतो आणि काही मिनिटांतच त्याने जिंकलंय आणि तो लिडिया कॉन्स्टंटाटिनोव्हनाच्या समोर आहे.

"कोणत्या प्रकारचं काम तुम्ही करताय असं तुम्हाला वाटतंय? मदर तेरेसांचं काम की समाजातील घाण स्वच्छ करणाऱ्या कोणासारखं तरी? किंवा मग या मुलांबद्दल तुम्हाला खरोखरच कळवळा आहे?"

"मुलांना दयेची गरज नाही," लिडिया म्हणते. "हा एक फार महत्त्वाचा धडा मी घेतलाय. त्यांना मदतीची गरज आहे. आम्ही त्यांना टिकून राहायला मदत करतोय. आम्ही जे काम करतो, त्यामुळे त्यांच्यासाठी काळजीवाहू पालक शोधून काढण्याची आम्हाला आशा आहे. त्यांच्यासमोर मी आणि माझे कर्मचारी 'अनाथाश्रम' असा उल्लेख कधीच करीत नाही. आम्ही त्याला 'नर्सरी' असं म्हणतो. म्हणजे नंतर एका पूर्णपणे वेगळ्या आयुष्यात जर ते दत्तक गेले, तर त्यांच्या सुप्तावस्थेतील स्मृतीतदेखील ते कधी अनाथाश्रमात होते याची पुसटशीही आठवण राहणार नाही."

"काळजी घेण्यासाठी तुमच्यावर सोपवण्यात आलेली मुलं दत्तक जावीत म्हणून तुम्ही कार्यरत आहात का?"

"होय, अर्थातच! त्यांच्यासाठी मी करू शकेन अशी ती सर्वांत महत्त्वाची गोष्ट आहे."

"विदेशी लोकांनी मुलं दत्तक घेण्याबद्दल तुम्हाला काय वाटतं? आमच्या देशाभिमानी राजकारण्यांची अशी मागणी आहे की, आपण या गोष्टीला पूर्णविराम द्यावा."

"मला असं वाटतं की, परदेशवासीयांनी मुलं दत्तक घेणं ही एक फार चांगली गोष्ट आहे. रशियन काळजीवाहू कुटुंबांबद्दल काही भयकथादेखील प्रसृत झालेल्या आहेत, फक्त त्यांचा उल्लेख होत नाही, एवढंच. रशियन काळजीवाहू मातापित्यांकडे असलेल्या आमच्या मुलांपैकी एकाला परत बोलावण्याबद्दल चर्चा चालू आहे. तो आमच्याकडे परत येईल.

"दुसरी एक अडचण अशी आहे की, रशियन काळजीवाहू पालक एकाच कुटुंबातील मुलं दत्तक घेत नाहीत. विदेशी लोक ते आनंदाने करतात आणि त्याचाच अर्थ भावाबहिणींची ताटातूट होत नाही. ही गोष्ट महत्त्वाची आहे. अमेरिकेत आम्ही

दत्तक दिलेलं एक सहा मुलांचं कुटुंब आहे. त्या सहा मुलांतील सर्वांत छोटी नताशा हिला आमच्याकडे वॉलपेपरच्या एका तुकड्यात गुंडाळून आणण्यात आलं. ती गारठून जाऊ नये म्हणून तिच्या चार वर्षांच्या भावाने तिला त्या कागदात गुंडाळलं होतं, कारण घरामध्ये वापरण्यासाठी दुसरं काहीही नव्हतं. मग आता ही सहाही मुलं युनायटेड स्टेट्समध्ये आहेत, यात वाईट काय आहे? मला पाठवण्यात आलेली त्यांची छायाचित्रं पाहिल्यावर खूप आनंद होतो. इथे त्यांची परिस्थिती काय होती, त्यावर कोणाचाही विश्वास बसणार नाही. ते फक्त आमच्याच लक्षात आहे. गेल्या वर्षात आमच्या अनाथाश्रमातून दत्तक गेलेल्या सव्वीस मुलांपैकी पंधरा मुलं विशेषकरून यूएसए आणि स्पेन येथील पालकांनी दत्तक घेतली आहेत. त्या मुलांत बहीण-भावांच्या तीन जोड्या होत्या. रशियन लोक त्यांना दत्तक घ्यायला बिलकुल तयार नव्हते.''

''त्यांची इच्छा नव्हती की त्यांना परवडत नव्हतं?''

''त्यांना मुलं दत्तक घ्यायची इच्छा नव्हती आणि एक नियम म्हणून रशियातील श्रीमंत लोक मुलं बिलकुल दत्तक घेत नाहीत.''

''आमच्या देशाची सध्याची परिस्थिती पाहता कोणत्या प्रकारचे लोक म्हणून ही मुलं पुढे मोठी होतील?''

''२००२ साली पुतिन यांच्या प्रशासनाने दानधर्माद्वारे मिळणाऱ्या सवलती मागे घेतल्याने दान करण्याची लाट थोपवली गेली. २००२ सालापर्यंत आमच्या अनाथाश्रमातील मुलांवर भेटवस्तू आणि नवीन वर्षाच्या प्रेझेंटसची खैरात होत होती. आता श्रीमंत लोक त्यांना अजिबात भेटवस्तू देत नाहीत. सेवानिवृत्त लोक त्यांच्यासाठी स्वतःच्या जुन्या, जीर्ण शाली घेऊन येतात.''

वंचित मुलांना कामाचा अनुभव आणि मोलाची कार्यकुशलता यांचा लाभ देण्यासाठी जागतिक बँकेने 'काम करायची संधी' असा एक कार्यक्रम राबवला आहे. आमच्या समाजात जर तसं कोणी केलं, तर त्यांच्याकडे संशयाने बघितलं जाईल. 'मुलांसाठी त्यात काय आहे?' शेजाऱ्यांना प्रश्न पडेल.

अनाथ मुलं स्वतःच सहानुभूती दर्शवतात. अनाथाश्रमात राहण्याच्या दृष्टीने मोठी झाली, तेव्हा नादियाने आश्रम सोडून दिला. कायद्यानुसार स्थानिक ॲथॉरिटीने तिला एक खोली देऊ केली. तिने लगेचच इतर चार अनाथ मुलांना तिथे आणलं. जगाच्या चालीरीतींविषयी पूर्णपणे अनभिज्ञ अशा त्या मुलांनी मोबाईल फोन्सच्या बदल्यात स्वतःच्या खोल्यांची देवाणघेवाण केली आणि शेवटी रस्त्यावर आले.

नादिया कफल्लक आहे, पण ती त्या मुलांना खाऊ घालते. त्यांना कोणालाच काम मिळत नाही. तिचं हे काम खरोखरच दान-पुण्याचं आहे. बँका किंवा इतर मातब्बर संस्थांकडे जाण्यात काही अर्थ नाही असं तिला वाटतं. सुरक्षा व्यवस्थेच्या

पलीकडेदेखील तिला ते जाऊ देणार नाहीत.

मध्यंतरी आमचे नवश्रीमंत लोक कोर्चेव्हल येथे या नाताळ सणाला बर्फावर घसरगुंडी खेळत आहेत. दोन हजार लोकांपेक्षा अधिक रशियन, ज्यांचं माणशी उत्पन्न 'हाफ-अ-मिलियन' रुबल्सपेक्षा अधिक आहे, स्वीस आल्प्स येथे 'सायसॉन रूसे'साठी एकत्र जमतात. जेवणाच्या मेन्यूवर आठ प्रकारची ऑयस्टर्स सादर करण्यात आली आहेत आणि वाइन्सच्या यादीत १५०० पौंडाच्या किमतीच्या बाटल्यांचा समावेश आहे. प्रत्येक नवश्रीमंतांच्या यादीत तुम्हाला नक्कीच आपले, खरेखुरे एकतंत्री हुकूमशहा, सरकारी अधिकारी आढळतील. हे सगळं प्रचंड उत्पन्न ते त्यांच्या मर्जीतील दोन हजार लोकांच्या पदरात टाकतात. एवढी संपत्ती गोळा करण्याच्या मागे कोणाचे कठोर परिश्रम आहेत, याबद्दल कोर्चेव्हल येथून प्रसारित होणाऱ्या टेलिव्हिजनवरील खिसमसच्या अहवालात एक शब्दही ऐकू येत नाही. जे काही बोललं जातंय, ते यशाबद्दल, सगळं काही जागच्या जागी ठीकठाक बसल्याच्या क्षणाबद्दल, सुखाच्या अग्निपक्ष्याच्या शेपटीला धरून त्याला पकडलं गेलं, त्याबद्दल आणि राज्य शासनाच्या अधिकाऱ्यांनी विश्वास दाखवल्याबद्दल. अधिकाऱ्यांच्या भ्रष्टाचाराला 'दानधर्म' म्हणून ओळखलं जातं आणि कोर्चेव्हल येथे पोहोचण्याचा तो एक शीघ्र गतीचा मार्ग आहे. 'इव्हान द फूल'च्या कथेचे हे आधुनिक रूप आहे. त्याच्या भावांनी त्याला कितीही वाईट रीतीने फसवलं, तरी तो गरीब होतच नाही. फक्त क्रेमलिनला पैसे चारा आणि पैसा, सत्ता तुमच्या पायांशी लोळण घेईल.

नऊ जानेवारी

आमच्यासाठी हे प्रथमच घडतंय... इव्हानोच्या आंतरराष्ट्रीय अनाथाश्रमाचे विद्यार्थी उपोषणाला बसले आहेत. या अनाथाश्रमाची स्थापना १९३३ मध्ये झाली. ज्या मुलांचे पालक रिॲक्शनरी किंवा फॅसिस्ट राजवटीच्या स्टेट्समधील तुरुंगात टाकले गेले होते आणि वेगवेगळ्या देशांतून आले होते, अशा मुलांसाठी हा अनाथाश्रम होता. त्या मुलांची मागणी अशी होती की, इंटरनॅशनल ऑर्फनेजच्या कामकाजात ढवळाढवळ केली जाऊ नये, त्याचे तुकडे तुकडे करून खासगीकरण करण्यात येऊ नये आणि इमारत विकण्यात येऊ नये. त्या मागण्या मान्य करून घेण्यात ते यशस्वी झाले.

दहा जानेवारी

अवतुरी येथील चेचेन गावात काही अपरिचित सैनिकांनी असलान दावलेतूकेव्ह या मानवी हक्क पुरस्कर्त्याला त्याच्या घरातून अपहरण करून नेलं. अपहरणकर्ते

तीन शस्त्रसज्ज गाड्यांतून आणि दोन शस्त्रसज्ज यूएसझेड जीपमधून आले.

तेरा जानेवारी

आज रशियन प्रेस डे आहे. रोमिर मतचाचणीत लोकांना विचारण्यात आलं, "कोणत्या सामाजिक संस्थेवर तुमचा सर्वांत अधिक विश्वास आहे?"

नऊ टक्के लोकांनी मीडिया, एक टक्क्यांनी राजकीय पक्ष, पन्नास टक्क्यांनी पुतिन, अठ्ठावीस टक्के कोणावरच विश्वास नसल्याचं आणि चौदा टक्क्यांनी रशियन सनातनी कर्मठ चर्च, अशी उत्तरं दिली. शासन आणि सैन्याला प्रत्येकी नऊ टक्के मतं मिळाली. स्थानिक शासन आणि ट्रेड युनियनला तीन टक्के आणि कायदा अमलात आणणाऱ्या संस्थांना पाच टक्के. लोकांना एकापेक्षा अधिक संस्थेला मतं देण्याचं स्वातंत्र्य होतं आणि काहींनी दिलीसुद्धा!

दहशतवादी कारवायांना अलीकडच्या काही वर्षांत बळी पडलेल्यांनी एक अनावृत्त पत्र सगळ्या अध्यक्षपदाच्या उमेदवारांसाठी पाठवलं आहे. त्या पत्रात त्यांनी असं व्यक्त केलं आहे की, भूतकाळाचा आढावा घेणं आणि पायउतार होणाऱ्या अधिकाऱ्यांनी त्यांच्या पदावर असताना काय काम केलं, याचा लेखाजोखा घेण्याची वेळ म्हणजे अध्यक्षीय पदाच्या निवडणुका. या काळात एवढा त्रास भोगलेले आमच्याइतके फार थोडे लोक रशियात असतील.

१९९९ मध्ये उडवून देण्यात आलेले अपार्टमेंट ब्लॉक्स आणि २००२ मध्ये डुब्रोवका येथील थिएटरवर दहशतवाद्यांनी केलेला कब्जा यामुळे त्यांची जिव्हाळ्याची माणसं त्यांना दुरावली. दहशतवादी कारवायांची चौकशी करण्याचा अंतर्भाव त्यांच्या जाहीरनाम्यात करण्याची कळकळीची विनंती त्यांनी या अध्यक्षपदाच्या उमेदवारांना केली. *समजा तुम्ही निवडून आलात तर तुम्ही काय कराल हे तुमच्यापैकी प्रत्येकाकडून आम्हाला जाणून घ्यायचंय. खऱ्याखुऱ्या, स्वतंत्र आणि निरपेक्ष चौकशा सुरू कराल की तुमच्या प्रियजनांच्या मृत्यूभोवतालचं कुटिल कारस्थान पुढेही चालू राहील?* शासनाच्या अधिकाऱ्यांकडून त्याबद्दल ठोस स्पष्टीकरण मिळवण्याचा आम्ही निष्फळ प्रयत्न केला आहे.

१. एफएसबी एजंटांना एक अपार्टमेंट ब्लॉक उडवून देण्याची तयारी करत असताना जेव्हा रंगेहाथ पकडण्यात आलं, तेव्हा अधिकाऱ्यांनी र्‍याझान येथील प्रकारांची चौकशी करण्यात अडथळे का आणले?

२. वोल्गोडोन्स्क येथील अपार्टमेंट ब्लॉक उडवून देण्याबद्दल स्टेट ड्युमाच्या स्पीकरने ती घटना घडायच्या तीन दिवस आधीच त्याबद्दलचं स्टेटमेंट कसं काय जारी केलं?

३. १९९९ च्या हेमंत ऋतूत ऱ्याझानच्या आर्मी बेस येथे 'साखर' असं लेबल लावलेल्या पोत्यांमध्ये हेक्झोजेन हे शक्तिशाली स्फोटक आढळूनदेखील त्याची चौकशी का झाली नाही?

४. रोस्कोनवेरस्वीझरीवत्सेत्रं रीसर्च इन्स्टिट्यूटच्या माध्यमातून बनावट कंपन्यांमध्ये आर्मीच्या साठवणी केंद्रातून हेक्झोजेनची ट्रान्स्फर झाल्याच्या प्रकरणाची करण्यात येत असलेली चौकशी एफएसबीच्या दडपणामुळे का थांबवण्यात आली?

५. गुरिआनोव्ह रस्त्यावरच्या अपार्टमेंट ब्लॉकमध्ये बॉम्ब ठेवण्यासाठी ज्या एफएसबी एजंटने ती जागा भाड्याने घेतली होती, त्याची ओळख पटवणाऱ्या मिखैल त्रेपाश्कीन या वकिलाला अटक का करण्यात आली?

डुब्रोवका येथे *नोर्ड-ओस्त* संगीतिकेच्या श्रोतृवृंदाला ओलीस ठेवण्याच्या प्रकरणाबद्दल–

१. ओलिसांची सुटका होण्याच्या दृष्टीने तहाची बोलणी करण्याची खरीखुरी संधी निर्माण झालेली असतानाच, त्याच क्षणी गॅस सोडून हल्ला करण्याचा निर्णय का घेण्यात आला?

२. सावकाशपणे काम करणारा गॅस वापरण्याचा अधिकाऱ्यांनी घेतलेला निर्णय म्हणजे स्फोटकांची यंत्रणा निकामी करण्यासाठी पुरेसा वेळ देण्यासाठी घेतलेला हेतुपुरस्सर निर्णय असण्याची वस्तुस्थिती अतिरेक्यांकडे खरीखुरी स्फोटकं नव्हतीच, हे त्यांना आधीच माहीत असण्याच्या सत्याकडे बोट दाखवत नाही काय?

३. अटक करून चौकशीच्या वेळी पुरावा सादर करण्यासाठी ज्यांचा उपयोग झाला असता, अशा निर्बल केलेल्या अतिरेक्यांसकट सगळ्या अतिरेक्यांना ठार का करण्यात आलं?

४. गाडीच्या टकरीत दगावलेला के. टेरकीबाएव्ह हा एफएसबी एजंट होता आणि नाट्यगृहावर ताबा घेण्याच्या कटात त्याचा सहभाग होता, ही वस्तुस्थिती त्याचे नाव माहीत झाल्यावर अधिकाऱ्यांनी का दडवली?

५. ओलीस ठेवलेल्यांना जागेवरच वैद्यकीय मदत देण्याबद्दल कोणताही प्रयत्न न केल्याने ज्या एकशेतीस लोकांचा मृत्यू ओढवला, त्यावेळी अतिरेक्यांवर हल्ला करण्याचं नियोजन करण्याआधी तसा प्रयत्न का करण्यात आला नाही?

सध्याच्या रशियन फेडरेशनच्या अध्यक्षांनी या गोष्टींचा खुलासा करणं हे त्यांचं नैतिक कर्तव्य असूनदेखील तसं केलेलं नाही. आमच्या प्रिय व्यक्तींच्या ओढवलेल्या मृत्यूंशी या अध्यक्षांच्या राजकीय करीअरचा आणि त्याने घेतलेल्या निर्णयाचा सरळसरळ संबंध आहे. अपार्टमेंट ब्लॉक्स उडवून दिले गेल्यामुळे रशियन लोकांनी त्याच्या चेचन्याबद्दलच्या कठीण धोरणाला गेल्या निवडणुकीत पाठिंबा दिला आणि त्याने व्यक्तिश: डुब्रोवका येथे गॅसचा वापर करण्याची आज्ञा दिली.

पूर्वी पुतिन यांना त्यांनी विचारलेल्या प्रश्नांना काहीच प्रतिसाद मिळाला नव्हता. ते प्रश्न त्यांनी आता पुन्हा या सगळ्या उमेदवारांसमोर मांडले आहेत.

या प्रश्नांत उडवून देण्यात आलेल्या अपार्टमेंट ब्लॉक्ससंबंधी *नोर्ड-ओस्त* या सांगीतिकेच्या कार्यक्रमाला डुब्रोवका येथील थिएटरला आलेल्या प्रेक्षकांची कोंडी यांचा समावेश आहे. फक्त आयरिना खाकामाडा आणि इव्हान रिबकिन यांनीच उत्तरं दिली.

> ''मॉस्को आणि वोल्गोडॉन्स्क येथील स्फोटांचा मी अभ्यास केलेला नाही, त्यामुळे डुब्रोवका येथील घटनांसंबंधीच्या प्रश्नांनाच फक्त मी उत्तरं देईन.''
>
> ''वेढा घातल्यापासून तिसऱ्या दिवशी हल्ला करण्याचा निर्णय घेण्यात आला. पहिल्या दिवशी मी इमारतीच्या आत होतो आणि त्यावेळी तिथे जे घडलं त्या आधारावर मी हे उत्तर देतोय. पहिल्या दिवशी ओलिसांना सामोपचाराची बोलणी करून सोडून देता आलं असतं, अशी माझी धारणा आहे. लोकांची आयुष्यं वाचवण्याला उच्चतम प्राधान्य न देता हल्ला करून शक्तिप्रदर्शन करणं हाच उद्देश होता अशी माझी धारणा आहे.''
>
> ''प्रेक्षागृहात आणि इमारतीच्या वेगवेगळ्या भागांत असलेल्या एकूण एक अतिरेक्यांना टिपून मारणं कसं काय शक्य होतं, हे माझ्यापुढे एक मोठं कोडंच आहे आणि गॅसचा हल्ला केल्यावर सगळे अतिरेकी मेले, त्यांच्या बाजूचेही काही लोक मेले, पण काही लोक मात्र वाचले, हे कसं? कोर्टात या वाचलेल्या लोकांनी ओलिसांना वाचवता आलं असतं अशी साक्ष दिली असती, म्हणून त्यांची वासलात लावण्यात आली असावी, असा मला संशय आहे. निरपराधता गृहीत धरली जावी, म्हणून मी या मुद्द्यावर भर देतो की, हा एक संशय आहे.''
>
> ''ओलिसांना सोडवण्याचा प्रयत्न करण्याच्या विचाराला कोणताही थारा देण्यात आला नव्हता, असा युनियन ऑफ राईट फोर्सेसमध्ये

असणाऱ्या आम्ही एक चौकशी स्वत:हूनच आयोजित करून मतितार्थ काढला. सगळं काही नियोजनशून्य होतं आणि त्याचा परिपाक म्हणजे अनावस्था. नागरिकांची काळजी घेण्यासाठी कोणाला नेमण्यातदेखील आलं नाही आणि या कारवाईचा महत्त्वाचा भाग म्हणून मिलिटरीच्या बाजूला सर्वांत महत्त्वपूर्ण ठरवण्यात आलं.''

''माझ्या स्वत:च्या वतीने मी अशी पुस्ती जोडू शकतो की, डुब्रोवका शोकांतिकेनंतर पुतिन यांनी सगळ्या जगाची दिशाभूल केली. 'वॉशिंग्टन पोस्ट'च्या एका पत्रकाराच्या प्रश्नाला उत्तर देताना ते म्हणाले, ''गॅस निष्प्रभ होता, कारण ते लोक गॅसने मेले नाहीत आणि या सगळ्या कारवाईच्या दरम्यान आम्ही असं म्हणू शकतो की, एकाही ओलिसाला गॅसमुळे इजा पोहोचली नाही.''

''क्रेमलिनमध्ये जेव्हा अध्यक्ष पुतिन आणि त्यांचे पाठीराखे त्यांच्या हातातून सत्ता जाण्याच्या भीतीने थरथर कापत होते, तेव्हा त्यांना नागरिकांच्या आयुष्याबद्दल काळजी वाटत नव्हती. त्याचवेळी काही लोक एवढे निडरही होते, ज्यांनी ओलिसांना वाचवण्यासाठी स्वत:ला स्वयंस्फूर्तीने अतिरेक्यांच्या हातात सुपूर्द केलं आणि निदान मुलांना तरी सोडून देण्यात यावं यासाठी प्रयत्न केला. माझ्याकडे अतिरेक्यांशी वाटाघाटी करण्याइतकं धाडस आणि निश्चय होता; दोन मुलांची आई असलेली मी या गोष्टीबद्दल देवाचे आभार मानते.''

''अध्यक्ष आणि प्रशासनाचे सभासद यांनी आयुष्यं वाचवण्याच्या माझ्या प्रयत्नांबद्दल काय प्रतिक्रिया दर्शवली किंवा डुब्रोवका नाट्यसंकुलात मी जे काही पाहिलं, त्यापैकी मी विशेष काही सार्वजनिक केलं नाही. अध्यक्ष पुतिन शेवटी सत्य स्थापित करायला मदत करतील आणि एका प्राणघातक गॅसचा उपयोग करण्याचा आदेश दिल्याबद्दल क्षमा मागतील, अशी माझी चुकीची समजूत होती. ज्या लोकांनी त्यांचे प्रियजन गमावले आहेत, अशा लोकांना काहीही उत्तरं न देता गप्प बसवतात. अध्यक्षांनी त्यांची निवड केलीय आणि सत्य झाकण्याचा निर्णय घेतलाय. मीपण माझी निवड केलीय आणि सत्य सांगेन. २३ ऑक्टोबर २००२ या दिवशी नाट्यगृहात मी अतिरेक्यांशी केलेल्या वाटाघाटींचा परिपाक म्हणून ओघाने जे घडलं, त्यामुळे मी या निर्णयाप्रत येऊन पोहोचले की, थिएटर उडवून देण्याचा अतिरेक्यांचा मुळीच इरादा नव्हता

आणि अधिकाऱ्यांना सगळ्या ओलिसांना वाचवण्यात बिलकुल रस नव्हता.

अतिरेक्यांशी वाटाघाटी करून मी परतल्यावर मुख्य प्रसंग घडले. मी पुढे हस्तक्षेप करू नये अशी अध्यक्षीय प्रशासनाच्या प्रमुखाने अलेक्झांडर वोलोशिनने मला धमकी आणि आज्ञा दिली.

जे काही घडलं त्यावर विचार करता मी एका न टाळता येण्यासारख्या निर्णयाप्रत पोहोचले आहे. दहशतवादाच्या या कृतीमुळेच चेचेन लोकांच्या विरोधातल्या उन्मादाला पुन्हा जोम आला आहे. चेचन्याचं युद्ध पुढे चालू ठेवून अध्यक्षांची मर्जी संपादन करायची ही भावना बळावली आहे. सत्य लपवण्याची अध्यक्षांची धडपड हा एक स्टेटविरुद्धचा गुन्हा आहे.''

''मी जेव्हा अध्यक्ष होईन, तेव्हा अपार्टमेंट ब्लॉक्स उडवून देणं, नाट्यसंकुलात घडलेली शोकांतिका आणि अधिकाऱ्यांनी केलेले इतर बरेच गुन्हे, याबद्दलचं सत्य रशियन नागरिकांसमोर आणण्याची जबाबदारी घेईन. अध्यक्षीय निवडणुकीत भाग घेण्यापासून मला परावृत्त करण्याचा अलीकडे माझ्या बऱ्याच मित्रांनी प्रयत्न केला.''

''जाहीररीत्या ते असं सांगतात की, निवडणुकांवर बहिष्कार घालण्याचं आवाहन करणाऱ्या डेमोक्रॅट्सच्या हितसंबंधांच्या जवळजवळ विश्वासघाताच्या पातळीवर मी वागते आहे; पण खासगीरीत्या मात्र ते मला सावध करतात की, जर मी सत्य सांगितलं, तर मला सरळ ठार करण्यात येईल. दहशतवादाच्या या राजवटीला मी घाबरत नाही. त्यांना दबकून राहण्याचं कारण नाही, असं मी प्रत्येकाला आवाहन करते. आमची मुलं स्वतंत्र म्हणून मोठी झाली पाहिजेत.''

तिचा तर पहिल्यापासूनच *नोर्ड-ओस्त*च्या बळींना पाठिंबा होता. एकंदरित खाकामाडा ही सर्वाधिक सर्वसाधारण उमेदवार वाटते. तिचं बोलणंही ऐकण्यासारखं असतं. ती म्हणत आली आहे की, पुतिन यांच्या राजवटीत देश प्रगती करू शकणार नाही.

रिबकिननेपण उत्तर दिलं की, या दोन्ही घटना दहशतवादविरोधी कारवाईचा परिणाम म्हणून घडवून आणलेल्या आहेत. अधिक नेमकेपणाने सांगायचं झालं, तर दुसरं चेचेन वॉर नॉर्थ कॉकाससमध्ये सुरू झाल्याचाही हा परिणाम आहे. पुतिन यांनी या लाटेवर आरूढ

होऊन क्रेमलिनमध्ये प्रवेश केला आणि पुन्हा सुव्यवस्था प्रस्थापित करण्याचं आश्वासन दिलं. ते तसं करण्यात अपयशी ठरले आहेत. दहशतवादाच्या उद्रेकात सगळीकडे लोक मृत्युमुखी पडत आहेत.

पश्चात्ताप न होताच युद्ध पुढे चालू आहे. पुतिन आणि त्यांचा जवळचा काफिला त्याबद्दल अपराधी आहे. या सगळ्या शोकांतिकांबद्दल आजच्या घडीपर्यंत सगळं काही बरंच संदिग्ध आणि स्पष्टीकरण देता येणार नाही असं आहे.

चेचेन युद्धाच्या दरम्यान सुरक्षा शक्तींना ज्या प्रकारची पद्धत आणि प्रशिक्षण देण्यात येत आहे, ते पूर्ण रशियावर लादलं जात आहे. ते पूर्णपणे बेशरम आहेत आणि फलनिष्पत्ती काय होईल तेवढंच फक्त महत्त्वाचं आहे, यावरच त्यांचा विश्वास आहे. हे अतिशय धोकादायक आहे.

डुब्रोवकाबद्दल :

ओलिसांना मुक्त करण्याची खरोखरच शक्यता होती हे जेव्हा स्पष्ट झालं, तेव्हा राज्य शासनाच्या अधिकाऱ्यांनी 'हल्लाबोल' करण्याचा निर्णय घेतला, या वस्तुस्थितीकडे त्यांचं वर्तन बोट दाखवतं. त्या ठिकाणी काय घडलं याबद्दलची खरी वस्तुस्थिती लपवून ठेवण्यासाठीच हल्ला चढवण्याच्या आज्ञा देण्यात आल्या, याबद्दल रशियात प्रत्येकजण सर्वत्र चर्चा करत आहे.

शासनाला याची कल्पना होती का? या प्रश्नाचं उत्तर देणं मला विशेषच अरुचीचं वाटतंय. बुड्यानोवस्कच्या घटनाक्रमात एका खास गुप्त सभेमध्ये शासनाने जे काही मान्य केलं होतं, त्या सर्व गोष्टींचा सुरक्षा शक्तींनी पूर्णपणे उलटा अर्थ सांगितला.

मला असं सांगण्यात आलं की, ओलीस असलेल्या बसमध्ये गॅस आणि इतर रासायनिक साधनांचा उपयोग करता आला नसता, कारण तोपर्यंत अतिरेक्यांना त्यांची स्फोटकं निष्प्रभ करण्याचा अवधी मिळाला असता. त्यांनी अंदाधुंद गोळीबार करायला सुरुवात केली असती, कारण त्यांची शुद्ध हरपत चाललेली होती. शासनाला स्पष्टपणे कल्पना होती की, यावेळी वापरात आणण्यात आल्याप्रमाणे स्फोट होणार नव्हते.

मॉस्को येथे बहुचर्चित रशियन मानवी हक्क पुरस्कर्त्यांनी जुनं रशियन पारंपरिक नववर्ष त्यांच्या पद्धतीनं साजरं केलं. ॲन्ड्रे साखारॉव्ह म्युझियम आणि सोशल सेंटर येथे ते जमले. एक डेमोक्रॅटिक क्लब किंवा विस्तृत डेमोक्रॅटिक फ्रंट रचित करण्याचा त्यांचा प्रयत्न होता; (व्लादिमीर रिझकोव्हने या गोष्टीकडे इशारा केल्याप्रमाणे) आणि त्यांना हे याब्लोको आणि युनियन ऑफ राईट फोर्सेसच्या पारंपरिक संस्थांच्या बाहेर जाऊन करायचं होतं.

येवजेनी यासिनने सर्वाधिक व्यवहार्य प्रस्ताव मांडले : ''आम्हाला जर एक खरोखर सर्वसमावेशक अशी संघटना पाहिजे असेल, तर आपल्याला कार्यक्रम मात्र फार मर्यादित लागेल. जर शक्य असतील तेवढे अधिकाधिक लोक आपल्याला येऊन मिळावेत अशी अपेक्षा असेल, तर आपल्या मागण्या खूप कमी असाव्या लागतील. रशियन डेमोक्रसीच्या फायद्यांचं संरक्षण करणं हे आपलं एकमेव उद्दिष्ट असावं; एकतंत्री पोलीस-स्टेट राजवट लोकांसमोर उघड केली जावी.''

चौदा जानेवारी

मॉस्कोचं बासमॅनी न्यायालय क्रेमलिनच्या नेहमीप्रमाणेच खिशात आहे. पुतिन यांच्या मर्जीतला माणूस असेल, तर त्याने सुनावणीसाठी नाही आलं तरीदेखील चालतं. पण तीच व्यक्ती पुतिन यांची शत्रू असेल तर जज्जेसपण विरोधात असतात. याला 'निवडक न्याय' म्हणता येईल.

ऱ्याझान परगण्याच्या नाडेझदा बुशमानोव्हा, अलेक्झांडर स्लेसारेन्को या दुसऱ्या चेचेन युद्धात मारल्या गेलेल्या सैनिकाची आई, हिने केलेली मागणी, आज जज्ज स्टानिस्लाव वोझ्नेसेंस्की यांच्या विचाराधीन होती. सप्टेंबर १९९९ मध्ये, दुसऱ्या चेचेन युद्धाच्या अगदी सुरुवातीला, अंतर्गत मंत्रालयाच्या आर्मावीर स्पेशल ऑपरेशन्स युनिटतर्फे अलेक्झांडर लढत होता. विक्टॉर काझानत्सेव्हच्या आज्ञेखाली एका विशेष कारवाई गटामध्ये या युनिटचा समावेश होता. विक्टॉर काझानत्सेव्ह त्यावेळेस नॉर्थ कॉकेशसचा कमांडर होता. काझानत्सेव्हने एक चूक केली आणि इतर बऱ्याच जणांबरोबर अलेक्झांडर मारला गेला.

जे घडलं ते असं –

अधिकृतरीत्या युद्धाच्या पहिल्या दिवशी म्हणजेच पाच सप्टेंबरला सगळं सुरू झालं. पुतिन यांनी एक आदेश जारी केला. ज्यायोगे 'अतिरेकी विरोधी कारवाई' सुरू करण्यात आली. डागेस्तानच्या गावांत लढाई चालू होती. नोवोलाकसकोये या चेचन्याच्या सीमारेषेवरील डागेस्तान गावाचा १७०० अवर्सला लढणाऱ्यांनी ताबा घेतला. लिपेत्स्क मिलिशिया स्पेशल ऑपरेशन्स युनिटच्या एका युनिटला मिलिशिया

स्टेशनमध्ये कोंडीत पकडण्यात आलं. त्या युनिटला सोडवण्याची गरज होती. पाच सप्टेंबरच्या दुपारी तीन वाजता स्पेशल ऑपरेशन्स युनिटच्या एकशेवीस पुरुषांना कृती करण्यासाठी पाठवण्यात आलं. त्यांच्यातच अलेक्झांडर स्लेसारेन्को हा एक होता.

सहा सप्टेंबरला हे युनिट नॉर्थ ओस्सेशिया येथील मोझडोक आर्मी बेस येथील डागेस्तान गावात धाडण्यात आलं आणि आठ सप्टेंबरला नोवोलाक्सोये येथे पाठवलं गेलं. या स्थितीत आर्मावीर पुरुष काझानत्सेवच्या आज्ञेखाली आला. डागेस्तानच्या नोवोलाक्सोये आणि हासाक्युर्ट विभागांना धुऊन काढण्याची एकूण जबाबदारी त्याच्यावर सोपवण्यात आली होती. सगळ्या प्रकारचे ट्रूप्स त्याच्या आज्ञेखाली होते.

मेजर जनरल निकोलाय चेरकाशेन्को, इंटिरिअर ट्रूप्सच्या डेप्युटीला काझानत्सेव्हने आठ सप्टेंबरला एक आज्ञा केली. ती होती एक योजना सादर करण्याची. अशी योजना ज्यायोगे काझानत्सेव्हच्या सर्वसाधारण सूचनांप्रमाणे आजूबाजूच्या कमांडिंग हाईट्सवर कब्जा करायचा होता. नऊ सप्टेंबरला काझानत्सेव्हने योजना मान्य केली. रात्री ९.३० वाजता आर्मावीर युनिटच्या कमांडिंग ऑफिसर मेजर युरी याशीन यांना आज्ञा देण्यात आली; ती होती त्या कमांडिंग हाईट्सवर हल्ला करून ताबा मिळवण्याची आणि पुढील रसद येईपर्यंत नोवोलास्कोयेवर गोळीबार करण्याची.

जशी आज्ञा देण्यात आली त्याप्रमाणे आर्मावीरच्या माणसांनी केलं. सैन्यात म्हटलं जातं तसं ते बहिरे आणि नग्न बनून अतिशय वेगाने पुढे सरकले. त्यांच्याकडे संपर्काची कोणतीही सुरक्षित साधनं नव्हती. फक्त बॅटरीवर चालणाऱ्या ओपन चॅनल (वॉकी-टॉकी) होत्या. त्या पुन्हा चार्ज करण्यासाठी वेळ न मिळाल्याने त्यादेखील निकामी झाल्या होत्या. त्यांना किती दारूगोळा लागेल, याची मोजणी करण्यात आली नव्हती, कारण किती वेळ तग धरून राहावं लागेल, हे आर्मावीरच्या माणसांना सांगण्यात आलं नव्हतं. ते लोक एकतर काझानत्सेव्हच्या नेहमीच्या सैन्यापैकी नव्हते आणि मारले गेले असते तरी चालण्यासारखं होतं.

कॉकाससचं युद्ध फार विचित्र आहे. सगळे फेडरल ट्रूप्स एकाच बाजूचे आहेत असं ग्राह्य धरलं जातं, पण वस्तुस्थिती खूपच वेगळी आहे. संरक्षण मंत्रालयाच्या अधिपत्याखाली असलेले सैनिक एफएसबीच्या कडव्या विरोधात आहेत आणि इंटिरिअर ट्रूप्स त्यांच्याच इंटिरिअर मिनिस्ट्री आणि आर्मी या दोन्हींच्या विरोधात शड्डू ठोकून उभे आहेत. जेव्हा अधिकारी म्हणतात, "मारले गेलेले लोक आमचे नव्हते." तेव्हा सैनिकी भाषेत त्याचा अर्थ होतो की जे युद्धात कामी आले, ते मिलिशियामेन होते किंवा इंटिरिअर ट्रूप्सचे सैनिक. म्हणूनच नॉर्थ कॉकाससमधील साधनसंपत्ती आणि जॉईंट कमांड ऑफ फोर्सेसच्या अग्रभागी कोण असावं, याबद्दल

बरीच वर्षं खडाष्टकं चालू आहेत. एखाद्या आर्मी मॅनकडे जबाबदारी सोपवलेली असेल, तर सैन्यात भरती नसलेल्या लोकांना दारूगोळा मिळण्याचा कोणताच मार्ग नसतो.

या प्रसंगी असं घडलं. काझानत्सेव्ह हा एक आर्मीचा माणूस आर्मीत नसलेल्या लोकांवर नियंत्रण ठेवत होता. दहा सप्टेंबरला ०१०० अवर्सला आर्मीव्यतिरिक्तच्या स्पेशल ऑपरेशन्स ट्रूप्सनी कोणीही माणसं न गमावता हाईट्सवर ताबा मिळवला होता.

०६०० अवर्सना मेजर जनरल चेरकाशेन्को यांना मेजर याशिन यांच्याकडून एक गुप्त अहवाल मिळाला होता. त्याने ती माहिती काझावत्सेव्हपर्यंत पोहोचवली. तो ताबडतोब गाडीने निघून गेला. त्याने अशी ग्वाही दिली की, टेकड्यांवर कब्जा करण्यात आला आहे. ०८४० अवर्सना तो अनुपस्थित होता, पण ठीक ०६२० अवर्सना याशिनला एकाएकी समोर लढाईचं ताट वाढून ठेवलेलं दिसलं. ०७३० अवर्सना चेचेन फायटर्सनी स्पेशल ऑपरेशन्स ट्रूप्सना घेराव घालायला सुरुवात केली. याशिनने रेडिओवरून मदत मागितली; पण काझानत्सेव्हचं प्रतिनिधित्व करण्यासाठी कमांड पोस्टवर गेलेला चेरकाशेन्को मदत करण्यासाठी असमर्थ ठरला. त्याला माहीत होतं की, इंटिरिअर ट्रूप्सचा दुसरा एक गट, ज्याच्यावर मेजर-जनरल ग्रिगोरी टेरेंटिएव्ह याने याशिनच्या अनुपस्थितीत मुसंडी मारण्याचा प्रयत्न केला होता, पण त्याला कडवा प्रतिकार झाल्याने माघार घ्यावी लागली होती. चौदा लोक मेले होते आणि इतर बरेच जखमी झाले होते. यामध्ये टेरेंटिएव्हचापण समावेश होता. टेकड्यांच्या उतारावर पाच शस्त्रसज्ज विमानं आगीच्या भक्ष्यस्थानी पडली होती.

याशिनच्या मदतीला कोणीही गेलं नाही. फक्त टेरेंटिएव्हची तुकडी सोडून, कारण ते लोक आर्मीचे होते आणि काझानत्सेव्ह गाढ झोपला होता.

०८३० अवर्सना याशिनने चेरकाशेन्कोला ओरडून सांगितलं की, त्यांच्याकडे दारूगोळ्याचा साठा फक्त एका राऊंडला पुरेल एवढाच उरलाय आणि त्यांना माघार घेण्याची गरज आहे. चेरकाशेन्कोने अनुमती दिली. ०८४० अवर्सना काझानत्सेव्ह जागा झाल्यावर कमांड पोस्टवर धडकला. याशिन माघार का घेतोय ते त्याला कळेना. कोणत्याही परिस्थितीत त्याच्या जागेवर टिकून राहण्याची त्याने याशिनला आज्ञा दिली होती.

या पॉईंटला याशिनशी सगळा संपर्क तुटला होता. वॉकी-टॉकी बॅटरीज संपून गेल्या होत्या. मेजर 'बहिरा' झाला होता आणि केवळ स्वत:वर अवलंबून होता. याशिनने त्याच्या युनिटची गटात विभागणी केली. एका गटाचं नेतृत्व त्याने स्वत:कडे घेतलं, दुसऱ्या गटाची जबाबदारी लेफ्टनंट-कर्नल गाडुश्किनकडे सोपवली. अंदाजे ११०० अवर्सना त्यांचं धैर्य गोळा करून ते टेकडीच्या खाली उतरायला

लागले. जिवंत राहण्याची ही एकमेव आशा त्या युनिटपुढे होती. काझानत्सेव्ह कमांड पोस्टवर होता आणि सगळ्या हालचाली वैयक्तिकरीत्या निरखत होता. त्याने नंतर उतारावर बाँबस्फोट करण्याची आज्ञा दिली. का? कारण त्याच्याकडे एक योजना होती आणि टेकडीवरचे सैनिक किती वेळात नष्ट केले जातील, यासंबंधीचा अहवाल त्याने 'वरपर्यंत' पोहोचवलादेखील होता.

१५०० अवर्सना याशिनच्या गटाच्या वर रोज खालून उडणारी एसयू-२५ लढाऊ विमानं आकाशात अवतीर्ण झाली. इंटिरिअर मिनिस्ट्री ट्रूप्सवर नेम धरून त्यांनी हल्ला चढवला, त्यावेळी ते त्यांच्या परिघाच्या बाहेर पडत होते. काझानत्सेव्हच्या विशिष्ट आज्ञेप्रमाणे हल्ला चढवणारा फोर्थ एअर आर्मीचा आणि अँटी-एअरक्राफ्ट डिफेन्स फोर्सेसचा कमांडिंग ऑफिसर होता आणि त्याचं नाव होतं लेफ्टनंट जनरल व्हॅलेरी गोरबेन्को. काझानत्सेव्ह आणि गोरबेन्को एका क्षेत्र निरीक्षण करण्याच्या ठिकाणी उभे होते. त्यांनी त्यांच्या स्वत:च्या डोळ्यांनी पाहिलं की, याशिनचा गट बाँम्ब्स कुठे टाकायचे नाहीत, याच्या सूचना देण्यासाठी खूण दाखवणारे फ्लेअर्स दाखवत होते; त्याचवेळी बाँम्बसदेखील पडत होते.

दहा सप्टेंबरला आर्मावीर स्पेशल ऑपरेशन्स युनिटला अशाप्रकारे सजा का देण्यात आली? काझानत्सेव्ह आणि त्याच्या वेडपट योजनेचा बचाव करण्यासाठी त्यांचा बळी देण्यात आला. वेढ्याच्या बाहेर पडून नंतर संभाव्य साक्षीदार होण्याऐवजी त्यांना 'हिरो' म्हणून मृत्युमुखी पडायचं आमंत्रण देण्यात आलं; पण त्यांना सूचना घेण्यात अपयश आलं. आमच्या सिक्युरिटी बॉसेसची ही पद्धत आहे; नंतर या पद्धतीचा बरेच वेळा चेचन्या आणि इतरत्र वापर करण्यात आला. याच गोष्टीचं प्रदर्शन *नोर्ड-ओस्त* मधून स्पष्टपणे घडलं. पुतिन यांनी वारंवार मान्यता दिलेली ही पद्धत आहे. तुम्ही जर वाचलात, तर तुम्हाला एक दुरात्मा असल्याचं दाखवून शिक्षा देण्यात येईल.

नॉर्थ कॉकासस मिलिटरी डिस्ट्रिक्टचं मिलिटरी प्रोक्युरेटर ऑफिस हे एका राक्षसी विधिव्यवस्थेच्या नियंत्रणाखाली आहे. ही व्यवस्था काझानत्सेव्ह या जिल्ह्याच्या कमांडिंग ऑफिसरवर परिणामकारकपणे अवलंबून आहे. बढती, राहण्यासाठी जागा आणि सवलती मिळविण्यासाठी! नातेवाइकांनी दाखल केलेला आर्मावीर पुरुषांना ठार मारलं गेल्यासंबंधीचा एक गुन्हेगारी खटला या न्यायव्यवस्थेने विचारात घेतला. काझानत्सेव्हला कोर्टाने सगळ्या आरोपांतून मुक्त केलं. त्याच्यावर वरताण म्हणजे भोवताली डरपोक लोक असलेला 'हिरो' असं त्याचं चित्र रंगवलं. कोर्टाच्या रेकॉर्डमधला एक उतारा खालीलप्रमाणे–

'वस्तुत: इंटिरिअर ट्रूप्स विस्कळीत होऊन माघार घेत होते.

ही परिस्थिती आणीबाणीच्या जवळ होती. म्हणून काझानत्सेव्हने पुढल्या टापूत स्वतःच जाण्याचा निर्णय घेतला. सैरावैरा पळ काढणाऱ्या इंटिरिअर ट्रूप्सच्या पोटतुकड्यांना त्याने स्वतःच थोपवलं आणि वैयक्तिकरीत्या त्यांच्यासाठी एक नवीन 'मिशन' शोधून काढलं. त्याचा प्रयत्न होता उरल्यासुरल्या इंटिरिअर ट्रूप्सच्या पोटतुकड्यांचा चढाई करणाऱ्या सैनिकांचा बीमोड करण्यासाठी वापर करून घेणं.'

काझानत्सेव्ह हा एक आर्मी हिरो आहे आणि इंटिरिअर ट्रूप्स नेभळट आहेत. कोर्टाचा निकाल खालीलप्रमाणे–

'सैनिक निश्चितच पळत सुटले होते, पण त्यांना ढकलण्यात आलेल्या मृत्यूच्या सापळ्यातून. बॉंबवर्षावातून वाचण्याचा त्यांनी शक्य तेवढा चांगला प्रयत्न केला. तो बॉंबवर्षाव मूर्ख लोकांच्या आज्ञेप्रमाणे त्यांच्यावर नेम धरून केला गेला होता. मेलेल्यांची शरीरं ताब्यात घेण्यासाठी मदत करणाऱ्या जखमी अवस्थेतील त्या सैनिकांना ते फरफटत नेत होते. काझानत्सेव्हने या सगळ्याचं निरीक्षण केलं.'

१५०० अवर्सना उंचावरून करण्यात आलेला तो एकमेव जीवघेणा बॉंबवर्षाव आठ लोकांचे जीव आणि तेवीस लोकांना जखमी करायला कारणीभूत ठरला. दोन एसयू २५ लढाऊ विमानांनी हा हल्ला केला. चेचेन सैनिकांबरोबरच्या लढाईत एकच सैनिक मारला गेला होता. काझानत्सेव्हच्या नऊ आणि दहा सप्टेंबरच्या कारवाईच्या दरम्यान, चौकशीच्या अहवालानुसार एकंदरीत ऐंशीपेक्षा अधिक लोक कामी आले. पुढील काहीच तपशील उपलब्ध नाही. नंतर कित्येक दिवस मेजर याशिनच्या दुर्दैवी तुकडीचे सैनिक त्यांच्या स्वतःच्या मार्गांचा शोध घेत होते. दोन आठवड्यांनंतर ऱ्याझान तालुक्यातील त्याच्या घरी एका सीलबंद शवपेटिकेतून अलेक्झांडर स्लेसारेन्कोचं मृत शरीर परत पाठवण्यात आलं. रशियाच्या दफनभूमीत त्या शवपेटिका पुरण्यात आल्या; स्टेटने थडग्यांच्या ढिगांवर इतकी स्वस्तातील स्मारकं खुपसून ठेवली की, त्याच्या खाली चिरनिद्रा घेणाऱ्या माणसांचा तो एक अपमानच होता.

स्वतःचं दुःख आवरून अलेक्झांडरच्या आईने बासामॅनी न्यायालयात अर्ज केला. या न्यायालयाच्या कक्षेत संरक्षण मंत्रालय येतं. भरपाई म्हणून तिला ट्रेझरीतून २५०,००० रुबल्स म्हणजेच ४,७०० पौंड देण्याचा न्यायमूर्ती वोश्नेसेनस्की यांनी आदेश दिला. हे सांगण्याची गरज नाही की, ही रक्कम काझानत्सेव्हच्या खिशातून आली नाही. तोपर्यंत तो अध्यक्षांचा लाडका आणि नॉर्थ कॉकाससमध्ये पुतिन यांचा वैयक्तिक प्रतिनिधी होता. काझानत्सेव्हवर पदकं, सन्मान आणि पदकांची खैरात

करण्यात आली. ही खैरात त्याच्या दहशतविरोधी कारवाईतील तथाकथित सहभागाबद्दल होती. प्रेसिडेंटला चेचन्यामध्ये जशी परिस्थिती पाहिजे होती, तशी निर्माण करण्याबद्दल बक्षीस होतं ते.

न्यायमूर्ती वोझ्नेसनस्की हे एक तरुण गृहस्थ आहेत. आधुनिक आणि परिवर्तनशील कायद्याच्या अंमलबजावणीत जर प्रशासकीय ढवळाढवळीचा उल्लेख झाला तर ते बिचकत नाहीत. तुम्ही काय बोलता आहात, हे त्यांना तंतोतंत माहीत असतं. मी त्यांना चांगलं ओळखते. ते अतिशय हुशार आणि शिक्षित आहेत. त्यांच्या संभाषणात लॅटिन शब्द पेरलेले असतात. रशियन न्यायमूर्तींत कधी न ऐकलेला एक उच्चभ्रू सभ्यपणा त्यातून दृगोचर होतो.

वोझ्नेसेनस्की अर्थातच खासगी सैनिक स्लेसारेन्कोंच्या मृत्यूच्या तपशिलांच्या खोलात शिरले नाहीत किंवा जनरल विक्टॉर काझानत्सेव्हना 'हिरो ऑफ रशिया'ला कोर्टरूममध्ये बोलवायच्या भानगडीत पडले नाहीत.

म्हणजेच पुन्हा एकदा दुसऱ्या चेचेन युद्धाच्या खर्चाचा भार रशियाच्या करदात्यांना विनातक्रार उचलावा लागतोय. जनरल्सच्या वेडपटपणाची आणि ओघाने येणाऱ्या नॉर्थ कॉकाससमध्ये पळून जाण्याच्या घटनांवर आलेल्या खर्चाचीही किंमत चुकवावी लागतेय. हे असं किती काळ पुढे चालू राहणार आहे? पूर्वीच्या अध्यक्षांच्या गळ्यात गळा घालणाऱ्या आणि यात गुंतलेल्या कॉम्रेडसच्या करीअरला झळाळी देण्यासाठी दुसऱ्या चेचेन युद्धाचा एक 'लाँच पॅड' म्हणून वापर करण्यात आला. जेवढा अधिक रक्तपात, तेवढे ते अधिकाधिक उंच चढतील. मग याची जबाबदारी कोण घेतंय? काझानत्सेन किती लोकांना मृत्युमुखी धाडतोय, याला काहीच अर्थ नाही. तो दुसऱ्यांच्या बाहुपाशात दारू पिऊन किती वेळा कोसळतो (आणि त्या लोकांत पत्रकारांचाही समावेश आहे!) हेही महत्त्वाचं नाही. हे एक बदकाच्या पाठीवरून सटकणाऱ्या पाण्यासारखं आहे.

हे असं किती काळ चालणार आहे? दुसऱ्या चेचेन युद्धाची शोकांतिका ही सध्याच्या अध्यक्षांच्या क्रॉमेड-इन-आर्म्सच्या, या प्रकारात गुंतलेल्यांच्या उंचावणाऱ्या करीअरसाठी एक 'लाँच-पॅड' म्हणून वापरली गेली. जेवढा अधिक रक्तपात, तेवढे ते अधिक उंचावर जातील. आता याची जबाबदारी कोण घेणार? आज रशियामध्ये काय महत्त्वाचं असेल तर ते म्हणजे पुतिन यांच्याशी एकनिष्ठ राहणं. या व्यक्तिगत निष्ठेमुळे आगाऊच संरक्षणाची खात्री दिली जाते. क्रेमलिनमध्ये कार्यकुशलता किंवा व्यावसायिकता या गोष्टींना काहीही अर्थ नाही. पुतिन यांच्या अधिकाराखाली जी व्यवस्था निर्माण झाली आहे, ती सिव्हिलियन आणि मिलिटरी अशा दोन्ही प्रकारातल्या भ्रष्टाचारी अधिकाऱ्यांनी भरलेली आहे.

अलेक्झांडरची आई मला सांगते, "माझा साशा एका जनरलच्या महत्त्वाकांक्षेसाठी

बळी दिला गेला, या सत्याचा मी कदापिही स्वीकार करू शकणार नाही; कधीही नाही.''

पंधरा जानेवारी

मॉस्कोमध्ये इतिहासाच्या एका नवीन पाठ्यपुस्तकावरून गदारोळ माजला आहे. युनायटेड रशियाच्या सभासदांनी पुतिन यांच्या 'प्राईड अ‍ॅट द इव्हेंट्स' या १९९४च्या रुसो-फिनिश-वॉरच्या घटनेचा आणि स्टालिनच्या सामूहिक शक्तीचा पुस्तकात अंतर्भाव व्हावा असा आग्रह धरला आहे. स्टालिनच्या दुसऱ्या महायुद्धातल्या सकारात्मक भूमिकेची आमच्या मुलांना पुन्हा एकदा ओळख व्हावी, यावर त्यांचा भर आहे. पुतिन यांची या गोष्टीला साथ आहे. 'होमो सोव्हिएटिक्स' अगदी आता आमच्या मानेवर बसलं आहे. आणखी एका पाठ्यपुस्तकावर बंदी घालण्यात आली आहे. त्या पुस्तकात शिक्षणतज्ज्ञ यानोव्हचा असा शेरा आहे की, अण्वस्त्रांनी सज्ज अशा नॅशनल सोशालिस्ट स्टेटमध्ये रशियाचं रूपांतर होण्याचा धोका आहे.

प्रोक्युरेटर जनरलच्या मॉस्को येथील कार्यालयात व्लादिमीर कालचुक, एक वरिष्ठ गुन्हे अन्वेषण अधिकारी, *नोर्ड-ओस्त*च्या थिएटरवर कब्जा करण्याच्या प्रकरणातल्या बळींच्या नातेवाइकांच्या बरोबर एक बैठक घेत आहे. पुतिन यांच्या शिकवणीप्रमाणे तो चौकशीत खोटारडेपणा करण्याचं आणि गॅस वापरण्याबद्दलची माहिती दडवून ठेवण्याचं काम चोखपणे बजावतो आहे. त्या नातेवाइकांच्या विनंतीवरून मी त्यांच्याबरोबर गेले आहे. मृतांच्या नातेवाइकांचा कालचुक सातत्याने अपमान करतो आहे. खरं म्हणजे त्याला याबद्दल तंबी द्यायला पाहिजे. '' 'नोर्ड-असोसिएशन' हा काय प्रकार आहे? कोणी मान्यता दिलीय या संस्थेला?'' तो त्यांच्यावर गुरकावून विचारतो.

लोक त्याला सभ्य नागरिकाप्रमाणे बोलण्याची विनंती करतात. किती दहशतवादी '*नोर्ड-ओस्त*' प्रकरणात मारले गेले आणि कितीजण पळून जाण्यात यशस्वी झाले, याबद्दल ते प्रश्न विचारतात. ''सगळ्या लढवय्यांना मारण्यात आलं आणि जे आहे ते असं आहे. सुरक्षा शक्तींकडून या गोष्टी ठरविण्यात येतात. जेव्हा ते यात शिरतात, तेव्हाच त्यांनी त्यांच्या आयुष्यात असलेला धोका पत्करलेला असतो. कोणाला मारावं किंवा मारू नये, हे सांगणं माझं काम नाही. एक माणूस म्हणून माझं वैयक्तिक मत आहे आणि एक वकील म्हणूनही मला स्वतंत्र मत आहे.''

''प्रसृत झालेल्या गोळीबाराच्या व्हिडीओ टेपवरून तुम्हाला असं वाटतं का, ओलिसांपैकी कोणाला या पद्धतीने मारण्यात आलं होतं?'' (हात पाठीमागे बांधलेल्या अवस्थेत असलेल्या एका ओळख न पटलेल्या माणसावर, अंग झाकून टाकणाऱ्या

मिलिटरी कॅमॉफ्लॉज कपड्यांतील एक अनोळखी स्त्री पिस्तुलाचा नेम धरून, बहुतेक त्या माणसावर गोळी झाडत असलेली त्या टेपमध्ये दिसते आहे. तात्याना २६ ऑक्टोबर २००२च्या सकाळी नाट्यसंकुलाच्या प्रवेशद्वारापाशी झालेल्या हल्ल्यानंतर त्वरित दाखवण्यात आलेल्या चित्रफितीमधील दृश्यांकडे संकेत करते आहे.)

"त्या चित्रफितीत कोणी कोणाला 'संपवून टाकत' नाही; पत्रकारांना ती एक हत्या होती असं भासवायला आवडेल. आम्ही त्याचं विश्लेषण केलं आहे. एक प्रेत एका ठिकाणाहून दुसऱ्या ठिकाणी ओढत नेण्यात येतंय आणि ती स्त्री ते प्रेत कुठे ठेवायचं, हे फक्त दर्शवतेय. ते कोणाचं प्रेत होतं, हे आम्हाला ठाऊक आहे."

"कोणाचं?"

"मी तुम्हाला सांगितलं, तर तुम्ही म्हणाल या सगळ्या फक्त थापा आहेत."

"ते मृत शरीर व्लाखचं आहे?" (त्याच्या मुलाचा शोध घेण्यासाठी गेन्नाडि व्लाख, एक मस्कोवाईट स्वयंस्फूर्तीने त्या अतिरेक्यांनी ताबा मिळवलेल्या इमारतीत प्रवेशला होता.)

"होय, ते त्याचंच शरीर आहे. परीक्षा केल्यावर ते उघड होईल."

व्लाखचा मुलगा आणि त्याची पूर्वाश्रमीची पत्नी या दोघांनी ती टेप काळजीपूर्वक न्याहाळली होती, हे कालचुकला चांगलंच माहीत होतं. ओढून नेण्यात येत असलेला माणूस गेन्नाडि आहे, याचा त्याने स्पष्टपणे इन्कार केला. काहीही जुळत नव्हतं; त्याचा बांधा, केस किंवा कपडेसुद्धा!

तात्याना पुढे चालू ठेवते – "हल्ल्यानंतर हॉलमध्ये लुटालूट झाली, हे तुम्ही मान्य करता का?"

"होय. सोडवणारे, म्हणजे सुरक्षा शक्ती आतमध्ये होत्या आणि त्यांना जर एखादी पर्स दिसली, तर ते ती त्यांच्या खिशात टाकत होते. हा तर मनुष्यस्वभाव आहे. आपण राहतो तो देश या प्रकारचा आहे. त्यांचे पगार लाजिरवाण्या प्रकारे खालच्या पातळीचे आहेत."

"तुम्ही लुटालुटीच्या घटनांची चौकशी करता आहात का?"

"ओह, कम ऑन... अर्थातच नाही."

"आमचे नातेवाईक कसे मेले, त्याबद्दलचं सत्य जाणून घेण्यासाठी आम्ही उतावीळ झालो आहोत. सगळ्या गोंधळानंतर वैद्यकीय मदत देण्यात अपयशी ठरलेल्या अधिकाऱ्यांच्या विरोधात आरोप दाखल करण्याचा तुमचा विचार आहे का?"

जमलेल्या नातेवाइकांनी सगळ्या लढाऊ कार्यकर्त्यांचं मारलं जाणं, सिक्युरिटी फोर्सेसनी केलेली लुटालूट, पाठीमागे हात बांधलेल्या अवस्थेत असलेल्या एका

ओलिसाला मारण्याचा हुकुम देणारी एक स्त्री अधिकारी आणि त्याचं चित्रण केलेली प्रकाशित व्हिडीओ टेप, स्वत:च्या मुलाचा शोध घेण्यासाठी थिएटरच्या आत गेलेला गेन्नाडि व्लाख, एक मस्कोवाईट, पण ज्याचं प्रेत ओढून नेल्याचं टेपमध्ये दिसतंय, तो गेन्नाडि नसल्याचं व्लाखचं स्पष्ट प्रतिपादन, तो कसा मारला गेला याबद्दल संभ्रम, तसंच जखमींना वैद्यकीय मदत पुरवण्याबद्दल अधिकाऱ्यांना आलेलं अपयश आणि तरीही त्यांच्यावर कोणताही आरोप ठेवला न जाणं, अशा सगळ्या प्रश्नांची सरबत्ती करण्यात आली.

पण कालचुकने त्या प्रश्नांची खरी उत्तरं द्यायच्या ऐवजी असं म्हटलं की, "पश्चिमेत देतात तसे तुम्हालाही प्रत्येकी एक लाख डॉलर्स दिले, तर तुम्ही सरळ गप्प बसाल, थोडंसं रडाल आणि नंतर तोंडं बंद ठेवाल."

व्लादिमीर कुर्बाटोव्ह, *नोर्ड-ओस्त* कलाकारांपैकी एका तेरा वर्षांच्या मुलीचा बाप म्हणतो, "मी गप्प बसणार नाही. माझी मुलगी कुठे आणि केव्हा मरण पावली, त्याबद्दलच्या सत्याचा शोध घेईन. तसंही कोणाला याबद्दल माहीत नाही."

ल्युडामिला टूनोव्हा, ही बैठकीला उपस्थित असलेली वकील; तिने विचारलं, "ओलिसांपैकी एक, ग्रिगोरी बुर्बन याचं प्रेत लेनिन प्रॉस्पेक्ट येथे कसं काय आढळून आलं?"

"कोण म्हणतो? आय डोंट नो." कालचुक.

तात्याना कारापोव्हाने विचारलं, "गेन्नाडि व्लाखचं मृत शरीर तो दहशतवाद्यांपैकी एक असल्यासारखं जाळून का टाकण्यात आलं?" त्यावर तिला उद्धट उत्तर मिळालं, "त्याच्याशी तुमचं काही देणं-घेणं नाही. तुमच्या म्हाताऱ्याबद्दल तुम्ही प्रश्न का विचारीत नाही?"

टेर्किबाएव्हबद्दल मलाही त्यांना प्रश्न विचारायचा होता. त्यांना उत्तर मिळालं की, तो तिथे नव्हताच! पोलितकोवस्क्या हिने आम्हाला मदत केली नाही. (मी माझ्या वर्तमानपत्रात एफएसबी ऑफिसर टेर्किबाएव्हबद्दल व त्याच्या *नोर्ड-ओस्त*ला पडलेल्या वेढ्यामध्ये असलेल्या भूमिकेबद्दल लिहिलं होतं.) तिने आम्हाला माहिती देण्यास नकार दिला, असं त्याने सांगितलं. या प्रकरणात कोणावर निदान आरोप तरी ठेवण्यात आला आहे का, असं लोकांनी विचारल्यावर त्यांना 'नाही' असं उत्तर मिळालं. कालचुक हा प्रातिनिधिक स्वरूपाचा कायद्याची अंमलबजावणी आणि संरक्षण व्यवस्था अधिकारी आहे. पुतिन यांच्या नवीन जमान्याचा. या अधिकाऱ्यांना उर्मटपणे वागण्याबद्दल सक्रियतेने प्रोत्साहन दिलं जातं.

मेगाडानमध्ये त्यांच्या युनिटकडे जाताना मोठ्या प्रमाणावर सैनिक आजारी झाले आहेत. पुतिन त्वरित प्रतिक्रिया दर्शवतात, 'लोकांना गुन्हेगारी पद्धतीने वागवण्याची ही तऱ्हा आहे.' हे कच्चे सैनिक एका हवाईअड्ड्यावर पातळ कपड्यांत

कित्येक तास रांगेत उभे केले गेले होते. त्यापैकी ऐंशीपेक्षा अधिक सैनिकांना फुफ्फुसदाह झाल्याने हॉस्पिटलमध्ये दाखल करावे लागले होते. त्यापैकी एक सैनिक वोलोड्या बेयोंझिन जो मॉस्को प्रॉव्हिन्समधून आला होता; तीन डिसेंबर रोजी हायपोथर्मियामुळे मेला. खरं म्हणजे तो एक निरोगी, धडधाकट मुलगा होता. प्रेसिडेंटच्या रेजिमेंटमध्ये काम करण्यासाठी त्याची निवड झाली होती.

त्याचे वडील इतरांसारखंच अध्यक्षांकडून स्पष्टीकरण मागत आहेत, ''अशी घटना घडूच कशी शकते?''

पंधरा जानेवारी आलीदेखील आणि वोलोड्या बेयोंझिनचं दफन नऊ दिवसांपूर्वीच करण्यात आलं आहे. पण पुतिन यांनी त्यांचा राग व्यक्त केल्यावर रशियाने या बाबतीत अलिप्तपणा स्वीकारला. अधिकाऱ्यांच्या बुटांखाली सैनिक म्हणजे एखाद्या धुलिकणांसारखे आहेत आणि पुतिन स्वत: एक मूर्तिमंत स्टीरिओटाईप आहेत, जे हेच स्वीकारतात. त्यांचा राग म्हणजे एक निवडणूकपूर्व 'स्टंट' आहे; त्यापेक्षा अधिक काही नाही!

सोळा जानेवारी

दहा जानेवारीला त्याच्या घरातून अपहरण करण्यात आलेल्या अस्लान डावलेतूकाएव्ह याचं मृत शरीर मिळालं आहे. शरीरावर मारझोड केल्याच्या खुणा आहेत. त्याच्या डोक्याच्या मागच्या बाजूला गोळी घालण्यात आली आहे.

गुडेरमेसच्या बाहेरच्या परिसरात हे शरीर आढळलं. अस्लान एक प्रसिद्ध चेचेन मानवी हक्क पुरस्कर्ता होता. (आंतरराष्ट्रीय संस्थांनी हस्तक्षेप करूनदेखील खुनाची चौकशी निष्फळ ठरली.)

जेव्हा ते नोवोसिबिरस्क येथे पोहोचले, तेव्हा त्यांना उणे एकोणीस डिग्रीच्या बोचऱ्या वाऱ्यात हवाई अड्ड्यावर दोन तास उभं राहण्याची सक्ती करण्यात आली. उणे पंचवीस डिग्री तापमानात, पातळ कपड्यांत कोम्सोमोल्स्क ऑन-अमूर हवाई अड्ड्यावर त्यांनी चार तास काढले. पेट्रोपावलोवस्क-कामचाटस्की येथे त्यांच्यापैकी काहीजण गंभीररीत्या आजारी झाल्याचं निश्चित झालं, पण त्यांच्यासोबत असलेल्या अधिकाऱ्यांनी त्या परिस्थितीकडे डोळेझाक केली. विमानाने आल्यावर त्यांची ज्या बॅरॅक्समध्ये राहण्याची व्यवस्था करण्यात आली, तिथलं तापमान उणे बारा डिग्री होतं. आतापर्यंत त्यातले जवळपास शंभरजण आजारी झाले होते.

याबाबतीत बावीस जनरल्सना प्रश्न विचारण्यात आले आहेत. असं प्रथमच घडतंय. अध्यक्ष रशियाच्या आघाडीच्या मानवी हक्कांचा एक खंदा पुरस्कर्ता असल्यासारखं वागताना बघून छान वाटतंय. पण अध्यक्षपदाची निवडणूक आटपल्यावर

त्यांचा हाच मुखवटा ते घालतील काय?

आमची लोकशाही उताराला लागली आहे. रशियात लोकांवर काहीच अवलंबून नाही. सगळं पुतिन यांच्यावर अवलंबून आहे. सत्ता एकाच ठिकाणी एकवटली आहे आणि अधिकाऱ्यांनी स्वत:हून पुढाकार घेऊन काही करण्याची प्रवृत्ती लोप पावलीय. लवकरच पुतिन त्यांचा मानवी हक्क संरक्षणकर्त्याचा मुखवटा फेकून देणार आहेत. त्यांना त्याची इथून पुढे गरज लागणार नाही.

लवकरच कर्नल-जनरल वासिली स्मिरनॉव्हला प्रश्न विचारण्यात येणार आहेत, असं चीफ मिलिटरी प्रोक्युरेटरच्या कार्यालयाने जाहीर केलं आहे. वासिली स्मिरनॉव्ह संरक्षण मंत्रालयाच्या सेंट्रल लॉजिस्टिक्स बोर्डाचा प्रमुख आहे. त्याचा संबंध गारठून गेलेल्या सैनिकांशी आहे. वरून हिरवा कंदील जर दाखवण्यात आला, तरच कल्पना करता येईल, असं हे अनपेक्षित स्वातंत्र्य आहे.

"आमचे राजे बारिन परत येईपर्यंत थांबूया. प्रत्येक गोष्ट कशी असावी, हे तेच आपल्याला सांगतील." पुतिन यांनी आपला पुरातन एकसुरी धोशा लावलाय. रशियन लोकांना अशा प्रकारचं वागणं आवडतं, हे मान्य करावंच लागेल.

सगळे डेमोक्रॅट्स कुठे गेले? अलेक्झांडर झुकॉव्ह, पूर्वीचा एक डेमोक्रॅट आणि आता युनायटेड रशियाचा सभासद, असा विचार करतो की, "संसदेत सत्ताधारी पक्ष असणं ही एक चांगली गोष्ट आहे. मतदारसंघांना स्पष्टच दिसेल की, या सगळ्या गोष्टींना कोण जबाबदार आहे ते. त्याच्या प्रतिपादनाप्रमाणे या ड्युमाबद्दल काळजी करण्याचं काहीएक कारण नाही. सरळ आहे की, युनायटेड रशिया एका अशा व्यापारविषयक अर्थकारणाला प्रोत्साहन देणार आहे, जी करांचं ओझं कमी करेल, मुक्त व्यापाराचा विकास करेल आणि राज्याची भूमिका कमी करून 'नैसर्गिक एकाधिकारांमध्ये' क्रांती घडवेल. रशियाला जागतिक बाजारपेठेत आणेल आणि सध्या नीट न चालणाऱ्या समाजकल्याणाच्या कामात सुधारणा घडवेल. पूर्वसुरींपेक्षा आताचे लोक लोकशाहीच्या कार्यपद्धतींना अधिक चांगल्या प्रकारे अमलात आणत आहेत." (झुकॉव्हला लवकरच उप-पंतप्रधान नेमण्यात आलं.)

सतरा जानेवारी

राजकीय पक्षात दुफळी आणि पक्ष बदलणं चालूच आहे. जिचा नेता गेन्नाडि सेलेझनीयोव्ह आहे. रशियन रिव्हायवल पार्टी ही आणखी एक खुजी पार्टी. त्या पक्षाने पुतिनना पाठिंबा द्यायचं ठरवलंय, तसंच ते सर्गी मिरोनॉव्हचा पाठिंबा काढून घेतील. पार्लमेंटरी इलेक्शनच्या दरम्यान सोव्हिएत ऑफ द फेडरेशनचा अध्यक्ष आणि लीडर ऑफ पार्टी ऑफ लाईफचा नेता, या नात्याने त्यांनी त्याच्याशी

हातमिळवणी केली होती. निवडणुकांत पार्टीच्या स्वरूपाचं विश्लेषण केल्यावर हा निर्णय घेण्यात आला. या दोन्ही नेत्यांच्या पक्षांना फक्त १.८८ टक्के मतं मिळाली.

"आम्हाला वाद घालणारं ड्युमा नको आहे." टेलिव्हिजन शोवर पुतिन यांची टकळी चाललेली दाखवण्यात येते. युनायटेड रशियाचे सभासद देशाला आश्वासन देतात की, त्यांचं संसदेला ताब्यात घेणं हे मतदारांशी 'अधिक प्रामाणिकपणाचं' आहे. युनायटेड रशियामध्ये मिलिटरी शिस्तीचा प्रभाव वाढत चाललाय. पार्टीमध्ये तीनशे दहा डेप्युटी आहेत. त्यांना कोणालाही मुलाखत द्यायची परवानगी नाही, तसंच मतदान करण्याचीही! अजूनही डेप्युटी पक्षाला येऊन मिळतात. अध्यक्षपदाच्या निवडणुकीसाठी प्रचारमोहीम विचित्रच आहे. कावेबाज 'स्पिन डॉक्टर्स'ची खरं म्हणजे काहीच गरज नाही. सर्वजण पुतिनना प्राधान्य देत आहेतच, अगदी पुतिनच्या विरोधात उभे राहणारेदेखील! मूर्ख अंगरक्षक मालिश्कीनने हे कबूल केलंय. रोस्तोव्ह प्रॉव्हिन्समधल्या एका घरात राहणाऱ्या मालिश्कीनच्या आईवर टेलिव्हिजनवर एक कार्यक्रम दाखवण्यात आला. त्या घरात पाणीपुरवठा नव्हता या विषयावर. ती म्हणते, "मी पुतिनना मत देईन, कारण मी त्यांच्यावर खूष आहे."

मिरोनोव्हने तर चक्रावून जाऊन म्हटलंय, "आम्ही सगळे उमेदवार म्हणून का उभे आहोत? आपण तर पुतिन यांच्या खांद्याला खांदा भिडवून उभं राहिलं पाहिजे."

सर्गी ग्लेझिएव्ह, दुसरा एक नामधारी उमेदवार लोकांपुढे जाहीर करतो, "मला पुतिन आवडतात. माझ्यात आणि त्यांच्यात बरंच साधर्म्य आहे. त्यांचे निर्णय ज्या प्रकारे अमलात आणले जातात, ते मात्र मला आवडत नाही."

डेमोक्रॅट्स आणि लिबरल्सना एकत्र येऊन संयुक्तरीत्या उमेदवार उभा करण्यात आलेलं अपयश, ही एक वाढत्या प्रमाणात राजकीय आत्महत्या दिसते आहे.

खालिद एडेलखेव्ह, या सत्तेचाळीस वर्षांच्या टॅक्सी ड्रायव्हरचं ग्रॉझनी येथे भर दिवसाढवळ्या रशियन सैनिकांनी अपहरण केलं. पेट्रोपावलोव्हस्काया गावाकडे जाणाऱ्या रस्त्यावर हा प्रकार घडला. त्याचा काहीही थांगपत्ता नाही.

अठरा जानेवारी

अपक्ष उमेदवारांच्या समर्थकांकडून मध्यवर्ती मतदारसंघ कमिशनला सह्या यायला सुरुवात झाली आहे. पण खरंच कोणी असं उरलंय का, जो पुतिन यांच्याविरुद्ध आहे? फक्त आयरिना खाकामाडा.

कम्युनिस्ट पार्टीच्या नेत्यांत संघर्ष आहेत. पुतिन यांच्याशी निकराने लढा देण्यासाठी त्यांच्याकडे वेळ नाही. रोदिनाचा रोगोझिन म्हणतो की, त्याला पुतिनना पाठिंबा द्यायचा आहे. ग्लाझिएव्ह अजूनही डळमळीत आहे.

सह्या द्यायची शेवटची तारीख अठ्ठावीस जानेवारी आहे आणि निवडणुकीसाठी पंचावन्न दिवस उरले आहेत.

एकोणीस जानेवारी

समिती २००८ ही योग्य तऱ्हेने निवडणुका घेण्यात याव्यात, असा आग्रह धरण्यासाठी स्थापन केलेली एक संस्था आहे. पण अशा निवडणुका फक्त २००८ मध्येच होतील, असं त्यांना वाटतं. त्यांनी एक जाहीरनामा काढलाय. त्यात असं म्हटलंय की, सद्य:परिस्थितीत रशियात राहणं अशक्य झालंय. जणू काही आम्हाला ठाऊकच नव्हतं! या समितीचा अध्यक्ष आहे पूर्वीचा जागतिक बुद्धिबळपटू गॅरी कास्पारॉव्ह. तो बुद्धिमान आहे आणि त्याचा स्वत:वर विश्वास आहे. ही एक चांगली सुरुवात आहे.

वीस जानेवारी

कोटार-युर्टच्या चेचेन गावातून मिलाना कोडझोएव्हचं तिच्या घरातून मुखवटे घातलेल्या बंदूकधारींनी रात्रीच्या वेळी अपहरण केलं. ते लोक नंबरप्लेट्स नसलेल्या पांढऱ्या झिगुली गाड्यांतून आले होते. कॉरिटॉव्हच्या सैन्याचा तो एक ट्रेडमार्क आहे. मिलाना ही एका लढवय्याची विधवा आहे. तिला दोन लहान मुलं आहेत. तिचा काहीच ठावठिकाणा नाही.

एकवीस जानेवारी

आयरिना खाकामाडाने रशियन उद्योजकांतील उच्चभ्रूंकडे जाहीररीत्या निधीसाठी याचना केली आहे. खोडोरकोवस्कीच्या एका मित्राने, लिओनिड नेव्हझलिनने तिला मदत करायची तयारी दर्शवली आहे. चुबैसने नकार दिला.

लेनिनग्राडच्या वेढ्यातून बचावलेल्यांना पदकं आणि पैसे मिळायला सुरुवात झाली आहे. त्या वेढ्याचा हा साठावा वार्षिक दिन आहे. त्यांना ४५० ते ९०० रुबल्स मिळतात. हे लोक गरीब आहेत. सेंट पीट्सबर्गमध्ये लोकांनी पैशासाठी कित्येक दिवस रांगा लावल्या. ही किरकोळ रक्कम मिळण्यासाठी ३,००,००० लोक पात्र होते, पण फक्त १५,००० लोकच ते मिळवण्यात यशस्वी झाले. जे त्या वेढ्यातून वाचले होते, त्यांना देण्यात आलेली पदकं त्यांना बिलकुल आवडली नाहीत. त्या पदकांवर कोरलंय, 'वेढा दिलेल्या लेनिनग्राडचा रहिवासी' आणि लेनिनग्राडच्या बचावासाठी सोव्हिएत स्टाईलमध्ये पीटर आणि पॉलची गढी एका वेगळ्याच कोनातून दाखवण्यात आली आहे. रणगाडेपण दाखवले आहेत, जे तिथे

कधी नव्हतेच. आवडलं तर घ्या, नाहीतर सोडा.

चोवीस जानेवारी

काही अपरिचित लोकांनी ग्रॉझ्नी येथे खरं स्वरूप झाकून टाकणारे 'फटिग्ज' घालून, एका यूएझेड मिलिटरी जीपमधून येऊन तुरपाल बाल्तेबिएव्ह या तेवीस वर्षांच्या तरुणाचं हिप्पोड्रोम बसस्टॉपवरून अपहरण केलं. त्याचा काहीही ठावठिकाणा कळू शकला नाही.

सत्तावीस जानेवारी

पुतिन सेंट पीटर्सबर्ग येथे आहेत. लेनिनग्राडला जो वेढा पडला होता, त्याच्या साठाव्या वार्षिक दिनाच्या पार्श्वभूमीवर त्यांची निवडणूक प्रचार मोहीम पुढे चालू आहे. ब्रिजहेड येथील किरोव्स्क या ऐतिहासिक ठिकाणी पुतिन विमानाने गेले. त्याच ठिकाणी त्यांचे वडील व्लादिमीर स्पिरिडोनोविच पुतिन यांनी लढा दिला होता आणि ते गंभीररीत्या जखमी झाले होते. लेनिनग्राडवरचा वेढा अठरा जानेवारी १९४३ रोजी तेव्हा ब्रिजहेड येथूनच उठवण्यात आला होता. त्या वेढ्याच्या वेळी पुतिन यांचे मोठे बंधू उपासमार होऊन मृत्युमुखी पडले. त्यांची आई थोडक्यात वाचली. इथून सुटका करून घेण्याचा प्रयत्न करताना अंदाजे २,००,००० ते ४,००,००० सैनिक ठार झाले. आजतागायत त्यांचा नेमका आकडा आणि कित्येकांची नावं समजलेली नाहीत; कारण सैनिक म्हणून नोंदणी व्हायच्या आधी त्यातील बरेचजण लेनिनग्राड येथील स्वयंसेवक होते. ब्रिजहेड दीड किलोमीटर लांब आणि कित्येक मीटर्स रुंद आहे. आजदेखील तिथे झाडं वाढत नाहीत. पुतिन यांनी गडद लाल रंगाच्या गुलाबांचा गुच्छ स्मारकावर वाहिला.

स्टेट कौन्सिलच्या अध्यक्षांबरोबर पुतिन यांच्या सन्मानार्थ त्यांच्या तिथे येण्याच्या निमित्ताने एक सभा घेण्यात आली. रशियाच्या विभागीय राज्यपालांना खूश ठेवण्यासाठी पुतिन यांनी निर्माण केलेली अशी ही एक पूर्णपणे सल्लामसलत देणारी, पण अतिशय भपकेबाज संस्था आहे.

३० मिलियनहून अधिक असलेल्या रशियातील सेवानिवृत्तांच्या प्रश्नांसाठीच आजच्या सभेचं सत्र घेण्यात आलं. जुनेपुराणे कोट आणि गबाळे स्वेटर घातलेले वीसएक पेन्शनर लोक पुतिन यांच्याबरोबरच्या सभेसाठी गोळा करून आणले होते. ते लेनिनग्राड विभागातून आले होते आणि त्यांच्या आयुष्याच्या भयानक दर्जाबद्दल ते बोलले. पुतिननी सगळ्यांचं ऐकून घेतलं, कोणालाही मध्येच थोपवलं नाही आणि म्हणाले, "वृद्धापकाळात एक गौरवशाली आयुष्य आपण त्यांना कसं देऊ शकू,

याचा विचार करणं आपल्यासाठी अत्यावश्यक आहे. स्टेटसाठी ही एक निर्वाणीची कामगिरी आहे.'' 'निर्वाणीची कामगिरी' हे शब्द सातत्याने ऐकण्यात येतात; पण श्रोत्यांवर अवलंबून त्याचा संदर्भ शेतकऱ्यांच्या कल्याणाशी निगडित असतो किंवा मग आरोग्य सेवांचा दर्जा सुधारणं निकडीचं असतं. केजीबी एजंटांची ही एक परिचित नक्कल असते, पण लोकांच्या ते लक्षात आलेलं दिसत नाही. २००४ मध्ये निवृत्तिवेतनाचा दर ठरवण्यात येईल, कारण यावेळेस पुतिन यांनी पेन्शनची रक्कम दुप्पट करण्याचं वचन दिलंय. अर्धा किलो चांगल्या प्रतीचं मटण घेता येईल, एवढी २४० रुबल्सची सरासरी मासिक वाढ त्यांना मिळेल.

खाकामाडाने तिचा जाहीरनामा प्रकाशित केला आहे–

> ''गेल्या चार वर्षांत राज्याच्या अधिकाऱ्यांनी सगळा राजकीय विरोध आणि स्वतंत्र प्रसारमाध्यमं यांची गळचेपी करून त्यांचा विनाश केला आहे. ड्युमामध्ये असलेल्या राज्य शासनाच्या पक्षांकडे कोणताही कार्यक्रम नाही, काही कल्पनादेखील नाहीत.
>
> ''२००८ पर्यंत, येत्या चार वर्षांत, ज्यांचा लोकशाहीला पाठिंबा आहे, त्यांनी जर आवाज उठवला नाही, तर पुन्हा पूर्वपरिस्थितीत आणता येणार नाही अशा हडेलहप्पी कारभाराकडे रशियाची घसरण होईल.''
>
> ''पुतिनना मी चर्चेचं आव्हान देते, कारण कोणत्या प्रकारचा रशिया त्यांना घडवायचा आहे, हे मला त्यांच्याकडून ऐकायचंय.''
>
> ''माझ्या उमेदवारीला पाठिंबा देणाऱ्या चार करोड सह्या मी गोळा केल्या आहेत. बाटलीत बंद करून ठेवलेल्या यक्षाप्रमाणे बंदिस्त असलेल्या रशियन नागरिकांच्या इच्छेला मुक्त करणारा 'कॉर्क शॉट' व्हायला मी तयार आहे.''

एक चांगला, परिणामकारक जाहीरनामा, पण पुतिनने या जाहीरनाम्यातील कोणत्याही विधानाबद्दल त्यांची भुवईदेखील उंचावली नाही. जणू काही ती विधानं करण्यातच आली नव्हती. त्यांनी प्रतिक्रिया दर्शवावी म्हणून कोणी आग्रहदेखील केला नाही. आमचा समाज रोगट आहे. अधिकांश लोक देशाचा कारभार चालवण्याच्या अशा एका तत्त्वाने किंवा प्रणालीने ग्रस्त आहेत, जी पद्धत एका पित्याचं त्याच्या मुलांबरोबरचं नातं अधोरेखित करते. म्हणूनच पुतिन महाशय सगळं काही करून मोकळे होतात, त्यांना ते रशियात शक्य होतं.

अठ्ठावीस जानेवारी

अध्यक्षपदाच्या उमेदवाराला पाठिंबा दर्शवणाऱ्या समर्थकांच्या सह्या घेण्याचं काम मध्यवर्ती मतदारसंघाच्या कमिशनने संध्याकाळी सहा वाजता थांबवलं. पुतिन, मिरोनॉव्ह आणि रिबकिन यांनी आधीच त्यांच्या सह्या देऊन टाकल्या होत्या. खाकामाडाने तिच्या समर्थनाच्या सह्या दुपारी तीन वाजता दिल्या. अनझोरी अक्सेनटिएव्ह या उद्योजकाने त्याचा उमेदवारीचा अर्ज मागे घेतल्याचं पत्र दिलं.

यासाठी पर्याय आहेत : पश्चिमेच्या प्रभावाखालच्या लोकांसाठी खाकामाडा, कम्युनिस्टांसाठी खारीटोनोव्ह, टोकाची राजकीय भूमिका घेणाऱ्यांसाठी मालीश्किन, गोंधळ माजवणाऱ्या उडाणटप्पूंसाठीदेखील मालीश्किनच, आमच्या नवीन सुपर-पॉवर स्टेटसमध्ये विश्वास ठेवणाऱ्यांसाठी ग्लेझिएव्ह.

एकोणतीस जानेवारी

खोडोरकोवस्कीशी तुलना होणार नाही, अशा प्रकारचा एक 'चांगला' एकछत्री हुकूमशहा म्हणून बूड स्थिर करण्याचा प्रयत्न व्लादिमीर पुतिन पुढे चालू ठेवतोय. अशा 'हुकूमशहांच्या ट्रेड युनियन'चे स्वरूप पूर्णपणे पालटून टाकण्याचा त्यांचा प्रस्ताव आहे. "व्यवसाय म्हणजे एक सकारात्मक शक्ती आहे; आपल्याला राज्याच्या अधिकाऱ्यांशी एक नवीन, अर्थपूर्ण संवाद साधण्याची गरज आहे. व्यवसाय करताना समाजाच्या गरजा लक्षात घेतल्या पाहिजेत. आपण कोण आहोत, ते स्पष्ट केलं पाहिजे." हुकूमशाहांच्या महत्त्वाकांक्षा सुधारित करण्याबद्दलही ते बोलतात आणि म्हणतात, "देशाच्या अग्रभागी असलेल्या कौन्सिलमध्ये मोठ्या व्यवसायांना प्रतिनिधित्व असण्याची गरज नाही."

टेलिव्हिजनवर हे सगळं सांगण्यासाठी पोटानिनना 'प्राईम टाईम' देण्यात आला. त्यांना स्वत: पुतिन यांचाच आशीर्वाद लाभला होता, असाच प्रत्येकजण या प्रकाराचा अर्थ लावतो आहे.

दोन फेब्रुवारी

टेलिव्हिजनवर पुतिन पावाच्या किमती कमी करतात. तीच जुनी धान्याची निर्यात थांबवण्याची सोव्हिएत पद्धत. देशात जर एवढी उपासमार असेल, तर आपण धान्याची निर्यातच का करतो? विरोधी पक्षाला माध्यमांपर्यंत पोहोचता येत नसल्याने हा प्रश्न विचारायला कोणीही नाही. पुतिनना अशी खबर मिळालीय की, पावांच्या किमती दामदुपटीने वाढल्या आहेत, त्यामुळे अशा अनिर्बंध वाढणाऱ्या किमतींवर ताबडतोब बंदी घालण्याची त्यांची सूचना आहे.

दुसऱ्या जागतिक महायुद्धाच्या वेळी बालपणातच अपंगत्व आलेल्या निवृत्तांना पेन्शन देण्याच्या बाबतीत लक्ष घालण्याचं आश्वासन पुतिन टेलिव्हिजनवर देतात. ड्युमामध्ये याबाबतीत अतिशय जलदगतीने या गोष्टींवर परामर्ष घेण्यात येईल, असं झुराबोव्ह, आरोग्य आणि समाजकल्याण मंत्री यांना ठामपणे सांगतात. जणू काही दुसऱ्या कायदेकानूंवर चर्चा करणं ड्युमाच्या वेळापत्रकात नाही. सारखी पैशाची खैरात करत राहणं म्हणजेच अध्यक्षांच्या निवडणूक मोहिमेची गरज असल्याचं या गोष्टी दर्शवतात.

धर्मगुरूंच्या निवृत्तिवेतनाचा मुद्दाही झुराबोव्ह याचवेळी पुतिन यांच्या कानावर घालतात. धर्मगुरूंच्या कल्याणामध्ये पुतिन फारच रस घेतात! यूएसएसआरचा पाडाव होण्यापूर्वी धर्मगुरू निवृत्तिवेतन मिळण्यास बिलकुल पात्र नव्हते, या बाबीची झुराबोव्ह त्यांना आठवण करून देतात.

रोदिना पार्टीचा एका चालू राहणाऱ्या 'राजकीय सोप ऑपेरा'चा आणखी एक 'एपिसोड' आपल्याला खऱ्याखुऱ्या निवडणूकपूर्व वादविवादांच्या ऐवजी बघायला मिळतो. देशाच्या भवितव्यावर वादविवाद होण्याऐवजी रोगोझिन आणि ग्लेझिएव्ह या दोघांतील हाणामारी; रोगोझिन ग्लेझिएव्हवर शेलक्या शिव्यांची लाखोली वाहातो, तर ग्लेझिएव्ह उत्तरादाखल बाष्कळ बडबड करतो. दुसऱ्या सत्रात देशाला पुतिननी काय दिलं पाहिजे, याबद्दल कोणीही बोलत नाही. पुतिनच्या विरोधात उभ्या असलेल्या बहुतेक सर्वच उमेदवारांना कसलीही कल्पना नाही.

मॉस्कोमध्ये तिच्या अपार्टमेंट ब्लॉकच्या बाहेर उडवून देण्यात आलेल्या एका लहान बाँबच्या स्फोटात येलेना ट्रेगुबोव्हा जवळजवळ उडवलीच गेली होती. ही काय फक्त गुंडगिरी होती? तिनं नुकतंच पुतिन यांच्या विरोधात लिहिलेलं *'टेल्स ऑफ ए क्रेमलिन डिगर'* हे पुस्तक प्रकाशित केलं होतं. ती क्रेमलिन प्रेस पूलची सभासद होती आणि क्रेमलिनच्या आतल्या आयुष्याचं निरीक्षण करून तिनं ते पुस्तक लिहिलं, ज्यात पुतिन यांचं त्यांना अजिबात रुचणार नाही अशा पद्धतीने वर्णन केलं होतं.

(ट्रेगुबोव्हा लवकरच रशियातून स्थलांतरित होणार होती.)

तीन फेब्रुवारी

अंदाजे पाच वाजता अडिकाव्हकाझ येथे दहशतवाद्यांच्या कारवायांचा उद्रेक झाला. एका ट्रकमधून मिलिटरीचे कॅडेट्स जात असताना एक झिगुली गाडी उडवून देण्यात आली. एक बाई मेली आणि दहा लोक जखमी झाले. एका कॅडेटची स्थिती गंभीर आहे.

चार फेब्रुवारी

ग्रॉझनीमध्ये अपरिमित शस्त्रधारी लोकांनी तोंडावर मुखवटे आणि खरं स्वरूप लपवणारे फटिग्ज अंगावर घालून सतसिटा कामेव्हा या तेवीस वर्षांच्या तरुणीचं एव्हिआत्सीऑनाया स्ट्रीटवरच्या तिच्या घरातून अपहरण केलं. तिचा अद्याप काहीच ठावठिकाणा नाही.

''मध्यंतरीच्या काळात मॉस्को येथे पुतिन यांच्या निवडणूक प्रचार मोहिमेचं मुख्यालय स्थापन करण्यात आल्याचं समजतंय, पण ते पुतिन यांच्यासारखंच दिखाऊ आहे. मुख्यालयाचा पत्ता आहे क्रमांक पाच, रेड स्क्वेअर. फक्त कोणालाही आत जाण्याची परवानगी नाही. त्यांच्या निवडणूक चमूचा नेता म्हणून पुतिन यांनी दिमित्री कोझॅकची नेमणूक केली आहे. दिमित्री हे अध्यक्षीय प्रशासनाचे प्रथम उपमुख्य होते. त्यांच्याकडे कायदा आणि प्रशासन सुधारणेची जबाबदारी होती; अर्थात पुतिन यांच्यानंतरच!

पुतिन यांच्याप्रमाणेच लेनिनग्राड युनिव्हर्सिटीच्या कायदा विभागाचे पदवीधर आहेत. प्रोक्युरेटर यांच्या कार्यालयात आणि सेंट पीटर्सबर्ग सिटी हॉलमध्ये त्यांनी काम केलं होतं. १९८९-९९ मध्ये ते सेंट पीटर्सबर्गचे डेप्युटी गव्हर्नर होते. दुसऱ्या शब्दांत ते पुतिन यांच्या सेंट पीटर्सबर्ग ब्रिगेडपैकी एक आहेत.

'लीग ऑफ कमिटीज ऑफ सोल्जर्स मदर्स' एक राजकीय पक्ष स्थापन करणार आहे. रशियामध्ये तीन कारणांसाठी पक्ष जन्माला येतात. एकतर कुठेतरी भरपूर 'माल' असतो; दुसरं कोणाकडे तरी दुसरं काही चांगलं करण्यासारखं नसतं किंवा मग कोणीतरी डोकं फिरवून घेतलेलं असतं. ही 'मदर्स पार्टी' म्हणजे पूर्णपणे सात डिसेंबरच्या संसदीय निवडणुकांचा परिपाक आहे. सगळ्या लोकशाही शक्ती निष्प्रभ झालेल्या रशियन राजकारणाच्या अरण्यात या पक्षाचा जन्म झाला आहे.

व्हॅलेंटिना मेलनिकोव्हा या संयोजक समितीची अध्यक्षा म्हणते, ''आम्ही आता पक्ष स्थापन करण्याइतके प्रगल्भ झालो आहोत. पूर्वी आम्ही आमच्या आर्मीत परिवर्तन घडवून आणणं, सैनिकांना मदत करणं, कायद्याचं उल्लंघन करण्याची प्रवृत्ती घालवणं आणि कायद्यात सुधारणा करण्यासाठी पुढाकार घेणं यासाठी योजलेल्या मोहिमांसाठी युनियन ऑफ राईट फोर्सेस आणि याब्लोकोचा पाठिंबा मागू शकत होतो. यावलिन्स्की आणि नेमत्सोव्ह हे सक्रिय होते, पण आता सगळं नष्ट झालंय.

आम्ही एका राजकीय हिरोशिमाच्या मध्यभागी उभे आहोत. अजूनही आमच्यापुढे सोडवण्याची गरज असलेले प्रश्न आहेत. ते प्रश्न सोडवण्यासाठी मदत मागण्यासारखंही

कोणी उरलेलं नाही. आशा केंद्रित करण्यासारखेही कोणी नाहीत. हल्लीचे सगळे राजकीय पक्ष हे दुसऱ्या स्वरूपात क्रेमलिनचाच पुढचा अवतार आहेत. ड्युमाचे डेप्युटीपण रोज सकाळी त्यांच्यासाठी काय सूचना आहेत ते जाणून घ्यायला लेनिन माउसोलियम, रेड स्क्वेअर येथे जातात, असा आम्हाला दाट संशय आहे. मग त्यांना जशा सूचना आहेत, तसं वागायला ते निघून जातात. म्हणूनच आम्ही स्वत:च पक्ष निर्माण करण्याचा निर्णय घेतलाय.''

म्हणजेच 'पार्टी ऑफ सोल्जर्स मदर्स' हा चिरडीला येऊन स्थापन केलेला पक्ष आहे. गेल्या चार विदारक वर्षांच्या संपूर्ण राजकीय नैराश्यातून निर्माण झालेला. क्रेमलिनच्या नियंत्रणाखाली सर्व काही असण्याच्या काळात ही एक तळागाळातून निर्माण झालेली बेधडक चळवळ आहे; पण प्रशासकीय साधनसामग्रीच्या कोणत्याही फायद्यांव्यतिरिक्त दृग्गोचर झालेली. या चळवळीत रशियाच्या 'पोलिटिकल फिक्सर' व्लाडिस्लाव्ह सुरकॉव्ह याला बिलकुल शिरकाव करून देण्यात आलेला नाही.

अगदी साधेपणाने पक्षनिर्मितीचा निर्णय घेण्यात आला. ड्युमाच्या निवडणुकांनंतर मिआस, निझ्नी, नोव्गोरोड, सोची आणि निझ्नी टागिल येथील स्त्रियांनी 'लीग ऑफ कमिटीज ऑफ सोल्जर्स मदर्स'च्या मॉस्को येथील कार्यालयात हजेरी लावली. या शहरातील समित्या म्हणजेच नवीन पक्षनिर्मितीच्या मागची प्रेरणादायी शक्ती होती.

याब्लोकोचे आणि युनियन ऑफ राईट फोर्सेसचे जे काही अवशेष उरले आहेत, ते अर्थातच एक विदारक दृश्य आहे. पण सगळ्याची गोळाबेरीज म्हणजे जनतेतील बांधीलकी खोलवर जपणाऱ्या लोकांचा दृग्गोचर होणारा पुढाकार आणि त्यात सामावलेला पाठिंबा मिळवू शकणारं अतिशय ताकदीचं सामर्थ्य!

पुतिन यांनी या चळवळीनंतर कितीही अंकुश चालवला, तरी त्यांच्या विरोधी पक्ष दडपून टाकण्याच्या प्रयत्नातून काही वेगळंच सकारात्मक उगवतंय. तुमच्यासाठी लढायला कोणी नसेल, तर तुमची लढाई तुम्हाला स्वत:च लढली पाहिजे.

नव्याने पुढाकार घेऊन काम करण्याची वेळ आता येते आहे. राजकीय वर्तुळाच्या छिन्नविछिन्न होण्याने लोक जुनाट, त्याच त्या जुळवून आणलेल्या सोव्हिएत पद्धतींप्रमाणे जगायला नकार देतात, आणि लढा देण्याचा ज्यांचा विचार आहे, त्यांचं यामुळे धैर्य वाढतं.

'सोल्जर्स मदर्सच्या' शब्दांत याचाच अर्थ अशा एका सैनिकांची भरती करणाऱ्या, आर्मी नावाच्या सैनिकांना गिळंकृत करणाऱ्या यंत्राशी त्यांची आयुष्यं वाचवायला लढा देणं.

इडा कुकलिना आणि पुतिन यांच्यामध्ये घडलेला प्रकार म्हणजे तर उंटाच्या पाठीवरची शेवटची काडी होती. मॉस्को कमिटीत इडा गेली दहा वर्षं कार्यरत होती आणि हल्लीही ती मानवी हक्कांच्या अध्यक्षीय आयोगाची सभासद आहे. सक्तीने

सैन्यात भरती करण्यात आलेल्यांचं निवृत्तिवेतन वाढवण्यात यावं, यासाठी तिने बरंच बळ वापरलं होतं. त्या सैनिकांना अपंगांच्या, म्हणजेच पाय कापून काढल्याने बिछान्याला खिळलेल्या, चाकाच्या खुर्चीत अडकलेल्या वर्गवारीत आणण्यात आलं होतं. त्यांचं सध्याचं निवृत्तिवेतन चौदाशे रुबल्स म्हणजेच सुमारे सव्वीस पौंड आहे. युद्धात भाग घेतल्याने अपंगत्व आलेल्यांना निवृत्तिवेतन मिळावं, यासाठी तिने एक याचिका पुतिनना स्वत: भेटून त्यांच्या हातात दिली; त्यावेळी त्यांच्या कमिशनची सभा चालू होती. त्यांनी एक प्रभावित करणारा, पण फारसा नेमका नसलेला असा शेरा त्याच्यावर लिहिला – ''प्रश्न योग्य तऱ्हेने मांडला आहे– पुतिन.'' तो अर्ज राज्य शासन आणि निवृत्तिवेतनाचं कामकाज पाहणाऱ्या खात्याकडे देण्यात आला. गालिना कारेलोव्हा, समाजकल्याण उपमुख्यमंत्री हिने तिचा प्रतिसाद तिखटपणेच व्यक्त केला. तिच्या म्हणण्यानुसार त्या लोकांची पेन्शनची पातळी वाढवली, तर दुसऱ्या महायुद्धात अफगाण आणि इतरत्र लढताना अपंग झालेल्या निवृत्त सैनिकांना मिळणाऱ्या निवृत्तिवेतनाच्या तुलनेत ते अनैतिक ठरेल; तसंच ते निवृत्त सैनिकही बंड करून उठतील.

इडाने पुन्हा पुतिन, पुन्हा एकदा गव्हर्नमेंट आणि त्यांच्याकडून अर्ज नामंजूर, असा एक अयशस्वी प्रयत्न केला. एकदा नाही, तर तीन वेळा, लागोपाठ! त्यामुळेच 'मदर्स ऑफ सोल्जर्स'नी ठरवलं की, यावर एकमेव उपाय म्हणजे आपणच कायदा अमलात आणणारे व्हायचं. याच्यामागचा विचार असा की, २००७ च्या निवडणुकांत ड्युमामध्ये त्यांचे डेप्युटीज निवडून यायला हवेत.

त्यांना जेव्हा विचारण्यात आलं, ''तुमच्या पक्षाचा नेता कोण असेल? एखाद्या संधान बांधलेल्या राजकारण्याला तर आमंत्रित करणार नाही ना?'' तेव्हा ''आमच्या लोकांपैकीच एक'' असं व्हॅलेंटिना मेलनिकोव्हा ठासून सांगते.

भविष्यकाळाविषयी 'सोल्जर्स मदर्सशी' चर्चा करताना सैन्यात घडणाऱ्या अंतर्गत अत्याचारांची आणखी एक प्रातिनिधिक घटना ऐकायला मिळाली. अलेक्झांडर सोबाकेव्हची. त्याचा डिझेरझिन्स्कीच्या अंतर्गत मंत्रालयाच्या ट्रूप्सच्या ऑपरेशन्स डिव्हिजनमध्ये छळ करण्यात आला. तो वीस वर्षांचादेखील नव्हता आणि सैन्यात त्याचं दुसरं वर्ष होतं. त्याला लान्स कॉर्पोरलचा दर्जा होता. कुत्र्यांना हाताळणं हेदेखील त्याला सॅपर बटालियनमध्ये दिलेलं काम होतं. त्याच्या कुटुंबीयांना तीन जानेवारीच्या संध्याकाळी त्याचा आनंदी आवाज शेवटचा ऐकायला मिळाला, जेव्हा घरच्यांना फोनवरून सगळं ठीक आहे, असं त्याने सांगितलं होतं. चार जानेवारीच्या सकाळी त्याचं शव झिंक कॉफिनमधून आणण्यात आलं. शवपेटिकेबरोबर असलेल्या कागदपत्रांनुसार त्याने स्वत:च्या पट्ट्याचा गळफास लावून आत्महत्या केली होती. ''कोणतीही संशयास्पद परिस्थिती नव्हती.'' असा शेरा मारण्यात आला होता.

कॉरोनरचं प्रमाणपत्र दिलेलं नव्हतं.

पर्मपासून दोनशे नव्वद किलोमीटरवर असलेल्या व्हेलवोबाझा या छोट्याशा डोंगराळ गावातल्या त्याच्या घरात त्याचं मृत शरीर अकरा जानेवारीला आणण्यात आलं. बरोबर आलेल्या प्रतिनिधींनी ती आत्महत्या होती असं सांगितलं, पण पालकांचा त्या गोष्टीवर विश्वास बसला नाही. त्यांनी शवपेटिका उघडायला लावली. अलेक्झांडरच्या अंगावर ओरखडे आणि धारदार ब्लेडने कापल्याच्या खुणा तर होत्याच, पण त्याच्या मनगटावरची त्वचा आणि स्नायू पार हाडांपर्यंत कापले गेले होते. जवळच्या रुग्णालयातून एका डॉक्टरना बोलावून तिथे आणण्यात आलं आणि गुन्हा अन्वेषण विभागाचा माणूस, छायाचित्रकार, स्थानिक मिलिशियामन आणि डिस्ट्रिक्ट मिलिटरी कॉमिसारिएटच्या अधिकाऱ्यांसमोर अशी नोंद करण्यात आली की, अलेक्झांडरच्या अंगावरच्या त्या जखमा तो जिवंत असतानाच केलेल्या होत्या.

पालकांनी त्याचं दफन करायला नकार दिला. या प्रकरणाची चौकशी करण्यात यावी, अशी त्यांची मागणी होती. त्याची आई घरीच थांबली, पण वडिलांनी सरळ मॉस्को गाठलं. ते डिझेरझिन्स्की विशेष कृतियोजना विभागात गेले, तसंच राजधानीच्या वृत्तपत्रांकडेही त्यांनी धाव घेतली आणि त्यामुळेच हा भयानक प्रकार उजेडात आला.

पुतिन यांनी या प्रसंगी प्रतिक्रिया दर्शवली नाही. अशा घटना आर्मीत रोजच घडत होत्या आणि कमांडर-इन-चीफ या नात्याने पुतिन यांनी याबद्दल काहीही केलेलं नव्हतं. पुतिननी त्यांची प्रतिक्रिया दिली असती तर लवकरच मतदारसंघात चर्चा चालू झाली असती की, या घटना वरचेवर का घडतायत. त्यामुळेच अलेक्झांडरच्या मारेकऱ्यांचा शोध लावण्यासाठी काहीही प्रयत्न करण्यात आला नाही. सत्यावर पडदाच पडलेला राहावा म्हणून मिलिटरी प्रोक्युरेटरच्या ऑफिसने त्यांच्या सत्तेत असलेले सगळे प्रयत्न केले. निदान वोलोड्या बोरियोझिनचा थंडी आणि उपासमारीने झालेल्या मृत्यूच्या प्रकरणात अधिकाऱ्यांना कोर्टात जावं लागलं होतं. पुतिन यांची निवडणूक प्रचार मोहीम नुकतीच सुरू झाली होती आणि अलेक्झांडरची कथा त्यांच्या हातात इतरांच्या आधी पडली होती.

अलेक्झांडरच्या मृत्यूची पुढे काहीही चौकशी करण्यात आली नाही. त्याच्या पालकांनी अलेक्झांडरच्या मृत्यूची स्वतंत्र चौकशी होईपर्यंत त्याचं दफन करायला नकार दिला असला, तरी ती विनंती फेटाळण्यात आली. कुडिमकर शवागारात त्याचं प्रेत ठेवण्यासाठी लागणारे पैसे कुटुंबाकडे शिल्लक न उरल्याने शेवटी अलेक्झांडरने आत्महत्या केली असं दाखवून त्याचं दफन करण्यात आलं. सैन्यामध्ये नखशिखांत क्रांतिकारक बदल घडून येईपर्यंत आपले असे किती तरुण बळी जाणार आहेत, कुणास ठाऊक? त्यासाठी जनतेने आर्मीबरोबर संयुक्त लढा दिला, तरच हे शक्य आहे. हा प्रश्न वरचेवर डोकं काढतच राहणार.

हिंसाचाराचा उद्रेक झाल्यानंतर चेचन्यामध्ये जसे लोक त्यांच्या तळघरातून आणि बंद दरवाजांमागून सावधपणे, अगदी शांततेने बाहेर सरकले. तसंच रशियातल्या स्वयंपाकघरातून आपला समाज शेवटी एकदाचा बाहेर येईल काय? त्यांच्या स्वभावधर्मात काही फरक पडेल काय?

आजच्या घडीला त्याचं उत्तर आहे, नाही. तरीही लोकांना हळूहळू जाणीव व्हायला लागली आहे. चेचन्यामध्ये जशा 'दहशत-विरोधी' कारवायांच्या नावाखाली हिंसाचार घडल्यावर लोकांना जाग आली, तसंच इथेही त्यांना उमजायला लागलंय की, स्वत:ला वाचवायचं असेल, तर आपला बचाव आपणच केला पाहिजे. कोणावर भरवसा ठेवून चालणार नाही. नोकरशाहीची लुडबुड प्रमाणाबाहेर वाढली आहे. विशेषत: युनायटेड रशिया पार्टीच्या विजयानंतर जनतेने पुढाकार घेऊन काही करण्याचं प्रमाण नगण्य आहे.

निवडणुकीचा दिवस जसजसा जवळ येतोय, पुतिन यांचं टीव्हीवरच्या बातमीपत्रातलं अस्तित्व ठळक होत चाललंय. त्यांच्या कामगिरीविषयी उत्साहित करणारी माहिती देण्यात येते. काही नोकरशहा कॅमेऱ्यासमोर त्यांना अहवाल देतात, पण स्वतंत्ररीत्या काहीच भाष्य करत नाहीत. आज सर्गी इग्नाटिएव्हने त्यांना सोनं आणि चलनाच्या साठ्याच्या अशक्य वाटणाऱ्या वाढीविषयी थोडक्यात माहिती दिली.

लोकांच्या कल्याणाच्या नावाखाली बरीचशी राजकीय बाष्कळ बडबड चालू आहे. तिसऱ्या ड्युमापेक्षाही अधिक बेधडकपणे चौथ्या ड्युमाने एक लॉबी करून पुढे आणलेलं इस्टेट एजंटांसंबंधीचं विधेयक मंजूर केलं. तो प्रस्ताव होता इस्टेट एजंटांवर लावण्यात येणाऱ्या व्हॅल्यू ॲडेड करांमध्ये कपात. हे खरोखरच हास्यास्पद आहे, कारण रशियातले इस्टेट एजंट्स करोडपती आहेत हे सर्वांना ठाऊक आहे. पण लोक नुसतंच कुजबुजतात आणि पत्रकारांनी तर स्वत:च स्वत:वर कडक निर्बंध लादून घेतले आहेत. त्यांचे बॉस या 'स्टोरी'वर कुऱ्हाड चालवण्याची शक्यता असते. तशा कथा ते वर्तमानपत्रांना किंवा टेलिव्हिजनला देतदेखील नाहीत.

सर्गी पुगाचेव्ह, अध्यक्षांचा एकछत्री हुकूमशहांसारखा कारभार चालवणारा बँकर संमेलनाच्या वेळेला रशियन ऑर्थोडॉक्स चर्चच्या पाठीराख्यांच्या उजव्या हाताशी बसला. पुतिन यांच्या हुकूमशहांपैकी येल्त्सिन हुकूमशहांना डावलून त्यांच्याऐवजी आलेल्यांपैकी पुगाचेव्ह एक आहे. सरकार तर त्याला 'रशियन ऑर्थोडॉक्स बँकर' असं संबोधण्यापर्यंत मजल मारतात. त्याच्या सूचनेनुसार संमेलनात व्यावसायिकांसाठी एक विचित्रच 'टेन कमांडमेंट्स' स्वीकारण्यात आली. 'व्यवसाय चालवण्यासाठी नैतिक नियम आणि तत्त्वं' असं त्याचं नामकरण करण्यात आलं.

संपत्ती आणि गरिबी, राष्ट्रीयीकरण, कर चुकवणे, जाहिरात आणि नफा, इ. गोष्टींचं विवरण या नियमावलीत केलं गेलं. टेन कमांडमेंट्सपैकी एक आपल्याला

माहिती देते, ''संपत्ती मिळवणे हे अंतिम उद्दिष्ट नसून व्याप्ती आणि लोकांसाठी चांगलं आयुष्य निर्माण व्हावं, यासाठी तिचा उपयोग व्हावा.'' दुसरी एक आज्ञा नैतिक कायद्याचं उल्लंघन कशामुळे होऊ शकेल ते अधोरेखित करते. मालमत्तेचा अपहार, सामूहिक संपत्तीचा अनादर, कामगाराला त्याच्या कष्टांचा उचित मोबदला न देणं, धंद्यातील भागीदाराला फसवणं, इ.; यामुळे त्याचं स्वत:चं तसंच समाजाचंही नुकसान होतं.

''करचुकवेपणावर, कर्जाची परतफेड न करण्यावर असे ताशेरे ओढण्यात आले आहेत, की अनाथ, अपंग, वृद्ध आणि स्वत:चं रक्षण करायला असमर्थ असलेल्यांपासून धन चोरून घेण्यासारखंच हे आहे.''

''स्वत:च्या मिळकतीवर भराव्या लागणाऱ्या करांद्वारे समाजाच्या गरजा पूर्ण करणं, हे एक कुरकुरत पार पाडण्याच्या जबाबदारीच्या ओझं वाटणाऱ्या स्वरूपातून पूर्णपणे बदलण्यात यावं. कधीकधी तर ही जबाबदारी किंचितदेखील पूर्ण केली जात नाही. ती एक भूषणावह जबाबदारी असून त्याबद्दल समाजाने कृतज्ञता व्यक्त करण्यास पात्र अशा पद्धतीने तिचं स्वरूप आमूलाग्र बदलावं.''

गरिबांबद्दल व्यक्त केलेले विचार आहेत, ''दरिद्री माणसावरदेखील मदत मिळण्यास पात्र ठरण्याची जबाबदारी आहे. पुरेसे श्रम करण्याची धडपड करणं, तसंच दारिद्र्यावस्थेतून डोकं वर काढण्यासाठी स्वत:ची व्यावसायिक कौशल्यं अधिक विकसित करणं, या प्रकाराने गरिबांनी पात्र ठरण्याचा अधिकाधिक प्रयत्न करावा.''

''संपत्तीची आराधना आणि नैतिक अनुष्ठान यांची तुलना होऊ शकत नाही.''

खोडोरकोव्स्की, बर्झेनोव्स्की आणि युसिन्स्की यांच्यासाठीही या कोडमध्ये मार्गदर्शक तत्त्वं आहेत. ''राजकीय सत्ता आणि आर्थिक सत्ता वेगवेगळ्या केल्या जाव्यात. राजकारणात व्यवसायाची सरमिसळ, तसंच जनमतावरचा त्याचा प्रभाव नेहमीच पारदर्शक आणि मोकळा असावा. राजकीय पक्षांना, सार्वजनिक संस्थांना आणि मास मीडिया यांना व्यवसायाकडून दिली जाणारी आर्थिक मदत लोकाभिमुख असावी. तसंच जनतेकडून नियंत्रित व्हावी. अशाप्रकारे केलेली छुपी मदत जाहीररीत्या अनैतिक म्हणून धिक्कारण्यात यावी.''

पुतिन यांचा सिनेटर एक हुकूमशहा आहे, या सत्यामुळे या प्रकरणात अर्थातच युनायटेड रशियाची संपूर्ण निवडणूक मोहीमच अनैतिक ठरते.

हा सगळा खटाटोप कशासाठी, तर पुतिनच्या खिशातला एक 'चांगला' व्यावसायिक असणं हे योग्य आणि गौरवास्पद असल्याचा विचार ठासून मांडण्यासाठी. पण तुम्ही जर स्वतंत्र होण्याचा प्रयत्न केलात, तर तुम्ही वाईट ठरता आणि तुमचा नाश करण्यात आला पाहिजे. उघडच ही मार्गदर्शक तत्त्वं युकोस-विरोधी आहेत.

हे नाममात्र स्वयंस्फूर्त असलं तरी रशियात अलीकडे प्रत्येक गोष्ट 'लादलेली स्वयंस्फूर्तता' प्रकारात मोडते. तुम्ही युनायडेट रशियाला जाऊन मिळाला नाहीत तरी चालेल असं म्हणायचं, पण जर तसं नाही केलं तर एक अधिकारी म्हणून तुमचं 'करीअर' भरकटून जाईल. या मार्गदर्शक तत्त्वांवर जेव्हा चर्चा झाली, तेव्हा झपाट्याने ढासळणाऱ्या आणि सातत्याने आजारी असणाऱ्या राष्ट्रभक्ताचा वारस म्हणून ज्याचं नाव पुढं करण्यात येतं, त्या मेट्रोपोलिटन-किरिलने ते सत्र संचलित केलं. त्याने उघडच म्हटलं, ''आम्ही प्रत्येकाकडे जाऊन त्यांना सह्या देण्यासाठी आमंत्रित करू. जर एखाद्याने सही करायला नकार दिलाच, तर त्यांची नावं सर्वांना ठाऊक होतील, याची आम्ही खातरजमा करू.'' वाहवा, अगदी धर्मगुरूच एखादा!

आणि तसंही, ही नैतिकता आम्हाला कोण शिकवतंय? चेचन्याच्या युद्धाला वरदहस्त देणारे तेच ते रशियन कर्मठ चर्च, तसंच शस्त्रांच्या व्यापाराला आणि नॉर्थ कॉकाससमध्ये होणाऱ्या भ्रातृहत्यांनाही आशीर्वाद देणारं चर्च? रशियन ऑर्थोडॉक्स चर्चची ही एक जगावेगळी खेळी आहे, व्यावसायिकांना ही नैतिक मूल्यं स्वीकारायला भाग पाडणारी! हे चर्च उखडून पडलंय आणि अंतर्गत तसंच परराष्ट्रीय धोरणात हस्तक्षेप करण्याची क्षमता नसलेल्या RUIE (रूई)ने शेरा मारलाय की, ''चर्चमध्येच आमूलाग्र बदल होण्याची नितांत गरज आहे. तिथे निर्माण झालेल्या साचलेपणामुळेच अशा विचित्र, भ्रामक कल्पनांना ते सादर करतं.''

विक्टॉर वेकसेलबर्ग, कोठडीची हवा खायला लावण्यासाठी ज्यांच्या नावांची यादी पुतिननी बनवली आहे, त्यातलं पुढचंच नाव असलेला एक हुकूमशहा; त्याने अचानक जाहीर केलंय की, आमचा अखेरचा एम्परर, निकोलस दुसरा, यांच्या कुटुंबाची मालकी असलेली फेबर्जे. इस्टर एग्ज हा अत्यंत मौल्यवान रत्नांचा संग्रह तो विकत घेतोय. वेकसेलबर्ग संकटातून निसटण्यासाठी खंडणी द्यायला तयार असल्याच्या सरळसरळ प्रयत्नात असल्याबद्दल कोणालाही संशय नाही. वेकसेलबर्ग असं दर्शवतोय की, तो 'रशियाच्या बाजूचा आहे.' प्रशासनाने मान्य केलेला एक संकेत, ज्याच्यातून ध्वनित होणारा अर्थ आहे, तो व्लादिमीर व्लादिमिरोविचच्या पक्षाचा आहे.

वेकसेलबर्गचं आग्रही प्रतिपादन आहे, ''हा मौल्यवान ठेवा रशियाला परत मिळवून देणं, ही माझ्यासाठी एक वैयक्तिक बाब आहे. माझं कुटुंब, माझा मुलगा, माझी कन्या, यांनी त्यांच्या आयुष्यातील स्थानाचा वेगळ्या पद्धतीने विचार करावा, अशी माझी इच्छा आहे. सार्वजनिक कामांमध्ये मोठ्या उद्योगधंद्यांनी सूज्ञपणे भाग घ्यावा, असं मला वाटतं. मी फायद्याच्या मागे नाही किंवा मला कोणासाठी काही सिद्धही करायचं नाही. कुठली रंगसफेदीही मला करायची नाही.''

माझ्या मते हुकूमशहा फारच विरोध करतोय.

रशियाच्या लोकांचं सातवं जागतिक अधिवेशन केव्हा झालं, हे कोणाला आठवत नसलं, तरी आठवं अधिवेशन नुकतंच घेण्यात आलं आणि संपलंदेखील. हा फेब्रुवारीतला एक मोठा कार्यक्रम म्हणून त्याची जाहिरात करण्यात आली.

पाच फेब्रुवारी

सहा महिने थकित पगारासाठी, जो दोन मिलियन रुबल्सच्या घरात जातो, नंबर एक सेक्टर कम्युनल रेसिडेन्शियल सर्व्हिसेस ऑफिसचे सतरा कामगार इर्कूत्स्क विभागाच्या चेरेमखोव्ह येथे उपोषणाला बसले आहेत. ज्यांनी त्यांचा पगार मिळवण्यासाठी नोकरीच्या ठिकाणी तीन दिवसांचं उपोषण केलं. त्यांच्याच दुसऱ्या सेक्टरमधल्या सहकाऱ्यांचे उदाहरण त्यांच्या डोळ्यांपुढे आहे.

राजकीय विश्लेषक ज्याला उपस्थित होते, अशा एका खुल्या मंचाचा मॉस्को येथे बैठकीच्या स्वरूपातला कार्यक्रम घेण्यात आला. बऱ्याचशा राष्ट्रीय, विभागीय निवडणुकांसाठी राजकीय सल्लागार म्हणून काम केलेले लोक कार्यक्रमाला आले होते. ते मुख्य लोक नसले, तरी प्रतिष्ठित होते. एका गोष्टीवर त्यांचं एकमत झालं. फक्त एकाच व्यक्तीची 'पॉवर' वाढवण्यासाठी पुतिन यांच्या चार वर्षांच्या कारकीर्दीत रशियाचं आधुनिकीकरण करण्याच्या उद्दिष्टाचा बोऱ्या वाजला होता. त्यांच्याशी संबंधित लोक फक्त यांच्या पावलावर पाऊल टाकून चालतात. राजकीय तज्ज्ञांनी हेही मान्य केलं की, हस्तक्षेप होणाऱ्या लोकशाहीला कोणतंही 'मॉडेल' पचनी पडत नाही.

सहा फेब्रुवारी

सकाळचे आठ वाजून बत्तीस मिनिटं. नॅशनल हॉटेलच्या बाहेर तीन महिन्यांपूर्वी झालेल्या दहशतवादी हल्ल्यानंतर मॉस्को मेट्रोमध्ये हा स्फोट घडवून आणण्यात आला. हल्ल्याचं ठिकाण होतं पविलेतस्क्या आणि अक्तोझावोरस्क्या-झामोस्कवोरेतस्क्या लाईनवर आपापसात बदल होणारं. गर्दीच्या वेळेत ही ट्रेन सिटी सेंटरकडे निघाली होती. एका बॅगेत स्फोटकं ठेवण्यात आली होती. तीस लोक जागच्या जागीच ठार झाले. वेगात असल्याने ट्रेन तीनशे मीटर्स पुढे गेली आणि एक भयानक आगीचा कल्लोळ उठला. एकशे चाळीस लोक जखमी झाले. मानवी शरीरांचे विखुरलेले अवयव ओळख पटण्याच्या पलीकडचे होते. सातशेपेक्षा अधिक लोक बोगद्यातून बाहेर आले. त्यांना काहीही मदत मिळालेली नव्हती. रस्त्यांवर भीतीचं आणि गोंधळाचं वातावरण पसरलं. अत्यावश्यक सेवा देणाऱ्या, सायरन वाजवत जाणाऱ्या गाड्या... लाखो लोक भयग्रस्त झाले.

या घटनेनंतर दोन तासांनी गुन्हेगारांना पकडण्यासाठी 'वोल्कॅनो-५', अचानक उद्‌भवणाऱ्या परिस्थितीला तोंड देण्यासाठी असलेली योजना अमलात आली. कोणाला पकडू शकणार आहेत ते? बऱ्याच काळापूर्वी त्यांचे साथीदारदेखील पळून गेले असतील. वॅलेरी शॅन्तसेव्ह, मॉस्कोचा प्रभारी महापौर यांनी बळींच्या कुटुंबांना एकोणीसशे पौंडांची भरपाई जाहीर केली. जखमींना त्याच्या निम्मी रक्कम घोषित केली गेली.

एवढी एफएसबी आणि मिलिशिया असूनदेखील दहशतवादी उजळ माथ्याने मॉस्कोत फिरत असतात आणि तरीही लोक पुतिननाच पाठिंबा देतात. गेल्या वर्षभरात झालेल्या मानवी आत्मघातकी बॉंबस्फोटानंतरदेखील कोणीही चेचन्यामध्ये धोरणं बदलण्याचं नाव काढत नाहीत. रेड स्क्वेअर भेट देणाऱ्या लोकांसाठी कायमचा बंद करण्यात आला आहे. चेचन्याचं पॅलेस्टिनीकरण होणार हे उघडच आहे.

> स्फोटानंतर तासाभरात 'बेकायदेशीर स्थलांतराच्या विरोधात चळवळ' या संस्थेतर्फे एक जाहीर वक्तव्य करण्यात आलं. अलेक्झांडर विलोव्ह या संस्थेच्या नेत्याने जाहीर केलं की, "चेचेनना चेचन्याच्या बाहेर प्रवास करू दिला जाऊ नये. एखादा स्थानिक गट जर सुसंस्कृत नागरिकांप्रमाणे जगू शकत नसेल, तर त्यांना कुंपणामागे ठेवा. त्याला मग काहीही म्हणा. कसंही करून आपल्याला स्वत:चा बचाव केला पाहिजे. चेचेनच्या प्रतिकाराशी संबंधित लोक हे चुवशिज्, बुर्याटस, कारेलिन्स किंवा रशियन्स सारखेच नागरिक आहेत, असा देखावा आपण आता फार काळ करू शकणार नाही. त्यांच्यासाठी हे युद्ध पुढे चालू आहे. ते सूड उगवत आहेत. रशियातले चेचेन, चेचेन व्यावसायिकांसह दहशतवादाचं एक धगधगतं कुंड आहे. ऐंशी टक्के रशियन लोक जो विचार करतात, मी फक्त ते बोलून दाखवतोय."

त्याचं बरोबर आहे. समाजाचा फॅसिझमकडे प्रवास चालू आहे.

राज्य शासनाच्या अधिकारी वर्गातले फक्त काही लोकच विचार करण्याचा प्रयत्न करतात. यूएसएसआरच्या नेत्यांनी अफगाणिस्तानमध्ये सैन्य पाठवण्याचा निर्णय, हा एक बेजबाबदारपणा होता आणि अलीकडे रशियन लोकांनी चेचन्यात सैन्य पाठवणं हादेखील तेवढाच बेजबाबदारपणा आहे. त्यामुळे निष्पाप लोक बळी जात आहेत.

टेलिव्हिजनवरून हा एक मवाळ लोकशाहीचा रोग आहे, असा ताशा बडवला

जातो. पुतिन गेली चार वर्षं सत्तेत आहेत, या गोष्टीकडे ते डोळेझाक करतात. का कोण जाणे!

पुतिन यांचं म्हणणं आहे की, दहशतवाद्यांशी आम्ही काही वाटाघाटी करण्यास नकार दिल्याने हे घडतंय. परदेशातूनदेखील चेचन्यात शांतता प्रस्थापित करण्याच्या दृष्टीने योजना पुढे आल्या आहेत आणि त्याचवेळी हे स्फोट घडवून आणण्यात आले, हा एक लक्षात घेण्याजोगा योगायोग आहे.

कसली बोलणी? कोणत्या वाटाघाटी? आत्मघातकी बॉंबस्फोट घडवून स्वत:ला उडवून देतात. पुतिन अस्वस्थ होतात. त्यांचे डोळे इथेतिथे भिरभिरत होते. तो एक 'हिस्टेरिकल' माणूस आहे, ज्याला पुढे काय करायचं हे ठाऊक नाही. हीच गोष्ट त्यांचे ते डोळे उघड करत होते.

येणाऱ्या पुढील काही दिवसांत पक्षविरहित अध्यक्षीयपदाच्या उमेदवारांच्या समर्थनार्थ देण्यात आलेल्या सह्या तपासण्यात येणार आहेत. हे उमेदवार आहेत, इव्हान रिबकिन, सर्गी ग्लेझिएव्ह आणि आयरिना खाकामाडा. मतचाचणीचा निकाल ज्याच्या बाबतीत झिरो आहे, त्या इव्हान रिबकिनचीच अधिकाऱ्यांना खरं म्हणजे धास्ती आहे. रिबकिनच्या सह्यांच्या प्राथमिक चाचणीत सव्वीस टक्के सह्या अवैध आहेत, असं सांगण्यात आलं आहे. कायद्यानुसार पंचवीस टक्क्यांपेक्षा सह्या अवैध असतील, तर त्या उमेदवारांची नोंदणी करायला नकार दिला जाऊ शकतो. लोक हसतायत!

खरंच ही निवडणुकीची मोहीम आहे तरी कुठे? अजूनपर्यंत तर कुठेच काही आढळत नाही. कोणाला उभं राहण्याचीदेखील घाई नव्हती आणि जिंकण्याचीही नाही. कोणालाही त्याबद्दल कसलीही काळजी नाही. उमेदवार क्रमांक एक भांडण्याचा, वादविवादाचा किंवा जिंकण्याचा काहीच प्रयत्न करत नाहीत. खाकामाडाला खात्री आहे की, क्रेमलिनने सगळ्यांना असं मानण्यासाठी उद्युक्त केलंय की, ते लोक एका कटकारस्थानाचा पराभव करू शकत नाहीत. उघडउघड कोणतीच लढाई नाही.

रोदिना पक्षात अंतर्गत यादवी चालू आहे. त्यांनाही निवडणूक जिंकण्यात स्वारस्य नाही. दिमित्री रोगोझिन, जो ड्युमाचा डेप्युटी स्पीकरदेखील आहे, त्याने तर जाहीरदेखील करून टाकलं की, तो पुतिनना पाठिंबा देणार आहे; ग्लेझिएव्हला नव्हे. ग्लेझिएव्ह त्याच्याच पक्षाचा उपाध्यक्ष आहे. हे लोक विचित्र वाटतात. त्यांच्या समर्थकांचा ते कधीतरी विचार करतात का? मतदारसंघाविषयी त्यांना काहीही देणंघेणं नाही, असंच वाटतं. रोगोझिन तर ही निवडणूकच रद्द करण्याचा प्रस्ताव मांडतो आणि दहशतवादी घटनांमुळे आणीबाणीची परिस्थिती जाहीर करण्यात यावी, असं सुचवतो!

सात फेब्रुवारी

मॉस्कोमध्ये पाच नवीन रक्तदान केंद्रं उघडण्यात आली आहेत. बॉंबस्फोटात जखमी झाल्यामुळे रुग्णालयात दाखल केलेल्या एकशे अठ्ठावीस रुग्णांसाठी सगळ्या रक्तगटाच्या रक्ताची गरज आहे.

पण मेट्रोमध्ये स्फोटकांचा शोध लावणारी यंत्रणा कुठे आहे? गस्त कुठे आहे? आम्ही रशियन लोक बेजबाबदार आहोत. नेहमीच आमच्याविरुद्ध कटकारस्थानं शिजत असलेली आम्ही नुसती बघत असतो. गोष्टी तडीला नेण्याची आम्हाला क्षिती नसते. आम्ही फक्त काहीतरी चांगलं निष्पन्न होईल याचीच आशा करत राहतो. दहशतवादी त्यांची कागदपत्रं व्यवस्थित आहेत याची खातरजमा करत असल्याने मिलिशियाने मेट्रोमध्ये पासपोर्टस तपासले तरी ते दहशतवादी आहेत हे लक्षात येत नाही. मिलिशिया एखाद्या बिचाऱ्या, उपाशीतापाशी, काम शोधण्यासाठी आलेल्या ताडजिकला पकडतात. त्याच्याकडचे शेवटचे शंभर रुबल्स झाडून झटकून काढून घेऊन ते त्याला सोडून देतात.

हा बॉंबस्फोट यशस्वी होऊ शकला याबद्दल ज्यांनी उत्तर दिलं पाहिजे अशा सुरक्षा संस्था कुठे आहेत? ग्राऊंडवरचे सिक्युरिटीचे लोक कुठे आहेत? मॉस्कोचं रक्षण करण्यासाठी हजारो अर्धपोटी अंतर्गत दळाच्या शिलेदारांना आणण्यात आलं आहे. हे चांगलं आहे. त्यांना पैसे दिले जातील आणि ते पोट भरू शकतील. निदान आता ते बॅरॅक्समध्ये तरी नाहीत.

पण अशा प्रकारची उपाययोजना परिणामकारक ठरत नाही. लोक जेव्हा हे दुःस्वप्न विसरतील, तेव्हा सगळं काही पूर्ववत होईल.

अलेक्झांडर काबाकोव्ह, एक लेखक आणि पत्रकार भाष्य करतो – "आम्ही अद्याप जिवंत आहोत, कारण जे लोक दहशतवादी कारवाया घडवून आणतात, त्यांना मनुष्यबळ अपुरं पडतं म्हणून! पण जे या कारवायांच्या मागे आहेत, ते अद्याप जिवंत कसे? हा आणखी एक प्रश्न आहे."

एफएसबीचा डायरेक्टर पात्रुशेव्ह याला पुतिन यांनी कामावरून काढलेलं नाही. तो त्यांचा व्यक्तिगत मित्र आहे. त्यांचा मित्र त्यांचं काम नीट करू शकत नाही हे दहशतवादाच्या किती कारवाया यशस्वी झाल्यावर पुतिन यांच्या लक्षात येणार आहे?

मेमोरियल ह्युमन राईट्स कमिशनने एक जाहीरनामा जारी केला आहे –

> "जे मरण पावले त्यांच्यासाठी शोक आणि जे जखमी झाले आहेत त्यांच्याबद्दल आम्ही सहानुभूती व्यक्त करतो. या कृत्याचं समर्थन होऊ शकत नाही. अध्यक्ष आणि कायद्याची अंमलबजावणी

करणाऱ्या संस्थांच्या ठासून सांगण्याप्रमाणे हे काम चेचेनचं आहे, पण तसा काही ठोस पुरावा उजेडात आलेला नाही. देशाच्या नेत्यांनी खरीखुरी भूमिका घेण्यासाठी पावलं उचलण्याऐवजी नुसत्या प्रदर्शनीय, राजकीय वाटाघाटी केल्याने अतिरेक्यांच्या भूमिकेला पुष्टीच मिळाली आहे. ज्यामुळे तडजोड शक्य होईल अशी कोणतीही सूज्ञ राजकीय उद्दिष्टं हे लोक समोर ठेवत नाहीत. रशियात राहणाऱ्या प्रत्येकाला फेडरल फोर्सेसनी चेचन्यामध्ये चालवलेल्या राक्षसी कृत्यांमुळे धोका निर्माण झाला आहे, हे अलीकडच्या काही वर्षांत ह्युमन राईट्स असोसिएशन्स आणि जनतेच्या राजकीय प्रतिनिधींनी वरचेवर आपल्याला सावध करण्यासाठी सांगितलं आहे. हजारो लोक एका दुष्ट वातावरणात जगत आहेत. त्यांना नागरी जीवनाच्या सीमांपासून दूर लोटलं जात आहे. हजारो लोकांच्या नातेवाइकांना, मित्रांना मारण्यात आलं, नाहीतर त्यांचं अपहरण करण्यात आलं. शारीरिक आणि मानसिकदृष्ट्या त्यांना अपंग केलं गेलं. तो दहशतवाद्यांचा एक प्रातिनिधिक स्रोत असल्याचं दिसतं. या जीवनाविषयी कडवटपणा आलेल्या आणि सदसद्विवेकबुद्धी हरवून बसलेल्या दहशतवाद्यांचे अनुयायी आत्मघातकी बॉंबस्फोट घडवणारे तयार होतात. फक्त धोरणं बदलल्यानेच रशियाच्या नागरिकांसाठी शांतता आणि स्थैर्य प्रस्थापित करणं शक्य होईल.''

इव्हान रिबकिन अदृश्य झाला आहे. शेवटी निवडणुकीत थोडी एक्साटईमेंट! एका उमेदवाराचा पत्ता नाही. त्याची बायको वेडी होतेय. दोन फेब्रुवारीला रिबकिनने पुतिनवर कठोर शब्दांत टीका केली आणि त्याच्या बायकोची खात्री आहे की, त्यामुळेच हे घडलं. पाच फेब्रुवारीला क्सेनिया पोनोमार्याचोव्हा साहाय्य गटाच्या समन्वयकाने सांगितलं की, रिबकिनच्या विरोधात दडपशाहीची फार मोठी कारवाई करण्याची तयारी केली जात आहे. त्याच्या समर्थकांची मान्यता नसलेल्या पद्धतीने उलटतपासणी घेतली जात असल्याचे अहवाल रिबकिनच्या मुख्यालयात गेले आठवडाभर येत होते. मिलिशियाने सह्या गोळा करणाऱ्यांच्या घरांना भेटी दिल्या, त्यांना प्रश्न विचारले आणि त्यांचे जबाब नोंदवून घेतले. ते रिबकिनला पाठिंबा का देत होते, हेच त्यांना काढून घ्यायचं होतं.

काबार्डिनो–बाल्कारिया येथील सह्या गोळा करणाऱ्या विद्यार्थ्यांना धमकावण्यातदेखील आलं. त्यांना अशी धमकी देण्यात आली की, ते सह्या गोळा करण्याचं काम करतायत, हे मिलिशियाकडून विद्यापीठाच्या प्रशासनाला कळवण्यात येईल आणि मग त्यांचं

शिक्षण पुढे चालू ठेवणं योग्य आहे की नाही, यावर गंभीरपणे विचार केला जाईल.

नऊ फेब्रुवारी

मेट्रोमध्ये कोणत्या प्रकारचा बॉंब वापरण्यात आला, याचा तपशील अजून निश्चित करण्यात आलेला नाही.

नॉर्ड-ओस्त नंतर पुतिन यांनी जसं केलं होतं, तसंच आत्ताही ते एकच टकळी वाजवतायत; रशियाच्या आतल्या गोटातला कोणीही याला जबाबदार नाही. सगळं परदेशातून नियोजित करण्यात आलं, असाच धोशा त्यांनी लावलाय.

जे मृत्युमुखी पडले, त्यांच्यासाठी शोक व्यक्त करायला एक दिवस जाहीर करण्यात आला, पण दूरदर्शन केंद्र तो दिवस पाळण्याकडे कानाडोळा करत आहेत. जोरात लावलेले पॉप म्युझिक आणि टीव्हीवरच्या खेळकर जाहिरातींमुळे तुम्हाला मात्र मान खाली घालावीशी वाटते.

एकशेपाच लोक अजूनही रुग्णालयात आहेत. जे दोन लोक मेले, त्यांना आज दफन केलं जाईल. त्यातला एक अलेक्झांडर इशुनकिन हा पंचवीस वर्षांचा लेफ्टनंट आहे. त्याचा जन्म कालुगा प्रॉव्हिन्समध्ये झाला आणि तो आर्मड् फोर्सेसमध्ये बाऊमान विद्यापीठातून पदवीधर झाल्यावर ऑफिसर म्हणून नोकरी करू लागला.

मॉस्कोला तो त्याच्या गाडीसाठी सुटे भाग घ्यायला आणि त्याचवेळी त्याच्या विद्यापीठाच्या मित्रांना भेटायला आला होता. किएव्ह स्टेशनला जाण्यासाठी तो मेट्रोत बसला; पावोलेत्स्कायाला गाडी बदलायची होती. तो परतला नाही तेव्हा त्याच्या आईला वाटलं की, बहुतेक त्याची गाडी चुकली असावी. गाडीत बसण्याआधी त्याने "अकरा वाजता परत येईन..." असा फोनदेखील केला होता. त्याच्या काकांनी मिखैलनी शवागारात त्याचं मृत शरीर ओळखलं. त्यांचा विश्वासच बसेना. सात वर्षांपूर्वी अलेक्झांडरचे वडील मारले गेले होते आणि त्यानंतर अलेक्झांडरच कुटुंबाची धुरा सांभाळत होता. त्याची आई रडायला लागली, "माझा आत्माच जणू काही माझ्यापासून हिरावून घेतला गेला. त्याने मला नातवंडांचं वचन दिलं होतं." त्याच्या मृत्यूचा दाखला देतानादेखील राज्य शासन अप्रामाणिकपणापासून दूर राहू शकलं नाही. 'मृत्यूचं कारण' चौकोनावर फुली मारण्यात आली. दहशतवादाबद्दल एक शब्ददेखील नाही!

दुसरा बळी आहे वान्या अलादिन. फक्त सतरा वर्षांचा मस्कोवाईट. स्मशानभूमीत त्याच्या नातेवाइकांनी आणि मित्रांनी जवळजवळ अर्धी जागा व्यापली आहे. तो एक उत्साही, आनंदी मुलगा होता. ज्याला लोक 'हरिकेन वान्या' असे म्हणत होते. तीन दिवसांपूर्वीच त्याला 'कुरीअर बॉय' म्हणून नोकरी मिळाली होती आणि सहा

फेब्रुवारीला तो कामावर जाण्यासाठी प्रवास करत होता. सोळा फेब्रुवारीला त्याने आपला अठरावा वाढदिवस साजरा केला असता.

रिबकिन अजूनही गायब आहे. गेन्नाडि गुडकोव्ह, ड्युमा सुरक्षा समितीचा उपाध्यक्ष आणि एक निवृत्त एफएसबी कर्नल जाहीर करतो की, तो सुरक्षित आहे.

पण तो आहे तरी कुठे? अध्यक्षपदाच्या उमेदवारांसाठी राज्याची काही विशेष जबाबदारी नाही का? त्याची बायको आल्बिना निकोलेवना ठामपणे सांगते की, त्याचं अपहरण झालंय. प्रोक्युरेटर जनरलच्या कार्यालयाच्या आदेशांप्रमाणे खुनाचा गुन्हा नोंदवून चौकशी करण्याबद्दल त्यांचं मन बदलायचा प्रयत्न झाला. हे काय चाललंय?

ही निवडणूक म्हणजे 'निव्वळ एक पूर्णपणे हास्यास्पद नाटक' वाटू नये म्हणून स्पर्धात्मक साधर्म्य दाखवण्याचा देखावा केला गेला आहे, याबद्दल राजकीय परिस्थितीवर भाष्य करणारे लोक सहमत आहेत. पुतिन यांचे विरोधी उमेदवार जर फक्त एक शवपेटिका बनवणारा आणि एक अंगरक्षक असे असते तर... अर्थातच धोका शून्य, पण फारच लाजिरवाणा! नि:संशय, म्हणूनच त्यांनी शेवटी सगळ्यांची नोंदणी केली आणि रिबकिनच्या सह्यांपैकी केवळ एकवीस सह्या अपात्र ठरवल्या. आदल्याच दिवशी एकूण सह्यांपैकी सव्वीस टक्के सह्या त्यांनी अपात्र ठरवल्या होत्या. खटकणारी गोष्ट फक्त ही आहे की, रिबकिनच अदृश्य झाला आहे.

निवडणुकांवर बहिष्कार टाकण्याची लिबरल्स आणि डेमोक्रॅट्सची कल्पना बारगळली आहे. त्यांनी कसून प्रयत्न केला नाही.

दहा फेब्रुवारी

मेट्रो बॉंबस्फोटात मेलेल्या आणखी तेरा लोकांना दफन करण्यात आलं. एकोणतीस लोकांची परिस्थिती अजूनही गंभीर आहे. एकूण बळींची संख्या चाळीसपर्यंत गेली आहे. गेल्या चोवीस तासांत आणखी एक व्यक्ती मृत्यू पावली.

रिबकिनचा शोध लागला आहे. फारच चमत्कारिक कहाणी. अगदी विचित्र परिस्थितीत तो परतला. जवळजवळ अर्धमृत अवस्थेत! त्यापूर्वी त्याने रेडिओवरून सांगितलं की, तो किएव्ह येथे त्याच्या मित्रांबरोबर सुटीसाठी गेलेला आहे. त्याच्या निवडणूक प्रचाराच्या चमूचं नेतृत्व करणारी केसेनिया पोनोमायोव्हा हिने ताबडतोब तिचा राजीनामा दिला.

रिबकिनने उद्गार काढले की, चेचेनशी बोलणी करणं जरा जडच गेलं होतं. त्याने डोळ्यांवर स्त्रियांचे सनग्लासेस घातले होते आणि त्याच्याबरोबर एक अजस्त्र अंगरक्षक होता.

"तुला कोणी थोपवून धरलं होतं?" त्याला विचारण्यात आलं, पण त्याने काहीच उत्तर दिलं नाही. प्रोक्युरेटरच्या कार्यालयातील चौकशी करणाऱ्या लोकांच्या प्रश्नांनाही त्याने काहीही उत्तरं देण्यास नकार दिला. त्याच्या बायकोने तो घरी विमानाने परतत असताना इंटरफॅक्स न्यूज एजन्सीला दिलेल्या मुलाखतीत सांगितलं की, "ज्या देशाचे नेतेच असे आहेत, त्या देशाबद्दल तिला फार वाईट वाटतं." ती तिच्या नवऱ्याचा उल्लेख करत होती.

रिबकिन त्याची उमेदवारी कदाचित मागे घेईल, असं नंतर जाहीररित्या घोषित करण्यात आलं.

यावलिन्स्कीने त्याचा पुतिन यांच्याबरोबरचा लढा सोडून दिला आहे. जरी त्याचं '*पेरिफेरल कॅपिटॅलिझम* (इन रशिया)' हे नवीन पुस्तक मॉस्कोत प्रकाशित झालेलं असलं, तरीही! ते रशियन भाषेत लिहिलेलं आहे, पण पश्चिमेकडच्या पैशावर! पुस्तकाचा विषय आहे, 'आधुनिकीकरणासाठी एक मान्यवर आदर्श.' यावलिन्स्कीला ते अशक्य वाटतं. हे पुस्तक लिहूनदेखील यावलिन्स्कीने निर्णायकरीत्या पुतिन यांच्या विरोधातला लढा सोडून दिला आहे.

सेंट पीटर्सबर्गमध्ये खुर्शेदा सुल्तानोव्हा या नऊ वर्षांच्या बालिकेची भोसकून हत्या करण्यात आली. जिथे तिचे कुटुंबीय राहत होते, त्या फ्लॅटच्या अंगणात 'स्कीन हेड्स'नी हे कृत्य केलं. तिचे वडील, पस्तीस वर्षीय युसूफ सुल्तानोव्हा. एक ताडजिक. सेंट पीटर्सबर्गमध्ये कित्येक वर्षं काम करत होते. मुलांना बागेतून घराकडे परत आणत असताना काही माथेफिरू तरुणांनी त्यांचा पाठलाग करायला सुरुवात केली. अंधारात त्यांच्या घराच्या अंगणात त्या तरुणांनी त्यांच्यावर हल्ला केला. खुर्शेदाला अकरा वेळा भोसकले गेले. या जखमांमुळे ती लगेचच मरण पावली. युसूफचा अकरा वर्षांचा भाचा अलाबिर अंधारात पळाला आणि एका उभ्या असलेल्या गाडीच्या आड लपला. अलाबिरने सांगितलं की, त्या स्कीनहेड्सनी खुर्शेदा मेली आहे याची खात्री होईपर्यंत तिला भोसकणं सुरूच ठेवलं. 'रशिया फॉर रशियन्स!' ते ओरडत होते.

सुल्तोनोव्हज काही बेकायदेशीरपणे स्थलांतर केलेले लोक नव्हते. सेंट पीटर्सबर्गचे नागरिक म्हणून त्यांची रीतसर नोंदणी झालेली आहे, पण या फॅसिस्ट लोकांना ओळखपत्रांत रुची नाही. रशियाचे नेते जेव्हा बाहेरून आलेल्या कामगारांबद्दल आणि स्थलांतरितांबद्दल जाहीरपणे बोलतात, तेव्हा अशा प्रकारच्या करुण कथांची जबाबदारी त्यांच्यावर येते.

पंधरा लोकांना नंतर पकडण्यात आलं, पण लगेचच सोडून दिलं गेलं. त्यातली बरीच मुलं सेंट पीटर्सबर्गच्या कायदा-सुव्यवस्था अमलात आणणाऱ्या संस्थेच्या कर्मचाऱ्यांची होती. आज सेंट पीटर्सबर्गचे सुमारे वीस हजार तरुण

अनधिकृत फॅसिस्ट आणि रेसिस्ट संस्थांचे सभासद आहेत. सेंट पीटर्सबर्गचे 'स्कीन हेड्स' देशात सर्वांत अधिक सक्रिय आहेत आणि अझेरबायजानीस, चायनीज आणि आफ्रिकन लोकांवर ते सतत हल्ले करत असतात. कोणालाही कधीही शिक्षा होत नाही, कारण कायद्याची अंमलबजावणी करणाऱ्या संस्थांनाच जातीयवादाची लागण झालेली आहे. तुम्ही तुमचा संभाषण ध्वनिमुद्रित करणारा रेकॉर्डर फक्त मिलिशियासाठी 'स्विच-ऑफ' करायचा, नाहीतर ते तुम्हाला सांगायला सुरुवात करतील, की ते 'स्कीनहेड्सना समजू शकतात आणि त्या ब्लॅक लोकांबद्दल... आणि इतरांबद्दल बोलायचं झालं, तर 'फॅसिझम इज इन फॅशन!'

अकरा फेब्रुवारी

'उमेदवार रिबकिन', 'सोप ऑपेरा' पुढे चालू आहे. आधीच्यापेक्षा त्याची पुढची वक्तव्यं अधिकच चक्रावून टाकणारी असतात. उदाहरणार्थ, "त्या दिवसांत मी चेचेन वॉरचा अनुभव घेतला." कोणाचाही त्याच्यावर विश्वास नाही. विनोदवीर विचारतात, "दोन दिवसांचं खासगी आयुष्य किएव्हमध्ये जगण्याचा मानवी हक्क त्याला आहे काय?"

यापूर्वी रिबकिन एक अगदी व्यवस्थित माणूस होता. जास्त पिणं नाही की बेजबाबदार वर्तन नाही. वाटेल तसं बेबंद आयुष्य नाही. फारच जबाबदारीने वागणारा आणि काहीसा संथदेखील होता. हे 'किएव्हमधले दोन दिवस' त्याच्या व्यक्तिमत्त्वाच्या अगदी विरुद्ध आहेत.

मग युक्रेनला खरं काय घडलं? आणि ते तिथंच घडलं का? रिबकिन असं सांगतो की, इथून नाहीसा झाल्यावर त्याने 'वुडलँड रिट्रिट' या अध्यक्षीय प्रशासनाच्या मॉस्को प्रॉव्हिन्सच्या अतिथीगृहात काही काळ घालवला. त्याला तिथून नेण्यात आलं आणि तो तेव्हा किएव्हमध्ये होता. त्याला किएव्हहून मॉस्कोला फोन करून हलक्याफुलक्या पद्धतीने असं सांगायला लावण्यात आलं की, त्याला खासगी आयुष्याचा हक्क आहे.

*

काय चाललं होतं हे? हेतू काय होता? रिबकिन प्रकरणाची चौकशी झाली नाही, म्हणून मी माझे प्रस्ताव मांडते.

लोकांना कोणाला मतं द्यायची हे माहीत आहेच, या सबबीखाली पुतिन यांनी जाहीर वादविवादात भाग घेणं टाळलं. हे सरळसरळ सबबी देणं होतं. विषय त्यांना अस्वस्थ करणारा असेल, तर पुतिन संवाद साधण्यात अधिकच कमी पडतात. परदेशात गेल्यावर पुतिन यांच्या प्रशासनाने वार्ताहरांची मुस्कटदाबी केलेली नसेल,

तेव्हाच संवाद होतात. पत्रकार प्रश्न विचारतात आणि अध्यक्षांना अवघडल्यासारखं होतं. मग त्यांचा ताबा सुटतो. पुतिन यांच्या पसंतीचा प्रकार आहे, एकट्यानेच बोलत राहणं आणि मुख्य प्रश्नांची आधीच तयारी करणं.

आम्ही आमचं राजकीय चित्र असं काही रेखाटलंय की, आता फक्त एकच चमकता तारा उरलाय. तो अढळ आहे आणि त्याची पातळी गगनाला भिडणारी आहे. ती सगळ्यांच्यापेक्षा वेगळी वाटते. फक्त स्वत: तो माणूस आणि त्याच्या गढुळलेल्या भूतकाळाव्यतिरिक्त!

पाच फेब्रुवारीच्या आधी एक आठवडा क्रेमलिनने बांधलेल्या आवळ्याभोपळ्याच्या मोटीतून रिबकिन टुण्ण उडी मारून उभा राहतो आणि त्याच्याकडे असं काही कथित भांडवल असल्याचं सांगतो, ज्यामुळे हा चमकता तारा आणि त्याचा उल्लेखनीय भूतकाळ यांचं श्रेय हिरावलं जाऊ शकतं. त्याचा रोख आहे तो या भूतकाळापैकी काहीतरी उघड करण्यावर. वरताण म्हणजे रिबकिनमध्ये पुतिन यांचं 'हुकूमशहा' असं वर्णन करण्याचं धारिष्ट्य आहे, ही 'साऊंडबाईट' मुख्य प्रवाहात ऐकवली गेली नाही. कारण आमच्या या दैदिप्यमान महाशयांची मोहीम तर 'आमच्या बाजूला नसलेले हुकूमशहा खरोखर कसे आहेत' या विषयावर बेतलेली आहे!

रिबकिनने आमच्या या उमेदवार क्रमांक एकला गंभीर स्वरूपात अस्वस्थ केलं आहे. रिबकिनच्या मागे बोरीस बेरेझोव्स्कीची छायाही होतीच. कदाचित त्याच्याकडे खरंच काहीतरी असावं.

त्याचं अपहरण होण्यापूर्वी एक आठवडा रिबकिन एखाद्या मोकळ्या सुटलेल्या अग्निबाणासारखा दिसत होता. त्या अग्निबाणाच्या टोकाला असं काही युद्ध छेडायला अधीर साहित्य होतं, ज्यामुळे क्रेमलिनचं गंभीर नुकसान होऊ शकलं असतं.

याच गोष्टीमुळे त्यांना सायकोट्रॉपिक ड्रग्जचा आधार घ्यावा लागला, जेणेकरून तो ड्रग देण्यात आलेली व्यक्ती सगळं काही भडाभडा सांगून मोकळी होते. मुख्य स्रोत तर रिबकिनचा होता; त्याच्या भोवतालचे लोक किंवा त्याचे नोकर नव्हेत, तर त्याचा मेंदू. म्हणून त्याचा तळ गाठताना त्यांनी तो 'स्विच-ऑफ' करून ठेवला होता. शक्यता अशी आहे की, रिबकिनला स्वत:लाच त्या दिवसांत त्याने काय काय आणि कोणाकोणाला सांगितलं याची कल्पनाच नाही!

एका वस्तीपासून दूर असलेल्या 'वुडलँड रिट्रिट' या सोयीस्करपणे बाहेरच्या लोकांसाठी बंद असलेल्या ठिकाणाचा उपयोग केला गेला. तो जेव्हा परत आला तेव्हा त्याच्या निष्काळजी बायकोने एका अधिकृत वृत्तसंस्थेशी बोलताना जी वक्तव्यं केली, त्यांचाही उपयोग करण्यात आला.

त्याला 'वुडलँड गेस्ट हाउस'मध्ये नेण्यात आलं, यावरून अध्यक्षीय प्रशासनाला त्याच्या अपहरणाची आगाऊ कल्पना होती, हे दिसून येतं. एफएसबीलाही हे माहीत

होतं. अध्यक्षाचं मंत्रालय आणि एफएसबी, दोन्ही कार्यालयं केवळ हातमिळवणीच करून नव्हे, तर एकसंध असल्याप्रमाणेच काम करतात. रिबकिनला वुडलँड रिट्रिटमध्ये पाहिल्याचं आणि तो लवकरच परत येणार असल्याचं गुडकॉव्ह बरळला. बहुतेक त्याने ही माहिती आतून काढली होती किंवा मग बातमी फुटली होती. गुडकॉव्हने तोंड उघडल्यावर लगेच गेस्टहाऊसच्या व्यवस्थापनाने रिबकिन तिथे होता, हे अमान्य केलं.

आणि खरंच तो नंतर तिथे नव्हताच! किएव्हमार्गे त्याच्या परतीचा प्रवास आखला गेला होता. एक महत्त्वाचा तपशील असा की, हा अध्यक्षपदाचा उमेदवार रशियातून युक्रेनमध्ये चोरून नेण्यात आला. (ही सीमारेषा ओलांडताना कस्टम्स किंवा पासपोर्टच्या पूर्वपीठिकेची गरज लागत नाही.) तांत्रिकदृष्ट्या हे बरंचसं शक्य आहे. लाच देण्याचं टाळण्यासाठी युक्रेनमधले कामगारदेखील याच त्रुटींचा आधार घेतात आणि रशियात गाडी चालवून येतात.

रिबकिनच्या उदाहरणात त्याला गेस्टहाऊसमधून किएव्हच्या व्हीआयपी अपार्टमेंट्समध्ये त्वरेने आणण्यात आलं. या अपार्टमेंट्सवर सध्याच्या युक्रेनच्या अध्यक्षांचा ताबा आहे. लिओनिड कुचमा याचा प्रशासनाशी जवळचा संबंध आहे, कारण तो त्यांच्या राजकीय गुन्ह्यातला साक्षीदार आहे. त्यामुळे त्याला जर काही मदत लागली, तर आम्हीही ती देण्यास बद्ध आहोत. म्हणूनच राज्याला 'कॉमन वेल्थ ऑफ इंडिपेंडंट स्टेट्स' विकसित करायचंय. ज्यायोगे सीमारेषा फार 'वॉटरटाईट' नसतील आणि त्यांचे केजीबीचे पूर्वीचे सहकारी इथे आणि तिथे एकत्रित विशेष कारवाया करू शकतील.

आता आपण व्यक्तिमत्त्वाचा विचार करू. रिबकिनचं जागृत मन 'स्विच ऑफ' केल्यावर त्याच्याकडून माहिती काढण्याची आज्ञा कोण देऊ शकेल? अर्थातच आपला 'दैदिप्यमान' उमेदवार क्रमांक एक, खात्रीने!

अर्थात इथे आज्ञेबद्दल बोलण्याचा प्रश्नच येत नाही. आमच्या वरिष्ठ बागुलबुवांनी फक्त भुवई उंचावायची खोटी, त्यांची ताटाखालची मांजरं लगेचच त्यांच्या इच्छापूर्तीसाठी धावत येतात. या भुवया उंचावण्याला आमच्या या राजकीय 'वंडरलँड'मध्ये एक नामाभिधानदेखील आहे. त्याला 'पाशा ग्राचेव्ह इफेक्ट' म्हणतात. याचा संदर्भ आहे पूर्वीच्या संरक्षणमंत्र्यांशी. त्यांच्या कृष्णकृत्यांचा 'पर्दाफाश' करण्याचं काम दिमित्री खोलोडोव्ह या एका पत्रकाराने आरंभलं होतं. संरक्षणमंत्र्यांनी त्यांच्या मिलिटरीतल्या मित्रांना खोलोडोव्हमुळे त्याला किती वैताग आलाय हे सांगण्याची खोटी, त्याला तुकडे तुकडे करून उडवून देण्यात आलं.

'ग्राचेव्ह इफेक्ट' इथेही वापरला गेला होता. नशीब, रिबकिनचा खून करण्यात आला नाही. फक्त 'एंजल ऑफ डेथ'चा निवडणुकीतला मुक्त संचार उमेदवार

क्रमांक एकच्या पथ्यावर पडला नसता, म्हणूनच त्याचा खून झाला नाही.

अशा प्रकारची गुन्हेगारी इथे चालते, सायकोट्रॉपिक ड्रग्जसह. हे सर्व का चाललंय, तर सध्या अध्यक्ष असलेल्या उमेदवाराला निवडणूकपूर्व वादविवादात भाग घेता येत नाही, ते चर्चा करू शकत नाहीत, अतार्किकपणे विरोधाला घाबरतात आणि स्वत:च्या प्रेषित असण्यावर त्यांचा विश्वास बसलाय!

रिबकिन त्याच्या बायकोपासून दूर पळत होता, या गोष्टीवर विश्वास ठेवण्याइतके मूर्ख आम्ही नक्कीच नाही.

सापेक्षपणे, रिबकिनकडे अडचणीत आणू शकणारा 'मालमसाला' फार कमी होता. या 'सोप ऑपेरा'ला पुढला एपिसोड नव्हता. सगळेजण त्याला विसरले, पुतिन यांच्यासकट! निष्पत्ती, पर्याय नसलेल्या या समाजात रिबकिन सत्तेला जाहीरपणे धारेवर धरण्यात अयशस्वी ठरला.

पूर्ण जानेवारी महिन्यात, चेचन्यात लोकांचं अपहरण करण्यात येत होतं आणि नंतर फक्त त्यांची मृत शरीरं मिळत होती. मॉस्को मेट्रो स्फोटात सहा फेब्रुवारीला मरण पावलेल्यांची संख्या आणि अपहरण केलेल्यांची संख्या जुळते. चेचन्यात प्रत्येकाचं दुसऱ्याशी युद्ध चालू आहे. तथाकथित 'चेचन सिक्युरिटी फोर्सेस' म्हणजेच शस्त्रधारी लोक सर्वत्र दिसत आहेत. लोकांच्या चेहऱ्यावर सर्वसाधारणपणे दिसणारा भाव म्हणजे उदासपणाचा. अर्धवट वेड्या झालेल्या, धक्का बसलेल्या अशा प्रौढ व्यक्ती मोठ्या प्रमाणावर दिसतात. फक्त शरीरानेच मुलांसारखी दिसणारी मुलं शाळेच्या रस्त्याला लागतात. शस्त्रसज्ज सैनिक असलेल्या गाड्या उद्धटपणाने तुमच्या बाजूने जातात आणि ते सैनिक तुमच्याकडे उपरोधाने त्यांच्या सब-मशीनगन्स रोखून धरतात. रात्रीच्या वेळी डोंगराच्या पायथ्याशी फायरफाईट्स, आर्टिलरीचे बॉंबहल्ले, लढाया केल्या जातात. सकाळच्या वेळी नवीन काडतुसांचा ढीग दिसतो. 'स्टेलमेट' स्थितीतलं युद्ध आहे हे. आम्हाला या लढाईला पूर्णविराम द्यायचाय की आम्हाला त्याबद्दल काहीच वाटत नाही?

सगळ्या अध्यक्षीय निवडणूक प्रचार मोहिमेच्या दरम्यान चेचन्यामध्ये एकही दखलपात्र निदर्शन चेचन्याच्या युद्धाच्या विरोधात झालेलं नाही. आमच्या लोकांचं दीर्घकाळपर्यंतचं त्रास सहन करणंच अविश्वसनीय आहे आणि तेच पुतिनरूपी भयंकर संकटाला पुढे चालू ठेवतं. दुसरं काहीही स्पष्टीकरण नाही.

सहा फेब्रुवारीच्या मेट्रोमध्ये झालेल्या स्फोटाची 'जबाबदारी' घ्यायला कोणीही पुढे कसं आलेलं नाही? या प्रश्नाला काहीही स्पष्टीकरणं नाहीत.

एकतर गुन्हा अन्वेषण विभागाचे लोक या स्फोटाच्या मागे असावेत. कोणातर्फे त्यांनी हे घडवून आणलं ते गौण, कारण त्यामुळेच स्फोटांची जबाबदारी घ्यायला कोणी पुढे का आलं नाही, त्याचं स्पष्टीकरण मिळतं.

...किंवा असंही शक्य आहे की, त्यांच्या मारल्या गेलेल्या नातेवाइकांसाठी सूडबुद्धीने काही व्यक्तिगत दहशतवादींचा या प्रकरणात संबंध असावा. त्यांची प्रतिष्ठा आणि देशाचा सन्मान पायदळी तुडवला गेल्याचा सूड. हे एक लाजिरवाणं आणि निराशाजनक स्पष्टीकरण आहे आणि गुन्हा अन्वेषण विभागाच्या योग्यतेचा प्रश्न निर्माण करणारं!

बारा फेब्रुवारी

जे लोक दहशतवाद विरोधी कारवाईच्या कक्षेत काम करतात, पुतिन त्यांचा मोबदला अडीचशे टक्क्यांनी वाढवत आहेत. कदाचित यामुळे चेचन्यामधील लूटमार थोडी कमी होईल.

रिबकिन अजूनही फडफडतो आहे. बेरेझोव्स्कीशी सल्लामसलत करण्यासाठी तो लंडनला विमानाने गेला आहे. त्याला त्याचा राजकीय विजनवास सगळ्या लोकांच्या देखत पूर्ण करायचा आहे. लोकशाहीतला विरोध झटकून टाकणं रशियात एवढं सोपं का आहे? विरोधी पक्षांचं काहीतरी चुकतंय. ते ज्या मुद्यांवर विरोध करतायत ते फार जहाल आहेत, अशातलाही भाग नाही. जरी तोही एक घटक असला, तरीही! मुख्य गोष्ट ही आहे की, त्यांच्याकडे विरोध करण्यासाठी आवश्यक कठोर निश्चयाचाच अभाव आहे. बेरेझोवस्की हा फक्त एक जुगारी आहे; लढाऊ नव्हे. नेमत्सोव्ह फक्त खेळी खेळतोय आणि यावलिन्स्की नेहमी जणू काही त्याला कोणीतरी दुखावलंय असा दिसतो.

पूर्वीच्या केजीबी/एफएसबी ऑफिसरांचा असा अंदाज आहे की, रिबकिनवर एसपी एकशेसतरा नावाचं द्रव्य, जे एक सायक्रोट्रॉपिक संयुग आहे, त्याचा वापर केला गेला असावा. दहशतवादाशी मुकाबला करताना एफएसबीच्या गुन्ह्यांना शह देणाऱ्या गुन्हा अन्वेषण विभागात या संयुगाचा वापर केला जात होता, पण फक्त काही विशेष उदाहरणांतच आणि महत्त्वाच्या 'टार्गेट्स'वरच. एसपी एकशेसतरा हा एक सत्य बोलायला लावणारा ड्रग आहे. तो मेंदूच्या विशिष्ट भागांवर काम करतो. या ड्रगमुळे त्या व्यक्तीला त्याच्या मनावर पूर्ण नियंत्रण ठेवण्यापासून प्रतिबंध केला जातो. त्याला जे माहीत आहे, ते सगळं तो सांगतो. या ड्रगमध्ये दोन भाग आहेत, पहिला भाग आणि उतारा. प्रथम डोटचे दोन थेंब एखाद्या पेयात टाकून दिले जातात. ते दिले गेल्यानंतर पंधरा मिनिटांतच त्या बळीचा स्वत:वरचा पूर्ण ताबा जातो. बहुतेक कित्येक तास. तो परिणाम टिकवायचा असेल तर आणखी थोडे थेंब दिले तरी काम होतं.

आवश्यक माहिती त्याच्याकडून काढून घेतल्यावर मग त्या बळीला उतारा दिला जातो. दोन गोळ्या, पाणी, चहा किंवा कॉफीत विरघळवून दिल्या जातात.

साधारण दहा मिनिटांनंतर ती व्यक्ती सर्वसाधारण होते. तिची स्मरणशक्ती पूर्णपणे हरवलेली असते. त्या व्यक्तीला विसरून गेल्यासारखं वाटतं. हा ड्रग जर बरेच दिवस दिला गेलेला असेल, तर त्या व्यक्तीला गोंधळल्यासारखं आणि धक्का बसल्यासारखं वाटतं, कारण तो विशिष्ट कालावधी त्याच्या स्मरणातून तुटल्यासारखा होतो आणि त्याला काय झालं होतं हे तो समजू शकत नाही.

रिबकिनचं राजकीय करीअर लिटविनेनको आणि कालुजिननी यांनी केलेली विधानं वाचवू शकणार नाहीत. त्याचा १९९०च्या शेवटच्या काळातला जवळचा मित्र, पण आता कट्टर शत्रू असलेला बेरेझोव्स्की त्याच्या विरोधातली ही फेरी जिंकला आहे.

रिबकिनला निवडणुकीच्या शर्यतीतून परिणामकारकरीत्या हटवण्यात आल्यावर बरोबर एका दिवसानंतर आणि त्याच्या वादविवादात भाग घेणार नसल्याबद्दलच्या जाहीर वक्तव्यानंतर आता अध्यक्षपदाच्या निवडणुकीची अधिकृत प्रचार मोहीम सुरू झाली आहे. प्रत्येक उमेदवाराला टेलिव्हिजनच्या राज्यवाहिनीवर साडेचार तासांचा विनामूल्य 'एअरटाइम' मिळू शकतो आणि तो 'लाईव्ह ब्रॉडकास्ट'च्या स्वरूपात असतो. पुतिन यांच्या विरुद्ध लज्जास्पद पुरावा असणारा एकुलता एक उमेदवार रिबकिन, याने स्वत:हून त्याची टेलिव्हिजनवर येण्याची संधी नाकारली आहे. क्रेमलिनला हेच पाहिजे होतं.

तीनशेपेक्षा अधिक मदतनीस आणि पाठीराख्यांबरोबर मॉस्को स्टेट युनिव्हर्सिटीमध्ये दोन वाजता पुतिन यांनी एक सभा घेतली. त्याच्या पहिल्या सत्रात त्यांनी काय काम केलं, याचा ते पाढा वाचत होते. सगळ्या प्रेस, टीव्हीच्या वार्ताहरांना बोलवण्यात आलं होतं. पण मुख्य स्टेट टेलिव्हिजन केंद्राने त्या प्रसंगाचं प्रक्षेपण करताना या गोष्टीवर भर दिला की, 'पुतिन एखाद्या खासगी व्यक्तीसारखं बोलत होते.' पुतिन यांनी टेलिव्हिजनवरच्या वादविवादात भाग घ्यायला नकार दिला आणि त्यांचं हे भाषणदेखील अगदीच मिळमिळीत झालं; जसे त्यांचे कम्युनिस्ट पार्टी कॉंग्रेसला पूर्वी दिलेले अहवाल! झोपी गेलेले त्यांचे मॉस्को युनिव्हर्सिटीतले श्रोते पुतिन यांनी त्यांचे शेवटचे शब्द उच्चारल्यावर खडबडून जागे झाले आणि त्यांनी वेड्यासारख्या टाळ्या वाजवल्या!

प्रक्षेपण चालू असताना एक अध्यक्षपदासाठीचा उमेदवार त्याच्या एअर टाईममध्ये ९ मिलियन रुबल्स इतकं बोलला. रोस्सिया चॅनलचं तीस सेकंदांच्या एअर टाईमचं अधिकृत कोष्टक ९०,००० रुबल्स इतकं आहे. पुतिन यांनी पैसे दिले? निवडणूक कायद्याचं उल्लंघन आणि राज्य साधनसामग्रीचा निवडणुकीसाठी झालेला खर्चिक अपहारच होता तो!

सभेसाठी सहाशे पत्रकार उपस्थित होते. सकाळी साडेनऊ वाजता ते मिनिस्ट्री

ऑफ फॉरेन अफेअर्सच्या प्रेस सेंटरमध्ये जमले आणि बारा वाजेपर्यंत रजिस्ट्रेशन चालू राहिलं.

सगळ्यांची तपासणी करण्यात आली. प्रश्न विचारायचे नाहीत म्हणून तंबी देण्यात आली आणि तो तंबी देणारा माणूस नक्कीच एफएसबीचा नोकर होता. तेवीस हिरव्या बसेसमधून मिलिशियाच्या सोबतीने त्यांना जणू काही पायोनियर कँपला लहान मुलांना न्यावं तसं नेण्यात आलं. बैठक संपल्यावर पत्रकारांना पुन्हा बसमध्ये एकत्र कोंबण्यात आलं आणि परत पाठवलं गेलं. रांगेच्या बाहेर कोणीही जायचं नाही! ही सभा काय एक व्यक्ती आणि त्याच्या मित्रांत देशाचं भवितव्य चांगलं घडावं म्हणून होती?

या प्रसारणात माहिती देण्याऐवजी राजकीय प्रचाराचाच अंतर्भाव असल्याने ओल्गा झास्ट्रोझानाया, मध्यवर्ती मतदारसंघ आयोगाची एक स्वीय सचिव हिने असा शेरा दिला, ''हे निवडणुकीच्या नियमांचं सरळसरळ उल्लंघन होतं...''

अलेक्झांडर इव्हानचेन्कोने संदिग्ध विधान केलं, ''पुतिन यांची निवडणूक प्रचार मोहीम नागरी निवडणूक मापदंडावर कमी ठरते. निवडणुकीच्या कार्यपद्धतींचा कायदेशीरपणा तांत्रिकदृष्ट्या नाहीसा करण्यात आला आहे. अध्यक्षपदाची निवडणूक अवैध ठरवण्यात यायला पाहिजे, पण मध्यवर्ती मतदारसंघ आयोग नपुंसक आहे.''

लोकांची काहीही प्रतिक्रिया व्यक्त झाली नाही. ग्लेबा पावलोवस्की, क्रेमलिनचा एक 'स्पिन डॉक्टर' म्हणाला, ''कोणाला प्रक्षेपणाची किती अधिक मिनिटं मिळतात, याच्याशी मतदारसंघाला देणंघेणं नाही.''

टेलिव्हिजनचं ब्रेनवॉशिंग करण्याचं काम पद्धतशीरपणे चालू आहे. प्रधानमंत्री कासियानोव्हने आज अहवाल दिला की, शेतकी उत्पादन १.५ टक्क्यांनी वाढलं आहे. पुतिन यांच्या हाताखाली रशियाचा शेतीउद्योगात विकास होण्याच्या दृष्टीने सगळ्या गोष्टी व्यवस्थित चालू आहेत.

'जगाच्या धान्यबाजारात आमचं स्थान अग्रक्रमाने निश्चित करण्यासाठी आम्ही सज्ज आहोत.' कासियानॉव्हने आम्हाला आश्वासन दिलं. त्याचा हा दांभिकपणा त्याला वाचवू शकेल असं दिसत नाही. त्याला लवकरच काढून टाकलं जाईल. येल्त्सिनच्या काळाची आठवण करून देणारे राजकीय नेते आसपास असतील तर पुतिन अस्वस्थ होतात; कारण त्या काळात ते स्वत:च फक्त एक बाहुलं होते आणि त्यांची गादी चालवणारा म्हणून त्यांना कसं निवडलं गेलं, हा इतिहासाही त्यांना आठवतो.

निवडणूक प्रचार मोहिमेच्या कालावधीत आम्हाला असं ऐकिवात आलं की, आमच्याकडे शस्त्रांची विक्री, धान्याची निर्यात ते अवकाशात संशोधन या सगळ्या क्षेत्रातले जागतिक नेते आहेत. अद्याप आम्ही गाड्या उत्पादनाच्या क्षेत्रातदेखील

'वर्ल्ड लीडर' आहोत असा दावा करत नाही. बहुतेक उच्चपदस्थ अधिकाऱ्यांचा आमच्या 'झिगुली' गाड्यांत बसून प्रवास करण्याचा अनुभव ते विसरले नसावेत!

तेरा फेब्रुवारी

ड्युमाचा काही प्रभाव खरोखरच आहे का? अध्यक्षपदाच्या निवडणुकीपूर्वी ह्युमन राईट्स ओमबड्समन म्हणून पुतिनना व्लादिमीर ल्युकिनला निवडून द्यायचं होतं. तो पूर्वीच्या याब्लोकोचा माणूस आणि एक सुपरिचित लिबरलदेखील आहे. युनायटेड रशियाने सगळे अडथळे पार केले आणि निवडणुकीवर बहिष्कार टाकण्याची धमकी जरी रोदिना आणि कम्युनिस्ट पार्टीने दिली होती, तरी शेवटी नियुक्ती झालीच. मतदानाच्या वेळी ल्युकिन हाच एकमेव उमेदवार होता. बाकीच्यांना सरळसरळ वगळण्यात आलं. ते खूष आहेत. "या क्षेत्रात काम करण्याकडे मी मोठ्या अपेक्षेने बघतोय." ते म्हणाले. पण ज्यांच्या हक्कांचं रक्षण करायचंय त्यांचं काय?

(ल्युकिन एक मध्यम प्रतीचा ओमबड्समन ठरला. कुठलंही काम पुढाकार घेऊन करण्याकडे त्याचा कल नव्हता आणि तो नेहमीच क्रेमलिनच्या दबावाखाली होता. उदाहरणार्थ, चेचन्याचा मुद्दा कधीही त्याच्या कामांच्या यादीच्या अग्रभागी नव्हता.)

सकृतदर्शनी त्याच्या जीपखाली लावून ठेवलेल्या बॉंबमुळे कतारमध्ये झेलिमखान यांदारबिएव्ह, चेचन्याचा पूर्वीचा उपाध्यक्ष आणि डुडाएव्ह, मास्खाडोव्ह, या अध्यक्षांचा सहकारी मृत्युमुखी पडला. दुसरं चेचेन युद्ध सुरू झालं तेव्हा त्याने चेचन्या सोडलं. हे बहुतेक रशियन गुन्हा अन्वेषण विभागाचं काम होतं. सैन्याचं मध्यवर्ती गुन्हा अन्वेषण संचालनालय किंवा फेडरल सिक्युरिटी ब्यूरो; बहुतेक आर्मीचीच एजन्सी.

तो लंडनहून परत येणार नाही असं इव्हान रिबकिनने जाहीर केलंय. आपल्या इतिहासात अध्यक्षपदाच्या उमेदवारीतून मागे हटलेला असा हा पहिलाच. राजवटीने त्याला अमली गोळ्या चारल्या, याबद्दल आता कोणालाच संशय नाही.

गुन्हा अन्वेषण विभागातून 'हितचिंतक' म्हणवून घेणाऱ्या कोणीतरी आमच्या वर्तमानपत्राच्या संपादकीय कार्यालयात फोन केला. "हे लंडनकडे पाठवा, कारण आम्हाला माहीत आहे तुम्ही हे करू शकता. पुतिन यांच्या विरोधात जर रिबकिनने काही न रुचणारं साहित्य टेलिव्हिजनवरच्या वादविवादात पुढे आणलं, तर दुसरी एक दहशतवादाची घटना घडेल. लोकांचं लक्ष अध्यक्षांना या गोष्टीवरून दुसरीकडे वळवण्याचा कोणत्यातरी मार्गाने प्रयत्न करावा लागेल."

आम्ही तो निरोप पुढे पाठवला, पण रिबकिनने निवडणुकीतून त्याचं अंग

आधीच काढून घेतलं होतं. त्याला स्वत:चा जीव वाचवण्याचीच भीती आहे.

मवाळ पक्षाच्या मतदारांची मन:स्थिती द्विधा आहे. खाकामाडाने तिच्या समर्थकांची एक सभा मॉस्कोत घेतली आणि मीही त्या सभेला उपस्थित राहिले. बरेच लोक सरळसरळ म्हणतात, ''आम्ही जर खाकामाडाला पुढे केलं नाही, तर इतरांच्या विरोधात मतदान करणं किंवा मतदानासाठी घराबाहेरच न पडणं, हे दोन पर्याय आमच्यापुढे उरतील.''

रोगोझिन आणि ग्लाझिएव्ह यांनी अशा लोकांच्या भावनांशी खेळण्याचा धोकादायक खेळ सुरूच ठेवलाय. ज्या लोकांना त्यांची राष्ट्रीय भावना दुखावल्यासारखी वाटते.

चौदा फेब्रुवारी

मॉस्कोमध्ये एक नवीन शोकांतिका. यासेनेव्हो येथील अक्वा पार्कचं छत कोसळलं. सेंट व्हॅलेंटाईन्स डे जोमात साजरा करण्यात येत असतानाच संध्याकाळच्या वेळेस ही घटना घडली. छताचा सत्तर टक्के भाग एखाद्या फुटबॉल खेळाच्या मैदानाच्या आकाराच्या स्वीमिंग पुलावर कोसळला. अधिकृतपणे तिथे चारशे सव्वीस लोक असल्याचं सांगण्यात आलं, तरी अनधिकृतपणे तिथे जवळपास हजार लोक होते. इमारत वाफेत लपेटली गेली आहे. स्वीमिंग सूट परिधान केलेल्या लोकांनी वीस डीग्रीज फ्रॉस्टमध्ये उड्या मारल्या. ज्यांना आगीत जास्त नुकसान पोहोचलं, त्यात एक उपाहारगृह, एक बोलिंग ॲली, स्नानगृह, सौना, व्यायामाच्या खोल्या आणि मुलांसाठी गरम पाण्याचा स्वीमिंग पूल यांचा समावेश होता. सव्वीस मृत शरीरं लगेचच शोधण्यात आली, पण मानवी अवयव बरेच आहेत. अधिकारी म्हणतात की, ही दहशतवादाची घटना नव्हती.

'सोल्जर्स मदर्स'च्या नवीन पक्षाला अधिकाराच्या जागेवर काम करणाऱ्या लोकांनी जगणं मुश्कील केलंय. न्याय मंत्रालय म्हणतंय की, या पक्षाकडून नोंदणीसाठी त्यांना कोणतीही कागदपत्रंच मिळाली नाहीत. पण खरं म्हणजे पक्षाने त्यांना ती सुपूर्द तर केली होती, अशी अधिकृत पावतीदेखील त्यांच्याकडे आहे! नोकरशहा अशा नवीन पक्षांना कोंडीत पकडण्यासाठी गोंधळात टाकणाऱ्या आणि पूर्णपणे चुकीच्या कायद्यांच्या जंजाळाचा उपयोग करत आहेत. त्यामुळे त्यांचा पिच्छा त्यांना सोडवता येईल. सध्या तरी त्या स्त्रियांचं ठीक चाललंय. प्रत्येक पाऊल त्या सावधगिरीने टाकत आहेत.

न्याय मंत्रालयाचा प्रवक्ता येवजेनी सिडोरेन्को जाहीर करतो, ''मला नाही वाटत आम्ही अशा प्रकारच्या राजकीय पक्षाची नोंदणी करू शकू. एक राजकीय पक्ष त्याचे

सभासदत्व लोकसंख्येच्या एखाद्या विशिष्ट गटापुरतं मर्यादित ठेवू शकत नाही. समजा सैनिकाची आई नाही अशा एखाद्या व्यक्तीची सभासद व्हायची इच्छा असेल तर? उदाहरणार्थ, एखाद्या सैनिकाच्या वडिलांना तशी इच्छा असेल तर?''

हा प्रवक्ता बहुतेक भविष्य सांगणारा कुडमुड्या ज्योतिषी असावा. काही पित्यांना खरोखरच सभासद व्हायचंय. आमच्या या राजकीय सहारा वाळवंटात, 'सोल्जर्स मदर्स' पक्षाचं आकर्षण एवढं आहे, की बरेच पुरुषदेखील पार्टीचं नाव असं असूनदेखील त्याचे सभासद झाले आहेत आणि त्यांना कोणीही बाद केलेलं नाही. सरकारी अधिकारी पक्षाच्या समितीला फोन करून सांगतात, की जेव्हा पक्षाची बांधणी होईल, तेव्हा त्यांच्यासाठीदेखील जागा ठेवण्यात यावी. हेच ते 'सन्माननीय' अधिकारी, ज्यांना आर्मी ही आमच्या युवकांचे प्राण घेणारी एक यंत्रणा आहे, या कल्पनेवर विश्वास ठेवणं जड जातंय.

'सोल्जर्स मदर्स पार्टी' एखाद्या खऱ्याखुऱ्या, आर्मीला वाचवू शकणाऱ्या साधनासारखी भासायला लागली आहे आणि लोकांची आर्मड फोर्सेसबद्दलची विश्वासार्हता पुन्हा एकदा प्रस्थापित करण्याचादेखील ही पार्टी म्हणजे एक उपाय वाटतो.

पंधरा फेब्रुवारी

सेंट पीटर्सबर्ग येथील सुल्तानोव्हर्ज स्कीनहेड्सनी जिचा खून केला, त्या लहान मुलीचे कुटुंब रशियाचा त्याग करून ताड्जिकीस्तानला राहायला गेले आहे. त्या मुलीचे अवशेष एका लहान शवपेटिकेत घालून त्यांनी बरोबर नेले.

अमेरिकेच्या सप्टेंबर अकरा नंतरच्या परिस्थितीशी तुलना करून एफएसबीने मेट्रोमध्ये झालेल्या स्फोटांची चौकशी करण्यासाठी त्वरित नवीन अधिकारांची मागणी केली आहे.

उत्तर-दक्षिणेचं युद्ध चालूच आहे. हा काही शेवटचा दहशतवादाचा उद्रेक आहे, असं कोणी समजत नाही आणि चेचेन याच्या मागे आहेत अशीही त्यांना शंका नाही. इथल्या नरकात जगणाऱ्यांना बहुसंख्य लोकांचा पाठिंबा आहे. सत्तर टक्के रशियन लोकांना वाटतं की, सगळ्या कॉकेशियनांना लाथा मारून हाकलून द्यावं, पण कोणत्या ठिकाणी? कॉकासस हा अजूनही रशियाचाच एक भाग आहे.

अफगाणिस्तानमधून आम्ही मागे हटलो, त्याला आज पंधरा वर्षं पूर्ण झाली. हे अफगाण युद्ध समाप्त झालं, अशा प्रकारे बघण्यात येतंय; पण दहशतवादाची बीजं पुढे फोफावण्यासाठी ती आम्ही आधीच पेरली होती. जसे अमेरिकन लोक

बिन लादेनबरोबर; तो आज जो आहे, तो तसा आहे कारण अफगाण युद्ध जसं होतं, तसंच आहे.

सोळा फेब्रुवारी

ॲक्वा पार्कच्या दुर्घटनाग्रस्तांसाठी रक्तदान केंद्रं उभारण्यात आली आहेत. अशा परिस्थितीत काय करावं हे आम्हाला कळायला लागलंय.

युकोसच्या भागधारकांनी असं वक्तव्य केलंय की, ते खोडोरकोवस्कीला राज्याच्या विरोधात खंडणी देऊन सोडवायला तयार आहेत. खोडोरकोवस्कीचा युकोसमधला उजवा हात लिओनिड नेव्हझलिन इस्रायलला पळून गेला होता. त्याने असं जाहीर केलंय की, त्याच्या आणि प्लॅटॉन लेबडिव्ह ह्यांच्या (मेनाटेप बँकेचा मुख्य कार्यकारी अधिकारी, जो युकोसचा मुख्य भागधारक होता आणि कथित कर चुकवण्याच्या आरोपाखाली आठ वर्षांची शिक्षा भोगतो आहे.) स्वातंत्र्याच्या बदल्यात त्यांचे स्टेक्स सोडून द्यायला तयार आहेत.

मेनाटेप गटाच्या आठ टक्के समभागांची मालकी नेवझलिनच्या स्वत:च्या मालकीची आहे. त्याचं म्हणणं आहे की, या प्रस्तावाला मिखैल ब्रुडनो (७ टक्के) आणि लादिमीर डुबोव्ह (७ टक्के) यांचादेखील पाठिंबा आहे.

खोडोरकोवस्कीने तुरुंगातून या प्रस्तावाबद्दल नाराजी व्यक्त केली आहे आणि खंडणीच्या बदल्यात सुटका करून घ्यायला नकार दिलाय. त्याच्या वाट्याला आलेलं माप पूर्ण रितं होईपर्यंत सोसत राहण्याचा त्याने निर्णय घेतलाय.

सतरा फेब्रुवारी

एनटीव्ही टेलिव्हिजन कंपनी निवडणूक मोहीम आणि अध्यक्षपदाच्या इतर उमेदवारांचे वादविवाद, याला प्रसारणासाठी वेळ देण्यासाठी नकार देत आहे. त्यांचं म्हणणं आहे की, मतप्रदर्शन चाचणीत त्यांचा दर्जा खालचा आहे आणि त्यामुळे हा कार्यक्रम कोणीही बघणार नाही. कदाचित देशाला त्यांच्या लायकीप्रमाणेच उमेदवार मिळत असावेत, पण तरीही त्यांना निदान बोलण्याची परवानगी तर दिली जावी? नि:संशय, क्रेमलिनच्या दबावामुळेच टेलिव्हिजन कंपनीने हा निर्णय घेतला असावा.

पेट्रोवका येथील बर्लिन या महागड्या आणि फॅशनेबल क्लबमध्ये खाकामाडाला पाठिंबा देणाऱ्या कमिटीने त्यांची सभा घेतली. खाकामाडा म्हणाली, "या निवडणुकीला मी फाशीच्या तख्ताकडे जावं तशी जाते आहे आणि माझा एकच उद्देश आहे, राज्य शासनाच्या अधिकाऱ्यांना दाखवून द्यायचं की, रशियामध्ये सर्वसाधारण लोकही

आहेत, ज्यांना आपण काय करतोय ते कळतंय.''

हे चांगलं आहे. रशिया भीतीने ग्रासलेली नाही हे दाखवण्याचा तिचा प्रयत्न आहे, नाहीतर पुतिनना निर्विवाद यश मिळेल.

युनायटेड रशियानेही पुतिनना पाठिंबा देण्यासाठी लोकशाहीवादी प्रज्ञावंतांची एक सभा घेतली. विरोधक त्यांच्यावर चिखलफेक करत आहेत, असं त्यांचं म्हणणं होतं. पुतिन यांच्या समर्थकांत मान्यवर गायिका लारिसा डोलिना, नाट्य-चित्र दिग्दर्शक मार्क झाखारॉव्ह, अभिनेता निकोलाय काराचेनत्सेव्ह आणि सर्कस मॅनेजर नटालिया डुरोव्हा यांचा समावेश होता. त्यांना अध्यक्षांचा सन्मान आणि प्रतिष्ठा वाचवण्याचं आवाहन एक पत्र पाठवून करण्यात आलं होतं आणि त्यांनी त्याला उत्तर दिलं.

युनायटेड रशियाची सभासद संख्या ७,४०,००० च्या घरात पोहोचली आहे, असा सभेच्या अहवालात उल्लेख करण्यात आला. दोन मिलियनपेक्षा अधिक पाठीराख्यांची नावं नोंदण्यात आली आहेत, असंही सांगण्यात आलं. याचा अर्थ काय आहे याचं स्पष्टीकरण मात्र देण्यात आलेलं नाही. युनायटेड रशियाने या मुद्यावर भर दिला आहे की, राजकीय पक्ष म्हणून त्यांचा उद्देश अध्यक्षांना पाठिंबा देणं हा आहे. धोरणांना, आदर्शांना, बदल घडवून आणण्याच्या कार्यक्रमाला पाठिंबा देणं, हा नव्हे; फक्त एका व्यक्तीला पाठिंबा!

चौदा मार्चच्या निवडणुकांसाठी अंदाजे चारशे आंतरराष्ट्रीय निरीक्षक येतील, असा अंदाज मध्यवर्ती मतदारसंघ आयोगाने आनंदाने व्यक्त केला आहे.

दहशतवादाचा बीमोड करण्याच्या केविलवाण्या प्रयत्नांत ड्युमा त्याची पूर्ण ताकद लावत आहे. सिक्रेट पोलीस आणि हेर यांची शक्ती वाढवण्यात येईल. आत्मघातकी बाँबहल्ले घडवून आणणाऱ्यांची शिक्षा अधिक कडक करण्याच्या दृष्टीने कायद्यात सुधारणा करण्यात येईल. त्यांना आता जन्मठेप भोगावी लागेल! ज्यांनी त्यांचं आयुष्यच सूड घेण्यासाठी पणाला लावलंय, त्यांना या जन्मठेपेच्या शिक्षेमुळे काय भीती वाटणार आहे? फोर्थ ड्युमा हा रशियन नोकरशाहीचा आजचा बिनडोकपणा आहे.

ड्युमा गुन्हे अन्वेषण सेवांशी खेळ करत आहे, कारण पुतिनना तेच पाहिजे. त्यांना अधिक देण्यात आलेल्या तीन बिलिअन रुबल्सचा कुठेच उल्लेख नाही. नोर्ड ओस्त नंतर दहशतवादाशी लढा देण्यासाठी गुन्हा अन्वेषण सेवा विभागाला ही रक्कम काही काळातच देण्यात आली होती.

तो सगळा पैसा गेला कुठे? आणि दहशतवादाचे उद्रेक होण्याचं प्रमाण घटलं का नाही? फोर्थ ड्युमाने त्यांचा कायदेकानूचा आशीर्वाद दहशतवादाच्या विरोधातल्या लढाईसाठी दिलेला आहे. गुन्हा अन्वेषण सेवांची कामातील सफाई कशी आहे, याबद्दल कोणी प्रश्नदेखील विचारत नाही. सगळ्या प्रश्नांचं मूळ चेचन्यात आहे,

त्याचा कोणी उल्लेखही करत नाही.

एकोणीस फेब्रुवारी

सर्गी मिरोनोव्हने टेलिव्हिजनवरच्या वादविवादात प्रथमच भाग घेतला आहे. प्रत्येकाने त्वरित त्याच्यावर तुटून पडायची तयारी केली. जणू काही तो पुतिनच होता; पण मिरोनोव्हने छड्या खाणारा मुलगा व्हायला नकार दिला.

''अर्थात, तू पुतिन आहेस!'' खाकामाडा म्हणाली. ''कारण सगळ्या दहशतवादी कारवायांनंतर ग्रिझलोव्हला बढती देण्यात आली. जेव्हा खरं म्हणजे त्याला बडतर्फ करायला पाहिजे होतं.''

''मी पुतिन या उमेदवाराचा प्रतिनिधी नाही.'' मिरोनोव्हने उत्तर दिलं.

''मग स्टेटच्या सत्तेच्या स्थानावरची तिसरी व्यक्ती म्हणून उत्तर दे'' खाकामाडा पुढे म्हणाली.

मिरोनोव्हने तरीही उत्तर दिलं नाही. असे हे वादविवाद जे कोणीच गांभीर्याने घेत नाहीत आणि सकाळी फार लवकर प्रसारित होतात. लंडनहून निवडणूकपूर्व वादविवादात भाग घ्यायला रिबकिनला कमिशनने परवानगी नाकारलीय. पुतिन यांच्यावर टेलिव्हिजनवरून जाहीरपणे 'लाईव्ह' चिखलफेक करण्याची परवानगी कशी मिळेल?

एकवीस फेब्रुवारी

वोरोनेझमध्ये अमर ॲन्टोनिक लिमा, वोरोनेझ मेडिकल ॲकॅडमीचा एक विद्यार्थी सतरा वेळा भोसकल्याने मरण पावला आहे. तो गिनी-बिस्साऊचा होता. अलीकडच्या वर्षांत एका परदेशी विद्यार्थ्याची वोटोनेझमध्ये हत्या होण्याची ही सातवी घटना आहे. खुनी 'स्कीनहेड्स' आहेत.

संसदीय निवडणुकांत झिरिनोव्स्कीची घोषणा होती, 'आम्ही गरिबांसाठी आहोत! आम्ही रशियन लोकांसाठी आहोत.' ही घोषणा युनायटेड रशियाने उचलली आहे आणि त्यानुसार घटनेची ग्वाही देणारा, यानेदेखील तीच घोषणा उचलून धरली.

... आणि स्कीनहेड्सनीदेखील!

बावीस फेब्रुवारी

असे अंदाज वर्तवण्याचं प्रमाण वाढतं आहे, की मालिश्किन, मिरोनॉव्ह (आणि पुतिन) यांचा अपवाद वगळता बाकी सगळे उमेदवार एकाच वेळी निवडणुकीतून माघार घेतील. ग्लेझिएव्हने त्याची माघार जाहीरदेखील केली आहे; तसं करण्याच्या तो अगदी बेतात आहे आणि खाकामाडाचादेखील तोच विचार आहे. पुतिन यांच्या

बाजूची असलेली वृत्तसंस्था म्हणते की, त्या उमेदवारांना अगदीच अल्प मतांची टक्केवारी मिळण्याची शक्यता असल्याने राजकारणात त्यांची अप्रतिष्ठा होऊ नये म्हणून हा घाट घातला गेला आहे.

पण खरं कारण आहे ते निवडणुकांच्या आधी होणाऱ्या चर्चांत पुतिन यांची पूर्ण अनुपस्थिती! ज्यामुळे इतर उमेदवार एका हास्यास्पद परिस्थितीत सापडतात. खाकामाडाच्या शब्दात सांगायचं झालं, तर ''ही निवडणूक प्रचार मोहीम वाढत्या प्रमाणावर बेकायदेशीर आणि अप्रामाणिक होते आहे.''

चोवीस फेब्रुवारी

निवडणुकांच्या पूर्वी एकोणीस दिवस पुतिन यांनी त्यांच्या राज्य शासनाला टेलिव्हिजनवर प्रत्यक्षदर्शी कार्यक्रमात झाडलं आहे. घटनेप्रमाणे निवडून आलेले अध्यक्ष नवीन मंत्रिमंडळ स्थापन करतात आणि त्यावेळी आधीचं राज्य शासन बरखास्त होतं. या बरखास्तीचं कारण उघड करण्यात आलेलं नाही. राज्य शासनावर कोणताही दोषारोप करण्यात आलेला नाही. फक्त एवढंच स्पष्टीकरण देण्यात आलंय की, पुतिन यांना मतदारसंघापुढे एका मोकळ्या दृष्टिकोनासह जायचंय. ज्यामुळे निवडणुकांनंतर ते कोणाबरोबर काम करणार आहेत, ते लोकांना कळेल. ज्या मंत्र्यांना बडतर्फ करण्यात आलं, त्यांनी आपला हृदयात न मावणारा आनंद टीव्हीवर व्यक्त केला. क्रेमलिनने मतदारसंघाला प्रात्यक्षिकच दाखवलंय की, आमच्या निवडणुका या पूर्णपणे निरर्थक आहेत आणि आमचं शासन हे शुद्ध दिखाऊ! 'स्पिन डॉक्टर्स'नी चुटकी वाजवायची खोटी, ते केव्हाच मोडीत काढता येईल.

पुतिन कासियानोव्हच्या जागी प्राईम मिनिस्टर म्हणून कोणाला नेमतात किंवा शासनात कोण असेल, यामुळे कणभर तरी फरक पडतो का? नाही. या देशात प्रत्येक गोष्ट अध्यक्षीय प्रशासनावर अवलंबून आहे. मंत्र्याच्या बडतर्फीचं प्रकरण गुप्ततेनं हाताळलं गेलं. त्याची बातमी कुठेही बाहेर फुटली नव्हती. जणू काही ते निशाण ठेवून एखादा सैनिकी हल्लाच घडवून आणत होते; फक्त मंत्र्यांना बडतर्फ करत नव्हते. मंत्रिमंडळातल्या बहुतेकांना त्यांनी काढून टाकल्याचं टीव्हीवरच्या बातम्यांतून कळलं!

अशा प्रकारच्या शासनाच्या बरखास्तीतून रशियामध्ये मूठभर हुकूमशहांच्या हातात सत्ता आल्याचं स्पष्ट झालं आहे. या घटनांमुळे सगळे आर्थिक हुकूमशहा ज्यांची बोटं मलिद्यामध्ये बुडवलेली होती, ते कुठल्याकुठे लुप्त झाले आहेत.

अधिकृत दूरदर्शन केंद्र स्पष्टीकरण देतात की, अध्यक्ष अकार्यक्षम मंत्र्यांना

पर्यायी मंत्री म्हणून आणण्याचं कारण म्हणजे चौदा मार्चनंतर त्या जागांवर कोण असणार आहे, हे त्यांना लोकांना माहीत करून द्यायचंय.

जणू काही निवडणुका संपल्यादेखील!

पुतिन यांचं पहिलं अध्यक्षीय सत्र आज प्रभावीपणे संपलं.

येल्त्सिनच्या काळाचा हा शेवट आहे. कासियानोव्ह त्या काळातील एक शेवटचा महत्त्वाचा दावेदार होता. पुतिन आता येल्त्सिनच्या धोरणांपासून पूर्णपणे दूर राहून त्यांचं दुसरं सत्र पार पाडतील.

अमेरिकेहून मेलेना बॉनेरने अध्यक्षपदाच्या उमेदवारांना एक अनावृत्त पत्र लिहिलं आहे –

> "पुन्हा एकदा, मी आयरिना खाकामाडा निकोलाय खारिटोनोव्ह आणि आयव्हॅन रिबकिन या अध्यक्षपदाच्या उमेदवारांना निवडणुकीतून माघार घेण्याची विनंती करते. या निवडणुकीला उभं राहून तुम्ही तुमचा कार्यक्रम मतदारसंघाला कळवलाय आणि या निवडणुकीचा अप्रामाणिकपणा रशियन समाज आणि जगापुढे आणलाय."
>
> "उमेदवार क्रमांक एक पुतिन यांना त्यांच्या कळसूत्री बाहुल्यांबरोबर एकटं सोडा आणि तुमच्या पाठीशी उभं राहणाऱ्या गटांना आणि सर्वसामान्य निवडून देणाऱ्यांना निवडणुकीवर बहिष्कार टाकायला लावा. कोणालाही 'बहिष्कार' हा शब्द आवडत नसेल, तर त्याचं वर्णन असं करा की, ही एक त्या परेडमध्ये सामील न होण्यासाठी केलेली कळकळीची विनंती आहे. त्यामुळे मग कितीजण मतदान करतील, याबद्दलच्या त्यांच्या स्वप्नांना महत्त्वच उरणार नाही. महत्त्वाचं हे आहे की, अधिकाऱ्यांना खरा आकडा कळेल."
>
> "राज्य शासनाने पुरस्कृत केलेल्या या खोटारडेपणात सहभागी झाल्याने तुमचा आत्मगौरवही वाढेल. डाव्या-उजव्या पक्षांना आणि त्यांच्या राजकीय पाठीराख्यांना पुढल्या चार वर्षांसाठी तुमचं उद्दिष्ट काय असेल, हेदेखील तुम्ही निवडणुकांत भाग घेण्याचं नाकारल्याने त्यांच्या लक्षात येईल. खऱ्या निवडणुका एक संस्था म्हणून रशियात पुन्हा उभी करण्यासाठी ही लढाई आहे. आज आपल्या देशावर एक कृत्रिम निवडणूक लादली जात आहे. नंतर, २००७ आणि २००८ मध्ये तुम्ही जर या असल्या निवडणुकांना थोपवलंत, तर तुम्ही पुन्हा एकदा राजकीय विरोधी पक्ष म्हणून तुमचं अस्तित्व सिद्ध कराल आणि मसतदारांना आपल्या बाजूला ओढण्यासाठीच्या लढाईत

प्रतिस्पर्धी म्हणून उभे राहाल. सध्यातरी, निवडणुकीत भाग घेण्याबद्दल तुमचं एकत्रित नकार देणं आणि मतदारांना निवडणुकीत भाग न घेण्याबद्दलचं आवाहन करणं, हे नैतिकदृष्ट्या आणि कार्यप्रणालीच्या दृष्टीने न्याय्य आहे.''

बॉनेरच्या आवाहनाला कोणतीही प्रतिक्रिया मिळाली नाही. नो कॉमेंट्स! गडगडाट नाही की विजांचा कडकडाट नाही. नथिंग!

सव्वीस फेब्रुवारी

लोक आता पुतिन यांच्याकडे बघून गालातल्या गालात हसायला लागले आहेत. टेलिव्हिजनवरदेखील! ते आज खाबारोव्हस्क येथे होते. एखाद्या लोकसभेतील सम्राटासारखे रुबाबदार आणि राजेशाही. सकाळी त्यांनी खाबारोव्हस्क-चिता मोटरवेचं उद्‌घाटन केलं. त्यानंतर युद्धात भाग घेतलेल्या काही अनुभवी लोकांनी त्यांच्याकडे अधिक पैशांची मागणी केली. त्यांच्याशी त्यांनी बोलणं केलं. नॉर्दन सप्लिमेंट ऑफ पेन्शन्समध्ये त्यांनी वाढ केली. एका बर्फावर घसरगुंडी खेळण्याच्या नवीन स्टेडियममध्ये त्यांनी काही तरुण हॉकी खेळाडूंशी बोलणं केलं.

पॅसिफिक फ्लीटमध्ये कपात केली जाईल, अशी भीती व्यक्त करणाऱ्या कमांडर-इन-चीफ, विक्टॉर फ्योडोरॉव्हला पुतिन यांच्या 'अवर पॅसिफिक फिस्ट नीड्स टू बी स्ट्राँग' या घोषणेने तशी कपात होणार नाही हे कळलं. कामचाटका इथल्या सब-मरिन बेसला मदत करण्याचंही त्याने आश्वासन दिलं. (खरं म्हणजे त्याने एकदा तिथे स्वत: जाऊन पेट्रोपावलोवस्क-कामचाटत्स्कीच्या 'ऑफिसर्स व्हिलेज'ची परिस्थिती पाहण्याचा प्रयत्न करावा.)

ट्रान्स-सैबेरियन रेल्वे आणि बैकुल-अमूर हायवेमधल्या रेल्वे लिंकसाठी ४.५ बिलिअन रुबल्सचा प्रस्ताव परिवहन प्रभारी मंत्री वारिम मोरोझोवतर्फे पुतिन यांच्यापुढे मांडण्यात आला आणि त्यांनी तो मंजूर केला. एक उद्योगपती आणि प्रिमोरियेचा गव्हर्नर सर्गी डारकिन याने नवीन जहाजांसाठी तीन बिलिअन रुबल्स मागितले; याकुटियाचा अध्यक्ष व्याचेस्लाव् शितरॉव्हने ऑईल अँड गॅस पाइपलाइन इरकूत्स्क ते अतिपूर्वेपर्यंत टाकण्यासाठी निधी मागितला आणि पुतिन यांनी तो प्रश्न सोडवण्याचं आश्वासन दिलं.

नवीन पंतप्रधान कोण असेल, यासंबंधी काहीच निर्देश देण्यात येत नाही, अफवा पसरत आहेत.

काही लोक म्हणतात, पुतिन स्वत:च पंतप्रधान होतील. दुसरे म्हणतात की, पंतप्रधान ग्रिझलॉव्ह किंवा कदाचित कुद्रिनदेखील असू शकेल.

संध्याकाळी *'टू द बॅरिअर!'* हे एनटीव्ही प्रसारण दाखवण्यात आलं. द्वंद्वात भाग घेणारे होते, व्लादिमीर रिझकॉव्ह, एक स्वतंत्र प्रवृत्तीचा ड्युमातला डेप्युटी आणि ल्युडमिला तारुसोव्हा, अनातोलि सोबचाकची विधवा. अनातोलि पुतिनचे बॉस आणि शिक्षक होते. चर्चेचा विषय होता पुतिन यांनी राज्यशासन बरखास्त का केलं? खोचक नसूनही रिझकॉव्ह हजरजबाबी आणि तिरकस होता. त्याने पुतिन यांची नक्कल केली, पण एका मित्रत्वपूर्ण, न दुखवणाऱ्या पद्धतीने! कार्यक्रमाच्या दरम्यान दर्शकांना, ते तारुसोव्हाला पाठिंबा देत आहेत की रिझकॉव्हला, याबद्दल मतदान करण्यासाठी आमंत्रित केलं गेलं.

तारुसोव्हा अध्यक्ष नेहमीच प्रत्येक बाबतीत बरोबर असतात, या मुद्यावर आग्रही होता. पण त्यापलीकडे त्याला काहीही स्पष्टीकरण देता आलं नाही. पुतिन यांच्या पाठीराख्यांचं हे वागणं प्रातिनिधिकच आहे. याचा निकाल असा लागला की, रिझकॉव्हचा दणदणीत विजय झाला. त्याला ७१,००० मतं मिळाली आणि तारुसोव्हाला तिने पुतिनचा बचाव केल्याने १९,००० मतं मिळाली. तारुसोव्हाने सर्वांना विश्वास देण्याचा प्रयत्न केला की, पुतिन यांचा निवडणूक लढवण्याचा उद्देश शुद्ध होता, पण तिचा प्रयत्न लोकांनी हाणून पाडला.

सत्तावीस फेब्रुवारी

जे लोक खोल समुद्रात, आकाशात किंवा मोहिमेवर आहेत, अशांसाठी लवकरच निवडणुका घेण्याची सुरुवात झालेली आहे. तसंच जे दुर्गम किंवा सहज जाता येणार नाही अशा भागात राहतात, त्यांचादेखील यात समावेश आहे. निवडणुकांचे निकाल चौदा मार्चला जाहीर करण्यात येतील. मतदान पेट्यांमधले फेरफार याआधी झालेल्या निवडणुकांच्या मतदान पत्रिकांच्या पेट्यांतच करण्यात येतील. ते सहज केलं जातं.

एकोणतीस फेब्रुवारी

साप्ताहिक सुटीच्या पूर्ण काळात आम्ही हेच ऐकत होतो की, युनायटेड रशियाच्या प्रमुख व्यक्तींशी कोणाला पंतप्रधान नेमावं, याबद्दल अध्यक्ष सल्लामसलत करत होते. बहुतांशी लोकांना हेच वाटतंय की, हे फक्त एक जनसंपर्काचं नाटक आहे आणि कोणाचाही कसलाही सल्ला घेतला जात नाही.

मॉस्कोमध्ये 'टेक्स्ट मेसेजने' (अध्यक्षीय निवडणूक) घेतली गेली. निकाल असे होते – पुतिन यांना चौसष्ट टक्के, खाकामाडाला अठरा टक्के आणि ग्लेझिएव्हला पाच टक्के.

दोन मार्च

युरी सॉलोमिन या अभिनेता आणि दिग्दर्शकाबरोबर बोलताना पुतिन यांना सगळ्या टेलिव्हिजन चॅनल्सवर दाखवण्यात येतंय. बोलण्याचे विषय आहेत २००६ मध्ये अडीचशेवी ॲनिव्हर्सरी, रशियामध्ये थिएटरची स्थापना आणि 'कॅथरिन द ग्रेट'ची पुनर्लेखणी. हा प्रसंग कोणत्या प्रकारे नोंदला जावा, असं पुतिन सारखं विचारत राहतात आणि बराच वेळ त्या संभाषणात रस दाखवतात.

रशियाचे नवीन पंतप्रधान मिखैल फ्रॅडकोव्ह आहेत. ते कोण आहेत ह्याची कोणालाही कल्पना नाही.

असं समजतंय की, सोव्हिएत विदेश व्यापार मंत्रालयात ते एक अधिकारी होते आणि वेगवेगळ्या दूतावासांत त्यांनी काम केलं आहे. सोव्हिएतनंतरच्या काळात त्यांनी वेगवेगळ्या मंत्रालयांत विविध पदं भूषवली; तसंच त्यांनी टॅक्स पोलीसमध्ये त्यांच्या पडत्या काळातही काम केलं. ब्रुसेल्सहून विमानाने परतताना फ्रॅडकोव्ह म्हणाला की, 'तांत्रिक पंतप्रधान' म्हणजे काय, ते अद्याप त्याला माहीत नाही. म्हणजेच, पुतिन यांनी त्याला कोणत्या पदावर नियुक्त केलंय हे त्याला ठाऊक नाही! एखादा पंतप्रधान एवढ्या अज्ञानात असू शकतो, हे आमच्यासाठीदेखील फारच अनाकलनीय आहे.

पाच मार्च

सगळं काही मूर्खपणाच्या पातळीवर उतरलंय. फ्रॅडकोव्हची पंतप्रधान म्हणून ड्युमाने केलेली नियुक्ती *गिनेस बुक ऑफ वर्ल्ड रेकॉर्ड*मध्ये नोंद करण्यासारखीच आहे. एका अशा माणसाच्या बाजूने तीनशेबावन्न मतं, ज्याला त्याच्या भविष्याबद्दलच्या योजना विचारल्यावर तो फक्त एवढंच बरळू शकला, "मी आत्ताच सावलीतून उजेडात आलोय."

फ्रॅडकोव्ह हा 'शॅडोज'मधला माणूस आहे, कारण तो एक हेर आहे. खरोखरच एक तिसऱ्या दर्जाचा पंतप्रधान मिळालाय आपल्याला. तो टकल्यादेखील आहे. त्याचं रूपडं बघताच तुम्हाला कळतं की, तो म्हणजे एक राजकीय खेळी आहे. त्याला अशासाठी निवडण्यात आलंय, ज्यामुळे पुतिन आणि फक्त पुतिनच एक अधिकारवाणीने बोलणारी व्यक्ती राहतील. काहीही बदलणार नाही. पुतिनच निर्णय घेण्याचं काम करत राहतील.

मग नवीन धोरण तरी काय आहे? उत्तर काहीच नाही. फ्रॅडकोव्ह हा एक नम्र कार्यकर्ता आहे. पक्षाने नेमून दिलेली कामं पार पाडायला नेहमीच तयार. त्यापेक्षा

काही अधिक नाही, काही कमी नाही.

रिबकिनने त्याची उमेदवारी काहीही स्पष्टीकरण न देता मागे घेतली आहे. त्याचं मानसिक स्वास्थ्य ठीक नसल्याची शंका येते.

खाकामाडा निझनी नोव्हगोरोड, पर्म आणि सेंट पीटर्सबर्गला प्रवास करून आली आहे. लोकांना ती थकलेली, त्रासलेली दिसते; पण हीच जर तिची परिस्थिती असेल, तर प्रथम तिने जाऊ नये, हेच ठीक होईल. खारिटोनोव्ह तुलाला गेलाय, मालिश्किन अल्ताईला आणि मिरोनोव्ह इर्कूटस्कला; पण या तिघांनाही काही बोलता येत नाही, शब्दरचना करता येत नाही आणि हातात टिपणं असल्याशिवाय भाषण करता येत नाही.

टेलिव्हिजनवरच्या मल्लिनाथीचा मुख्य रोख आहे तो या उमेदवारांनी आमच्या मुख्य उमेदवाराच्या विरोधात उभं राहण्याबद्दल. ही स्पर्धा करण्याचं धाष्ट्यं ते कसं काय करू शकतात? लोकशाहीच्या दृष्टिकोनातून वास्तवाकडे बघण्याचा लोकांचा अवयवच हळूहळू लुळा पडत चाललाय. प्रचार अशा पद्धतीने केला जातोय की, सोव्हिएत काळात लोकांनी फक्त एकाच उमेदवाराला मतं दिली आणि त्यावेळी सगळं काही ठीक झालं होतं. पुढल्या निवडणुकांत या मुद्यांवरचा वादविवाददेखील आपल्याला ऐकू येणार नाही, असं गृहीत धरता येईल. अधिकृतपणे नियुक्त केलेला एखादा एकमेव विरोधी पक्षाचा उमेदवार असेल आणि समाजही या गोष्टीचा निमूटपणे स्वीकार करेल. एका सामूहिक बेहोशीच्या, अतार्किकतेच्या स्थितीत हा देश बुडतो आहे.

आठ मार्च

आंतरराष्ट्रीय महिला दिन. क्रेमलिनच्या एका जुन्या प्रथेप्रमाणे पुतिन प्रातिनिधिक कामगार महिलांना एकत्र करतात. त्यांच्यात एक ट्रक ड्रायव्हर, एक शास्त्रज्ञ, अभिनेत्री आणि शिक्षिका. मनापासून उच्चारलेले काही शब्द, शँपेनचा एक ग्लास, टेलिव्हिजन कॅमेरे.

शर्यतीतून पाय मागे घेण्यासाठी उमेदवारांना हा शेवटचा क्षण आहे. अजून कोणीही तसं केलेलं नाही आणि मतदान पत्रिकेवर सहा नावं आहेत; मालिश्किन, पुतिन, मिरोनोव्ह, खाकामाडा, ग्लेझिएव्ह आणि खारिटोनोव्ह. टेलिव्हिजनवर सुरुवातीच्या मतदानाला बरंच कव्हरेज देण्यात आलंय. ते मतदार रेनडिअरची पैदास करणारे, तसंच लांबच्या सीमांवरच्या जागांवर काम करणारे होते.

नऊ मार्च

आजपासून प्रचार आणि मतचाचण्यांचे निकाल छापणं यावर बंदी घालण्यात

आली आहे. पण प्रत्येकानेच फ्रॅडकोव्हची नियुक्ती झाल्यावर प्रचार करायचं बंद केलं होतं, कारण काही अर्थच उरला नव्हता असं दिसलं.

दहा मार्च

पुतिन यांना क्रीडापटूंच्या भेटी घेताना सगळ्या टेलिव्हिजन चॅनल्सवर दाखवलं जातंय. समर ऑलिंपिक गेम्स जिंकण्यासाठी त्यांना कशाची गरज आहे, ते विचारतायत. त्यांना अधिक पैसे पाहिजेत. पुतिन त्यांना ते देण्याचं वचन देतात.

अकरा मार्च

सायबेरिया आणि कझाकस्तानची अक्षत जमीन लागवडीखाली आणण्यासाठी क्रुश्चेव्हची मोहीम पन्नास वर्षांपूर्वी राबवण्यात आली होती. पुतिन त्यांच्या घरी प्रथितयश, सार्वजनिक जीवनात अग्रेसर व्यक्तींना बोलावतात आणि त्यांना कसली गरज आहे ते विचारतात. त्यांना अधिक पैसा हवाय. पुतिन त्यांना ते पैसे मिळतील अशी ग्वाही देतात. 'नवीन' गव्हर्नमेंटची स्थापना ही गोष्ट निराशाजनक दिसते आहे. वरिष्ठ दर्जाच्या सनदी अधिकाऱ्यांची संख्या कमी करण्याबद्दल चर्चा आहे; पण खरं म्हणजे ती संख्या वाढली आहे. कथितरीत्या नोकरीवरून कमी करण्यात आलेल्या मंत्र्यांना उपमुख्यमंत्री म्हणून एकमेकांत विलीन केलेल्या मंत्रालयात पुन्हा एकदा घेण्यात आलं आहे. म्हणजेच आपल्याला एक नवीन आणि दोन जुने नोकरशहा मिळतात. थोडक्यात; चोवीस जुनी मंत्रालयं आणि खात्यांतून त्यांनी बेचाळीस नवीन जागा निर्माण केल्या आहेत. गव्हर्नमेंट तेच आहे, पण वजा कास्वियानॉव्ह. एकाधिकारशाहीचं सरकार, वेगवेगळ्या हुकूमशहांनी सूत्रं हलवलेलं, जे वित्त मंत्रालय किंवा स्थावर मालमत्ता मंत्रालय नव्हे, तर पुतिन यांच्याशी जवळीक असलेलं. पुतिन हे एक राजकीय हुकुमशहा आहेत. पूर्वीच्या काळी त्याला 'महाराजाधिराज' म्हणण्यात आलं असतं!

बारा-तेरा मार्च

शांतता आणि अरुची. टेलिव्हिजनवरून येणाऱ्या रटाळ आवाजाकडे लक्ष देण्याची कोणालाही उत्सुकता नाही.

एकदाचं उरकून टाकू या.

चौदा मार्च

वेल, ते निवडून आले आहेत. मतदानाचा 'टर्न आउट' अध्यक्षीय प्रशासनाच्या गरजेप्रमाणे चांगलाच होता. स्टेट ड्युमाच्या स्पीकरने, बोरिस ग्रिझलोव्हने मतदान केंद्रातून बाहेर आल्यावर सांगितलं की, ज्या व्यक्तीने गेली चार वर्षं रशियाच्या अर्थव्यवस्थेची स्थिर प्रगतीची खात्री पटवली आहे, अशा व्यक्तीला मी मत दिलंय,

असं म्हणेन. जी धोरणं आजच्या हवेसारखीच स्वच्छ आहेत, त्या धोरणांसाठी मी मत दिलंय.

संध्याकाळी मध्यवर्ती मतदारसंघ आयोगाचा संचालक अलेक्झांडर वेश्नीयाकॉव्ह याने रशियन लोकांना माहिती दिली की, निझनी टागिल येथे मतदान केंद्रांच्या बाहेर एका बसमधून व्होडका विकण्याची घटना वगळता कायद्याचं उल्लंघन करणारी दुसरी कोणतीही घटना मतदानाच्या वेळी घडली नाही.

वोरोनेझ येथे मध्यवर्ती आरोग्य संघ यांच्यातर्फे एकशेचौदा क्रमांकाचा आदेश असा काढण्यात आला की, ज्यांच्याकडे ॲबसेंटी-व्होट नसेल त्यांना हॉस्पिटलमध्ये प्रवेश देण्यात येऊ नये. रोस्तोव-ऑन-डॉन इथेदेखील याच प्रक्रियेची पुनरावृत्ती करण्यात आली. संसर्गजन्य विभाग, सिटी हॉस्पिटल येथे मातांना त्यांच्याकडे ॲबसेंटी-व्होट असल्याखेरीज त्यांच्या मुलांना भेटण्याची परवानगी देण्यात आली नाही.

बाश्कोरतोस्तान येथे अध्यक्ष राखीमॉव्हने ९२ टक्के मतं पुतिन यांना दिली. डागेस्तानमध्ये ९४ टक्के, काबार्डिनो-बाल्कारिया ९६ टक्के, इंगूशेटिया ९८ टक्के. ते काय एखादी स्पर्धा घेत होते की काय? आमच्या १३ वर्षांच्या नवीन, सोव्हिएत नंतरच्या आयुष्यात रशियाने अध्यक्ष निवडण्याची ही चौथी वेळ आहे. १९९१ मध्ये तो येल्त्सिन होता, १९९६ मध्ये पुन्हा येल्त्सिन. २००० मध्ये पुतिन. २००४ मध्ये पुन्हा पुतिन. हे अनंत काळचं चक्र रशियाच्या नागरिकांसाठी पुन:पुन्हा फिरतंच आहे. उमेदवार क्रमांक एकबद्दल वाढत्या आशा आणि पूर्णपणे तटस्थता!

पंधरा मार्च

आता आम्हाला अधिकृत आकडे कळले आहेत. पुतिन यांना ७१.२२ टक्के. विजय! (तो क्षणभंगुर असो!) खाकामाडाला ३.८५ टक्के, खारिटोनोव्हला १३.७४ टक्के, ग्लाझिएव्हला ४.११ टक्के, मालिश्किनला २.२३ टक्के, मिरोनोव्हला ०.७६ टक्के. मिरोनोव्हच्या उमेदवारीत त्याच्या पुतिन यांच्याशी एखाद्या कुत्र्यासारख्या एकनिष्ठतेपेक्षा दुसरं काही नव्हतं. त्याच्या निकालावरून हेच स्पष्ट होतं. सर्वसाधारणपणे 'दहशतवाद विरोधी कारवाई' अमलात आणण्यासाठी वापरलेल्या पद्धतींचाच उपयोग करून देशावर अधिकार चालवण्याची संकल्पना झटकून टाकण्यात आली.

L'Etat, C'est Putin.

भाग दुसरा

रशियाचे राजकीय औदासीन्य

एप्रिल–डिसेंबर २००४

पुतिन यांच्या पुन्हा निवडून येण्यापासून ते युक्रेनियन क्रांतीपर्यंत

पुतिन पुन्हा निवडून आल्यानंतर आमच्या शहरात आणि गावात सोव्हिएत युनियनच्या दिवसांत जसं सगळं कंटाळवाणं आणि क्लेशदायक वाटत होतं, तसंच वातावरण तयार झालं. ज्यांनी हरलेल्यांना पाठिंबा दिला होता, त्यांना राग येण्याइतकंदेखील बळ राहिलं नाही. लोकांनी जणू काही प्रयत्नच सोडून दिला होता. त्यांना बहुतेक म्हणायचं होतं, "आता काय होतंय याची कोणाला पर्वा आहे."

रशिया पुन्हा एकदा सामाजिक, राजकीय निद्रितावस्थेत, एका साचलेपणाच्या स्थितीत गेला. बेसलानची शोकांतिका, जी बायबलमधल्या एका अकस्मात झालेल्या आघातांशी साधर्म्य दाखवते, तीदेखील या निद्रितावस्थेत, साचलेपणाला अस्वस्थ करू शकली नाही, यावरूनच त्या अवस्थेच्या खोलीची कल्पना यावी.

सहा एप्रिल

नाझरान या इंगुशेटियाच्या राजधानीत अध्यक्ष मुरात (Murat) झ्याझिकॉव्हला त्याच्या मर्सिडिज गाडीत उडवून देण्यात आलं, पण तो वाचला. त्याला दोन वर्षांपूर्वी निवडून देण्यात आलं होतं. एफएसबी एजंट्स मोठ्या संख्येने प्रजासत्ताकात आले. त्यांना पुतिन यांच्या आज्ञा होत्या, हे लपवण्याचा त्यांनी प्रयत्न केला नाही. सर्वमान्य मतांनी निवडून आलेला असला तरी इंगुशेटियाची सत्ता त्यांच्या अंगठ्याखाली असणाऱ्या माणसाच्याच हातात असावी, अशी त्यांची तीव्र इच्छा होती, कारण इंगुशेटियाची सीमा चेचन्याला लागूनच आहे.

एफएसबी जनरल झ्याझिकॉव्हचं निवडून येणं कायदेशीर नसलं, तरी त्या गोष्टीला कोण आव्हान देणार? साचलेल्या वाफेला बाहेर पडायला मार्ग नसेल, तर असे दहशतवादाचे उद्रेक तुमच्या अनुभवाला येतात.

केवळ त्याची मर्सिडिज गाडी शस्त्रसज्ज असल्यानेच झ्याझिकॉव्ह वाचला.

त्याचं म्हणणं आहे की, इंगुशेटियाच्या लोकांविरुद्धचा हा भडका आहे. त्याच्याबद्दल कोणाला सहानुभूती नसली, तरी या घटनेच्या कारणांबद्दल उत्सुकता आहे. झ्याझिकॉव्ह आणि त्याचा चुलतभाऊ तसंच मुख्य अंगरक्षक रूसलांबी यांच्या कारकीर्दीत फोफावलेल्या भ्रष्टाचाराला हे उत्तर असावं.

या घातपात घडवून आणण्याच्या प्रयत्नापूर्वी रूसलांबीला वरचेवर त्याचं वर्तन सुधारण्याबद्दल तंबी देण्यात आली होती. झ्याझिकॉव्हलाही तेच सांगितलं गेलं होतं. नाझरान येथे मार्च महिन्यात रूसलांबीची नवीकोरी जीप जाळून टाकण्यात आली होती, पण त्याची त्यांनी काहीच दखल घेतली नाही. ते प्रकरण दडपलं गेलं. नाझरानमध्ये हेच मत अधिक प्रचलित झालंय की, त्याला घातपाताने मारण्याऐवजी हाताबाहेर चाललेल्या अधिकाऱ्यांसाठी तो एक धोक्याचा इशारा होता.

दुसरं स्पष्टीकरण असं देता येईल की, चेचन्याच्या पॅटर्नप्रमाणे अलीकडे त्याच धर्तीवर इंगुशेटियामध्ये एकामागून एक झालेल्या अपहरणाच्या घटना झ्याझिकॉव्हच्या कारकीर्दीतच घडल्या. नंबरप्लेट नसलेल्या गाड्यांतून अपरिचित, मुखवटे धारण केलेले शिपाई त्यांच्या बळींना पकडून कुठल्यातरी अनामिक ठिकाणी नेतात. अशी चाळीस तरी नावं या बळींच्या नातेवाइकांनी एकत्र केली आहेत. झ्याझिकॉव्हने राज्यातल्या कायद्याच्या अव्यवस्थेचा स्पष्टपणे इन्कार केला आहे आणि अपहरणाच्या घटनांबद्दल माहिती देण्याच्या बाबतीत कानांवर हात ठेवले आहेत. इंगुशेटियाच्या सीमांच्या आत याचा अहवाल नोंदवता येत नाही आणि अधिकारी बळींच्या नातेवाइकांशी फक्त 'ऑफ द रेकॉर्डवर'च बोलतात.

लोकांची त्यामुळे सहनशक्ती संपली आहे. म्हणूनच जसा चेचन्यामध्ये घेण्यात आला, तसा कायदा हातात घेतला जातो.

मी नाझरानमध्ये ज्या हॉटेलमध्ये उतरले आहे, तिथे माझ्या खोलीच्या दारावर थाप पडते. मला भेटायला आलेल्या वृद्ध लोकांची एक रांगच लागली आहे. इंगुशेटियात गायब झालेल्या लोकांचे ते आईवडील आहेत. ते सांगतात की, लोकांना अक्षरश: कोंबड्यांसारखं कापलं जात आहे.

अपरिचित फेडरल ट्रूप्सचे सैनिक रस्त्यांवरून दिवसरात्र गाड्यांतून हिंडतात. महोमद यांदिएव्ह नावाच्या एका काराबुलाक येथील सेवानिवृत्ताच्या मुलाचं, तिमूरचं अपहरण असंच एका संध्याकाळी करण्यात आलं. तो त्याच्या कार्यालयातून घराकडे निघाला होता. तो एक कॉम्प्युटर प्रोग्रॅमर होता आणि तरुण वर्गात लोकप्रिय होता. ही घटना सोळा मार्चला घडली. त्यावेळी शस्त्रधारी, मुखवटे धारण केलेल्या, खरं स्वरूप लपवणाऱ्या, चित्रविचित्र कपडे घातलेल्या लोकांनी त्याला एका सफेद निवा गाडीत ढकललं, जिला नंबरप्लेट्स नव्हत्या. त्या गाडीतून ते त्याला घेऊन गेले. मागोमाग गझेल गाडीही होती. कुठलाही अडथळा न येता ते कॉकासस सीमा

पार करून चेचन्यात गेले.

अपहरणकर्त्यांनी तपासणी नाक्यांवर त्यांचे ROSH परवाने दाखवले. ते परवाने रिजनल हेडक्वॉर्टर्स ऑफ द काउंटर टेररिस्ट ऑपरेशन्सतर्फे मान्यता दिलेले होते.

यांदिएव्ह कुटुंबाने ही माहिती काढली. कायद्याची अंमलबजावणी करणाऱ्या संस्थांनी काहीही केलं नाही.

महोमद यांदिएव्ह सगळीकडे फिरला. प्रोक्युरेटर-जनरलचं ऑफिस, द इंटिरिअर मिनिस्ट्री, एफएसबी... त्याने कळवळून त्यांना विचारलं, ''माझ्या मुलाचं अपहरण का करण्यात आलं?'' उत्तरादाखल ते लोक फक्त शांत बसले.

यांदिएव्ह रडत होता, जे घडलं होतं त्याने तो पार खचून गेला होता. इंटिरिअर मिनिस्ट्रीचे सहा हजार लोक रिपब्लिकच्या फक्त तीन लाख लोकांचं रक्षण का करू शकत नाहीत, याचं त्याला कोडं पडलं होतं. अध्यक्ष झ्याझिकॉव्ह यांनी याबद्दल सार्वजनिकरीत्या काहीही भाष्य न केल्याने तो अतिशय संतापला होता. याचा अर्थ त्याला नक्कीच अपहरणकर्ते कोण आहेत ते ठाऊक असणार. स्वत:च्याच लोकांच्या विरुद्ध त्याने युद्ध छेडलं आहे. 'स्टालिनिझम' रशियात पूर्णपणे आणण्यासाठी चेचन्या हा एक 'तळ' आहे. चेचेन्सनंतर आम्हा इंगुशांची पाळी आहे; आम्ही त्यांच्या अगदी जवळ आहोत. मी पुतिन यांचा तिरस्कार करतो आणि त्याच्या त्या खुशमस्कऱ्या झ्याझिकॉव्हचादेखील!

अशाच प्रकारे त्सिएश खाझबिएव्ह हिच्या चोवीस वर्षांच्या मुलीला, मरिनालाही गोळ्या घालण्यात आल्या. त्यावेळी ते नाझरानहून त्यांच्या कुटुंबातील आजीला भेटण्यासाठी गामुरझिएव्हो या गावी गाडीने निघाले होते, पण त्या गावात पोहोचण्याआधीच त्यांना वाटेत गाड्या आडव्या घालून थांबण्यास भाग पाडण्यात आलं. त्यांच्या पुढच्या गाडीतल्या एका मुलाला खाली खेचून त्यांनी गोळ्या घातल्या. ''वॉट आर यू डुइंग? असं मी ओरडू लागल्यावर त्यांनी आमच्या दिशेने गोळ्या झाडल्या. माझा नवरा जखमी झाला, माझ्या मुलीला त्यांनी मर्मस्थानीच गोळी घातली. त्या दिवसापासून मी घराच्या बाहेरच पडत नाही. मला लोकांची भीती वाटते. अधिकाऱ्यांनी कोणत्याही प्रकारे सहानुभूती व्यक्त केली नाही.'' मरिनाची आई त्सिएश सांगते.

''टेलिव्हिजन किंवा वृत्तपत्रातदेखील काहीच बातमी दिली गेलेली नाही. त्यात जे दाखवलं जातं त्यावरून आम्ही जणू काही स्वर्गातच राहतोय, असं कोणालाही भासावं. माझी मरिना का मरावी? तिला गोळ्या का घालण्यात आल्या, याचं उत्तर कोण देणार?'' ती पुढे विचारते.

नंतर मी इद्रिस अर्चाकोव्ह या खुनाची चौकशी करणाऱ्याला भेटले, पण तो

काहीच सांगू शकला नाही. त्याला सत्याची भीती वाटत होती. ''तुम्हाला समजले पाहिजे, मला नोकरी करायचीय...'' तो चाचरत म्हणाला.

इंगुशेटियामध्ये असा सगळ्यांचा भीतीने थरकाप उडाला आहे. शेतकऱ्यांपासून ते प्रोक्युरेटरपर्यंत!

थोडक्यात म्हणजे इंगुशेटियावर वरचेवर 'हल्लाबोल' करणाऱ्या 'फेडरल डेथ स्क्वॉड'कडून मदिनाला गोळ्या घातल्या गेल्या. त्या दिवशी त्यांना अखमद बासनुकेएव्ह या फिल्ड कमांडरला मारायचं होतं. तो 'मॉडरेट विंग ऑफ द चेचेन रेझिस्टन्स'चा होता. त्याला पकडण्यात आल्यावर तो गोळीबार करून निसटून गेला. त्याने अधिकारी ग्रॉझ्नी आणि काही फिल्ड कमांडर्स यांच्यादरम्यान शस्त्रसंधीसंबंधी मध्यस्थाची बोलणीदेखील केली होती.

आर्चाकॉव्ह या चौकशी करणाऱ्याचा दृष्टिकोन असा होता की, पुतिन जिंकल्यामुळे आमची डोकी खाली गेली आहेत. जी मुलं मारली गेली, त्यांचे आईवडील रडतील आणि गप्प बसतील, पण त्यांनी जरी प्रोक्युरेटर-जनरलच्या ऑफिसला काही लिहिलंच, तर या प्रकरणाची फार जवळून चौकशी न केल्याबद्दल मला धन्यवाद मिळतील.

आमच्या काळाचा हा प्रातिनिधिक दृष्टिकोन! हे हरवलेले लोक कधीही त्यांच्या नातेवाइकांना पुनःश्च दिसणार नाहीत. अशा प्रकारच्या दंडुकेशाहीला प्रोक्युरेटर जनरल ऑफिसने 'दहशतवादाच्या विरोधातल्या लढाईतलं आवश्यक असं निश्चित लक्ष्य ठरवून वापरलेलं बळ' अशी अधिकृत संज्ञा दिली आहे.

अशाचप्रकारे एकोणतीस वर्षांच्या बशीरचं, एका शिक्षकाचंही काराबुलाक येथून भरदिवसा अपहरण करण्यात आलं. त्याच्या वडिलांचं नाव ॲडॅम मुत्सोलगोव्ह. त्यांच्या इतर दोन मुलांनी स्वतंत्ररीत्या या प्रकरणाचा तपास केला. (त्यांना नंतर असं आढळून आलं की, या अपहरणाला इंगुश डायरेक्टोरेट ऑफ द एफएसबीचे एजंट्स जबाबदार होते. त्यांच्यावर अधिपत्य होतं जनरल सर्गी कोर्याकॉव्हचं, अध्यक्ष झ्याझिकॉव्हच्या मित्राचं. जनरल कोर्याकॉव्हचा यात व्यक्तिगत सहभाग होता. बशीरच्या भावांनी असं शोधून काढलं की, अपहरणानंतरची पहिली रात्र बशीरने डीएफएसबी बिल्डिंगमध्ये घालवली होती. हे ठिकाण नाझरानमध्ये आहे किंवा नंतर बदलण्यात आल्याप्रमाणे मागास येथे.) त्यानंतर सकाळी त्याला डीएफएसबी गाडीतून हंकालाच्या चेचन्या येथील मुख्य रशियन मिलिटरी बेसमध्ये नेण्यात आलं. त्यानंतरच्या घटनांबद्दल त्यांना काहीच शोधून काढता आलं नाही.

ही माहिती देणारी व्यक्ती डीएफएसबीचीच होती. त्याने ॲडॅमला सांगितलं की, त्याच्या मुलाची अवस्था फार वाईट होती. भयानक छळ केल्याच्या खुणा त्याच्या अंगावर होत्या.

ॲडॅमने मला अलीकडच्या काही महिन्यांत अपहरण झालेल्या चाळीस लोकांच्या नावांची यादी दिली. प्रोक्युरेटर ऑफिसने ती यादी स्वीकारायला नकार दिला आहे. रशीद ओझडोव्हला ही यादी पुतिन यांच्या निवडणुकीपूर्वी देण्यात आली होती. त्यानेपण हाच निष्कर्ष काढला होता की, रिपब्लिकच्या सिक्युरिटी सर्व्हिसेसला अशा प्रकारचे कायद्याच्या कक्षेच्या बाहेरचे प्रकार होत आहेत, याची कल्पना होती. त्याने तसा अहवाल व्लादिमीर उस्तिनोव्ह, प्रोक्युरेटर-जनरल ऑफ द रशिया फेडरेशन यांच्याकडे सुपूर्द केला होता. त्यात या बेकायदेशीर कारवायांचा पुरावाही होता. हा बेकायदेशीर कारभार मुख्यत्वे जनरल कोर्याकॉव्ह आणि डीएफएसबीकडून केला जात होता.

त्यानंतर रशीदच्या नातेवाइकांना तो हंकाला येथे मारहाण आणि छळ केलेल्या अवस्थेत आढळून आला. आता तो तिथे नाही एवढंच त्यांना ठाऊक आहे. त्याच्या वडिलांनी त्याला हा धोका पत्करू नकोस, असंही सांगितलं होतं. पण त्याच्या सदसद्‌विवेकबुद्धीला स्मरून त्याने त्याचं काम चालूच ठेवलं.

अध्यक्ष झ्याझिकॉव्हने ॲडॅमना दीड तास बसवून ठेवून शेवटी निरोप पाठवला की, त्यांना काहीच बोलायचं नाही. याचाच अर्थ, नि:संशय त्याला ठाऊक आहे की, रशीदचं अपहरण कोणी केलं ते.

या सगळ्या अपहरण झालेल्यांच्या कुटुंबीयांनी शेवटी एक बैठक घेऊन झ्याझिकॉव्हने त्यांना त्यांची मुलं कुठे आहेत ते सांगावं असा आग्रह धरला. त्याचवेळेला झ्याझिकॉव्ह पुतिन यांच्या भेटीला चालला होता. इंगुशेटियाची कशी भरभराट होतेय ते सांगायला आणि त्यांना हे पटवायला की, अठ्ठ्याण्णव टक्के मतदारसंघाने त्याला मतं दिली आहेत.

झ्याझिकॉव्हवर लोकांचा विश्वास नाही, कारण त्याने लोकशाहीच्या मार्गाऐवजी राज्यपातळीवरचा दहशतवाद आणि मध्ययुगीन राक्षसीपणाचा अंगीकार केला आहे.

रिपब्लिकन मीडियामध्येदेखील याबद्दल एक शब्दही छापून आलेला नाही. एवढ्या सगळ्या सावधगिरीच्या सूचना पाळण्याची काय गरज आहे, असं मी एका उप-संपादक प्रमुखाला विचारलं. त्याने उत्तर दिलं की "मी जर तोंड उघडलं, तर एक ट्रॅक्टर ड्रायव्हर म्हणूनदेखील मला नोकरी मिळणार नाही." तो एक व्यावसायिक पत्रकार होता, हुशार आणि अनुभवी!

"तुम्ही जर या सगळ्या अपहरणांबद्दल, भ्रष्टाचाराबद्दल लिहिलं, तर काय होईल?" मी विचारलं.

"ते सेन्सॉरकडे गेल्यावर मला नोकरीवरून काढून टाकण्यात येईल. माझ्या नातेवाइकांच्याही नोकऱ्या जातील." तो म्हणाला

थोडक्यात म्हणजे या सेन्सॉरशिप यंत्रणेमुळे तुम्ही डेथ स्क्वॉड्स, सत्तेत

असलेल्यांबद्दल नकारात्मक लिहिणं, या गोष्टी आधीच बाद केल्या जातात. चेचन्या वॉरबद्दलदेखील फक्त ओझरताच उल्लेख करणं शक्य आहे. प्रेसप्रमाणे टेलिव्हिजन आणि रेडिओबद्दल हाच नियम आहे. मर्झहोएव्ह व्यक्तिश: सगळे कार्यक्रम आधीच सेन्सॉर करतो. तेही राजकीय दृष्टिकोनातून!

पण का? लोक मोकळेपणाने श्वासदेखील घेऊ शकत नाहीत. चेचन्याची पुनरावृत्ती इथे इंगुशेटियात झाली तर? इयाझिकॉव्ह पूर्णपणे मॉस्कोवर अवलंबून आहे. क्रेमलिनने त्यांना सूचना दिल्या आहेत की, दहशतवादाविरुद्ध इंगुशेटियामध्येदेखील मोहीम घ्यायला हरकत नाही आणि दुसरं, प्रिगोरोडनी विभागात नॉर्थ ऑसेशिया ते इंगुशेटिया असा परतीचा प्रवास झाला नाही तरी चालेल.

प्रेसने जर सत्य लोकांपुढे आणले, तर लोकांना चेचन्याबरोबरच्या सीमारेषा स्पष्ट होणं आवश्यक आहे, हे कळेल. १९४४मध्ये स्टालिनने संपूर्ण इंगुश जनता कझारूस्तानला पाठवून दिली होती आणि त्यावेळी प्रिगोरोडनी विभाग त्यांच्याकडून हिरावण्यात आला होता.

त्या पत्रकाराने पुढे असं सांगितलं की, इंगुशेटियातून नाहीतर रशियातून दुसरीकडे स्थलांतर केल्यासच या गोष्टींना प्रतिकार करणं शक्य आहे. इंगुशेटियात आजच्या घडीला मोठ्या प्रमाणात रक्तपात असलेली सोव्हिएत व्यवस्था आहे.

सोव्हिएत स्थिरता म्हणजे अफगाणिस्तानमध्ये मारल्या गेलेल्या शवपेटिकांची ओळख पटवण्यास नकार, फुटिरांना लेबर कँप, नाहीतर मनोरुग्णालयात कोंबणं. लोकांनी ९९.९ टक्के सगळ्या गोष्टींना मतं दिली.

पश्चिमेकडून ब्रेझनेव्हला आर्थिक मदत मिळाली, कारण सगळं काही विस्कळीत व्हावं अशी त्यांची इच्छा नव्हती. स्थिरतेच्या आड लपलेलं हे वास्तव होतं. आता एप्रिल २००४ मध्ये आपण पुन्हा 'बॅक टू स्क्वेअर वन'मध्ये आहोत. पुन्हा पश्चिमेकडून आपल्यासमोर तुकडे फेकण्यात येतील.

आमच्या लोकांना पद्धतशीरपणे विरोध का करता येत नाही, तेच मला समजत नाही. रशियन परंपराच अशी आहे की, योजनाबद्ध आणि स्पष्टपणे, सातत्याने काम करण्याकडे पाहण्याची असमर्थता.

इयाझिकॉव्ह हा पुतिनचा 'क्लोन' असला तरी एका सभ्य, माणुसकीच्या, लोकशाहीच्या मार्गाने का वागू शकत नाही? सत्तेत राहण्यासाठी त्यांना ही सगळी आडवळणं, खोटारडेपणा, भ्रष्टाचाराला पाठिंबा, स्वत:च्या लोकांपासून दूर राहणं, हे का करावं लागतं?

खरा प्रश्न हा आहे की, त्यांची नेतेपदासाठी आवश्यक ती तयारीच नाही. पक्षाने आज्ञा करायच्या आणि यांनी फक्त उत्तरं द्यायची, ''येस क्रॉमेड कॉमिसार!''

पण जेव्हा सगळे स्वागत समारंभ संपतात आणि खऱ्या प्रश्नांनी ते भंडावून

जातात, तेव्हा ते त्यांच्या अपयशाचं खापर प्रत्येक कोपऱ्यात दडलेल्या शत्रूंवर फोडतात.

इझ्याझिकॉव्ह त्याच्या बिग बॉसची प्रत्येक बाबतीत नक्कल करतो. प्रश्न सोडवायचे नाहीत, पण टेलिव्हिजनवर काय सांगितलं जातं, त्यावर वर्चस्व ठेवायचं. त्यामुळे तुमचा खराखुरा विरोध दैनंदिन वादविवादासाठी उरतच नाही. टीका नाही, पर्यायी कल्पना नाहीत, काहीच नाही.

खरेखुरे खुले विरोधक होते मुसा ओझडोएव्ह आणि त्याच्या जवळचे लोक. हे लोक इझ्याझिकॉव्हच्या रिपब्लिकमध्ये एकेकाळी त्याच्या टीममध्ये होते; मुसा तर त्याचा सल्लागारदेखील होता!

मुसाने ड्युमाच्या निवडणुकीच्या निकालांना आव्हानदेखील दिलं. त्यातले सगळे घोटाळे मुसाने कोर्टात सादर केले. त्यामुळेच डिसेंबरच्या निवडणुकांत विरोधी पक्षांना सोयीस्करपणे वळवण्यात येऊन पुतिन यांच्या युनायटेड रशिया पार्टीने वरचढ विजय मिळवला.

अडुसष्ट क्रमांकाचा मतदारसंघ हा बारसुकी गावात आहे. नाझरानच्या बाहेरच्या परिसरात. तिथे मतदान केंद्रांवर मतदानावर देखरेख करणारे सगळे इझ्याझिकॉव्हचे नातेवाईक. सगळं त्याचंच! पुरवठा करणारे, त्याचा किल्ला बांधणारे आणि त्याचाच नोकरवर्ग; त्यामुळे मतदानात ढवळाढवळ करायला त्यांना मुक्तद्वारच! एकाच पासपोर्टवर तिघातिघांनी मतदान करणं, एकच पासपोर्ट चार वेगवेगळ्या नागरिकांच्या नावावर असणं, हे प्रकार सर्रास होत होते. एकाच माणसाचे दोन वेगवेगळे पासपोर्टदेखील आढळून आले. त्यांना जसे पाहिजे तसे निवडणुकांचे निकाल लावण्यासाठी निर्लज्जपणाने मतदारसंघ निवडणूक आयोगाने त्यांच्या या 'डोकेबाज' प्रयत्नांत अशी शक्कल लढवली.

यामुळे केवळ रशियन लोकशाहीचंच अध:पतन झालं असं नव्हे, तर रशियन समाजाचंदेखील! मुसासारखे लोक, जे याच्या विरोधात उभे ठाकतात, त्यांना वेडं समजण्यात येतं. शहाणे लोक त्यांच्या खांद्यावर थाप मारून फक्त एवढंच म्हणतात, "जा पुढे, करा प्रयत्न, आम्ही बघतो काय होतं ते."

अशा एखाद्या 'माथेफिरूने' जर ड्रॅगॉनला ठार केलं, तर तो विजय साजरा करायला मात्र सगळेजण लोटतील, पण स्वत: मात्र काहीच करायचं नाही; नदीकाठच्या मातीत शांत पडून राहायचं. वरून कुठेतरी तुमच्याकडे एक सुंदर आयुष्य टपकेल अशी वाट बघत!

मतपेट्यांमध्ये गैरप्रकार करण्याची गरज का भासते? उत्तर सरळ आहे. ते असं की, चौदा मार्च रोजी कमी लोकांनी पुतिन यांना मतदान केलं आणि सात डिसेंबरला युनायटेड रशियासाठी. पाश्चिमात्यांचा निकालांवर विश्वास आहे, पण टक्केवारी

फुगवलेली आहे. झ्याझिकॉव्हचे इंगुशेटियाच्या निवडणुकीतले अठ्ठ्याण्णव टक्के काय दर्शवतं? हेच की क्रेमलिनपुढे बढाई मारण्याची त्याला किती घाई झाली आहे!

म्हणूनच झ्याझिकॉव्हशी हातमिळवणी केलेल्या लोकांनी जनतेचे गुडघे मोडले, विकृत वागणूक दिली, निवडणूक आयोगाच्या सभासदांचे हात पिरगाळले, धमकावलं, छळ केला आणि लोकांना एका असत्याच्या कटात सहभागी व्हायला भाग पाडलं. त्यांनी तसंच ते पुढेही चालू ठेवलं.

निवडणूक आयोगाचे बरेचसे सभासद भयभीत आहेत. त्यांना कुटुंबं आहेत, अपहरण होऊ शकेल अशी मुलं आहेत. खोटी मतं देणं सोपं होतं, स्वत:चे प्रियजन गमावण्यापेक्षा! पुतिन यांच्या राजवटीत आम्ही स्टालिनच्या पद्धतींकडे परत चाललो आहोत. वंशपरंपरागत चालत आलेल्या पूर्वस्मृती सांगतायत, "टिकून राहायचं असेल, तर प्रवाहाबरोबर पोहायला शिका."

ही सगळी व्यवस्था चोर न्यायमूर्तींची, बनाव केलेल्या निवडणुकांची आणि लोकांच्या गरजांबद्दल फक्त उपहास असलेल्या अध्यक्षांची आहे आणि ही व्यवस्था जर कोणी विरोध केला नाही तर चालत राहील. हेच क्रेमलिनचं ठेवणीतलं अस्त्र आहे आणि रशियातल्या जीवनाचं एक ढळढळीत वैशिष्ट्य! सुरकॉव्ह या 'मि. फिक्स इट'च्या तल्लख बुद्धीचं! लोकांनी हे गृहीतच धरलंय की, राज्य चालवणारे लोक सगळं काही ठीक करतील, निवडणुकांसकट, त्यांच्या स्वत:च्या फायद्यासाठी. हे एक दुष्टचक्र आहे. वृद्ध जज्ज बोरीस ओझडोएव्ह यांचा जेव्हा स्वत:चाच मुलगा रशीद पळवला गेला, तेव्हाच ते अस्वस्थ झाले. मुत्सोलगोव्हजचंपण तसंच. कारण वैयक्तिक हानी झाली, तरच लोक प्रतिक्रिया दर्शवतात. जोपर्यंत माझ्या झोपडीपर्यंत संकट येऊन ठेपत नाही, तोपर्यंत मी का काळजी करू?

समाजवादामधून आम्ही पुरेपूर स्वकेंद्रित लोकांमध्ये रूपांतरित झालो आहोत आणि हीच पार्श्वभूमी झ्याझिकॉव्हच्या खुनाच्या प्रयत्नासाठी कारणीभूत ठरली.

सात एप्रिल

'मातृभूमीशी प्रतारणा' केल्याचा आरोप ठेवून झगॉर सुत्याजिनला आज पंधरा वर्षांची शिक्षा ठोठावण्यात आली. सुत्याजिन लष्कर विषयातील एक तज्ज्ञ आहे. तसंच यू.एस. कॅनडा इन्स्टिट्यूट ऑफ रशियन ॲकॅडमी ऑफ सायन्सेसचा एक विद्वान. शेकड्यांहून अधिक विद्वत्तापूर्ण लेखांचा लेखक. हे लेख त्याने 'विशेष शस्त्र आणि नि:शस्त्रीकरण' या विषयावर लिहिले.

पुतिन जेव्हा एफएसबीचे डायरेक्टर होते, तेव्हा हे प्रकरण त्यांनी व्यक्तिश: हाताळलं होतं.

ऑक्टोबर १९९९ मध्ये सुत्याजिनला अटक करण्यात आली. गुप्त माहिती विदेशी गुप्तहेर सेवांना दिल्याचा ठपका त्याच्यावर ठेवण्यात आला. वस्तुत: सुत्याजिनवर मुख्यत्वे सहज उपलब्ध असलेल्या माहितीचे विश्लेषण करण्याचे काम सोपवण्यात आलेले होते. राज्याच्या रहस्यापर्यंत पोहोचण्यासाठी त्याच्याकडे सुरक्षा व्यवस्थेकडून मोकळीकही देण्यात आलेली नव्हती. अर्थातच ही सुनावणी म्हणजे कटकारस्थानं करून एखाद्याचं अपहरण पुढे ठेवण्यासारखं होतं.

हे 'उदाहरण देणं' कोर्टात वाढत्या प्रमाणावर घडायला लागलं आहे; तसंच क्रेमलिनबद्दल निष्ठा व्यक्त करणं, हेही. सुत्याजिनची केस चालू करणारा सूत्रधार आता क्रेमलिनमध्येच रशियाचा अध्यक्ष असल्याने सुत्याजिन अपराधी ठरल्यावाचून कसा राहील? भरीस भर म्हणून आता लोकांच्या मनात हा विचार पक्का रुजवण्याचाही प्रयत्न यशस्वी रीतीने केला जातोय की, एखादा माणूस जर राज्यसत्तेला दोषी वाटला आणि तसं सिद्ध नाही झालं तरीही त्यांना शिक्षा करण्याचा अधिकार सत्तेला आहे. याला त्यांनी 'समर्थनीय बंड' असं म्हटलंय. समाजाने ही कल्पना स्वीकारली आहे.

मानवी हक्क पुरस्कर्त्यांव्यतिरिक्त फार थोडे सुत्याजिनच्या मदतीला आले. काही दिवसांपूर्वी लोकांनी ग्रिगोरी पास्को (दुसरा एक तथाकथित स्पाय) या नौदल अधिकाऱ्याच्या सुटकेची मागणी केली होती, पण त्याने त्याच्या एकान्तवासाच्या स्थानबद्धतेतूनच शरणागती स्वीकारायला नकार दिला! सुत्याजिनला अपराधी ठरवून स्टालिनी 'दिखाऊ सुनावणी'बरोबर एफएसबीने त्यांच्या भवितव्यासाठी एक लढाई जिंकली आहे.

सुत्याजिन प्रकरणामुळे हेदेखील स्पष्ट झालं की, ज्युरींतर्फे खटल्याची सुनावणी हा आमचा प्रश्न आहे. रशियामध्ये जे काही सुसंस्कृतपणाचं द्योतक आहे, लोकांना त्याच्या नेमकं उलटच खरं वाटतंय. ज्युरींनीच सुत्याजिनला काहीही पुरावा नसून दोषी ठरवलं, कारण त्यांच्या डोक्यात हेच पक्कं कोरलं गेलेलं आहे की, केजीबी आणि एफएसबी नेहमीच बरोबर असतात.

आपण अजून धडा घेतलेला नाही. दया आणि समजूतदारपणापेक्षा कठोरपणाला अधिक मान मिळतो. लाकडाच्या ओंडक्यांची काळजी करत बसण्यापेक्षा जंगलतोड करणं अधिक श्रेयस्कर वाटतं लोकांना. विचार करण्यापेक्षा धिक्कार करणं बरं, असंही!

२००८ च्या समितीने या निकालाचा धिक्कार केला आहे. 'ट्रायल बाय ज्युरी' ही पूर्णपणे अलंकारिक, दिखाऊ होत चालली आहे, असंच त्यांनी जाहीर केलं. राज्य शासन यंत्रणेच्या दडपशाहीला लपवण्यासाठी आणि तिचं लोकशाहीविरोधी रूप झाकण्यासाठी ही ज्युरी आहे. आजचा निकाल म्हणजे लोकशाहीवादी घटनात्मक

व्यवस्थेच्या पायावर सत्ताधिकाऱ्यांनी चालवलेली कुऱ्हाड आहे.

ड्युमाने राज्य शासनाच्या संस्थांच्या परिसरात निषेध सभा घेण्यावर बंदी घालणारा कायदा मंजूर केला आहे. याचाच अर्थ या सभा अशा ठिकाणी घ्याव्या लागतील, जिथे त्यात सहभागी असलेल्यांखेरीज दुसरं कोणीही नसेल.

पुतिन यांच्या समर्थकाने, पूर्वीचा व्यावसायिक कामगार संघटना नेता ॲन्ड्रे इसाएव्हने या कायद्याच्या बाजूने मत दिलं. उलटपक्षी ॲलेक्सी कोंडाऊरोव्हने त्याच्या विरोधात असं वर्णन केलं की, हा कायदा म्हणजे 'नागरिकांच्या हक्कांवर आणि स्वातंत्र्यावर गदा' आहे. कम्युनिस्ट पक्ष सर्वाधिक सुधारक बनत चालला आहे. पुतिन आणि कम्युनिस्टांचा संघर्ष असलेल्या या रशियात राहायचं तरी कसं?

(मनोरंजक गोष्ट म्हणजे पुतिन यांनी भाष्य केलं की, आपल्याला यापेक्षा जरा काहीतरी सौम्य पाहिजे. ड्युमाने मग लगेच तो कायदा थोडा सौम्य केला. हे सगळं टेलिव्हिजनवर प्रत्यक्ष दाखवलं गेलं.)

आता राज्य संस्थांच्या परिसरात आणि मध्यभागी चौकात सभा घेणं याला परवानगी देण्यात आली आहे.

बारा एप्रिल

चेचन्यामधल्या एका रशियन सैनिकाने मार्च २०००मध्ये बनवलेली एक चित्रफीत माझ्यापर्यंत येऊन पोहोचली. मी काम करते त्या *'नोवाया गॅझेटा'* या वर्तमानपत्रात त्या चित्रफितीच्या काही छब्या मी प्रसिद्ध केल्या.

त्या चित्रफितीत शरण आलेले हल्लेखोर दाखवले आहेत. फेब्रुवारी-मार्च २००० मध्ये कॉमसोमोलस्कोये या गावावर हल्ला करण्यात आला होता. दुसऱ्या चेचेन युद्धात १९९९-२०००च्या दुसऱ्या मोठ्या कारवाईत ग्रॉझ्नीला वेढा देण्यात आला होता. त्या वेळेला फील्ड कमांडर रुसलान यांनी पंधराशे लोकांपेक्षा अधिक जणांना त्यांच्या त्या गावी, कॉमसोमोलस्कोये येथे आणलं.

फार भयंकर अशी धुमश्चक्री सुरू झाली. सगळ्या पद्धतींचं सैनिकी तंत्रज्ञान वापरलं गेलं. गावातले बरेच लोक मारले गेले. ते गाव पूर्णपणे उद्ध्वस्त झाल्यावर गेलेव्ह आणि त्याचे काही लढवय्ये आश्चर्यकारकरीत्या हल्लेखोरांच्या वेगवेगळ्या फळ्या पार करत निसटून जाण्यात यशस्वी झाले. मागे राहिलेल्यांना शरण आल्यास अभय देण्यात येईल, असं सांगण्यात आलं. मार्च २००२ मध्ये फेडरल गव्हर्नमेंटतर्फे त्यांना अभय देण्यात आलं.

तरीही त्यांना लगेचच अटक करण्यात आली. त्यानंतर त्यांचा काहीच थांगपत्ता लागला नाही. व्हिडीओ टेपमध्ये एका मालगाडीतून तुरुंगाच्या दोन गाड्यांतून

चेचन्याच्या चेरवेलेनाया स्टेशनवर त्यांना उतरवत असल्याचं दिसतं. ही देवाणघेवाण रशियन न्याय मंत्रालयाच्या विशेष कारवाई गटाच्या अधिकाऱ्यांनी नोंदलेली आहे.

ती व्हिडीओ टेप म्हणजे एक फॅसिस्ट छळ छावणीवर काढलेली 'फीचर' फिल्म असावी तशी आहे. हल्ल्याच्या पवित्र्यात रायफल्स उगारलेले रक्षक... एका टेकडीवर त्यांची रांग... आणि टेकडीच्या पायथ्याशी रेल्वेचे रूळ... तिथे थांबवलेली वॅगन... व्हॅनमधून फेकण्यात आलेल्यांवर बंदुका रोखलेल्या... त्यामध्ये दोन स्त्रियादेखील दिसतात. त्यांना मारहाण केलेली नाही. लगेच त्यांना एका बाजूला नेण्यात येतं.

उरलेल्या हल्लेखोरांत काही पुरुष आणि पंधरा/सोळा वर्षांची मुलंदेखील आहेत. त्या सर्वांची शारीरिक अवस्था भयानक आहे. जखमी झालेले, कोणाला पाय नाहीत, हातच नाहीत, कान तुटून लोंबणारे, काही पूर्ण नग्न, अनवाणी आणि रक्तबंबाळ झालेले... व्हॅनमधून त्यांचे कपडे आणि पादत्राणं वेगळी फेकून दिली जातात... पूर्णपणे क्लान्त झालेल्या त्या लोकांना त्यांच्याकडून काय अपेक्षा आहे तेच कळत नाही. ते धडपडतात, गोंधळून जातात, काही तर वेडे झाले आहेत.

त्या कैद्यांना सैनिक सवयीप्रमाणे प्रतिक्षिप्त क्रिया असावी तशी मारपीट करतात. जे आधीच मरण पावले आहेत, त्यांची शरीरं खाली फेकली जातात. लवकरच अशा प्रेतांचा एक डोंगरच त्या रेल्वे रुळांजवळ तयार होतो.

व्हिडीओ टेप इथे संपते.

फेडरल्सची त्यांच्याबरोबर वागण्याची पद्धत अतिशय अमानुष आहे. त्यांना शारीरिक स्पर्श न करता ते त्यांच्या बुटांच्या टोकांनी नाहीतर रायफलच्या दस्त्याने ढुसकतात. बुटानेच ते त्यांना चेहऱ्यावर वळवतात, फक्त कुतूहलापोटी. "आपल्याला सांगितलं होतं बहात्तर आहेत, पण हे तर चौऱ्याहत्तर आहेत. चला, थोडे वाढीव झाले." हे हसत हसत झालेलं फेडरल्समधलं संभाषण!

चित्रफितींमधले हे काही अंश आमच्या अबू घरैबच्या रेकॉर्डमधून प्रसिद्ध झाल्यावर काय झालं? काहीही नाही. कोणाची पापणीदेखील लवली नाही. पोलंडमध्ये माझ्याकडून ती टेप घेतलेल्या पत्रकारांनी मथळा छापला, 'द रशियन अबू घैरब.' रशियात मात्र शांतता!

इंगुशेटियात काय घडतंय यावरून मॉस्कोत काय घडतंय हे कळतं. पुतिन पुन्हा निवडून आल्यावर सगळी माहिती दडवण्यात येते. आता एखाद्याला काही जाणून घ्यायचं नसेल, तर त्याला ते समजून घ्यायची गरज नाही.

... आणि बहुतेक लोक त्यालाच प्राधान्य देतात.

चौदा एप्रिल

अध्यक्ष कुचमाची गादी पुढे चालवणारा म्हणून युक्रेनमध्ये पंतप्रधान यानुकोविचला जाहीर करण्यात आलं आहे. अध्यक्षीय निवडणुकीत तो सत्ताधिकाऱ्यांचा उमेदवार असेल. पुतिन खरंच त्याला पाठिंबा देतील? विश्वास बसण्याच्या पलीकडचं आहे.

मॉस्को मेट्रोत मध्यरात्री स्टानिस्लाव्ह मार्केलोव्ह वकिलावर पाच तरुणांनी हल्ला केला. ते ओरडत होते, "हे तूच ओढवून घेतलं आहेस, बरीच भाषणं ठोकलीस ना?" त्यांनी त्याला बडवलं, त्याची कागदपत्रे चोरली, त्याचं ओळखपत्रही घेतलं आणि त्याच्या मौल्यवान वस्तूंकडे दुर्लक्ष केलं.

मार्केलोव्ह एक तरुण, कुशल वकील आहे. बुडानोव्हने बलात्कार करून खून पाडलेल्या एल्झा कुंगाएव्हाच्या चेचेन कुटुंबासाठी तो केस लढत होता. त्यामुळे 'तथाकथित' देशप्रेमी लोकांकडून त्याच्यावर सारखे हल्ले होत आहेत. त्याने 'केडर' टोपणनावाच्या एका फेडरल सोल्जरविरुद्धही केस लढवली. एका चेचेनला पळवल्याबद्दल अलीकडच्या इतिहासात प्रथमच एका अधिकाऱ्याला बारा वर्षांची शिक्षा झाली. तो ग्रॉझ्नीचा होता आणि पुढे नाहीसाच झाला!

मार्केलोव्हवर झालेल्या हल्ल्यानंतर मिलिशियाने फौजदारी गुन्हा दाखल करून घ्यायला नकार दिला. मार्केलॉव्हला कोणी मारहाण केली आणि तसं करायला त्यांना कोणी सूचना दिल्या होत्या, हे गूढच आहे.

सोळा एप्रिल

पुतिन यांच्या पुन्हा निवडून येण्याच्या थोडं आधी रशीद ओझडोएव्ह, सीनिअर असिस्टंट प्रोक्युरेटर ऑफ इंगुशेटिया, याच्या अपहरणाच्या संदर्भात नवीन पुरावा समोर आला आहे.

सोळा एप्रिल २००४ रोजी व्लादिमीर उस्तीनोव्ह, प्रोक्युरेटर जनरल ऑफ इंगुशेटिया याला इगॉर ओनिशचेन्कोने एक पत्र पाठवलं आहे. सेक्रेटरिएट ऑफ द प्रोक्युरेटर-जनरल्स ऑफिसमध्ये ते दस्तऐवज क्रमांक १५५६ असे नोंदवून घेण्यात आले. या विभागाला सदर्न फेडरल डिस्ट्रिक्ट असं म्हणतात.

> हे पत्र स्तावरोपोल विभागीय एफएसबीच्या हस्तकाने पाठवलं. इंगुशेटियाच्या एफएसबीतर्फे एका विशेष मोहिमेवर तो काम करत होता. त्याच्या सेवानियुक्तीचा अवधी संपल्यावर तो घरी परतला. सुमारे बारा वर्षं त्याने एफएसबी एजंट म्हणून काम केलं. पण एवढा छळ केला जाईल असं त्याला कधी वाटलं नव्हतं.

कोर्याकोव्ह, इंगुशेटियाच्या एफएसबीचा संचालक हा एक भयानक माणूस आहे. फक्त ते लोक चेचेन किंवा इंगुश आहेत, म्हणून तो पुतिन यांनी स्वत: त्याला या पदावर पाठवल्याचा दावा करतो. हा क्रूरकर्मा लोकांना नष्ट करून टाकतो.

"ROSHचे एजंट्स असल्याचं भासवून आम्ही ज्या कोणा व्यक्तींना अटक करू, त्यांना पद्धतशीरपणे मारपीट करायला कोर्याकोव्हने मला आणि माझ्या सहकाऱ्यांना भाग पाडलं. सगळं काही आधीच नियोजित केलेलं असायचं. विशेष कपडे, मुखवटे, बनावट कागदपत्रं, खरं स्वरूप लपवणारे ढगळ कपडे, नंबरप्लेट नसलेल्या गाड्या आणि विशेष प्रवेशपत्रिका.

लोकांना नाझरानहून दूर नेल्याचं नाटक करताना आम्ही गोल करून आमच्या इमारतीकडे वेगवेगळ्या गाड्यांतून परतत असू. तिथे आम्ही लोकांना मारहाण करायचो. हे सगळं रात्री घडायचं. दिवसा आम्ही झोप काढायचो." सगळं काही व्यवस्थित चाललंय, असा अहवाल मॉस्कोला देण्यासाठी कोर्याकोव्हला प्रत्येक आठवड्याला निदान पाच लोकांची तपासणी करणं आवश्यक होतं.

"सुरुवातीला निदान आम्ही काहीतरी खोडसाळपणा करणाऱ्या लोकांना तरी पकडायचो. पण नंतर मात्र आम्ही फक्त वरवरच्या व्यक्तिमत्त्वाकडे पाहून लोकांची धरपकड करायला सुरुवात केली." कोर्याकोव्ह म्हणायचा, "काय फरक पडतो! हे सगळे किडे आहेत." व्यक्तिश: मी आणि सर्गीने पन्नासपेक्षा अधिक लोकांना अपंग केलं आणि पस्तीस लोकांना मारून त्यांचं दफन केलं.

त्याने पुढे सांगितलं, "आज मी घरी परतलोय. शेवटच्या कारवाईत मी स्थानिक प्रोक्युरेटरला हटवण्याचं काम केलं, कारण त्याच्याकडे कोर्याकोव्हविरुद्ध अडचणीत आणणारा पुरावा होता. मी त्याचं ओळखपत्र आणि वैयक्तिक शस्त्र यांचा नाश केला आणि त्याची सगळी हाडं मोडली. त्याच रात्री त्याचा काटा काढण्यासाठी कोर्याकोव्हने दुसऱ्या काही लोकांना सूचना दिल्या. मला या कामगिरीबद्दल 'अतुलनीय कामगिरी' असं म्हणत सन्मानित करण्यात आलं. मी अपराधी आहे. मला शरम वाटते. हेच खरं सत्य आहे." खाली सही होती, इगॉर एन. ओनिशचेन्को.

(हे भयंकर हस्तलिखित प्रकाशित झाल्यानंतरदेखील काहीही फरक पडला नाही. कोणीही निषेध व्यक्त केला नाही आणि प्रोक्युरेटरच्या ऑफिसने त्या गोष्टीकडे चक्क कानाडोळा केला.)

बावीस-तेवीस एप्रिल

क्रिमिआमध्ये पुतिन आणि कुचमा यांच्यामध्ये एक बैठक झाली. यानुकोव्याचला पाठिंबा द्यायचा की नाही हे पुतिन त्यावेळी ठरवणार होते. अजून तरी असं दिसतंय की, ते त्याला पाठिंबा देणार नाहीत. थँक गॉड! यानुकोव्यीचला या बैठकीला बोलावण्यात आलं नाही. पण तो संपूर्ण वेळ बाहेरच थांबलेला होता.

अठ्ठावीस एप्रिल

मॉस्कोच्या स्ताराया बासमन्नाया रस्त्यावर आज अकरा वाजून वीस मिनिटांनी एका मारेकऱ्याने जॉर्जी ताल याला 'पॉईंट ब्लँक' अंतरावरून गोळ्या घातल्या. ताल हा येल्त्सिनच्या घरट्यातलं एक पाखरू होता. १९९७ ते २००१ पर्यंत तो 'आर्थिक परतफेड आणि दिवाळखोरी' या फेडरल सर्व्हिस संस्थेचा संचालक होता.

आज संध्याकाळी तो रुग्णालयात शुद्धीवर न येताच मेला. त्याचा खून म्हणजे एका फार मोठ्या आर्थिक गैरव्यवहाराच्या कटकारस्थानांचा भाग आहे. रशियातले मोक्याचे, औद्योगिक फायद्याचे असलेले व्यवसाय एका सूत्रबद्ध पद्धतीने दिवाळखोरीच्या व्यवसायाच्या यादीत टाकून त्याचे फायदे लुटायचे!

तालच्या कारकीर्दीत तो संचालक असताना अशा प्रकारची मालकी हक्कांची पुनर्रचना करण्यात आली होती. विशेषत: ऑईल आणि ॲल्युमिनियम इंडस्ट्रीजची याच पद्धतीने पुनर्रचना केली गेली. पुतिन यांच्या कारकीर्दीतल्या अशा बऱ्याचशा गुन्हेगारी स्वरूपाच्या दिवाळखोरीच्या प्रकरणांची आता चौकशी व्हायला लागली आहे. युकोसच्या प्रकरणातही हाच घटक आहे. उद्देश असा आहे की, पुन्हा एकदा वाटप करून पुतिन यांच्या पाठीराख्यांचा फायदा करून द्यायचा.

वस्तुत: येल्त्सिनच्या कारकीर्दीतही दिवाळखोरीची पद्धती पूर्णपणे कायदेशीर होती आणि त्याचा त्यावेळी उपयोग करून घेतलेले लोक आज देशातले सर्वाधिक श्रीमंत लोक आहेत. या हुकूमशहांनी येल्त्सिनच्या कारकीर्दीत चांगले पैसे कमावले. पुतिन यांना अशा लोकांबद्दल एखाद्या माथेफिरूसारखा तिरस्कार आहे. दिवाळखोरीच्या सवलतींचा कशाप्रकारे उपयोग करून घेता येतो, हे तालच्या खुनामागचं मुख्य कारण आहे. त्याला बरंच काही ठाऊक होतं आणि ते तो उघड करण्यापूर्वीच त्याचा निकाल लावला गेला. रशियातले दिवाळखोरीचे व्यवसाय ज्यांनी पूर्वी चालवले होते

त्यांचा सुपारी देऊन खून करणं हा एक भागच होता.

ताल हा अशा प्रकारचा व्यवसाय चालवण्याची कौशल्यं असलेला एक महत्त्वाचा माणूस होता. या क्षेत्रात काम करणाऱ्या लोकांच्या एका संस्थेचा प्रमुख म्हणूनही त्याने काम केलं होतं. 'रशियन व्यावसायिक आणि उद्योजक संघटना' या नावाखाली ही संस्था अस्तित्वात आली होती. बोर्ड ऑफ RUIEच्या सभासदांना कोणाला, केव्हा दिवाळखोर ठरवायचं, म्हणजे तो धंदा प्रशासनाला देता येईल, याबद्दल सल्लामसलत करण्याचं या संस्थेचं काम होतं. हे हुकूमशहा होते, ओलेग डेरिपास्का, व्लादिमीर पोटॅनिन, ॲलेक्सी मोर्जशेव्ह, मिखैल फ्रीडमन आणि काही इतर. या लोकांचा तालच्या खुनामुळे काही फायदा झाला असता, हे मात्र एवढं संभाव्य वाटत नाही.

RUIE या त्याच्या स्वत:च्याच संस्थेत तालच्या खुनाबद्दल कोणालाही आश्चर्य वाटलं नाही किंवा मोठ्या उद्योगव्यवसायांना अथवा शासनाच्या नोकरशहांनादेखील! सर्वसाधारण जनतेलादेखील एवढं आश्चर्य वाटलं नाही. जणू काही हे सर्वकाही ठीकच होतं.

एप्रिलमध्ये उशिरा

एप्रिलचा बहुतेक महिना आम्ही एका सतत फसवले गेलेल्यांच्या भावनेत जगलो. काही लोकांना तसंच ठीक वाटत होतं.

सात मे रोजी पुतिन यांच्या दुसऱ्या उद्‌घाटनाच्या वेळी काय होईल, या संभ्रमातदेखील आम्ही जगत होतो. बव्हंशी लोकांना त्या उद्‌घाटनाची विशेष पर्वा नाही.

२००७ पर्यंतच्या काळात त्यांच्या काय योजना आहेत, याबद्दल या मुख्य राजकीय खेळाडूंनी आम्हाला सांगावं अशीही अपेक्षा करता येईल.

सगळं ढासळलं आहे, विरोधी पक्षात कोणताही उत्साह नाही. २००७ मध्ये ड्युमामध्ये जागा मिळवण्याचीदेखील त्यांची पात्रता नसेल आणि २००८ मध्ये विश्वासार्ह असे अध्यक्षपदाचे उमेदवार पुढे करणं, या योग्यतेचीही विरोधी पक्षाची स्थिती नसेल. क्रांतीमध्येही कोणाचा विश्वास नाही.

TsIOM या क्रेमलिनच्या सामाजिक पाहणी गटाने रशियन जनतेला जेव्हा हा प्रश्न विचारला, "तुमच्या विभागात जर मोठ्या प्रमाणावर त्यांच्या हक्कांच्या संरक्षणासाठी निदर्शनं करण्यात आली, तर तुम्ही त्यात भाग घ्याल का?" फक्त पंचवीस टक्के लोकांनी 'येस' असं उत्तर दिलं; सहासष्ट लोक 'नाही' म्हणाले. नजीकच्या भविष्यात क्रांती होण्याची शक्यता नाही!

सात मे

पुतिन यांचं क्रेमलिन येथे उद्‌घाटन. आमच्या 'प्रथम नागरिका'च्या एकाधिकार ताकदीचं, वैभवाचं, त्यांच्या अलिप्तपणाचं आणि दूरत्वाचं प्रदर्शन.

पुतिन लाल गालिच्यावरून ऐटीत जलदगतीने चालत असताना, त्यांची पत्नी ल्युडमिला पुतिना, हीदेखील सगळा समारंभ चालू असताना एका कठड्यामागे इतर व्हीआयपींबरोबर उभी होती. हे सगळं टेलिव्हिजनवर 'लाईव्ह' दाखवण्यात आलं.

ते एकटेच आले आणि स्वत:च्या पत्नीच्या अंगावरून चालत व्यासपीठावर गेले. तिथून मग झारच्या पोर्चमध्ये परेड पाहण्यासाठी परत आले. मित्र नाही की कुटुंबीय नाहीत. पूर्णवेळ एकटेच! एखाद्या वेड्यासारखे भुंकतायत. निश्चितच त्यांचा कोणावरही विश्वास नसल्याचं ते लक्षण आहे आणि पुतिन यांच्या राजवटीचंही मूलभूत तत्त्व. फक्त पुतिननाच ठाऊक आहे देशाचं भलं कशात आहे, हाच निष्कर्ष काढण्यासाठी अनुकूल निश्चितता.

दुसऱ्या देशात एका नेत्याचं उद्‌घाटन कसं असतं ते खरंतर आम्हाला माहीत नाही. तो एक लोकप्रिय उत्सव असतो का? का रशियामध्ये आहे तसा केवळ एक मान खाली घालायला लावणारा प्रसंग?

नऊ मे

पुतिन यांनी चेचन्यात ज्याला मुख्यत्वे ठेवलं होतं, त्या अखमर हादजी कादिरॉव्हला ठार मारण्यात आलं आहे. पुतिन यांच्या उद्‌घाटनानंतर तो काल विमानाने चेचन्याला परतला होता. पुतिन यांच्या काफिल्याने त्याला नियुक्त केलेल्या जागेबद्दलची त्याची नाराजी त्याने लपवली नाही. तसंच त्याला दुसऱ्या रांगेत बसवण्यात आलं होतं, हेदेखील चांगलं चिन्ह नव्हतं.

अस्वस्थ होण्यासाठी हे चांगलं कारण होतं. कादिरॉव्हने रिपब्लिकमधल्या संघर्षाचं 'चेचनीकरण' केलं होतं. त्यांच्यातही अंतर्गत 'सिव्हिल वॉर' सुरू केलं होतं. क्रेमलिननेदेखील क्लारिरॉव्हला आणि पुतिनला पाठिंबा देणारे ते 'चांगले' आणि जे आमच्या बाजूचे नसतील, त्यांचा नि:पात करायला पाहिजे अशी प्रथा पाडली होती.

कादिरॉव्हला ग्रॉझ्नीच्या डिनामो क्रीडा संकुलात 'व्हिक्टरी डे' मिरवणूक बघत असताना मारण्यात आलं होतं. स्फोटकं घडवून आणणारी यंत्रणा ग्रँडस्टँडच्या खालच्या आधाराच्या काँक्रीटमध्ये पेरून ठेवण्यात आली होती.

*

अफवा अशा आहेत की, कादिरॉव्हला 'आमच्या लोकांनी' उडवून दिलं. त्याचं संरक्षण करणाऱ्या लोकांव्यतिरिक्त त्याच्याजवळ कोणी जाऊच शकत नव्हतं. सार्वजनिक ठिकाणी तो गेल्यावर सगळी वाहनं दूरवर उभी करून स्फोटकांसाठी त्याची तपासणी केली जात असे. टेलिव्हिजनवर त्याच्या मारेकऱ्यांना शोधण्याच्या निकराच्या प्रयत्नांचं चित्रीकरण जरी दाखवलं गेलं, तरी ते शेवटी मिळाले नाहीतच.

या संदर्भातले 'आमचे लोक' कोण? फेडरल स्पेशल ऑपरेशन्सची चेचन्यातली युनिट्स, स्टेट हिटमेन, सेंट्रल इंटेलिजन्सचे सोल्जर्स, डायरेक्टोरेट ऑफ द आर्मी, द GRU आणि एफएसबी, विशेषतः अतिसंवेदनशील कारवाया हाताळणारी यंत्रणा म्हणजेच सर्वसाधारणपणे घातपात.

नऊ मे रोजी कादिरॉव्हच्या मृत्यूबरोबर पुतिन यांच्या नॉर्थ कॉकाससमधल्या मूर्खपणाच्या धोरणांचा आणि 'चेचेनायझेशन'चा अंत झाल्याची सूचना मिळाली. या धोरणाचा शेवट करण्यासाठीच कादिरॉव्हचा काटा काढण्यात आला असावा, असं लोकांना वाटलं. नऊ मे रोजी कादिरॉव्हचा अतिशय मूर्ख आणि 'झायकोपॅथिक' धाकटा मुलगा रमझान कादिरॉव्ह, याला अतार्किकपणे चेचन्यात पुढे आणण्यात आलं. स्वतःच्या वडिलांच्या सुरक्षिततेची जबाबदारी सांभाळणाऱ्या रमझानने चेचन्यातले सगळे गुन्हेगारी प्रवृत्तीचे लोक त्या यंत्रणेत मारले होते.

पुतिन यांनी रमझानची त्या संध्याकाळी क्रेमलिनमध्ये भेट घेतली. स्वतःच्या वडिलांनी सुरू केलेलं 'चेचनीकरणाचं' काम पुढे चालू ठेवण्याचं त्याने पुतिन यांना आश्वासन दिलं. सगळ्या टेलिव्हिजन वाहिन्यांवर ही भेट दाखवण्यात आली. कादिरॉव्हच्या गँगला इथून पुढेही अभय मिळाल्याचंच ते द्योतक होतं. रमझान डोंगराळ भागात हल्लेखोरांना सामील होईल असं पुतिन यांच्या प्रशासनाला वाटलं होतं, पण त्याऐवजी त्याला रिपब्लिकच्या जनतेला पुढेही भयभीत करण्याची मुभा देण्यात आली.

रमझान कादिरॉव्हची परिस्थिती काय असेल याबद्दलच्या मतमतांतरांमुळे चेचन्यात आणखीनच हिंसाचार उफाळला. शस्त्रधारी 'प्रतिकारा'मध्ये अधिक स्वयंस्फूर्त लोकांची भरती झाली, पण लोक त्या नवीन 'वेडपटा'पुढे गरिबासारखे मान तुकवत होते. लवकरच रमझानला असा भ्रम झाला की, तो खरोखरच वैशिष्ट्यपूर्ण आहे.

सव्वीस मे

पुतिन यांनी त्यांचं फेडरल असेंब्लीला उद्देशून वार्षिक भाषण केलं. नागरी समाज आणि मानवी हक्कांचे संरक्षणकर्ते यांची त्याने कडक शब्दांत निर्भर्त्सना केली. नागरी समाज 'भ्रष्ट' आहे आणि पश्चिमेकडून त्यांच्या फाऊंडेशन्ससाठी

मिळणाऱ्या देणग्यांवर अवलंबून असलेले मानवी हक्क संरक्षणकर्ते जिव्हाळ्याच्या विषयांवर बोलूच शकत नाहीत, कारण ज्या हातांतून त्यांना खायला मिळतं, त्या हातांना ते चावा घेऊ शकत नाहीत. त्यांचा पवित्रा अतिशय आक्रमक होता आणि शब्दांत विखार भरलेला होता.

*

त्यानंतर मात्र पुतिन यांचा हा अप्रस्तुत हल्ला प्रशासनाच्या अधिकाऱ्यांनी नेटाने परतवला. त्यांचा मुख्य आदर्शवादी आणि 'स्पिन डॉक्टर' व्लाडिस्लाव्ह सुरकॉव्ह याने त्याची विशेष दखल घेतली. मानवी हक्क पुरस्कर्त्यांनी चेचन्याच्या युद्धाचा निषेध करताना 'आय ॲम द वेस्ट्स फिफ्थ कॉलम' असे फलक हातात घेतले होते.

सव्वीस मेच्या पुतिन यांच्या या भाषणानंतर राज्य सत्ताधिकाऱ्यांनी त्यांच्या सावलीखाली नवीन प्रकारची मानवी हक्क संस्था स्थापायला सुरुवात केली. त्यामुळे निष्पत्ती जरी काहीच झाली नाही, तरी त्यांची कल्पना अशी होती की, या समांतर नागरी समाजाला रशियन व्यावसायिकांकडून, हुकूमशहांकडून आर्थिक साहाय्य मिळावं, पण त्यांनी हटवादीपणाने ते नाकारलं. नि:संशय खोडोरकोव्हस्कीचं भवितव्य त्यांच्या नजरेसमोर होतं. जो आता नॉन-गव्हर्मेंटल ऑर्गनायझेशन्सना पैसा पुरवल्यामुळे तुरुंगवास भोगत होता.

पुतिन यांनी मानवी हक्क संस्थांवर हा अचानक हल्ला का चढवला? २००४च्या उन्हाळ्यात, डेमोक्रॅटिक आणि लिबरल पार्टीज ढेपाळल्यावर हे स्पष्ट झालं होतं की, आता विरोधक कोणत्या ठिकाणी एकवटणार असतील, तर ते ह्यूमन राईट्स कम्युनिटीमध्येच, जसं सोव्हिएत काळातही झालं होतं. म्हणूनच पुतिन यांनी त्यांना अधीरतेने वाईट ठरवून त्यांचा मान काढून घेतला.

मे महिन्यात रमझान कॉदिरॉव्हचा चेचन्यात वाढलेला प्रभाव ही एक प्रमुख घटना होती. त्या महिन्यात डेमोक्रॅट्स निष्क्रिय होते. रमझानमुळे उद्घाटनपण झाकोळलं, पण त्यांनी काहीच विरोध केला नाही. अगदी काही मतप्रदर्शनसुद्धा नाही.

एक जून

एका मान्यता नसलेल्या विषयावर मुलाखत प्रसृत केल्यामुळे लिओनिड पार्फियोनोव्ह या तल्लख दूरदर्शन पत्रकाराला एनटीव्ही दूरदर्शन केंद्राने नोकरीवरून काढून टाकलं.

'द *अदर डे*' या त्याच्या बातम्यांचं विश्लेषण करणाऱ्या लोकप्रिय कार्यक्रमात

त्याने झेलिमखान यान्डारबिएव्ह या कतारमध्ये मारल्या गेलेल्या चेचेन नेत्याच्या पत्नीची मुलाखत प्रसारित केली. हे बरंचसं वेगळं होतं आणि ती विधवादेखील काही चमकवणारं वगैरे बोलली नाही, पण ती सहानुभूतीच्या पलीकडे गेली होती. हा विषयच परवानगी नसलेला होता.

पार्मियोनोव्ह हा काही आक्रमक प्रसारण करणारा नव्हता. उलट त्याला जे काही त्याच्या कार्यक्रमात दाखवायचं होतं आणि सत्ताधिकाऱ्यांची काय अपेक्षा होती, यात त्याने तडजोडदेखील केली होती. त्याची बडतर्फी ही एनटीव्हीची 'राजकीय सेन्सॉरशिप' आहे.

कारवा बेंदुकिड्झे याला नवीन जॉर्जियात सगळे नियम धाब्यावर बसवून आणि घाईघाईत रिपब्लिकचा नागरिक बनवून उद्योगमंत्री नेमण्यात आलं आहे.

बेंदुकिड्झेला जॉर्जियन पंतप्रधान झुराब झावानिया यांनी हे पद स्वीकारण्यास राजी केलं. त्यांनी असं जाहीर केलं की, स्वत:च्या जन्मगावी त्यांना 'अल्ट्रा-लिबरल रिफॉर्मस्' घडवून आणायचे आहेत. पद्धतशीरपणे त्यांनी ते कोणत्या प्रकारचे असतील, हे सांगायचं टाळलं, पण त्यांनी पद सोडणं हेच आपल्याला बरंच काही सांगतं. उघडउघड पुतिन यांच्या रशियात एक उदारमतवादी म्हणून त्यांना काहीच स्थान उरलेलं नाही. त्बीलिसीमध्ये 'रोझ रेव्हॉल्यूशन' होण्याच्या पूर्वी बेंदुकिड्झे याने खासगीत तसंच जाहीररीत्या रशियाच्या आर्थिक प्रगतीबद्दलची त्याची निराशा व्यक्त केली होती. धंद्यातून बाहेर पडायची इच्छाही बोलून दाखवली होती. रशियन व्यवसायातील त्याची गुंतवणूक विकून टाकायलाही त्याने सुरुवात केली होती.

मॉस्कोमध्ये केंद्रीय मतदारसंघ आयोगाने एक प्रचार मोहीम सुरू केली – ड्युमा निवडणुकीत मतदारसंघाने याचा स्वीकार करावा की, व्यक्तिगत मतदारांचा त्यांच्या मतदारसंघातल्या जागांसाठी मतदान करायचा हक्क नाहीसा करण्याचा निर्णय आयोगाने घेतला आहे. ज्या पक्षांना तोलामोलाचं प्रतिनिधित्व आहे, त्यांचा विचार करण्यात येईल. कम्युनिस्टांनंतरच्या समाजात जो आम्ही हट्टाने भांडून मिळवला होता आणि आमच्यासाठी तो अतिशय महत्त्वाचा होता, तोच हा हक्क. क्रेमलिनचा उद्देश असा आहे की, लोकांनी फक्त पक्षाच्या याद्यांना अनुसरून मतदान करावं. संसदेत प्रतिनिधित्व मिळवण्यासाठी पक्षाच्या ठराविक भागात मतं वाढवण्याचाही क्रेमलिनचा विचार आहे.

याचाच अर्थ फक्त प्रमुख पक्षांनाच निवडणुकांत भाग घेता येईल.

म्हणजेच आपण पुन्हा एकदा पूर्वीच्या सोव्हिएत व्यवस्थेत जाऊ. नवीन संसदीय पक्ष स्थापन करणं अशक्यच होऊन बसेल आणि ज्या असतील, त्या अगदीच थोड्या असतील. क्रेमलिनला मग सोयीस्करपणे दोन किंवा तीन 'जुन्या' पक्षांबरोबर 'डील' करावं लागेल. हे पक्ष असतील, द कम्युनिस्ट पार्टी, द लिबरल

डेमोक्रॅटिक पार्टी आणि थोडे हातचं राखून रोदिना पार्टी, पण त्या नोकरशहांच्या फुगवून वाढवलेल्या युनायटेड रशिया पक्षाच्या अंगठ्याखाली.

अलेक्झांडर वेशन्याकोव्ह हा आयोगाचा एक परावलंबी निर्देशक आहे. त्याने जणू काही मंजुरी दिली आहे अशाप्रकारे या प्रस्तावाचा संदर्भ ताबडतोब देण्यात आला. क्रेमलिनचा उद्देश सफल होण्याची चिन्हं आहेत, कारण या पद्धतीने निवडणुकांतील अनिश्चितताच काढून घेता येईल. सगळं काही अगदी योजनाबद्ध. जो योजलेला निकाल तोच खरा निकाल. याब्लोको आणि युनियन ऑफ राईट फोर्सेस यांना जेमतेम सात टक्के पाठिंबा आहे.

वेशन्याकोव्हने स्पष्ट केलं की, हा प्रस्ताव कायद्याच्या स्वरूपात २००५ च्या जूनमध्ये आणण्यात येईल. सध्याच्या 'रशियन नागरिकांचे मतदानाच्या प्रक्रियेत भाग घेण्याचे हक्क आणि त्यासंबंधीची मूलभूत हमी' या कायद्यात सुधारणा करून नवीन कायदा आणण्यात येईल.

*

नवीन पद्धती अधिक जबाबदार आहे, असं स्पष्टीकरण देण्यात आलं. कोणतीही निषेधाची निदर्शनं नाहीत, फक्त मानवी हक्क पुरस्कर्त्यांनी युरोपच्या संसदेला सावध करण्याचा प्रयत्न केला की, रशियात आता लोकशाहीवादी निवडणूक प्रक्रिया उरलेली नाही. युरोपियन लोकांनीदेखील या गोष्टीची नोंद घेतली की कोणताही विरोध व्यक्त करण्यात आलेला नाही, म्हणून मग त्यांनीही ते मान्य केलं.

दोन जून

चेचन्यामध्ये झेलिमखान कादिरॉव्ह या अखमद हादजी कादिरॉव्हच्या मोठ्या मुलाला दफन करण्यात आलं आहे. हे सर्वश्रुत होतं की, तो एक ड्रग्ज घेणारा नशेबाज होता. त्याच्या वडिलांचा खून झाल्यानंतर तीन आठवड्यांनी तो हृदयविकाराच्या झटक्याने मेला. कादिरॉव्हचे नातेवाईक म्हणाले की, झेलिमखानचा त्याच्या वडिलांच्या आणि धाकट्या भावाच्या राक्षसी राजकारणाला पूर्णपणे विरोध होता आणि त्याने शेवटी हेरॉईनचा मार्ग स्वीकारला.

एकोणीस जून

सेंट पीटर्सबर्ग येथे निकोलाय गिरेन्कोला त्याच्याच फ्लॅटमध्ये गोळ्या घालून ठार करण्यात आलं. हा एक राजकीय खून आहे एका प्रसिद्ध मानवी हक्क पुरस्कर्त्यांचा आणि फॅसिस्टच्या विरोधातल्या विद्वानाचा. रशियन फॅसिस्टनी हा खून

केला. प्रथम त्यांनी गिरेन्काच्या नावाने इंटरनेटवर 'मृत्युदंड' प्रसृत केला. शासनाच्या सत्ताधिकाऱ्यांनी त्याकडे दुर्लक्ष केलं आणि मग त्याला ठार केलं गेलं.

गिरेन्को कोर्टासमोर येणाऱ्या फॅसिस्ट संस्थांच्या विरोधात तज्ज्ञ साक्षीदार म्हणून साक्ष देत असे. निओ-नाझी गटाच्या सभासदांना गजाआड पाठवण्यात त्याचे अचूक फॉरेन्सिक ॲनालिसिस हा एक महत्त्वाचा पाया असायचा. जात्यंध दृष्टिकोनातून झालेले असे त्र्याहत्तर गुन्हे २००३मध्ये आढळून आले होते, पण त्यापैकी फक्त अकराच प्रकरणं कोर्टापर्यंत पोहोचली. बाकीची प्रकरणं ढेपाळली, कारण चौकशी करणारे एकतर तसं करायला असमर्थ होते किंवा जात्यंधतेतून उद्भवलेला खुनामागचा उद्देश सिद्ध करायला इच्छुक नव्हते.

नव्याने नाझी झालेले गिरेन्कोचा तिरस्कार करत होते, कारण तो तज्ज्ञ साक्षीदार असल्याने एरवी माफी मागून सुटण्यावर किंवा प्रलंबित शिक्षा होण्याऐवजी त्यांना तुरुंगवासाची शिक्षा सुनावली जायची. या महिन्याच्या सुरुवातीला त्याने रशियन नॅशनल युनिटी पार्टीच्या एका स्थानिक शाखेच्या सभासदांची नोव्गोरोड येथे सुनावणी चालू असताना साक्ष दिली.

फार कमी विद्वान अशा प्रकारच्या खुल्या सुनावणीत साक्ष द्यायला धजावतील, कारण फॅसिस्टकडून प्रत्युत्तर मिळण्याची भीती असते. त्यांना शासनाच्या सत्ताधिकाऱ्यांचा पाठिंबा असतो आणि दुर्लक्ष न करता येण्याजोगा जनतेचादेखील. साक्षीदारांना संरक्षण देणाऱ्या योजनांवरदेखील अवलंबून राहता येत नाही, कारण कायद्याची अंमलबजावणी करणाऱ्या संस्थांचा चढेलपणा आणि झेनोफोबियाने त्यांना ग्रासून टाकलं आहे. ते नेहमीच तसे होते, पण पुतिन यांच्या राजवटीमुळे आणि दुसऱ्या चेचेन वॉरमुळे कॉकाससच्या लोकांत भीतीचा उद्रेक झाला आहे.

गिरेन्कोंच्या खुनाबद्दल कोणीही दुःख, पश्चात्ताप किंवा निषेध वगैरे काहीही व्यक्त केला नाही. संकेतस्थळावर सुटकेची भावना दर्शवण्यात आली. 'रशियन नॅशनल युनिटी पार्टी'ने जाहीर केलं की, 'त्या फॅसिस्ट-विरोधी व्यक्तीच्या अकाली मृत्यूची बातमी ऐकून त्यांना हायसं झालं.' कोणत्याही वेबसाईटवर बंदी घालण्यात आली नाही किंवा कृतीही नाही. ती संकेतस्थळं ज्यांची होती, त्यांच्यावर काही गुन्हेगारी स्वरूपाचे आरोपही ठेवण्यात आले नाहीत.

याच वेळेस दुसऱ्या एका वेबसाईटवर 'रशियन लोकांचे शत्रू' अशा शीर्षकाने एक यादी प्रसृत करण्यात आली. ही वेबसाईट एका दुसऱ्या अल्ट्रा-नॅशनॅलिस्ट ऑर्गनायझेशनची होती; ग्रेटर रशिया पार्टीची. त्यामध्ये सत्तेचाळीस नावांचा समावेश होता. या नावांत स्वेतलाना गन्नुश्किना – डायरेक्टर ऑफ सिटिझन्स एड, अल्ला गेर्बर – प्रेसिडेंट ऑफ द होलोकास्ट फाउंडेशन, अँद्रे कोझीरेव्ह – फॉरेन अफेअर्सचे पूर्वीचे मंत्री, तसेच टीव्हीवर कार्यक्रम करणारे निकोलाय स्वानिद्झे, एक जॉर्जियन

आणि स्टालिनचा नातेवाईक येलेना खांगा ह्यांची नावं होती. येलेनाच्या आईने एका आफ्रिकन माणसाशी लग्न केलं होतं.

स्लाविक युनियनने दावा केलाय की, बऱ्याच मानवी संस्था रशियन नसलेल्यांच्या असतात आणि विदेशी हितचिंतकांच्या निधीवर जगत असतात. ही फाउंडेशन्स CIA, MI6 आणि Mossad यांच्याशी जवळून संबंधित असतात आणि रशियन चळवळ्यांच्या विरोधातली माहिती एकत्र करतात. याच दाव्यात खाली एसएसचा नेता दिमित्री याने उघडउघड धमकी दिलीय की, "तलवारींनी हल्ला होण्याची काळरात्र जवळ आली आहे!"

नि:संशय हा सगळा गरळ ओकण्याचा प्रकार गिरेन्कोच्या खुनामुळे उफाळून आलाय. राज्य सत्ताधिकाऱ्यांनी जे उघड करायला नाखुशी दाखवली होती, ते दडपण्याचा प्रयत्नदेखील केला होता; पुतिन यांनी त्यांच्या फेडरल असेंब्लीत केलेल्या भाषणात जवळजवळ हेच शब्द वापरले.

बावीस जून

रात्रीच्या वेळेला पाच वर्षांच्या दीर्घ कालावधीच्या 'दहशतवादीविरोधी कारवाई'ची परिसीमा झाली. हल्लेखोरांनी इंगुशेटियाचा ताबा घेतला.

रात्री अकराच्या सुमारास माझ्या रिपब्लिकमधल्या मित्रांकडून मला फोन यायला लागले. 'काहीतरी भयंकर घडलंय, हे युद्ध आहे!' स्त्रिया टेलिफोनवर ओरडत होत्या, 'हेल्प अस! काहीतरी करा, आम्ही मुलांबरोबर जमिनीवर पडलोय!' 'मला रायफलमधून सुटलेल्या गोळ्यांचे आवाज आणि खूप लोक 'अल्ला-हो-अकबर (अल्ला इज ग्रेट!) असं ओरडत असल्याचाही आवाज आला."

टेलिफोनवर अक्षरश: हे युद्ध पहाटेपर्यंत चाललं. मॉस्कोमध्ये तुम्ही रात्री कोणाला मदत करण्यासाठी काहीही करू शकत नाही. सगळं काही स्विचड् ऑफ. बरं, सगळे झोपलेले. तुम्ही चोरी करा किंवा खून पाडा, जनरल्स फक्त सकाळीच ऑर्डर्स देणार!

इंगुशेटियात हेच घडलं. सकाळच्या वेळेला जेव्हा हल्लेखोर परत निघाले, तेव्हा त्या भागातले सैनिक बाहेर आले आणि त्यांनी त्यांचा पाठलाग सुरू केला. डोक्यावर हेलिकॉप्टर्स भिरभिरायला लागली, एअर सपोर्ट दिसायला लागला.

पण उशीर झाला होता; हल्लेखोर निघून गेले होते. रस्त्यात साधे नागरिक आणि मिलिशियामेन, दोन्ही प्रकारच्या प्रेतांचा खच पडला होता.

दोनशेपेक्षा अधिक हल्लेखोरांनी नाझरानचा पूर्ण ताबा घेतला होता आणि एकाच वेळी स्लेप्टोसोव्हस्काया गाव आणि काराबुलाक टाऊन या दोन्ही ठिकाणी

हल्ले झाले होते. रस्त्यात अडथळे निर्माण करून त्यांनी तिथे येणाऱ्या लोकांचे ओळखपत्र बघितल्यावर ते जर कायद्याची अंमलबजावणी करणाऱ्या संस्थांचे असतील तर त्यांना ठार मारलं होतं. इतरांनाही जसे हाताशी लागतील तसं मारलं होतं. प्रत्यक्षदर्शींनी सांगितलं की, रस्त्यात अडथळे निर्माण करणारे हे चेचेन होते; तसेच इंगुश आणि 'स्लावॉनिक' दिसणारेही होते. हे लोक शामिल बासेएव्हबरोबर होते.

म्हणजेच बासेएव्हने दोनशे लोकांचा गट तयार केला होता. अहवालाप्रमाणे तर फक्त वीस ते पन्नास हल्लेखोर होते?

हे एक फार हुशारीने आयोजित केलेले गोरिला ऑपरेशन होते. ज्याची गुन्हा अन्वेषण सेवांनी कोणतीही धोक्याची सूचना दिली नाही. अर्धवट कादिरॉव्ह आणि त्याच्या सैनिकी तुकडीला या मोहिमेचा प्रतिकारदेखील करता आला नाही. हंकालातल्या किंवा मोझडोकमध्ये राखीव तैनात असलेल्या हजारो रशियन सैनिकांनाही हा हल्ला परतवता आला नाही. ऑसेशियामध्ये तळ ठोकून असलेल्या अठ्ठावन्नाव्या सैन्यदलाचा तरी काय उपयोग? कारण काही हल्लेखोर तिथूनच आले. चेचन्यात आणखी चौदा हजार मिलिशियामेन आहेत, सहा हजार इंगुशेटियामध्ये.

म्हणजे प्रश्न उठतात की, हे सर्व खरोखरच अस्तित्वात आहेत का? हा पुतिन यांच्यासारखाच नुसता देखावा आहे लढण्याचा! कारण या सैन्यदलाचा उपयोग फक्त मुखवटे आणि खरं स्वरूप लपवणारे चित्रविचित्र पोशाख घालून लोकांचं अपहरण करणं, एवढाच उरला आहे.

तरुण लोकांचं अपहरण होण्याचं प्रमाण जेव्हा वाढलं, तेव्हा लोकांनी इशारा दिला होता की, यामुळे मोठ्या प्रमाणावर युद्ध होण्याचा धोका संभवतो. त्यांच्या स्थैर्यासंबंधीही ते आग्रही होते. या भ्रमाचा भोपळा बावीस जून रोजी फुटला. जेव्हा जवळजवळ शंभर आयुष्यांची राखरांगोळी झाली. मिलिशियामेन तर लढताना मारले गेलेच, पण नागरी जनांच्या मृत्यूची जबाबदारी कोण घेणार?

हल्लेखोरांइतकाच तथाकथित राज्यशासन अधिकाऱ्यांचाही या मृत्यूत गुन्हेगारी स्वरूपाचा हिस्सा आहे. त्यांना फक्त सत्तेत राहण्यातच स्वारस्य आहे. निष्पाप लोक मेले तर त्यांना काय देणं-घेणं?

त्या रात्री झ्याझिकॉव्ह स्त्रीवेष करून पळून गेला. त्याच्या अंगरक्षकालाही पळून जायच्या आधी त्याने घालवून दिलं. म्हणजे त्याची ओळख पटली नसती. धोका टळल्यावरच तो परत आला.

जोपर्यंत पुतिन त्यांच्या डोळ्यांवरची झापडं काढत नाहीत आणि चेचन्यातली धुमश्चक्री थांबवत नाही, तोपर्यंत या भवितव्य नसलेल्या तथाकथित शांतता निर्माण करण्याच्या चलाख प्रयत्नांमुळे बावीस जूनसारख्या शोकांतिका अटळ आहेत.

चेचन्याबद्दल आपलं सामूहिक खोटं बोलणं, *नोर्ड-ओस्त*सारख्या प्रकरणांवरून

धडा न शिकणं यामुळे इंगुशेटियामध्ये हे राक्षसी प्रकार घडत आहेत.

या 'डेड एंड'पासून परत फिरायचं असेल, तर सरळ एक राजकीय मार्गच शोधावा लागेल.

तेवीस जून

या शोकांतिकेनंतर चोवीस तासांतच आलू आल्खानॉव्ह, 'मिनिस्टर ऑफ द इंटिरिअर ऑफ चेचन्या' याने टेलिव्हिजन कॅमेऱ्यांपुढे त्याची चेचन्याच्या अध्यक्षपदासाठी उमेदवारी जाहीर केली. त्यावेळी इंगुशेटियात प्रेतयात्रा निघतच होत्या. बासेएव्हला पकडण्यात अपयश आलेला हाच तो आल्खानॉव्ह. पण पुतिन यांचं प्राधान्य त्यालाच आहे. एकोणतीस ऑगस्टला 'शांततापूर्ण निवडणुका' होतील, अशी त्याने आशा व्यक्त केली. तसंच आता चेचन्याच्या शेतकी व्यवसायात एकसंधपणा आणण्याची गरज आहे, असंही तो म्हणाला. इंगुशेटियावर कोसळलेल्या भयानक संकटानंतर एकाच दिवसात हे सगळं बोलणं अतिशय आक्षेपार्ह आहे, याबद्दल तो अगदीच अनभिज्ञ दिसला.

एक जुलै

पुतिन यांचा आत्ताचा पाठीराखा, पण एकेकाळचा अ‍ॅन्ड्रे साखारॉव्हचा सहकारी आणि मित्र असलेला रोस्तीस्लाव शाफारेविच, हा मॉस्कोतल्या एका मठात झालेल्या चर्चेला उपस्थित होता. विषय होता, 'स्वातंत्र्य आणि वैयक्तिक गौरव; सनातन आणि उदारमतवादी दृष्टिकोन.'

या 'गोलमेज परिषदेत' व्लाडिस्लाव्ह सुरकॉव्हची 'मानवी हक्कांच्या संरक्षणासाठी रशियन आदर्श' ही संकल्पना सविस्तरपणे मांडली गेली. या संकल्पनेला मूर्त स्वरूप देण्यासाठी रशियन व्यवसायांकडून अर्थसाहाय्य मिळेल असं सांगण्यात आलं. रशियन सनातनी नीतिशास्त्रांवर हे आधारित असेल असं स्पष्ट झालं.

पण मग मुस्लीम आणि ज्यू लोकांचं काय?

डोस्टोव्हस्कीवर जर विश्वास ठेवायचा असेल तर रशियन हा एक 'जागतिक पुरुष' आहे.

पुतिन यांनी आता फरक सांगून 'पाश्चिमात्य' शब्दांऐवजी 'मानवी हक्कांचं सनातनी संरक्षण' असं नामकरण केलंय. रशियन सनातनी चर्चने त्यांची पुतिन यांच्याबद्दलची निष्ठा व्यक्त करण्यासाठी या गोष्टीला मान्यता दिली आहे, पण देशावर प्रेम असलेले खरेखुरे मानवी हक्क पुरस्कर्ते आणि त्यांचे नेते शोधून काढणं दुष्कर आहे.

एला पामफिलोव्हाने, जी एकेकाळी एक उत्साही डेमोक्रॅट होती, आता तेवढ्याच उत्साहाने पुतिन आणि त्यांच्या नवीन दृष्टिकोनाला पाठिंबा देणारं भाषण केलं. ती म्हणाली, ''आपल्याला आता एक नवीन प्रकारची मानवी हक्कांसंबंधीची चळवळ रशियात जन्म घेत असलेली दिसते आहे. बरेच तरुण नेते या चळवळीत सक्रिय होऊन आपल्या लोकांच्या कारणांसाठी काम करत आहेत.''

असे लोक आहेत खरे, पण त्यामुळे पामफिलोव्हाला निश्चितच आनंद होणार नाही. तरुण लोक सुधारणेच्याच मार्गाने जाणार ही वस्तुस्थिती आहे. पराजित याब्लोको आणि युनियन ऑफ राईट फोर्सेसला पाठिंबा देणारे, यांची नवीन पिढी आता लिमोनॉव्हची पार्टी, नॅशनल बोल्शेविक्सकडे वळत आहे.

युकोसच्या विनाशाचा शेवटचा अंक सुरू झाला आहे. एक-दोन जुलैला कंपनीची खाती गोठवण्यात आली. तेल काढण्याचं काम बंद झालं आहे. जागतिक बाजारपेठेत तेलाचे भाव अचानक वाढले आहेत. युकोसने त्यांचे सिबनेफ्ट ऑईल कंपनीतले समभाग पॅकेज स्वरूपात त्यांचं कर्ज चुकवण्यासाठी राज्य शासनाला देऊ केले असता त्यांनी ते नाकारले. राज्याने युकोसला मोडीत काढण्याचाच आग्रह धरला आहे. हे एक संकट आहे, पण पुतिन मात्र त्याचा उल्लेख 'लाथ मारून त्यांच्याकडे काय आहे ते काढून घ्यायचं.' असा करतात.

कोणालाही पर्वा नाही.

सहा जुलै

चेचेन हिल व्हिलेजमध्ये एक सभा भरली होती. हे गाव आहे सर्नोतोदस्काया. फेडरल्सनी अपहरण केलेल्या पुरुषांच्या गटाची सुटका करण्याची त्यांची मागणी होती, पण ही सभा बंदुकीच्या फैरी झाडून उधळून देण्यात आली. शेजारच्या गावातल्या बायकांनीदेखील राज्य महामार्गावर धरणं धरलं, पण काहीही बदल झाला नाही. फक्त रशियातल्या मानवी हक्क पुरस्कर्त्यांनी या निषेधाला पाठिंबा दिला.

सात जुलै

शाली या चेचेनच्या एका शहरात ज्यांची मुलं पळवून नेण्यात आली होती, अशा मातांची एक सभा भरली होती. त्यांची बेमुदत उपोषणाला बसण्याची तयारी होती. त्यांची सहनशक्ती संपुष्टात आली होती. कायद्याची अंमलबजावणी करणाऱ्या संस्थांनी त्यांच्या मुलांचा शोध लावण्यासाठी काहीही प्रयत्न केले नव्हते आणि शेवटी त्यांना अपयश आलं होतं. या मातांचं म्हणणं आहे की, चेचेन लोकांना निर्वासित म्हणून जाहीर करण्याच्या प्रक्रियेत बदल करून ती अधिक सोपी बनवावी.

तसंच युरोपियन मानवी हक्क पुरस्कर्ते आणि आंतरराष्ट्रीय संस्थांपर्यंत त्यांनी ही दु:खद कहाणी पोहोचवावी. 'इंगुशेटियातून बाहेर हाकलून दिलेले, चेचन्यामध्ये आमच्या मुलांचं अपहरण होत असलेले, असे आम्ही रशियातले 'दुय्यम दर्जाचे नागरिक' आहोत, असा त्यांनी ठराव केला.'

त्याच रात्री ग्रॉझ्नी, नाझरान आणि काराबुलाक येथून फेडरल फोर्सेसनी लोकांना त्यांच्या घरांतून बाहेर काढलं. स्ट्रासबोर्ग येथे चेचन्याहून पत्रांचा पाऊस पडतो आहे.

नऊ जुलै

येवजेनी या सैन्यात भरती झालेल्या एका मुलाची हृदयद्रावक कहाणी. अल्ताई विभागाच्या यारोवोये टाऊनमध्ये राहणारी स्वेतलाना हिने तिच्या येवजेनी फोमोवृस्की या मुलाची सैन्यात भरती झाल्यामुळे जीव गमवावा लागल्याची कथा सांगितली. त्याने त्याच्या सगळ्या परीक्षा दिल्या होत्या आणि नंतर त्याचा कॉलेजला जाण्याचा विचार होता. पण त्याचं सैन्यात करीअर जेमतेम दीड महिना टिकलं. एफएसबी सीमारेषेवरचे लोक युनिटमध्ये दाखल झाल्यावर सहा जुलैला त्याला डोंगराळ प्रदेशात पाठवण्यात आलं. ते एक उन्हाळी प्रशिक्षण शिबिर होतं; प्रायरगुन्स्कहून बारा किलोमीटर अंतरावर.

नऊ जुलैला पहाटे येवजेनी दोन पट्टे एकत्र बांधून गळफास लावून घेतलेल्या अवस्थेत आढळून आला. ते ठिकाण म्हणजे अर्धवट पडझड झालेली इमारत होती; प्रशिक्षण शिबिराच्या तंबूपासून सुमारे शंभर मीटर्स अंतरावर.

त्या दिवशी संध्याकाळी येवजेनीच्या घरी तार घेऊन पोस्टमन गेला. त्यात असं म्हटलं होतं, "तुमच्या मुलाने आत्महत्या केली आहे. त्याचं दफन कुठे करायचं ते त्वरित कळवा. शवपेटिका केव्हा पाठवणार त्यासंबंधी वेगळं कळवण्यात येईल." कमांडिंग ऑफिसर ऑफ मिलिटरी युनिट.

एवढा तगडा, उंचनिंच, चांगल्यापैकी खेळाडू आणि सैनिक व्हायला लायक असलेला येवजेनी वयाच्या अठराव्या वर्षीच कित्येक सैनिक कौशल्यांत पारंगतदेखील झाला होता. अर्थात आर्मीला अशा प्रकारच्या सुशिक्षित सैनिकांची नव्हे, तर नुसत्याच सांगकाम्यांची गरज असते. त्याच्या पायांच्या मापांपेक्षा कितीतरी लहान मापाचे बूट घालून त्याला क्रॉसकंट्री पळायला लावण्यात आलं. त्यानंतर पायांच्या वाईट अवस्थेमुळे त्याला फक्त स्लीपर्स घालता येणंच शक्य झालं.

रशिया हा एक मोठा देश आहे. येवजेनीची आई आणि आत्या यारोवोयेहून पाच दिवसांचा प्रवास करून पायरगुन्स्कला त्याला भेटायला गेल्या. पण त्या पोहोचल्या दहा जुलैला आणि नऊ जुलैला तो आधीच मृत्यू पावला होता. हे गाव दुर्गम असून,

चायना आणि मंगोलियाच्या सीमारेषेवर आहे. शवागार जिल्हा रुग्णालयाशी जोडलेलं आहे.

येवजेनीला त्याचे घरचे लोक प्रेमाने 'झेन्या' म्हणत असत. ''आम्ही जेव्हा शवागारात झेन्याला पाहिलं, तेव्हा त्याच्या गळ्यावर फास घेतल्यामुळे झालेली खूण होती, पण शरीराच्या इतर सर्व भागांवर भयानक मारपीट आणि हालहाल केल्याच्या खुणा होत्या. कापल्याचे ओरखडे, भाजल्याने चटके बसल्याच्या खुणा आणि त्याच्या गुप्तांगावर सूज आणि चिरडल्याच्या खुणा होत्या. ते जणू काही एका मोठ्या काळ्यानिळ्या पडलेल्या जखमेप्रमाणे दिसत होते. पाय सुजले होते, इतक्या जखमा त्या पायांवर होत्या की, जणू काही त्याला एका ठिकाणाहून दुसरीकडे फरफटत नेण्यात आलं होतं. डोक्याला जबरदस्त मार बसल्याने ते हातांना लिबलिबीत लागत होतं. पाठीवरची सगळी कातडी सोलवटून निघाली होती. पायावर भाजल्याच्या खुणा होत्या. खांद्यावर ओरखडे होते, कोणीतरी त्याला खाली दाबून धरल्यासारखे. मला वाटतं त्याचा भयानक छळ करण्यात आला होता आणि नंतर त्या खुनाला झाकण्यासाठी त्याला फासावर लटकावण्यात आलं होतं.''

येवजेनीने फक्त त्याच्या पायांना होतील अशा मापाची पादत्राणं मागितल्याने सैन्यातील म्होरक्यांनी त्याला असा धडा शिकवला होता. या म्होरक्यांचं हे सैन्यातील सेवेचं दुसरं वर्ष असतं.

त्याच्या छळवाद्यांचा उद्देश त्याचा खून करायचा नव्हता, तर त्याला धडा शिकवायचा होता. म्हणजे त्याला त्याची जागा कळून आली असती; पण त्यांनी जरा अतिरेकच केला आणि त्याचा ते छळ करत असताना तो मरण पावला. मग या खुन्यांनी त्याने आत्महत्या केली असं भासवायचं ठरवलं.

आर्मीमधल्या या अमानुष प्रकारानेदेखील लोकांमध्ये कोणतीही असंतोषाची लहर निर्माण झाली नाही. कोणीही असा आग्रह धरला नाही की, संरक्षणमंत्री सर्गी इव्हानोव्ह आणि एफएसबी संचालक निकोलाय पात्रुशेव्ह यांनी आमच्या सैनिकांना एका शिस्तबद्ध वातावरणात, मानवी गरजांसाठी योग्य असं अन्न, कपडे आणि पादत्राणं देण्यात येतील, याची खात्री करावी किंवा त्यांनी सैन्यात भरती होणाऱ्या तरुणांच्या आयुष्याची वैयक्तिक जबाबदारी घ्यावी.

सगळं पुन्हा पहिल्यासारखं चालू राहिलं. आणखी एक सैनिक बेकायदेशीरपणे मारला जाईपर्यंत!

त्याच दिवशी संध्याकाळी उशिरा पॉल क्लेबनिकॉव्ह, 'फोर्बस' मासिकाच्या रशियन आवृत्तीचा संपादक गंभीररीत्या जखमी झाला. क्लेबनिकॉव्ह हुकुमशाहीच्या रशियामधल्या नवीन जडणघडणीवर संशोधन करत होता. क्लेबनिकॉव्हचा खून हे एक कोडंच होतं. कोणी म्हणाले की, एका पुस्तकाबद्दल चेचेननी घेतलेला तो सूड

होता. ते पुस्तक होज-अखमद नाऊखाऐव्हवर होतं. पण हा तद्दन मूर्खपणा आहे. कारण त्याचं काही चेचेनमध्ये एवढं प्रस्थ नव्हतं, जेणेकरून लोकांनी त्याच्यातर्फे कोणाचा तरी खून पाडावा.

मुखमद त्सिकानोव्हला युकोस मॉस्कोचा उपाध्यक्ष नेमण्यात आलं आहे. ती युकोसची होल्डिंग कंपनी आहे. युकोसचा 'सेल-ऑफ' व्यवस्थित व्हावा, याची खुंटा हलवून बळकट करण्याची खात्री पटवण्यासाठी त्याला घुसवण्यात आलं आहे. अर्थातच तो पूर्णपणे राज्यशासन सत्ताधिकाऱ्यांच्या खिशात आहे. यापूर्वी तो 'चेचन्याचं पुनरुज्जीवन' या उद्योगात गुंतला होता; त्याच्या अंदाजपत्रकातला सगळा पैसा खर्च होऊन गेला होता तरीही ते अयशस्वी ठरलं होतं. या सगळ्याला जबाबदार असा हा माणूस कोणत्याही परिणामांची क्षिती न बाळगता त्याचं आयुष्य मजेत जगतो आहे आणि त्याला बढतीदेखील देण्यात आली आहे.

दहा जुलै

एनटीव्हीवर साविक शूस्टरच्या *'स्पीच'*ची शेवटची आवृत्ती प्रसारित करण्यात आली आहे. रशियन राष्ट्रीय दूरदर्शनवरील एका उरलेल्या राजकीय 'टॉक-शो'वर कुऱ्हाड चालवण्यात आली आहे. *'वैयक्तिक प्रकरणं'* कार्यक्रमपण बंद करण्यात आला आहे. एनटीव्हीवरच अलेक्झांडर गेरासिमॉव्ह हा बातम्यांचे विश्लेषण करणारा साप्ताहिक कार्यक्रम चालवत होता; तोही सोडून चाललाय. रशियन टेलिव्हिजनवरचे सगळे मुक्त विचारांचे आणि प्रवाही कार्यक्रम चिरडून टाकण्यात आले आहेत, ही एक ठाम, स्पष्ट, निर्विवाद सत्य गोष्ट आहे.

सोळा-सतरा जुलै

चेचन्या आणि इंगुशेटियाच्या सीमारेषेवर चेचेन डोंगराळ भागातल्या एका गावात शस्त्रधारी सैनिकांनी गाड्यांच्या ताफ्यात येऊन सहा लोकांचं अपहरण केलं. त्या लोकांना परत आणण्याची मागणी करण्यासाठी त्यांच्या स्त्रियांनी निषेध सभा घेतली, पण बंदुकीच्या फैरी झाडून सभा उधळून लावण्यात आली. 'रिस्टोरेशन ऑफ चेचन्या' समितीच्या सभासदांपैकी काही आलू अल्खानॉव्हचे अंगरक्षक होते. तो एक अग्रभागी असलेला अध्यक्षपदाचा उमेदवार आहे, तसंच मिलिशियाचा सभासद आणि मिनिस्टर ऑफ द इंटिरिअर – तोच आलू अल्खानॉव्ह जो टेलिव्हिजनवरून आपल्याला हे सांगताना कधीच थकत नाही की, 'अपहरणाची लाट थंडावतेय, आम्ही त्यात यशस्वी झालो आहोत.'

हा दावा करणं फार सोपं आहे. एखादा माणूस जेव्हा तुम्हाला आठवण करून

देतो की 'तसं नाही' तर तुम्ही गोळ्या घालून त्याचा आवाजच बंद करून टाकता.

वीस जुलै

गोळ्या घालून ठार मारला जाण्यापूर्वी गालाश्की, इंगुशेटिया येथे बेसलान अर्पाखानोव्ह या ट्रॅक्टर चालकाला आज पहाटे चार वाजता त्याच्या बायकामुलांसमोर मारहाण करण्यात आली. हे चुकून घडलं.

संरक्षण बळाचे सैनिक खरं म्हणजे हल्लेखोर रुसलान खुचबारोव्हला अटक करायच्या प्रयत्नात होते. त्या दिवशी तो पार्टिझानस्काया रस्त्यावर क्रमांक अकरा येथे झोपला होता.

काही कारणास्तव सैनिकांनी त्याच रस्त्यावर क्रमांक एकवर येऊन अर्पाखानोव्हला गोळ्या घातल्या. हा खून झाल्यावर लगेचच एक अधिकारी अर्पाखानोव्हच्या घरात प्रवेशला. स्वत:चा परिचय अर्पाखानोव्हच्या स्तंभित झालेल्या पत्नीला करून देत त्याने अकरा नंबरसाठी काढलेलं सर्च वॉरंट तिला दाखवलं आणि त्याचवेळी ती घोडचूक उजेडात आली. पण कोस्तेन्को, तो अधिकारी त्या दु:खी विधवेला उद्देशून साधं क्षमायाचना करणारे काही शब्ददेखील म्हणाला नाही.

हे आहे आपल्या दहशतवादी विरोधी मोहिमेचं वास्तव! बेसलान अर्पाखानोव्हची सात मुलं यासंबंधी काय करणार आहेत? 'फरगिव्ह अँड फरगेट'ची काय शक्यता आहे?

कोस्तेन्को त्या मुलांच्या आईचीही क्षमा मागणार नव्हता. तीही एका दहशतवादी हल्ल्यात फर्स्ट स्कूल इन द टाऊन ऑफ बेसलान या ठिकाणी मारली गेली. हा हल्ला त्याच खुचबारोव्हने घडवून आणला होता. कोस्तेन्को त्याला पकडण्यात अपयशी ठरला होता.

तेवीस जुलै

*नोर्ड-ओस्त*च्या ओलीस प्रकरणाची चौकशी करणारा चमू विस्कळीत झाला आहे. आजपासून तीन महिन्यांत *नोर्ड-ओस्त* प्रकरणाचा दुसरा वार्षिक दिवस असेल, पण लोकांना त्याबद्दल सारखं ऐकून ऐकून कंटाळा आला आहे. म्हणूनच ती चौकशीपण आवरती घेण्यात आली आहे. दहशतवाद्यांची ओळख पटवणं, कोणता गॅस लोकांना गुदमरून मारण्यासाठी वापरला गेला होता आणि तो वापरायचा निर्णय कोणी घेतला होता, हे सगळं शोधून काढणं बाकी होतं.

ही चौकशी रशियन राज्य शासनाच्या राजकीय प्रगतीला अतिशय महत्त्वपूर्ण होती, पण ती आता बर्फावर ठेवल्यासारखी थंड पडली आहे. सर्वांत चांगले चौकशी

करणारे लोक त्या चमूत समाविष्ट होते, पण आता मॉस्को प्रोक्युरेटरच्या ऑफिसातील रिकाम्या पडलेल्या खोल्यांत फक्त मिस्टर व्ही. आय. कालचुक उरले आहेत.

ज्या लोकांना त्या प्रकरणामुळे त्रास सोसावा लागला त्यांची तो भेट घेतो आणि आपला अहवाल त्यांना वाचायला देतो. त्या अहवालात सगळ्या गोष्टींचं खापर बसिव्हवर फोडण्यात आलं आहे. 'सुटकेची मोहीम' सुलभ करण्यासाठी गॅस वापरल्याने निष्पाप लोकांचा हकनाक बळी जायला जी सुरक्षा सेवा कारणीभूत ठरली, त्या एजन्सीला या गोष्टीचा जराही खेद किंवा अपराधीपणाची भावना नाही.

> त्या अहवालातील कडवटपणा स्तिमित करणारा आहे. त्यात असं म्हटलंय की, 'पाच मे रोजी इंटरपोल मार्फत स्टेट ऑफ इचकेरिआने स्वातंत्र्य, बेकायदेशीर स्वायत्तता आणि स्वत:चं नामाभिधान घेऊन एक नॅशनल सर्च वॉरंट मिळवलं. उद्देश असा होता की, चेचेन प्रजासत्ताकातून रशियन फेडरेशनने त्यांचं सैन्य मागे हटवावं. तिथे दहशतवादी विरोधी मोहीम चालू होती. चेचेन फुटिरांशी संगनमत करून दाट लोकवस्ती असलेल्या आणि सामाजिकदृष्ट्या महत्त्वाच्या ठिकाणी स्फोट घडवून आणण्यात आले. तसंच मोठ्या प्रमाणावर लोकांना ओलीस म्हणून पकडण्यात आलं.''

एखाद्याला असं वाटेल की, बसिव्ह अपराधी होता, असा निष्कर्ष अहवालाच्या समारोपात काढण्यात आला असेल, पण तो उल्लेख फक्त सुरुवातीलाच केलेला आहे.

> दहशतवादाची कृत्यं करताना बसिव्ह आणि इतर साथीदारांनी बावन्न लोक निवडून गुन्हेगारी गटांची जुळणी केली, तसंच त्यांना सामील करून घेऊन प्रशिक्षितही केलं.

> प्रेतांच्या क्रमांकानुसार २००७, २०२८ आणि २०३६ यांची चौकशी करणाऱ्यांना ओळख पटलेली नाही.

कोण आहेत ते? देवालाच ठाऊक!

मिस्टर कालचुकला यातील एकदोघांची नावं माहीत आहेत. त्यांची ओळख प्रत्येकाला आहे आणि त्यांची नावं वर्तमानपत्रात प्रसिद्ध झाली होती. टेलिव्हिजनवरही दाखवली गेली होती.

मोठ्या प्रमाणावर ओलीस म्हणून पकडण्यात आलेल्या लोकांच्या आयुष्यासाठी रशियन फेडरेशनच्या सक्षम सेवा संस्थांनी सुटकेची मोहीम अमलात आणायचं

ठरवलं. पण या सक्षम सेवा संस्था कोण होत्या? गॅस वापरायला कोणी सांगितलं आणि लोकांच्या मृत्यूसाठी कोण कारणीभूत आहे, या प्रश्नाला पूर्णपणे बगल देण्यात आली आहे. यामुळे संशय अधिकच वाढतो. ही सक्षमता म्हणजे सगळ्या दहशतवाद्यांना ठार करून *नोर्ड-ओस्त* प्रकरणात खरं काय घडलं, या गोष्टीवर टाकलेला पडदा!

अंतिम निष्कर्ष असा होता की, बहुतेक सगळ्या ओलिसांना श्वसनसंस्था आणि हृदयातील रक्तपुरवठा करणाऱ्या वाहिन्या यांच्या तीव्रतेने नादुरुस्त होण्याने मृत्यू आला. कारणांमध्ये वेगवेगळ्या घटकांचा समावेश असू शकतो. शरीरयंत्रणेवर एखाद्या गॅसच्या स्वरूपातल्या रासायनिक घटकांचा परिणाम हे कारण त्यातून वगळले आहे.

असा तर्क काढायला कोणतीही वस्तुनिष्ठ पार्श्वभूमी नाही की, 'गॅस हेच फक्त मृत्यू ओढवण्याचं एकमेव कारण होतं.'

गॅसची संयुगं काय होती हेच जर गुलदस्त्यात राहिलं, तर 'वस्तुनिष्ठ पार्श्वभूमी'बद्दल काहीही कसं काय बोलता येईल?

कालचुकची सही असलेलं हे सगळं संशोधन वस्तुस्थिती दाखवण्यात कमी पडतं. बेशुद्ध झालेले असूनदेखील सगळे दहशतवादी ठार का मारले गेले, याचं काहीही स्पष्टीकरण नाही. ''त्यांनी गोळीबाराला तेरा रायफल्स आणि आठ पिस्तुलं याचा वापर करून उत्तर दिलं.'' असं त्याने नमूद केलंय.

अहवालाच्या सगळ्या संशोधनावर कडी करणारा निष्कर्ष म्हणजे 'रशियाच्या सक्षम एजन्सीजनी योग्यपणे घेतलेला निर्णय आणि गुन्हा अन्वेषण सेवांच्या कुशल कार्यकर्त्यांनी केलेली कृती, यामुळे दहशतवाद्यांच्या गुन्हेगारी कारवाया संपुष्टात आणल्या गेल्या आणि यापेक्षाही येऊ घातलेलं भयानक संकट थोपवलं गेलं. नाहीतर रशियाची आंतरराष्ट्रीय पातळीवरची हुकमत दुय्यम दर्जाची ठरून डावलली गेली असती.'

एकाच राज्याच्या नागरिकांचे मानवी हक्कांबद्दलचे दृष्टिकोन मूलभूतपणे एवढे वेगवेगळे असणं, हे फार भयानक आहे. त्यामुळेच बोल्शेविक्सचा विजय झाला आणि स्टालिनचा उदय. आपल्या राष्ट्रात निर्णय घेणारे आम्ही जगायचं की मरायचं हे ठरवतात. आमच्या राष्ट्रीय जीवनाची ही वाईट छटा पुन्हा जोमाने एक फॅशन म्हणून नावारूपाला येतेय.

अहवालात असंही म्हटलंय की, 'विशेष सेवांच्या हस्तकांनी ओलिसांना

सोडवताना जी कारवाई केली, त्याबद्दल त्यांच्यावर गुन्हेगारी स्वरूपाचे आरोप ठेवण्याचा अर्ज फेटाळून लावण्यात येत आहे. ओलिसांना पकडून बंदिवासात ठेवणाऱ्या दहशतवाद्यांवर उभा केलेला खटला बंद करण्यात येत आहे.'

सत्तावीस जुलै

क्रेमलिनने केवळ स्वत:च्या फायद्यासाठी युकोसचा नाश केला, हे काही गोष्टींवरून सिद्ध होतंय. इगॉर सेकिन, पुतिन यांच्या प्रशासनाचा उपमुख्य, याला रोसनेफ्ट या स्टेट ऑईल कंपनीच्या संचालक मंडळाचा अध्यक्ष नियुक्त करण्यात आलं आहे. त्याने व्यक्तिश: युकोसची मोडतोड आणि खोडोरकोव्स्कीची अटक यात लक्ष घातलं. लोकांच्या वतीने चालवण्यात येणारी ही तथाकथित राज्य अर्थव्यवस्था, वस्तुत: नोकरशहांची अर्थव्यवस्था आहे. ज्याचा प्रमुख हुकुमशहा आहे एक शासकीय अधिकारी. अधिकारी जेवढा उच्चपदस्थ तेवढाच हुकुमशहा मोठा!

राज्याचा एकाधिकार हा पुतिन यांच्या आणि त्यांच्या भोवतालच्या कोंडाळ्याचा आवडता आदर्श आहे. रशियाच्या सगळ्या नैसर्गिक संपत्तीवर राज्याचाच ताबा असावा, म्हणजे त्यातून रशियाला मिळणाऱ्या संपत्तीवरही काबू ठेवता येईल, अशी पुतिन यांची धारणा आहे. त्यांना वाटतं की, ते सर्वांत हुशार लोक आहेत आणि बाकीच्यांचं भलं त्यांनाच कळतं. म्हणजेच त्या उत्पन्नाचा वापर कसा करायचा, हेदेखील त्यांनीच ठरवणं श्रेयस्कर आहे, असं ते मानतात. अनेक व्यवसाय-संस्था असणारी राक्षसी व्यापारी संघटना, वनेश्तोर्ग बँक, हिचा अधिकाधिक विस्तार करून अध्यक्षीय प्रशासनाच्या साहाय्याने नवीन मुलूख पादाक्रांत करण्यात येत आहेत.

पूर्वीच्या गुप्त पोलिसांकडून जे आता नवीन हुकूमशहा आहेत; त्यांच्यावरच पुतिन यांचा विश्वास आहे आणि हे विशेष एकाधिकार त्यांच्याच नियंत्रणाखाली आहेत. पुतिन यांचा विश्वास आहे की, नैसर्गिक साधनसंपत्तीवर नियंत्रण असणं म्हणजेच राजकीय सत्तादेखील हातात असणं. जेव्हा ते व्यापार उद्योगात असतात, तेव्हा ते 'सत्ते'त असतात. लॅटिन अमेरिकेत मिलिटरी जुन्ताज्नी सगळ्या मुख्य व्यवसायांवर नियंत्रण ठेवलं होतं, पण पुतिन यांच्या राजवटीने या तपशिलाकडे दुर्लक्ष केलं. अशा मिलिटरी जुन्ताज्नी लवकरच बाकीच्या जुन्ताज्ना न चुकता सत्तेवरून खाली खेचलं.

'जुन्या' डेमोक्रॅट्सपासून वेगळे होऊन स्वतंत्रपणे काम करायला लागलेल्या तरुण लोकांनी यूथ याब्लोको ही आघाडी स्थापन केली आहे. मॉस्कोत या यूथ याब्लोकोने 'एफएसबी' इमारतीच्या बाहेर एक निदर्शन काही सेकंदांसाठी घडवून आणलं.

या निदर्शनाला अधिकृत मान्यता नव्हती, पण त्या तरुणांनी अंगावर काळे टी-शर्ट घालून 'डाऊन विथ बिग ब्रदर!', 'डाऊन विथ पुलिस ऑटोक्रसी!', 'डिमॉलिश द ल्युब्यांका अँड स्मॅश द रेजिम' अशा घोषणा दिल्या. त्यांच्या हातात फलक होते आणि अंगावरच्या टी-शर्ट्सवर पुतिन यांचं जे चित्र छापलेलं होतं, त्यावर फुल्या मारलेल्या होत्या.

हे निदर्शन त्वरित उधळून लावण्यात आलं. ल्युब्यांका स्क्वेअरमध्ये नेहमीच भरपूर मिलिशिया तैनात असतात. नऊ चळवळ्या कार्यकर्त्यांची धरपकड करून एफएसबीमध्ये नेण्यात आलं. नंतर त्यांना मेशचान्स्की मिलिशिया स्टेशनमध्ये हलवण्यात आलं. संध्याकाळी आठ वाजता त्यातील सात जणांना सोडून दिलं गेलं. दोघे रुग्णालयात आहेत. एफएसबीने त्यांची चौकशी करताना त्यांना मारहाण केली. एनटीव्ही, इको टीव्ही आणि *नेझाविसिमाया गॅझेटा* यांच्या पत्रकारांना थांबवून ठेवण्यात आलं. मिलिशियामेननी त्यांना त्यांचे कॅमेरे जप्त करण्याची धमकी दिली. त्यांनी चित्रण केलेली चित्रफीत काढून घेतल्यावरच त्यांना सोडून देण्यात आलं.

याब्लोकोच्या तरुण आघाडीच्या राजकीय विरोधाचं ते एक दुर्मीळ उदाहरण होतं, एकाधिकार असलेल्या रशियन पोलीस स्टेटला केलेला तो विरोध होता. आता विरोधी पक्षाचे दोनच भाग उरलेले आहेत. एक अतिश्रीमंतांचा आणि दुसरा अतिशय गरीब लोकांचा!

युकोसचा 'ब्रेक-अप', गुटा-बँकेला निर्लज्जपणे गिळंकृत करणं, अल्फा-बँकेवर छापा टाकणं, यामुळे सगळे उच्चभ्रू व्यावसायिक संतप्त झाले आहेत आणि त्यांचं भांडवल परदेशात गुंतवायच्या दिशेने सक्रिय झाले आहेत.

दुसऱ्या प्रकारातले गरीब लोक शासनाचे सामाजिक फायदे जे वस्तूंच्या स्वरूपात देण्यात येत होते, ते कमी झाल्याने सर्वाधिक नाडले गेलेले आहेत. हे लोक फुटीर असण्याचं सबळ कारण राजकीय कारणांपेक्षा आर्थिकदृष्ट्या प्रवृत्त झाल्याचंच अधिक आहे.

जुलै महिन्यात काहीसं दुर्बल असलं तरीही पुतिन यांच्या विरोधातलं निषेध व्यक्त करणारं पहिलं प्रदर्शन रशियाला दिसून आलं. निवृत्त सैनिकांत तीव्र असंतोषाचं वातावरण पसरलं आहे. त्यांना मिळणाऱ्या विनामूल्य औषधांऐवजी आता सरसकट फक्त एक हजार रूबल्स दरमहा देण्यात येतील, असं जाहीर करण्यात आलं आहे. चेर्नोबिल आण्विक अपघातात अपंग झालेल्यांनी रोस्तोव्ह-ऑन-डॉन ते मॉस्को, अशा पदयात्रेचं निषेध व्यक्त करण्यासाठी आयोजन केलं. दुसऱ्या वर्ल्ड वॉरमधील विजयाच्या साठाव्या वार्षिक मेळाव्यावर बहिष्कार घालण्याचं काही निवृत्त सैनिकांनी जाहीर केलं.

श्रीमंत आणि गरीब यांच्यामधला जो सामाजिक स्तर आहे, तो अद्याप निद्रिस्तच

आहे. जोपर्यंत एखाद्याच्या खिशाला कात्री लागत नाही, तोपर्यंत त्याला काहीही म्हणायचं नसतं!

एक ऑगस्ट

एकोणतीस ऑगस्टपर्यंत जरी चेचेन प्रजासत्ताकाच्या अध्यक्षांची निवडणूक होणार नसली, तरी क्रेमलिनने त्यांच्या मर्जीचा उमेदवार आलू अल्खानॉव्ह, याच्या विरुद्ध उभ्या राहिलेल्या मलिक सैदुलाएव्ह याला स्पर्धेतून बाद केलं आहे. कारण काय तर अवैध पासपोर्ट! जन्माचं ठिकाण चुकीचं दाखवल्याचा ठपका ठेवण्यात आला आहे.

खरं म्हणजे हा पासपोर्ट त्याने स्वत: नव्हे, तर एका बालाशिखिन विभागामधल्या अंतर्गत कारभार मंत्रालय, मॉस्को विभागाच्या अधिकाऱ्याने बनवला होता. 'एक हास्यास्पद कारण' अशी सैदुलाएव्हने त्या अवैधतेची संभावना केली. *नोवाया-गॅझेटा*लाही त्याने मुलाखत दिली. या निर्णयाला आव्हान देण्याचाही इरादा नसल्याचं त्याने स्पष्ट केलं, कारण त्याचा काहीच उपयोग होणार नाही, हे त्याला माहीत होतं. तेच जुनं कोंडाळं निवडणूक आयोगात पुन्हा परतलं आहे.

तो जेव्हा ग्रॉझ्नीला पोहोचला आणि उमेदवारीचा अर्ज भरण्यासाठी गेला, तेव्हा सुमारे शंभर शस्त्रधारी लोकांनी त्याला आणि कार्यालयाला वेढा घातला.

ते शस्त्रधारी लोक, कादिरोव्हचे सैनिक, OMON चे लोक होते. सुलतान सतुएव्ह आणि रुसलान अल्खानॉव्ह यांनी मागणी केली की, नोंदणी अर्ज फेटाळला जावा आणि सैदुलाएव्हने तिथून निघून जावं. हडेलहप्पी करून आधीच्या अध्यक्षाला त्यांनी हुसकावून लावलं आणि ताऊस डिझाब्रेलॉव्ह, ज्याला रमझान कादिरोव्हने नियुक्त केलं होतं, त्याला आणून बसवलं. ताऊस म्हणाला, "इथे 'हम करे सो कायदा' आहे."

"गरमागरम संभाषणानंतर त्यांनी मला जायला सांगितलं. पण त्यांना कळून चुकलं की, ते मला जबरदस्तीने काही करायला लावू शकणार नाहीत. माझ्या अंगरक्षकांना नि:शस्त्र करण्याचाही त्यांनी प्रयत्न केला. नंतर मला बोलावून त्यांनी सांगितलं की, मी स्वत:हूनच माझा अर्ज मागे घेणं अधिक श्रेयस्कर, कारण येनकेनप्रकारेण ते माझं नाव खोडणारच आहेत."

"मी या गोष्टीला नकार दिला. त्यानंतर त्यांच्या खोटारडेपणाची सुरुवात म्हणजे त्यांनी हे अवैध पासपोर्टचं नाटक सुरू केलं. मला हेही ठाऊक आहे की, त्यांनी डागेस्तानमधल्या छपाई करणाऱ्यांकडून एका कागदाला सहा रूबल्स याप्रमाणे जादा मतदानपत्रिका छापून घेण्याच्या कामाची ऑर्डर दिलेली आहे आणि त्या पत्रिका

ते लोक अल्खानॉव्हच्या पुष्ट्यर्थ मतदानपेटीत घुसवणार आहेत.''

आमच्या वर्तमानपत्राने जेव्हा त्याला विचारलं, ''या मतदारसंघातील निवडणुकांच्या खेळींव्यतिरिक्त हेमंत आणि शिशिर ऋतूत चेचन्यात काय होईल, असं त्याला वाटतं?'' तेव्हा त्याने सांगितलं की, काहीतरी विपरित घडेल. इंगुशेटियात घडलेल्या प्रचाराच्या मागे ज्यांचा हात होता, त्या शक्तींचा विरोध करण्याचं सामर्थ्य या तथाकथित कायदेशीर गटांकडे नाही. लोक आता डोंगराळ भागातल्या नेत्यांकडे वळू लागले आहेत.

चेचन्यात अशी हवा आहे की, आता तिसरं युद्ध होणं अटळ आहे. लोक तळघरं आणि निवाऱ्याची ठिकाणं तयार करायला लागले आहेत.

पुतिन यांच्या फेरनिवडणुकीनंतर मी हे भाकित केलंच होतं, की हल्लेखोर आता मोठ्या प्रमाणावर कारवाया करतील आणि त्या गोष्टीला आताच आळा घालायची गरज आहे. हल्लेखोरांना आता अधिकच स्फुरण चढल्याने ते टेबलं फिरवून त्यांच्या मर्जीनुसार विरुद्ध बाजूला बोलणी करायला भाग पाडतील. या उन्हाळ्यात ते निष्क्रिय निश्चितच नसतील.

''रमझान कादिरॉव्हचं भवितव्य काय असेल?''

''त्याच्याबद्दल काही बोलावं अशी त्याची पात्रता नाही. प्रजासत्ताकात त्याला कोणी गांभीर्याने घेत नाही.''

''या मुद्यावर सहमत होणं कठीण आहे.''

''गुन्हेगारीच्या दृष्टिकोनातून अर्थातच तो महत्त्वाचा आहे, पण तो अशिक्षित आहे. त्याचं प्राथमिक शिक्षणदेखील झालेलं नाही, पण तो टिकून राहू शकण्याइतका नशीबवान आहे आणि जर लोकांनी त्याचे गुन्हे माफ केले, तर त्याला चांगले मानसोपचार आणि शिक्षण दिलं जावं.'' मी मुलाखतीच्या समारोपात म्हटलं.

दोन ऑगस्ट

नॅशनल बोल्शेविक्सच्या एका गटाने आरोग्य आणि सामाजिक विकास मंत्रालयाच्या नेगलिन्नाया रस्त्यावरच्या इमारतीत घुसून, मिनिस्टर मिखैल झुराबॉव्हची खुर्ची खिडकीतून खाली फेकून दिली. समाजकल्याण कायद्यात सुधारणेची मागणी करणाऱ्या घोषणा देत ते खिडकीतून ओरडत होते, ''झुराबोव्ह आणि पुतिन यांनी राजीनामा द्यावा.''

*

त्यांना लवकरच अटक करण्यात आली आणि कोर्टात असा दावा लावण्यात आला, की त्या खुर्चीची किंमत तीस हजार डॉलर्स होती! कसं शक्य आहे?

राजकीय हेतूने हुल्लडबाजी माजवल्याच्या आरोपाखाली त्यांना प्रथम प्रत्येकी पाच वर्षांची शिक्षा एका कडक शिस्तीच्या कार्य शिबिरात सुनावण्यात आली. राजकीय स्वरूपाची नसलेली हुल्लडबाजी सर्वसाधारणपणे प्रलंबित शिक्षेला पात्र असते. पुढे सुप्रीम कोर्टाने ती शिक्षा साडेतीन वर्षांची केली. खुनी आणि निर्ढावलेल्या गुन्हेगारांच्या संगतीत राहायला.

राजकीय कैद्यांपैकी मॅक्झिम ग्रोमॉव्हने कोर्टात सांगितलं की, आम्हाला दहशतवादी इव्हान कालयेव्हचं नाव आज कोर्टात प्रोक्युरेटरच्या भाषणात ऐकायला मिळालं. ही एक विशेष गोष्ट आहे. त्याच्या प्रकरणाच्या आधी शंभर वर्षांपूर्वी रक्तलांच्छित राजकीय खटल्यांची एक मालिकाच कोर्टापुढे आली होती. बोरीस साविनकॉव्हची लढाऊ संघटना अस्तित्वात येईल, अशी ग्वाही आम्हाला देण्यात आली होती. कलम दोनशे तेराखाली राजकीय उठावाचं कारण देऊन आमच्यावर खटला भरण्यात आला आहे, पण मग त्या कलमाप्रमाणे ड्युमामधल्या सगळ्या ढोंगी लोकांवरदेखील खटले भरावे लागतील. या सभासदांनी संगनमताने त्यांचा समाजाबद्दल उघडउघड अनादर प्रदर्शित केला आहे. लाखो अपंग, सेवानिवृत्त आणि माजी सैनिकांचाही अपमान केला आहे. ही आजच्या रशियासाठी आणि नागरी समाजासाठी एक लाजिरवाणी गोष्ट आहे.

नॅशनल बोल्शेविक्स हा वस्तूंच्या स्वरूपातील फायदे नाहीसे करण्याबद्दल आवाज उठवणारा पहिला गट आहे. बाकी कोणीही संताप वगैरे व्यक्त केला नाही किंवा झुराबोव्हने राजीनामा द्यावा, अशी मागणी केली नाही.

हा लढा यशस्वीपणे लढण्यासाठी तुरुंगात जाणं गरजेचं आहे, असंही त्याने सांगितलं. मातृभूमीच्या स्वातंत्र्यासाठी आम्हाला तुरुंगात गेलंच पाहिजे. या परिस्थितीतून पुढेमागे काहीतरी मार्ग काढता येईल, असं त्याने सांगितलं.

पूर्वीचे विरोधी पक्षाचे लोक कोणताही प्रभाव पाडण्यात अपयशी ठरत असल्याने नॅशनल बोल्शेविक्सनी हा टोकाचा मार्ग स्वीकारला आहे.

या तरुण मुलांच्या पालकांची मतं आणि चेचन्यातल्या पालकांची मतं तंतोतंत सारखी आहेत. तिथेही तरुण मुलं झपाट्याने 'जहाल' बनत आहेत.

चेचेनचे नवीन डाकू, ज्यांनी सत्ता बळकावली आहे, त्यांच्या आणि फेडरल ट्रूप्सच्या अत्याचारांविरुद्ध निषेध व्यक्त करण्यासाठी चेचन्यातील तरुण लोक डोंगराळ भागात बासेव्ह आणि मास्खाडोव्हला जाऊन मिळतात. कादिरॉव्हची फेडरल ट्रूप्सबरोबर हातमिळवणी करून होणाऱ्या अत्याचारांविरुद्ध प्रौढ लोक मूग गिळून गप्प बसतात, पण तरुण लोक मात्र हे सहन करायला नकार देतात.

काही तरुण मुलांच्या मातांशी बोलताना मी त्या मुलांसमोर कोणाचे आदर्श आहेत हे विचारलं, पण लिमोनोव्ह किंवा बासेव्ह हे त्यांचे आदर्श नव्हते. तरीही

एका भीतिग्रस्त, खून, मारामाऱ्या, अपहरण यांनी भरलेल्या वातावरणात जगताना या चेचेनच्या तरुणांना बासेव्हला कमांडर म्हणून स्वीकारण्याखेरीज दुसरा पर्याय नसतो. याला कारण आहे पुतिन यांनी अशाच परिस्थितीत जगणं त्यांना अनिवार्य करून टाकलं आहे. लिमोनोव्ह आणि बासेव्हच त्यांची एक ना एक दिवस चांगल्या मानवी प्राण्यांप्रमाणे जगणं शक्य होण्याची आशा जागृत ठेवतात. हे थक्क करणारं, तरीही सत्य आहे.

पण जेव्हा मी हे माझ्या वर्तमानपत्रासाठी लिहिलं, तेव्हा मुख्य संपादकाने तो परिच्छेदच खोडून टाकला. तो जरी माझ्याबरोबर सहमत असला, तरीही आम्ही ते छापू शकत नाही.

आमची स्टाईल हीच आहे. सत्याकडे डोळेझाक करून ते आपल्या अंगावर चक्रीवादळासारखं घोंगावत येईपर्यंत गप्प बसायचं. राज्य शासन अधिकाऱ्यांना काय पाहिजे आहे, कळत नाही. ते थंडपणे काल्येव्ह, झासुलिन नाहीतर साविनकॉव्हसारखे दहशतवादी, जे झारने घडवले होते, तसे पुन्हा नवीन निर्माण होण्याची वाट बघतायत का?

किंवा ते फक्त या क्षणासाठीच जगत असावेत. दोन लाटांमध्ये जगण्यासारखे! उद्याची पर्वा नाही. रशियामध्ये सत्ता हातात असणे याचा अर्थ फक्त दोन लाटांमधली जागाच तुमच्याकडे असण्यासारखं आहे.

मला वाटतं त्यांची मती कुंठित झाली आहे.

नऊ ऑगस्ट

मॉस्कोमध्ये रशियन मानवी हक्क चळवळीसाठी काम करणाऱ्या मोठ्या आणि चांगल्या लोकांचा अँड्रे साखारॉव्ह सेंटरमध्ये एक मेळावा भरला होता. काही वर्षांपूर्वी त्यांनी एक 'सामाजिक कृती' नावाचा गट स्थापन केला होता. उद्देश असा होता की, देशावरच्या आणीबाणीच्या परिस्थितीत एकत्र यावं आणि एक सामाजिक भूमिका शोधून काढावी.

आज नॅशनल बोल्शेविक्सवर एवढी आगपाखड का होतेय, याबद्दल ते चर्चा करणार आहेत.

चर्चेला टेबलाभोवती बसलेल्या लोकांपैकी बरेच जण असे आहेत ज्यांना पुतिन यांनी पाचवा स्तंभ, पश्चिमेच्या हातातून खाणारे, त्यांच्या देणग्यांवर, निधीवर अवलंबून असणारे, असं हिणवलं होतं. काहींच्या मते पुतिन यांना भडकवण्यात आलं आहे, त्यांच्या भोवतालच्या तोंडपुज्या लोकांनी. खरं म्हणजे तो चांगला झार आहे, पण त्याचे पाठीराखे मात्र वाईट आहेत.

ही एक फार फार जुनी रशियन कहाणी आहे.

सगळे चळवळे थंडावले आहेत. पुढे जायची इच्छाच त्यांच्यात उरलेली नाही.

असाही ठराव संमत करण्यात आला की, चेचन्याच्या अध्यक्षपदाच्या निवडणुकांच्या वेळी उपस्थित राहायचं नाही; निरीक्षकांचं काम करायचं नाही. (पण तरीही काहीजण उपस्थित राहिलेच आणि आपापली विधानंही त्यांनी प्रसिद्ध केली.)

दुसऱ्या चेचेन युद्धाची येल्त्सिनच्या काफिल्याला भीती वाटत असल्याने त्यांनी संपूर्ण तयारीनिशी सैनिकी कारवाई सुरू करायची तयारी दाखवली नाही. पहिल्याच चेचेन वॉरने त्यांना हिसका दाखवला होता.

फक्त एकच माणूस असा होता ज्याला या परिणामांची क्षिती नव्हती. त्यावेळेला तो एफएसबीचा संचालक होता. त्याची फूस असल्यानेच बासेव्ह हाताबाहेर गेला होता आणि हट्टाब, एक सौदी पॅलेस्टिनिअन वंशाचा मिलिटंट चेचन्याच्या त्याच्याकडे येणाऱ्या सगळ्या तरुणांना शिकविण्यासाठी मोकळा सोडला गेला होता.

पुतिन मॉस्कोत काही न बोलता या विषवृक्षाची फळं पक्व होण्याची वाट बघत बसले होते.

ऑगस्ट १९९९ मध्ये पुतिन यांनी त्यांच्याच कारवायांचे परिणाम उजेडात येण्याच्या आधी ते नष्ट करायचं ठरवलं. येल्त्सिनने त्यांना चढत्या क्रमाने रशियाचा कारभार चालवायला मदत केली आणि तेव्हापासून पुतिन यांच्या नागरिकांच्या छळवादाच्या आणि चेचन्यातच नव्हे, तर इतरत्रही रक्तपात घडवण्याच्या कारवायांत खंड पडलेला नाही.

व्लादिमीर कुझमिच् खोमेन्को हा एक जवळजवळ दृष्टिहीन वृद्ध माणूस. त्याच्या गबाळ्या कपड्यात एका तळमजल्यावरच्या फ्लॅटमध्ये राहतो. त्याच्या बायकोचं नाव ल्युडमिला अलेक्सेयेव्ना. त्यांच्या मुलाला, इगॉरला, जो पॅराशूट रेजिमेंटमध्ये होता आणि चेचन्यात मरण पावला 'हिरो ऑफ रशिया' म्हणून जाहीर करण्यात आलं आहे.

ही वृद्ध दंपती अगदी एकटी पडली आहे आणि म्हणूनच कोणी भेटायला आलं, तर ते त्यांचं प्रेमाने स्वागत करतात. त्यांच्या त्या छोट्याशा खोलीच्या एका पूर्व कोपऱ्यातच त्यांनी चित्रं, फुलं, पुतळे आणि मेणबत्त्या लावून त्यांच्या मुलाचं स्मारक केलं आहे.

कॅप्टन इगॉर खोमेन्को हा प्रभारी पंतप्रधानमंत्री पुतिन यांनी काढलेल्या आदेशाप्रमाणे नॉर्थ कॉकाससला लढायला पाठवला गेलेला पहिला अधिकारी होता. त्याच्या पॅराशूट रेजिमेंटने दुसऱ्या चेचेन वॉरला तोंड फोडलं. तोपर्यंत ते युद्ध चेचन्या आणि डागेस्तानच्या सीमेपर्यंतच मर्यादित होतं. एकोणीस ऑगस्टला इगॉरने त्याचं सैन्य ॲसस् इअर या डोंगराळ भागात नेलं.

उंच डोंगरावर पोहोचल्यावर त्याने रेडिओवरून त्याच्या रेजिमेंटला हल्लेखोरांच्या पोझिशनची कल्पना दिली आणि तो त्याच्या सार्जंटबरोबर तिथेच थांबला. बऱ्याच लोकांची आयुष्यं वाचवताना ते दोघं मात्र मरण पावले. तिसऱ्या दिवशी त्याचं मृत शरीर मिळालं, पण लढाईच्या धुमश्चक्रीमुळे तिथपर्यंत जाणंदेखील अवघड होतं.

त्याच्या या अतुलनीय कामगिरीबद्दल मातृभूमीने त्याला 'हिरो ऑफ रशिया' हे बिरुद बहाल केलं. त्यावेळेला त्याचे पालक नुकतेच युक्रेनचे नागरिक झाले होते.

इगॉर १९८८मध्ये पदवीधर झाला होता आणि यूएसएसआरमध्ये अद्याप टिकून असल्याने त्याला वेगवेगळ्या महत्त्वाच्या कामगिऱ्यांवर नेमण्यात आलं. तो रशियाचा नागरिक होता आणि पॅराशूटतज्ज्ञ असल्याने त्याला नेहमीच संकटांना सामोरं जावं लागायचं. तो ज्या ठिकाणी मेला, ते स्तावरोपोल रिजन रशियन विभागात नोंदलेलं आहे. मिलिटरी युनिटजवळच त्याचं थडगं आहे.

त्याच्या आईवडिलांनी तिथेच स्थलांतर करून रशियामध्ये त्यांच्या मुलाच्या थडग्याजवळ राहायचं ठरवलं. त्यांची झोपडी येईल त्या किमतीला विकून ते स्तावरोपोलमध्ये पोहोचले; पण तिथल्या अधिकाऱ्यांनी त्यांना कायम निवासस्थानासाठी अर्जदार म्हणून नोंदवून घेण्यासदेखील नकार दिला. त्यांनी अर्ज-विनंत्या, ऑफिसात चकरा मारणं याचा धोशा लावला आणि शेवटी त्यांची घरं विकून आलेली पुंजी संपून गेली.

या 'हिरो'चे पालक वेर्खनी टगिल या युरल्सच्या ठिकाणी गेले. त्या ठिकाणी ल्युडमिलचे दूरचे असले तरीही काही नातेवाईक अद्याप होते, पण स्वेरद्लोव्स्काक विभागातील इतरांसारखे तेही गरीबच होते आणि त्या दोघांना तिथे राहण्यासारखं ठिकाण नव्हतं.

"आम्ही बेघर आहोत आणि लोकांच्या दयाळूपणामुळेच आम्हाला इथे राहायची परवानगी मिळाली आहे." ल्युडमिला त्यांचा फ्लॅट दाखवताना सांगते, "आमच्याकडे काहीही नाही, कोणता ठिकाणा नाही की मालमत्ता नाही. फक्त एक इस्त्री आणि एक शिलाईचं मशीन, एक टेलिव्हिजन सेट. इथले तरुण लोक आम्हाला खूप मदत करतात. इगॉरला ते ओळखत नव्हते, तरीही त्याच्यामुळेच ते आम्हाला मदत करतात." ती सांगते.

हे 'तरुण' म्हणजे वेर्खनी टगिलचे चेचेन आहेत. सैनिक आणि अधिकारी, चेचन्यात लढलेले आणि आता त्यांनी माजी सैनिकांची एक संस्था स्थापन केली आहे. त्या लोकांनीच या दोघांना रशियन नागरिकत्व मिळवून दिलं. त्यामुळे त्यांना निवृत्तिवेतन मिळू शकलं, नाहीतर ते अशक्यच होतं.

ल्युडमिला रडू लागते. नवरा तिच्या खांद्यावर थोपटून तिचं सांत्वन करतो आणि ती स्वत:ला सावरून वेगवेगळ्या सरकारी संस्थांबरोबर केलेल्या पत्रव्यवहाराची

चवड दाखवते. ती पत्रं म्हणजे त्यांना झटकण्याचाच एक प्रकार असतो.

> 'स्वयंस्फूर्तीने देण्यात येणाऱ्या देणग्यांच्या तुटवड्यामुळे 'होम्स फॉर सर्व्हिसमेन' हा कार्यक्रम स्थगित करण्यात आल्याचं त्यांना तुटकपणे त्या पत्रात कळवलेलं असतं. खाली डायरेक्टर ऑफ द डायरेक्टोरेट ऑफ मिलिटरी वेल्फेअर ऑफ द सेंट्रल बोर्ड ऑफ एज्युकेशन ऑफ द ए एफ ऑफ द आर एफ, व्ही. इवेझडिलिन अशी लांबलचक बिरुदावली असलेली सही ठोकलेली असते!

लोकांना युद्धात पाठवायचं, ते मेल्यावर त्यांची स्मारकं उभारायची, त्यांना बिरुदं बहाल करायची आणि मग सोयीस्करपणे त्यांना विसरून जायचं. आपल्या ऋणातून मुक्त होण्यापासून अंग झटकून टाकण्याची ही रशियन परंपरा आहे.

पुतिनना असं सांगताना कोणी ऐकलं नाही की, दुसरं चेचेन वॉर सुरू करायला आणि त्यांच्या या निर्णयाची किंमत स्वत:च्या आयुष्यांनी चुकती करायला लोकांना भाग पाडायला तेच जबाबदार आहेत.

दुसऱ्या एका अशाच मारल्या गेलेल्या सैनिकाची आई, ल्युडमिला लिओनिडोव्ना पॉलिमोव्हा खेमेन्कोची परिस्थिती बघून ढासळते. तिचाही मुलगा एका अधिकाऱ्याचं रक्षण करताना मृत्युमुखी पडला आणि त्याला 'ऑर्डर ऑफ व्हॅलर'चं बिरुद मरणोत्तर देण्यात आलं. तिचं म्हणणं आहे की, त्यांनी संघटित प्रयत्न करावेत. तिने 'अत्याचाराविरुद्ध माता' अशी संस्था स्थापनदेखील केली आहे.

मृत्युमुखी पडलेल्या सैनिकांचे पार्थिव अवशेष शोधण्यासाठी पालकांना स्वत:च रोस्तोव-ऑन-डॉन येथे जाऊन प्रेतांच्या ढिगाऱ्यात ते काम करावं लागतं.

वाटेत एक प्रेतयात्रा दफनभूमीकडे जाताना दिसते. स्वेरडोलोव्स्क विभागात वीस हजारांपेक्षा अधिक सेवानिवृत्त सैनिक राहतात. चेचन्याच्या युद्धात भाग घेतलेल्या आणि मारल्या गेलेल्यांची छोटीमोठी स्मारकं त्या भागात जागोजागी दिसतात. ''ब्लॅक ट्युलिप मेमोरियल''च्या शेजारी त्यांनी एक चेचेन विभाग केलेला आहे.

असे आणखी किती लोक जिवाला मुकणार आहेत? किती लोकांना त्यांचे हातपाय गमवावे लागणार आहेत? राज्यावरची जबाबदारी वाढली असूनदेखील ती टाळण्याकडेच राज्याचा कल आहे. वस्तूंच्या स्वरूपात फायदे द्यायचं बंद करून, छोटे छोटे फायदेपण अपंग झालेल्यांकडून हिरावून घेण्यात राज्याला धन्यता वाटते आहे. नॉर्थ कॉकाससमधून राज्याला काढावा लागलेला पळ आणि त्याची थोडीशी भरपाई म्हणून ते फायदे दिले जात होते.

लाभधारकांची संख्या कृत्रिमरीत्या फुगवलेली आहे, असं पुतिन आणि झुराबोव्ह म्हणतात, पण खरं म्हणजे राज्य ज्यांचं ऋणी आहे, असे करोडो लोक राज्यात

आहेत. पावसाळ्यानंतर कुत्र्याच्या छत्र्या उगवाव्यात, तसं आमच्या राज्याच्या सततच्या आक्रमक धोरणांमुळे युद्धात लोक मारले जातच राहतात.

विटाली वोलकोव्ह सांगतो, "आमचे बरेचसे लोक शेवटी तुरुंगात अडकून पडतात." त्याच्यात निवृत्त सैनिकांच्या संस्थेचे दोनशे सभासद आहेत. "हे लोक निर्धन आहेत, त्यांना कामही मिळत नाही आणि चेचन्यातून परतलेले काही लोक चोऱ्यामाऱ्या करायला लागतात. शेवटी रवानगी तुरुंगात होते. तुरुंगातून बाहेर पडल्यावर कोण माणसासारखा राहणार आहे?"

स्वत:वरच संकट कोसळल्याने या लोकांनी संस्था स्थापन केल्या. त्यांनी कधी स्वप्नातही कल्पना केली नव्हती की, ते अशा प्रकारच्या कल्याणकारी कार्यक्रमांचं काम करतील किंवा राज्याच्या यंत्रणेशी लढतील. त्यांची कोणतीही राजकीय उद्दिष्टं नाहीत; फक्त लोकांना जगायला मदत करायची हाच एक विशुद्ध हेतू! जगणंच एवढं कठीण असतं, की दुसरं काही करायला वेळच राहत नाही. लोक किती काळ हे सहन करणार? रशिया आणि युक्रेनसाठीदेखील हा एक निर्णायक प्रश्न आहे.

एकोणतीस ऑगस्ट

चेचन्यामध्ये पुतिन यांच्या पुढच्या अध्यक्षांची निवडणूक निर्विघ्न पार पडली आणि सांगायची गरजच नाही, की क्रेमलिनचा उमेदवार दणदणीत मताधिक्याने विजयी झाला. आलू आल्खानॉव्ह हा एक नाममात्र नवीन अध्यक्ष, पण खरा बॉस आहे विकृत रमझान कादिरॉव्ह. अल्खानॉव्हच्या आधीच्या, मारल्या गेलेल्या अध्यक्षांचा सत्तावीस वर्षांचा मुलगा. त्याचा बापदेखील अर्थातच त्याच्या काळात 'झंझावाती मताधिक्याने' निवडून आला होता.

रमझानला त्याच्या बापाचा खून झाल्यावर पुतिन यांनी 'चेचेन सरकारचा प्रथम उपपंतप्रधान' असा हुद्दा देऊन 'संरक्षणाची विशेष जबाबदारी' हे काम दिलं. शिक्षण नसूनदेखील रमझान मिलिशियाचा सर्वेसर्वा आहे आणि चेचेनचादेखील! त्याला मिलिशियात कॅप्टनचा हुद्दा देण्यात आला आहे. हे खरोखरच आश्चर्यकारक आहे. तो आता करीअर कर्नल्स आणि जनरल्सना आज्ञादेखील देऊ शकतो. तेही त्याची आज्ञा पाळतात. कारण तो पुतिन यांचा आवडता आहे, हे त्यांना ठाऊक आहे.

पुतिनच्या मर्जीत असायला काय आवश्यक आहे? अर्थातच चेचन्याची भूमी तुमच्या पायांखाली असणं!

त्सेनेंतोरॉय या त्याच्या घाणेरड्या चेचेन व्हिलेजच्या बाहेर पडताना रमझान क्वचितच दिसतो. त्याच्याबरोबर कुरूप, दुष्ट दिसणारे आणि खुनशी भासणारे शस्त्रधारी लोक घोंगावत असतात. चिंचोळ्या, नागमोडी, धुळीने माखलेल्या रस्त्यांचं

हे गाव आणि त्या रस्त्यांच्या कडेला भलीमोठी कुंपणं, त्याच्यामागे राहणाऱ्या बहुतेक सगळ्या कादिरॉव्हच्या कुटुंबीयांचं वास्तव्य आणि कादिरॉव्हच्या विश्वासातल्या अंगरक्षकांची, अध्यक्षांच्या संरक्षण सेवेत असलेल्या सैनिकांची घरं.

दोन-तीन वर्षांपूर्वी ज्या गावकऱ्यांवर कादिरॉव्हचा विश्वास नव्हता, त्यांना सरळ हाकलून देण्यात आलं आणि त्यांची घरं संरक्षण सेवेतल्या हडेलहप्पी करणाऱ्या, गुंड प्रवृत्तीच्या लोकांना देण्यात आली. संरक्षण सेवेला जरी कायदेशीर मान्यता नसली, तरी त्यांना फेडरल आर्ममिंटची मदत आणि पुतिनचं अभय आहे. बास्नेव्हच्या ट्रूप्सप्रमाणेच; म्हणजे मग ठीकच आहे.

कॉदिरॉव्हचे लोक सगळं सैनिकांप्रमाणेच करतात. लोकांना अटक करणं, त्यांची उलटतपासणी घेणं आणि त्यांना तळघरात डांबून गुंडांसारखे त्यांच्यावर अत्याचार करणं!

कोणताही प्रोक्युरेटर याबद्दल आक्षेप घेत नाही. सगळं काही दडपण्यात येतं. नाक खुपसण्याचा परिणाम काय होईल याची त्यांना चांगलीच जाणीव आहे. त्सेनेंतोरॉय कायद्याच्या पलीकडे आहे. पुतिन इच्छा प्रमाणम्! इतर लोकांना लागू असलेले कायदे रमझानला लागू नाहीत. त्याला जे पाहिजे ते तो करू शकतो, कारण तो स्वतःच्या पद्धतीने दहशतवाद्यांचा समाचार घेतो, असं म्हणतात! वस्तुतः तो कोणाशीही लढत नाही, वर लूटमार आणि पैसे उकळणं या धंद्यात आहे.

चेचन्याची राजधानी सोयीस्करपणे रमझानच्या इस्टेटवर हलवण्यात आलेली आहे. काही परवानगी लागली तर किंवा बोलावलं गेलं तर लोक तिथे हजर होतात. सर्गी अब्रामॉव्ह, चेचन्याचा तरुण पंतप्रधानदेखील रमझानकडे येतो.

वास्तव हे आहे की, निर्णय घेण्याचं काम इथेच होतं. आपण मारले जाऊ या भीतीने रमझान ग्रॉझ्नीला क्वचितच जातो. म्हणूनच त्सेनेंतोरॉयला एखाद्या गढीचं स्वरूप देण्यात आलं आहे. संध्याकाळ झाली की, आपापल्या निवाऱ्याच्या ठिकाणी घुसणं हेच इथे श्रेयस्कर असतं.

मी रमझानला भेटायला गेल्यावर मला एका विश्रामगृहात थांबवून ठेवण्यात येतं. तिथे एक कारंजं असतं आणि हॉंगकॉंगहून आणलेलं बांबूचं फर्निचर. रमझानला खूश ठेवण्यासाठी लोक त्याला भेटवस्तू देत असतात. शाली विभागाच्या अखमर गुटिएव्हने ठरावीक खंडणी दिली नाही म्हणून त्याचं अपहरण करण्यात आलं होतं आणि १००,००० डॉलर्स दिल्यावरच त्याची सुटका झाली.

रमझानची इस्टेट भव्य आहे आणि मार्बल फायरप्लेस, सॉना, जाकुझी, स्विमिंग पूल इ. सोयींनी युक्त आहे. दोन भल्यामोठ्या शयनगृहांत स्टेडियम साईजचे बिछाने आहेत; एक निळा, दुसरा गुलाबी!

सगळीकडे अजस्र, काळसर फर्निचर आहे आणि आरशासकट त्यांच्यावरची किमतीची लेबलं (डॉलर्समधली) शाबूत ठेवलेली आहेत.

रमझानच्या स्टडीमध्ये मुख्य सजावट म्हणजे एक डागेस्तानी वॉल रग, ज्याच्यावर समाजवादी पद्धतीने कैलासवासी अखमर-हारिज कादिरॉव्हचं चित्र आहे. त्याने डोळ्यांवर अस्त्राखान पापाखा घातलेला आहे, मागची पार्श्वभूमी काळी आहे. त्याच्या चेहऱ्यावर शिष्टपणाचा भाव दाखवला आहे. त्याची हनुवटी त्याने पुढे काढली आहे.

अंधार पडल्यावर रमझान येतो. त्याच्या भोवती शस्त्रधारी लोकांचं कडं आहे. तसे ते सगळीकडेच विखुरले आहेत. ते आमच्या संभाषणातदेखील मधूनमधून मोठमोठ्याने शेरे मारत, आक्रमकपणे भाग घेत. रमझान पायांचा क्रॉस करून एका आरामखुर्चीत पसरतो. त्याचा मोजे घातलेला पाय, जवळजवळ माझ्या चेहऱ्याच्या पातळीवर आहे. त्याच्या ते लक्षात येत नाही. तो ते 'इझी' घेतोय.

''आम्ही फक्त चेचन्यातच नव्हे, तर संपूर्ण नॉर्थ कॉकाससमध्ये शिस्त प्रस्थापित करू इच्छितो. म्हणजे आम्हाला स्तावरोपोल किंवा लेनिनग्राडमध्ये केव्हाही जाता येईल.'' रमझान सुरुवात करतो. ''डाकूंच्या विरोधात नॉर्थ कॉकाससमध्ये कुठेही कारवाई करण्याची मला मुभा आहे.''

''तुम्ही डाकू कोणाला म्हणता?''

''मास्खाडोव्ह, बासेव्ह आणि त्याच्यासारखेच इतर.''

''मास्खाडोव्ह आणि बासेव्हला शोधून काढणं हे तुमच्या सैन्याच्या मोहिमेचं इतिकर्तव्य आहे, असं तुम्ही समजता का?''

''होय. मुख्यत्वे तेच, त्यांचा नायनाट करणं.''

''तुमच्या नावावर आत्तापर्यंत जे काही जमा आहे, ते म्हणजे विध्वंस आणि लूटमार. आत्तापर्यंतची लढाई खूप झाली, असं तुम्हाला वाटत नाही का?''

''अर्थातच, लढाई खूप झालीय. सातशे लोकांनी आमच्यापुढे शरणागती पत्करलीदेखील आणि ते सर्वसाधारण आयुष्य जगतायत. इतरांना आम्ही त्यांचा निरर्थक प्रतिकार थांबवायला सांगितलंय, पण ते लढाई पुढे चालूच ठेवतात. म्हणूनच आम्हाला त्यांचा नायनाट करावा लागतोय. आज आम्ही तिघांना पकडलं आणि त्यातल्या दोघांना मारलं. त्यातला एक मोठा श्रीमंत माणूस होता; डोकू डमारोव्हच्या गटातला नाश्खो. तिथे त्याचं चांगलं वजन होतं. तसंही आम्ही तर इंगुशेटियातच त्याला मारून टाकलं. तिथे ते चिरनिद्रा घेतायत.''

''पण कोणालाही मारून टाकण्याचा तुम्हाला काय हक्क आहे? तुम्ही जर अधिकृतपणे सुरक्षा सेवेचे चेचन्याचे अध्यक्ष आहात, मग इंगुशेटियात तर राहू द्या, चेचन्यातदेखील?''

“सगळे हक्क आहेत आम्हाला. इंगुश एफएसबी बरोबर आम्ही जोडीने ही मोहीम राबवली. आमच्याकडे सगळ्या आवश्यक त्या अधिकृत परवानग्या आहेत.” (नंतर ही थाप असल्याचं सिद्ध झालं.)

“यामाडेव्ह, कोकिएव्ह यांच्या सैनिकी तुकड्या तुमच्या सैन्याच्या अतिरिक्त चेचन्याच्या हद्दीत सध्या सक्रिय आहेत.”

“त्यांच्या नेत्यांवरून तुम्ही त्या सैनिकी तुकड्यांना नावं देता कामा नये.”

“का नाही? तुम्हाला नाही वाटत अशा बऱ्याच तुकड्या आहेत म्हणून?”

“कोणत्या सैनिकी तुकड्या? चेचेन ओमोन (OMON) फक्त तीनशे लोकांचं आहे. दुसऱ्या विभागात ओमोनची (OMON) संख्या सातशे ते आठशे आहे. कोकिएव्हचे दिवस भरत आले आहेत. त्याच्याकडे सैन्यातले लोक आहेत. त्यांना परत बोलावलं जाईल.”

“पुतिन मार्चमध्ये पुन्हा निवडून येण्याआधी इचकेरियाचा संरक्षणमंत्री खांबिएव्ह तुम्हाला शरण आला. तो आता काय करतोय? तो सैन्य संघटित करतो आहे का?”

“मी त्याला इथे आणावं अशी तुमची इच्छा आहे का? मी जर शब्द दिला, तर त्याला इथे आणण्यात येईल.”

“जरा उशीरच झालाय ना? तो बहुतेक गाढ झोपला असेल.”

“मी आवाज दिला तर त्याला झोपेतून जागं करण्यात येईल. आम्ही डाकूंशी बोलणी करण्यासाठी त्याचा उपयोग करून घेतो. उदाहरणार्थ, पूर्वी तो तुरलाएव्हबरोबर याबाबतीत उपयोगी ठरला होता. मी तुरलाएव्हलापण इथे हजर करावं असं तुम्हाला वाटतं का? (शा तुरलाएव्ह हा मास्खाडोव्हच्या वैयक्तिक अंगरक्षकांचा प्रमुख होता. गंभीररीत्या जखमी झाल्यावर त्याने पण शरणागती पत्करली. त्याचा पाय नंतर कापून टाकण्यात आला.) खांबीएव्हकडे स्वत:चं सैन्य नसेल. फक्त आमच्याकडेच सैनिकांच्या तुकड्या असतील.”

“तो देशद्रोही असल्याचं प्रेससमोर खांबीएव्हने मान्य केलंय.”

“खोटं आहे ते. त्यांनी फक्त ते लिहिले आहे. तो देशद्रोही नाहीये.”

“मास्खाडोव्हच्या शरणागतीकडे तुम्ही वैयक्तिकरीत्या कोणत्या प्रकारे पाहता? तुमच्याकडे येऊन तो असं म्हणेल का, ‘हा बघा मी आलोय.’ ”

“होय.”

“शक्यता कमी वाटते. तुमच्या दोघांच्या वयातला फरक खूपच मोठा आहे. त्याच्या तुलनेत तुम्ही एक लहान मुलगाच आहात.”

“कदाचित! त्याच्यापुढे दुसरा कोणता मार्ग आहे? तो जर स्वत:हून आला नाही, तर आम्ही त्याला धरून आणू. आम्ही निश्चितच त्याला पिंजऱ्यात बंद करू.”

"जे लोक अद्याप शरण आलेले नाहीत, त्यांच्यासाठी तुम्ही अलीकडेच एक निर्वाणीचा इशारा जाहीर केला; त्याचा रोख मास्खाडोव्हकडे होता का?"

"नाही. सतरा-अठरा वर्षांच्या ज्या मुलांना त्यांचं बरंवाईट कळत नाही, त्यांच्याकडे होता. मास्खाडोव्हने त्यांना फसवलंय आणि ते जंगलात गेले आहेत. त्यांच्या आया रडतायत, माझ्याकडे याचना करतायत, 'रमझान, आमची मुलं परत आणायला मदत करा.' त्या माता मास्खाडोव्हला शिव्याशाप देतात. म्हणून हा इशारा त्या मातांनी आपल्या मुलांवर नीट लक्ष ठेवावं, यासाठी आहे. आपापल्या मुलांना पटकन शोधून काढायला मी त्या मातांना सांगतोय, नाहीतर मग आम्हाला दोष देऊ नका. जे शरण येणार नाहीत, त्यांचा आम्ही निकाल लावून टाकू. अर्थातच याबाबतीत दुमत असण्याचं कारण नाही."

"पण लोकांचा नायनाट करण्याचं थांबवून शांतपणे बसून बोलणी करण्याची वेळ आली आहे, असं नाही वाटत?"

"कोणाबरोबर?"

"सगळ्या लढणाऱ्या चेचेन लोकांबरोबर!"

"मास्खाडोव्हबरोबर? मास्खाडोव्ह इथे कोणीच नाही. कोणीही त्याच्या आज्ञा पाळत नाहीत. मुख्य माणूस आहे बासेव्ह. तो एक मोठा लढवय्या आहे. कसं लढायचं ते त्याला माहीत आहे. त्याला व्यूहरचना करणं चांगलं जमतं आणि तो एक चांगला चेचेन आहे. पण मास्खाडोव्ह हा एक केविलवाणा म्हातारा माणूस आहे, जो काहीही करण्यास असमर्थ आहे. (तो घोड्यासारखा खिंकाळून हसतो. सगळे उपस्थित लोकही त्याचं अनुकरण करतात.) फक्त काही मोजकी मुलं त्याच्या मागे जातात. मी हे सिद्ध करू शकतो. मी सगळं लिहून ठेवतो. सध्या मास्खाडोव्हकडे बायका आहेत; मी त्यांना ओळखतो. त्यांनीच मला सांगितलं, 'जर आम्ही नकार दिला, तर आम्हाला ठार करण्यात येईल. आम्हाला काही काम नव्हतं आणि त्याने आम्हाला पैसे दिले.' "

"मास्खाडोव्हकडे स्त्रियांचं सैन्य आहे असं तुम्हाला म्हणायचंय?"

"नाही. आम्ही मास्खाडोव्हपासून फोडून निघालोय. त्याच्याकडे आता दुसरे लोक आहेत."

"तुमच्या बोलण्यात मला मास्खाडोव्हबद्दल अनादर आणि बासेव्हबद्दल उघड आदर दिसतोय."

"मी बासेव्हचा एक लढवय्या म्हणून आदर करतो. तो भित्रा नाही. बासेव्हची आणि माझी समोरासमोर लढतीत गाठ पडू दे, अशी मी अल्लाकडे प्रार्थना करतो. एखादा माणूस अध्यक्ष होण्याचं स्वप्न बघतो, दुसरा वैमानिक होण्याचं, तिसरा ट्रॅक्टर चालकाचं... पण माझं स्वप्न आहे बासेव्हशी खुल्लमखुल्ला लढण्याचं!

माझ्या सैनिकांच्या तुकड्या विरुद्ध त्याच्या! बाहेरचं कोणी नाही. तो आणि मी, दोघांचा हुकूम!''

''जर बासेव्ह जिंकला तर?''

''नो वे! आय विल. मी लढाईत नेहमीच जिंकतो.''

''यामाडेव्हजबरोबरच्या तुमच्या दुष्मनीची चेचन्यात बरीच चर्चा आहे.'' (गुडेरमेस येथील दोघं भाऊ; खालिद ड्युमामध्ये युनायटेड रशिया पार्टीचा डेप्युटी आहे, तर सलीम चेचेन रिपब्लिकचा डेप्युटी मिलिटरी कमांडंट.) शक्तिशाली सैनिकी तुकड्यांवर त्याची हुकुमत चालते. रमझान एफएसबीसाठी काम करतो असं समजण्यात येतं, तर मासाडेव्हज जीआरयूसाठी (सैन्याचं मध्यवर्ती इंटेलिजन्स संचालनालय) काम करतात.

''माझ्या प्रतिस्पर्ध्यांपैकी एक होणं ही काही चांगली कल्पना नाही. ते तुमच्या आरोग्यासाठी ठीक नाही.''

''तुमच्या व्यक्तिमत्त्वाचा सर्वांत प्रभावी पैलू कोणता आहे असं तुम्हाला वाटतं?''

''वॉट डू यू मीन? मला तुमचा प्रश्न कळला नाही.''

''तुमची बलस्थानं कोणती? आणि तुमच्या उणिवा?''

''मी असं मानतो की, माझ्यामध्ये कोणताच कमकुवतपणा नाही. मी शक्तिमान आहे. अलू अल्खानोव्ह बलिष्ठ आहे असं मला वाटतं आणि म्हणून त्याला अध्यक्ष करण्यात आलं. माझा त्याच्यावर शंभर टक्के विश्वास आहे. क्रेमलिन हे सर्व ठरवतं असं तुम्हाला वाटतं? हे लोक निवडतात. क्रेमलिनच्या शब्दाला कोणत्याही गोष्टीत वजन आहे, हे मला प्रथमच कोणीतरी सांगतंय.''

विचित्र, पण तो असंच म्हणाला.

केवळ तासाभरानंतर, रमझान म्हणत होता की, क्रेमलिनकडूनच पूर्णपणे सगळे निर्णय घेण्यात येतात. लोक म्हणजे फक्त गुरं आहेत आणि क्रेमलिनने त्याच्या वडिलांच्या वधानंतर लगेचच त्याला चेचन्याचं अध्यक्षपद देऊ केलं होतं, पण त्याने तो प्रस्ताव फेटाळला, कारण त्याला लढायचं होतं.

''तुम्ही जर आम्हाला शांतपणे जगू दिलं असतं, तर आम्ही चेचेन फार पूर्वीच एकत्र आलो असतो.''

'' 'तुम्ही' शब्द तुम्ही कोणत्या अर्थाने वापरताय?''

''पत्रकार, तुमच्यासारखे लोक, रशियन राजकारणी. तुम्ही आम्हाला आमचे प्रश्न सोडवू देत नाहीत. आमच्यात फूट पाडता. तुम्ही चेचेन लोकांत ढवळाढवळ करता. तुम्ही व्यक्तिश: आमचे शत्रू आहात. तुम्ही बासेव्हपेक्षाही वाईट आहात.''

''तुमचे दुसरे शत्रू कोण आहेत?''

''मला कोणी शत्रू नाहीत. फक्त लढण्यासाठी डाकूच.''

''स्वत:च चेचन्याचा अध्यक्ष होण्याचा तुमचा विचार आहे का?''

"नाही.''

"सर्वांत अधिक काय करताना तुम्हाला मजा वाटते?''

"लढाई. मी एक लढवय्या आहे.''

"तुम्ही स्वत: कधी कोणाला ठार मारलंय?''

"नाही. मी नेहमीच हुकमत चालवतो.''

"पण हुकमत चालवण्यासाठी तुम्ही नेहमीच वयाने लहान होतात. कोणीतरी तुम्हाला आज्ञा दिल्याच असतील.''

"फक्त माझे वडील. कोणीही मला कधी आज्ञा दिल्या नाहीत आणि कधी देणारही नाही.''

"ठार मारण्यासाठी तुम्ही आज्ञा दिल्या आहेत?''

"होय.''

"ते भयंकर नाही का?''

"त्या आज्ञा मी नाही, अल्ला देतो. प्रेषिताने सांगितलंय की, वहाबीजचा नायनाट केला पाहिजे.''

"त्याने खरंच असं म्हटलंय? जेव्हा वहाबीजच उरणार नाहीत, तेव्हा तुम्ही कोणाबरोबर लढाल?''

"मी मधमाशा पालन करेन. माझ्याकडे मधमाशा आहेतच, बैलही आहेत आणि लढाऊ कुत्रेदेखील!''

"जेव्हा कुत्रे एकमेकांना मारून टाकतात तेव्हा तुम्हाला वाईट वाटत नाही का?''

"बिलकुल नाही. मला ते आवडतं. मी माझ्या टारझन या कुत्र्याचा आदर करतो, एखाद्या माणसाचा करावा तसा. तो एक कॉकेशिअन मेंढ्या राखणारा कुत्रा आहे. सर्वांत चांगल्या वृत्तीच्या कुत्र्यांत त्याची गणना होते.''

"तुमचे इतर छंद कोणते? कुत्री, मधमाशा, लढाया... आणि?''

"मी स्त्रियांचा फार चाहता आहे.''

"तुमच्या पत्नीची त्याला हरकत नाही?''

"मी तिला सांगत नाही.''

"तुमचं शिक्षण किती झालंय?''

"उच्च शिक्षण, कायद्याचं. मी ते नुकतंच पूर्ण करतोय. मी परीक्षा देतोय.''

"कसल्या परीक्षा?''

"काय तुमच्या बोलण्याचा अर्थ? कोणत्या परीक्षा? परीक्षा, एवढंच!''

"जिथे तुम्ही शिक्षण घेताय, त्या इन्स्टिट्यूटचं नाव काय?''

"मॉस्को इन्स्टिट्यूट ऑफ बिझिनेसची ती एक शाखा आहे. गुडेरमेस येथे. ते एक विधी महाविद्यालय आहे.''

"तुम्ही कोणत्या विषयात विशेष प्रावीण्य मिळवताय?"

"लॉ."

"पण कोणता लॉ? क्रिमिनल? सिव्हिल?"

"मला आठवत नाही. एका कागदाच्या तुकड्यावर कोणीतरी तो विषय माझ्यावतीने लिहिला, पण मी विसरलो. सध्या बरीच कामं चालू आहेत."

मास्खाडोव्हच्या संरक्षणाचा पूर्वीचा प्रमुख शा तूरलेव्ह रमझानकडे आणला जातो. त्याला 'प्राईड ऑफ द नेशन' आणि 'हिरो ऑफ द नेशन' हे चेचेन ऑर्डरचे सन्मान बहाल करण्यात आले आहेत. सगळे केस पांढरे झालेला तो बत्तीस वर्षांचा तरुण आहे. त्याचा डावा पाय मांडीपासून खालपर्यंत कापून टाकण्यात आला आहे. त्याला त्सेनेंटोरॉयमध्ये ओलीस ठेवण्यात आलेलं असलं, तरी मारहाण किंवा छळ केला जात नाही.

नंतर महोमद खांबिएव्हपण येतो. महोमद माझ्याशी रशियनमध्ये बोलतो, पण शाला मात्र पत्रकारांशी रशियनमधून बोलायची बहुतेक मनाई केलेली होती, असं दिसलं. रमझानने शाला रशियन बोलता येत नाही, असं जरी सांगितलं, तरी त्याला ओळखणाऱ्या लोकांनी मात्र तो अस्खलित रशियन बोलतो अशी माहिती दिली.

खाम्बीएव्ह उद्धट आणि शिष्ट वाटला, पण शा भांबावलेला तरीही सन्माननीय वाटला. खाम्बीएव्ह रमझानशी सहमत होत राहतो; शा मात्र गर्वाने शांत राहतो. त्याने १९९१ पासून लढा दिलेला आहे. २००३ पर्यंत तो मास्खाडोव्हच्या वैयक्तिक संरक्षण सेवेमध्ये होता. गेली दीड वर्षं त्याने मास्खाडोव्हला पाहिलेलंच नाही. दोन वर्षं त्याच्या पायात जखम होती. रमझानच्या लोकांनी मला सांगितलं की, मी त्याच्या मागे जावं. मास्खाडोव्ह दुर्बल आहे, त्याच्याकडे फक्त वीस-तीसच लोक आहेत.

त्याच्याकडे स्त्रियांचं बटालियन आहे का असं विचारल्यावर शाने काहीही उत्तर दिलं नाही. तो फक्त मान खाली घालून डोकं हलवतो, म्हणजे तो 'हो' म्हणतोय की 'नाही' तेच कळत नाही. हे संभाषण तुटक आणि विस्कळीत आहे. शा आल्यानंतर एक प्रौढ, डोक्यावर ट्युबेटिका कॅप घातलेला गृहस्थ येतो आणि रमझानच्या उजव्या हाताशी बसतो. त्याने त्याचं नाव निकोलाय इव्हानोविच सांगितल्यावर उपस्थित लोक हसतात. रमझानने आज्ञा दिल्यावर शाचे शब्द तो रशियनमध्ये भाषांतरित करतो. शाने दोन-तीनच शब्द जरी उच्चारले तरी तो मात्र मोठमोठ्या वाक्यात मास्खाडोव्हच्या युद्धाचं विनाशी स्वरूप वर्णन करतो.

मी त्या भाषांतराबद्दल तक्रार करताच निकोलाय साखळी तोडून सुटलेल्या कुत्र्यासारखा अंगावर येतो आणि माझा अपमान करतो; पण कोणीही त्याला अडवत

नाही. रमझान खुशीत हसतो. त्याच्या कुत्र्यांच्या झुंजीतल्या उत्साहाने तो लोकांनाही एकमेकांच्या अंगावर सोडतो, गळे धरेपर्यंत!

हातवारे करत निकोलाय बडबडतो, "तुम्ही चेचेनच्या लोकांचे शत्रू आहात. तुम्हाला याचं उत्तर द्यावं लागेल." वगैरे वगैरे. एका राउंड टेबलाभोवती चोरांची सभा भरावी, तसं वाटतं. रमझान अधिकाधिक विचित्र वागायला लागतो; अंगाची कमान काय करतो, लोकांना पाठ काय खाजवायला सांगतो, अंगाला हेलकावे काय देतो आणि चीड आणणारे निरर्थक शेरे देत राहातो.

मी शाशी बोलण्याचा प्रयत्न करते, ते त्याला आवडत नाही. तो शाला मध्येच तोडून पुढे काहीही बोलायला प्रतिबंध करतो. आता पूर्णविराम देण्याची वेळ आली आहे. मी फक्त एक शेवटचा प्रश्न विचारते आणि शा त्याचं उत्तर स्वत:च देतो.

"तुमच्या आयुष्यातील सर्वांत आनंदाचा काळ कोणता?"

"असा कोणताही काळ आलेला नाही."

रमझानचं मधेमधे दखल देणं चालूच राहतं. खाम्बीएव्हच्या म्हणण्याप्रमाणे बेरेझवोस्की आणि मास्खाडोव्हचे झाकेव्ह आणि उडूगोव्ह यांना जर चेचन्यातून बाहेर काढलं, तर शांतता प्रस्थापित होईल. ते लोक सूत्रं हलवतात आणि बासेव्ह त्यांच्या इच्छेप्रमाणे वागतो. बासेव्ह काही चेचेनच्या वतीने भांडत नाही. मी आमच्या लोकांसाठी लढतोय. रमझान जसं ठरवेल, तसंच आम्ही वागणार. रमझानने मला फ्री-स्टाईल कुस्ती संघटनेचा अध्यक्ष करण्याचं वचन दिलं आहे. माझं वय बेचाळीसच्या आत आहे.

त्याच्या नातेवाइकांना त्याने शरण यावं म्हणून रमझानने पकडलं होतं, त्याबद्दलही त्याची काही तक्रार नाही. त्यांची चूक होती की, मास्खाडोव्हच्या निरोपांची कॅसेट आणि ब्रेड त्यांनी मला आणून दिला होता.

रमझान आता खुशीत आहे. आरामात मागे रेलत तो टीव्ही बघतो. पुतिनना टीव्हीवर बघून तो म्हणतो, "काय चालतो हो! एखाद्या डोंगराळ भागात राहणाऱ्यासारखा!"

रात्र झालेली असते. आतलं तापमान वाढत चाललंय आणि माझी निघण्याची वेळ झाली आहे. मला ग्रॉझ्नीला परत नेण्याची रमझान आज्ञा देतो. गाडीच्या व्हिलवर मुसा असतो. झाकान-युर्टचा एक पूर्वीचा लढवय्या. दोन अंगरक्षकपण आहेत. मला तर वाटतं की, मी नक्कीच कुठेतरी रस्त्यात मारली जाणार. पण नाही, मुसाला त्याचं मन मोकळं करायचंय आणि तो मला सांगू लागतो, त्याच्या आयुष्याची कथा. तो लढवय्या कसा होता, रमझानबरोबर का आला वगैरे. मला कळतं तो मला मारणार नाही. त्याला जगाला त्याची गोष्ट ऐकवायचीय.

*

मला ते कळत होतं, पण मी भीतीने आणि घृणेने रडत राहते. ''रडू नकोस.'' मुसाने शेवटी मला सांगितलं, ''तू खंबीर आहेस.''

जेव्हा वादविवाद संपतो आणि शब्दांचे अर्थ लागत नाहीत, तेव्हा त्सेनेंटोरॉयमध्ये उरतात फक्त अश्रू. अश्रू अशासाठी की, असा कोणीतरी अस्तित्वात असू शकतो. इतिहासात सगळ्या लोकांतून रमझान कादिरॉव्हला घडवलं जाऊ शकतं. त्याच्याकडे सत्ता आहे आणि स्वत:च्या कल्पना आणि पात्रतेप्रमाणे तो ती गाजवतो. एकाही व्यक्तीला त्याला हाताबाहेर जाऊ न देणं जमलेलं नाही.

रमझान कादिरॉव्हला क्रेमलिनहून व्लाडिसलाव् युनिएव्हविचचा फोन आला होता. दुसऱ्या शब्दांत पुतिन यांच्या प्रशासनाचा उपमुख्य व्लाडिसलाव् सुरकॉव्हचा. फक्त त्याचवेळेला रमझानने वेडंवाकडं वागणं, अंग खाजवणं, आरडाओरड करणं आणि खिकाळल्यासारखं खदाखदा हसणं बंद केलं.

आपल्या इतिहासात खूप वेळा याची पुनरावृत्ती होते. क्रेमलिनने हा जणू एक 'बेबी ड्रॅगन'च पाळलाय आणि त्याने सगळीकडे आग लावू नये म्हणून त्याला खाणं घालावं लागतं!

चेचन्यामध्ये रशियन गुन्हा अन्वेषण सेवा पूर्णपणे अयशस्वी ठरली आहे. जरी ते त्यांचा तो विजय आहे किंवा नागरी जीवन पुन्हा सुरळीत केल्याचा दावा करत असले, तरीही पण चेचन्याच्या लोकांचं काय? त्यांना या 'बेबी ड्रॅगन'बरोबर जगावं लागतंय. प्रथम क्रेमलिनने चेचन्याच्या लोकांना दाखवून दिलं की, पुतिन यांना विरोध करणं निरुपयोगी आहे; ते बरंचसं यशस्वी झालं. बऱ्याच जणांनी तो प्रयत्न सोडून दिला. आता पाळी आहे उरलेल्या रशियाची!

एक सप्टेंबर

मास मीडियामध्ये सेन्सॉरशिप आणि सेल्फ-सेन्सॉरशिप आता एका नवीन टोकाला पोहोचली आहे. त्यामुळे बेसलानची क्रमांक एकची शाळा जी दहशतवाद्यांनी ताब्यात घेतली आहे, तिथली शेकडो मुलं आणि प्रौढ मृत्युमुखी पडतील, अशी दाट शक्यता आहे.

सेल्फ-सेन्सॉरशिप म्हणजे आधीच तर्क करायचा की काय बोलायचं, कोणता उल्लेख करायचा नाही, म्हणजे तुम्हाला वरचढ राहता येईल आणि लठ्ठ पगारावरही तुमचे हात राहतील. तुमची निवड असेल एकतर भरपूर पगार मिळवायचा, नाहीतर काही सुटी नाणी! ज्या वर्तमानपत्रात अभिव्यक्ती-स्वातंत्र्य अधिक, तिथे पैसा कमी आणि बिग टाइम मास मीडियामध्ये, जिथे तुम्ही क्रेमलिनबरोबर खेळ खेळू शकाल.

टेलिव्हिजनवरचे सादरकर्तेदेखील लठ्ठ पगार गमावण्याची पाळी येऊ नये म्हणून धडधडीत खोटं बोलत असतात. त्यांच्यापुढे निवड असते ती 'गुक्की'

आणि 'व्हर्सेस' परिधान करायची, की जुने, गबाळेच कपडे घालायचे! आदर्शवादी बांधीलकीचा इथे काही प्रश्नच नाही. बांधीलकी फक्त स्वत:च्या आर्थिक स्थैर्याशी! कोणत्याही पत्रकाराचा पुतिन यांच्यावर दीर्घकाळपर्यंत विश्वास नव्हता आणि आताही नाही.

याचा परिपाक म्हणजे एनटीव्ही स्टेशनची सत्तर टक्के प्रसारणं म्हणजे धडधडीत असत्य! RTR आणि ऑस्तानकिनो या दोन अधिकृत केंद्रांवर हेच प्रमाण चांगलं नव्वद टक्के आहे. स्टेट रेडिओबद्दलदेखील हेच म्हणता येईल.

'नोर्ड-ओस्त' ओलीस प्रकरणात टेलिव्हिजनने अर्धसत्यच दाखवलं. बेसलान म्हणजे अधिकृत खोटारडेपणापेक्षा अधिक काही नाही. मुख्य खोटं म्हणजे शाळेत फक्त तीनशे चौपन्नच ओलीस होते, असं ठासून सांगणं. (खरा आकडा अंदाजे बाराशेच्या जवळपास होता.) दहशतवाद्यांना त्यामुळे एवढा भयंकर राग आला की, त्यांनी त्या शाळेतल्या मुलांना शौचालयात जायलादेखील प्रतिबंध केला आणि काहीही पेय पिऊ दिलं नाही.

एनटीव्हीमध्ये त्यांना पक्कं माहीत होतं की, हा आकडा खोटा आहे. त्यांच्या स्वत:च्या पत्रव्यवहार करणाऱ्याने आणलेला अहवालदेखील त्यांनी दाबून ठेवला. एनटीव्हीने कामावरून काढून टाकलेल्या लिओनिड पार्फ्योनॉव्हने नंतर सांगितलं की, फक्त मारलेल्या मुलांना बाहेर आणताना जे मांसाचे गोळे सगळीकडे विखुरलेले दाखवले, तेवढंच फक्त काय ते एनटीव्हीने खरं दाखवलं. त्या बातमीदाराने कॅमेऱ्याला उद्देशून एक सणसणीत रशियन शिवी हासडली, ज्यामुळे मग खरं काय घडतंय त्याची कल्पना आली.

बेसलान प्रकरणामुळे लोकांना खोटं बोलण्याचं मोल त्यांच्या प्राणांनी चुकतं करावं लागलं. पूर्वी फक्त चेचन्यातील लोकांनी जे अनुभवलं होतं, ते आता इतरांनादेखील समजायला लागण्याची वेळ आली आहे.

तीन सप्टेंबर

बेसलानमध्ये ओलीस प्रकरणात तीनशे एकतीस जण मरण पावले आहेत.

चार सप्टेंबर

इजवेस्तियाच्या मुख्य संपादकांना नोकरीवरून काढण्यात आलं आहे. तो स्वत:चं करीअर घडवण्यात रस असलेला आहे; क्रांतिवादी नव्हे. फुटीरही नव्हता किंवा मानवी हक्कांचा खंदा पुरस्कर्तादेखील नव्हता. *इजवेस्तियाने* बेसलानचा एक अतिशय परखड, असा प्रामाणिक छायाचित्रांसकट असा अहवाल प्रसिद्ध केला.

सत्ताधिकाऱ्यांनी तक्रार केली की, हा अहवाल फारच धक्कादायक होता.

इजवेस्तिया हे काही राज्याच्या मालकीचं वर्तमानपत्र नव्हे, ते आहे पोटानिन या हुकूमशहाचं. पण ज्याप्रमाणे खोडोरकोवस्कीवर संकटांचे ढग गोळा झाले, तसे पोटानिनवर पण जमू लागले. शाकिरॉव्हला कामावरून काढून पोटानिन अशी आशा करत असणार की, त्याला पुन्हा पुतिन आणि क्रेमलिनबरोबर राहता येईल.

*

बेसलान प्रकरणानंतर विरोधी पक्षांमध्ये निदान थोडीफार खळबळ झाली. सत्ताधिकाऱ्यांच्या घाऊक भित्रेपणाच्या राजवटीबद्दल. डिसेंबर २००३ ते सप्टेंबर २००४ च्या काळात जे काही दिसून आलं, ते म्हणजे अर्धवट दडपलेला, मारून मुटकून केलेला विरोध. पण बेसलानच्या संहारानंतर जनतेचा निदान थोडाफार निषेध सुरू झाला. तीन सप्टेंबरच्या बेसलानच्या रक्तरंजित प्रकरणानंतर बऱ्याच जणांना शेवटी ही जाणीव प्रकर्षाने झाली की, ते असुरक्षित आहेत. एकतर ते असं नाटक करण्याचं चालू ठेवतील की, अध्यक्षांना उच्च प्रतीची मान्यता आहे किंवा त्यांच्या मुलांना ते सुरक्षितता देऊ शकतील.

दहा सप्टेंबर

रशियामध्ये एका स्थिर नव्हे, तर अशा अस्थिर पालकांचा उदय होतोय ज्यांची मुलं दहशतवादी कारवायांत मारली गेली आहेत. शाळा क्रमांक एकमध्ये घडलेल्या शोकांतिकेची खरीखुरी, सखोल चौकशी व्हावी, अशी त्यांची मागणी आहे.

*नोर्ड-ओस्त*मध्ये जे ओलीस मारले गेले होते, त्यांचे पालक बेसलानला प्रथम पोहोचले. त्यामध्ये एक होता मस्कोवाईट दिमित्री मायलोविडॉव्ह. ऑक्टोबर २००२मध्ये त्याने त्याची चौदा वर्षांची मुलगी गमावली. तिचं नाव होतं नीना. ती घटना डुब्रोवका थिएटरमध्ये घडली. त्याने *नोर्ड-ओस्त*ची मूठभर माती बेसलानला नेली आणि तिथल्या राखेत ती मिसळून एका छोट्या पारदर्शक खोक्यात ठेवली.

त्या राखेत दिमित्रीला काडतुसं आणि डम डम बुलेट्स मिळाली. खरं म्हणजे त्यांच्यावर बंदी आहे. त्या राखेतच वह्यांची पानं, टोक केलेल्या पेन्सिलींचे तुकडेपण मिळवले. ही गडद करडी राख कसली आहे हे सांगायला नकोच.

या पालकांनी सदतीस हजार रूबल्स, सुमारे सातशे पौंड गोळा केले आणि ते बेसलानला स्वत: नेऊन द्यायचं ठरवलं. स्वत:ची मुलं गमावल्यावर येणारा दु:खद अनुभव आमच्या पाठीशी होता. आम्ही जेमतेम वाचलो, फक्त आमच्याच पुंजीवर अवलंबून, राज्याने सोडून दिलेले.

सुमारे वर्षापूर्वी मी तान्या खाजिएव्हाला भेटले. तिचा नवरा *'नोर्ड-ओस्त'* संगीतिकेत संगीतकार होता, पण त्याच्यामागे सोन्या आणि तान्या या मुली ठेवून तो वारला. वस्तूंच्या स्वरूपातील फायदे कोर्टातून खटला जिंकून मिळवणारी ती आमच्यापैकी पहिली स्त्री.

आज आम्हाला असं वाटतं की, बेसलानची शोकांतिका टाळण्यासाठी आम्ही यशस्वी ठरलो नाही. *'नोर्ड-ओस्त'* प्रकरणात जर गॅस वापरण्यात आला नसता, तर थिएटरमध्ये अडकून पडलेल्या लोकांचं काय झालं असतं? आम्ही बेसलानला जाऊन लोकांना सांगितलं, "तुमची शोकांतिका थोपवण्यासाठी आम्ही पुरेसे प्रयत्न केले नाहीत, याबद्दल आम्हाला क्षमा करा." सध्या बेसलान लोकांना कसली गरज असेल, तर पैशांपेक्षा त्यांना समजून घेण्याची.

रुग्णालयात पुरेसे मनोविकृतितज्ज्ञ आहेत, पण बव्हंशी ते शिकाऊ, तरुण वैद्यकीय तज्ज्ञ असतात, जे लोकांच्या घरांना भेटी देतात. तुमचं मन त्यांच्याकडे मोकळं करणं कठीण जातं, पण बऱ्याच लोकांना समुपदेशन नको असतं. त्यांना एकमेकांत दु:ख गोंजारत बसायचं असतं.

*'नोर्ड-ओस्त'*हून बेसलानच्या लोकांना भेटायला गेलेल्या लोकांविषयी त्यांना अधिक जवळीक वाटली. त्यांनी आम्हाला विचारलं, "*नोर्ड-ओस्त*'च्या चौकशीतून काय निष्पन्न झालं?" ही शोकांतिका लोक असे सहजासहजी विसरणार नाहीत. कुंपणावर लोकांनी ग्राफिटी लिहिलीये, 'मरो ते इंगुश लोक!' कोणीही ती पुसून टाकत नाही. सूड घ्यायची ते लोक प्रतिज्ञा करत आहेत. तरुण लोकांची आम्ही असताना तिथे एक सभा झाली, तेव्हा त्यांनी त्यांच्या अध्यक्ष डिझासोखोव्हबद्दल जे काही म्हटलं आणि पुतिन यांच्याबद्दलदेखील, त्याचा पुनरुच्चारदेखील करवत नाही.

पत्रकारांविषयीदेखील त्यांच्या मनात कटुपणाच आहे. डुब्रोवकाच्या प्रकरणाच्या काही महिन्यांनंतर पत्रकारांना बघताच आम्ही म्हणायचो, "ही बघा गिधाडे आली." पण नंतर आम्ही त्यांना गिधाडांऐवजी विश्लेषक म्हणून ओळखू लागलो. त्यांच्याशिवाय आम्हाला *कुर्स्क* या बुडालेल्या सब-मरिनबद्दल किंवा *'नोर्ड-ओस्त'*च्या वस्तुस्थितीबद्दल कधीच कळू शकलं नसतं.

बेसलानचे लोक आता योग्य चौकशीसाठी फक्त त्यांच्या स्वत:च्या कुटुंबीयांवर अवलंबून आहेत. चौकशीसाठी त्यांचा राज्यावर बिलकुल विश्वास नाही. आम्हाला ठाऊक आहे की, रशियन राज्य शासनाकडून हे काम तडीस जाणार नाही.

सध्यातरी संपूर्ण बेसलान शहरात शोकाकुल वातावरण आहे.

तेरा सप्टेंबर

बेसलान प्रकरणानंतर नॉर्थ कॉकाससच्या संरक्षण संस्था दहशतवादाचा उद्रेक रोखण्याचा प्रयत्न करण्यात अपयशी ठरल्यावर आता दहशतवादाशी सामना करण्याचा मोठा देखावा करत आहेत. ते कोणालाही ठार करत आहेत किंवा अटक करत आहेत.

किती दहशतवादी पकडले गेले हा एक निकष लावला जातो. मानवी हक्क आणि कायद्याबद्दलचा आदर खिडकीतून बाहेर फेकण्यात येतो. गुन्हा कबूल करणं हा अपराधाचा पुरावाच आहे, असं मानण्यात येतं. एखादा संशयित मारला गेला तर पुराव्याचीही गरज नसते. कम्युनिस्ट पार्टी नेता सर्गी किरोव्हला १ डिसेंबर १९३४मध्ये जेव्हा ठार करण्यात आलं, तेव्हा 'काउंटर-टेररिस्ट ऑपरेशन' घेण्यात आलं. कायद्याबद्दलचा आदर व्यक्त करणं, हा दृष्टिकोन बाळगणारे, 'रॅडिकल अँड इफेक्टिव्ह मेथड्स'ला पाठिंबा देणाऱ्यांच्या मते गुन्हेगारांना पाठीशी घालण्याची इच्छा बाळगणारे असल्याप्रमाणे वागवले गेले.

बेसलान प्रकरणानंतर इंगुशेटियामध्ये दहशतवादविरोधी लाट आली आहे, कारण शाळेचा ताबा घेणाऱ्यांत बरेचजण इंगुश होते. अर्थात चेचन्यातही ही लाट आली आहे. रेडक्रॉसच्या इंटरनॅशनल समितीच्या प्रतिनिधींनादेखील तुरुंगाच्या कोठड्यांत जाण्याची परवानगी देण्यात आलेली नाही.

अपेक्षित परिणाम होता तोच घडला आणि खरे लपूनछपून दहशतवाद पसरवणारे त्यांच्या कारवाया जोमाने करू लागले आहेत. निरपराध लोकांना मारणं किंवा त्वरित त्यांच्या खटल्यांचे निकाल लावून शिक्षा ठोठावणं, या प्रकारांमुळे खरे गुन्हेगार नवीन गुन्हे करायला, कारस्थानांच्या पद्धतीत आवश्यक त्या सुधारणा करायला मोकळे सुटले आहेत. ते लोकही त्यांना जाऊन मिळाल्याने त्यांची संख्या फुगतच चाललीये.

भीतीचा हा एक सर्वांत राक्षसी प्रकार आहे. खरं चित्र तर हे आहे की, जून २००४ मध्ये एक रात्र हल्लेखोरांनी इंगुशेटियावर ताबा मिळवला आणि संरक्षण दलाने अंदाधुंद खून पाडणं, निरपराधांना तुरुंगात डांबणं हे प्रकार केल्याने बेसलानची घटना घडली.

चेचेनचे अधिकृत लोक विजय साजरा करत आहेत. त्यांच्यापासून फक्त काही किलोमीटर अंतरावर बेसलानच्या बळींचं दफन केलं जातंय, पण आलू आल्खानोव्हने पंतप्रधानांना मुलगा झाला म्हणून एक दिवसाची घोड्यांची शर्यत ठेवली आहे!

कारिरोव्ह, आल्खानॉव्ह आणि अब्रामॉव्ह या दुष्ट त्रिकुटानेच पुतिन यांना असा विश्वास दाखवला होता की, चेचन्यात आता कोणी डाकू उरलेले नाहीत, अगदी एक

सप्टेंबरपर्यंत. बासेव्हला ते केव्हाही पकडतील, वगैरे वगैरे. पण बेसलानने आपल्या डोळ्यांत अंजन घातलं आहे.

रशियाच्या नागरिकांवर पुतिन प्रत्येक गोष्टीकडे कडवटपणे पाहण्याच्या क्रांतिविरोधी दृष्टिकोनाचा तंत्र म्हणून उपयोग करतात आणि रशियात ते तंत्र चांगलं उपयोगी पडतं.

पुतिन यांनी शासनाला आणि देशाला कळवलंय की, इथून पुढे विभागीय नेते निवडले जाणार नाहीत, तर त्यांच्याकडून नियुक्त करण्यात येतील. या नियुक्त्या विभागीय संसदेकडून प्रमाणित व्हाव्या लागतील, पण जर पुतिन यांची निवड करण्यास स्थानिक डेप्युटी दोनदा चुकले, तर संसदच विलीन केली जाईल.

गव्हर्नरांची थेट निवडणूक रद्दबातल करण्याची पुतिन यांची इच्छा असल्याच्याही अफवा आहेत. मॉस्कोच्या अध्यक्षीय प्रशासनाबरोबर जर जमत नसेल, तर विरोधी पक्षाला विभागीय पातळीवर परिणामकारक राहण्याचा तो एक मार्ग होता. पुतिन यांनी दावा केलाय की, दहशतवादी कारवायांच्या गव्हर्नरांची निवडणूक घेता येणार नाही. बेसलानच्या शोकांतिकेचा स्वत:च्या राजकीय आणि व्यावहारिक अडचणी सोडवण्यासाठी दुरुपयोग करून घेणं, हे अगदी पुतिन यांच्याकडूनदेखील अपेक्षित नव्हतं. निषेधाची साधी कुजबुजदेखील नाही.

सोळा सप्टेंबर

प्रतिक्रिया फक्त २००८च्या समितीकडून आली. त्यांनी एक विधान जारी केलं, 'रशियात एक भानगड होण्याची धमकी.' रशियन फेडरेशनचे अध्यक्ष व्लादिमीर पुतिन यांनी असं जाहीर केलंय की, त्यांना रशियात एक 'कूप डि एटा' घडवून आणायचं आहे. त्यांच्या तेरा सप्टेंबर २००४च्या भाषणात, जे त्यांनी गव्हर्नमेंटच्या एका विस्तारित सत्रात केलं, त्यात रशियातल्या मूलभूत लोकशाहीच्या संस्था उखडून टाकण्याचा एक तपशीलवार प्रस्ताव मांडला आहे. ''रशिया हे एक डेमोक्रॅटिक, फेडरल कायद्याच्या अधिपत्याखाली असलेलं राज्य आहे.'' घटनेच्या पहिल्या आर्टिकलप्रमाणे. क्रेमलिनचा आता ही तिन्ही फाउंडेशन्स मोडीत काढण्याचा विचार आहे.

मोकळ्या वातावरणातल्या निवडणुकांचा अधिकार पुतिन यांच्या रशियाच्या नागरिकांपासून हिरावून घेण्यात येणार असल्याने ते एक लोकशाहीवादी राज्य राहणार नाही. मुक्त निवडणुकांचं राज्यघटनेप्रमाणे 'उच्चतम आणि लोकांची नेमकी शक्ती दाखवणाऱ्या' असं वर्णन केलं आहे. पुतिन यांचा रशिया हे फेडरल स्टेट असणार नाही, कारण त्याचे विभाग हे केंद्राने नेमलेल्या अधिकृत अधिकाऱ्यांच्या

आणि फक्त केंद्राचीच उत्तरं द्यायला बांधील असलेल्या मर्जीप्रमाणे चालवण्यात येतील. पुतिन यांचा रशिया हे कायद्याने चालणारं राज्यदेखील नसेल, कारण राज्यघटनेच्या 'कोर्ट ऑफ द रशिया फेडरेशन'ने असा एक कायदा आठ वर्षांपूर्वी केला होता, ज्यामुळे स्पष्टपणे अशा प्रकारची सुधारणा करण्यास प्रतिबंध करण्यात आला होता आणि जर केला गेला, तर तो रद्दबातल करण्यात येईल.

आम्ही व्लादिमीर पुतिन यांचं, रशियाच्या अध्यक्षांचं लक्ष या गोष्टीकडे वेधू इच्छितो की, त्यांनी घटनेच्या आर्टिकल तीन, मुद्दा चारची विशेष नोंद घ्यावी. त्यात असं म्हटलंय, "रशियन फेडरेशनच्या सत्तेचा कोणीही दुरुपयोग करणार नाही. सत्ता हिरावून घेणं किंवा शासनाच्या अधिकाराचा दुरुपयोग करणं, याबद्दल फेडरल लॉ खाली कायदेशीर कारवाई करण्यात येईल."

स्टेट ॲथॉरिटीजनी सगळ्या गोष्टींकडे दुर्लक्ष केलं. कोणीही निषेध व्यक्त केला नाही.

सत्तावीस सप्टेंबर

मानवी हक्क पुरस्कर्ते पुन्हा फुटीर होण्याच्या शक्यतेची अधिकाऱ्यांना चिंता वाटते आहे. कारण विरोधी पक्षाच्या राजकारण्यांपेक्षा त्यांच्याकडूनच जास्त धोका संभवतो. उपाय म्हणून ते राज्याच्या अधिकाराखाली असेल अशी एक समांतर मानवी हक्कवादी चळवळ सुरू करण्याची मोर्चेबांधणी करत आहेत. पुतिन एका 'इंटरनॅशनल ह्युमन राइट्स सेंटर'च्या निर्मितीबद्दलच्या आदेशावर सह्या करत आहेत. त्या आदेशाचं शीर्षक आहे, 'रशियन फेडरेशनमध्ये मानवी हक्क चळवळीला पाठिंबा देण्यासाठी राज्याची अतिरिक्त उपाययोजना.'

मानवी हक्क अध्यक्षीय आयोगाची अध्यक्षा एला पामफिलोव्हा हिचा त्या निर्देशाच्या मागे हात आहे. जो कोणी ऐकायला हाताशी तयार असेल, त्याला ती मोठमोठ्याने ओरडून ठासून सांगते, "आंतरराष्ट्रीय मानवी हक्क केंद्राचं मुख्य काम म्हणजे मानवी हक्क चळवळींवर एकछत्री केंद्रित हुकुमत ठेवणं, असा असल्याचा जो आरोप केला जात आहे, तो मी पूर्णपणे नाकारीत आहे. हा आदेश आपल्याला खूप फायदेशीर आहे."

त्या केंद्राच्या स्थापनेचं समर्थन करण्यासाठी ती वेगवेगळी कारणं देते. मानवी हक्क पुरस्कर्ते एकमेकांना सहजपणे भेटू शकतील, ही त्यांचीच कल्पना आहे. आपल्या ज्ञानाचा त्यांना उपयोग होईल. सगळे मानवी हक्क पुरस्कर्ते केंद्र स्थापन करण्याच्या बाजूचे आहेत, लोकांना मदत करण्यासाठी त्यांचे अधिकार अबाधित राखले जातील, अशी ग्वाही त्यांना देण्याची गरज आहे, वगैरे वगैरे.

पामफिलोव्हाच्या पुतिन यांच्या निरुपद्रवी स्वभावाबद्दल आणि लोकशाहीवादी गुणविशेषांबद्दलचे न बदलणारे सातत्याने केले जाणारे दावे, यावर कोणाचाच विश्वास बसत नाही.

येलेना बॉनेर हिने *येझेनेडेलन्यी झुर्नला*ला दिलेल्या मुलाखतीत काही विचार मांडले.

> "मानवी हक्कांचे समर्थक आणि शासनाचे प्रतिनिधी यांचं तत्त्वज्ञान आणि दृष्टिकोन वेगवेगळा आहे. त्यांची उद्दिष्टं आणि मिशन्स भिन्न आहेत. मानवी हक्क चळवळीचं ध्येय आहे राज्याच्या सत्ताधिकाऱ्यांपासून समाजाचा बचाव करून नागरी समाज घडवायचा; तर राज्याच्या सत्ताधिकाऱ्यांचं आहे, स्वत:ची पॉवर अधिक मजबूत करायची. बरेच मानवी हक्क पुरस्कर्ते राज्याच्या नाटकाला बळी पडत आहेत. राज्याच्या सत्ताधिकाऱ्यांशी जर त्यांची हातमिळवणी झाली, तर मानवी हक्क चळवळीत एक कठीण पेचप्रसंग निर्माण होईल."
>
> विरोधी पक्षांनी त्यांचं ध्येय गाठण्यात दोन्ही डगरींवर पाय ठेवून मधल्यामधे कुचराई केली आहे. सनदशीर मार्गाने जाण्याची संधी आपण गमावली आहे. न्यायालयांची स्वायत्तता नष्ट करण्याचा प्रयत्न होत आहे. त्यामुळे समाजापुढे आता कोणता मार्ग उरलाय? फक्त उसळून उठण्याचा आणि बंड करण्याचा!
>
> क्रांती होण्यासाठी तिचं नेतृत्व करण्याइतके सक्षम नेते आपल्याकडे नाहीत आणि देशाची तशी तयारीही नाही. त्यामुळे पुतिन यांनी आखून दिलेल्या मार्गावरूनच रशिया जाणार. अधिक काय करणार? स्थानिक निवडणुका काढून टाकल्या आहेत, सार्वजनिक मतमोजणीने निर्णय घेण्याचा (रेफरेंडमचा) अधिकार हिरावून घेतला आहे. जनतेच्या प्रति निवडणूक संस्थांची नैतिक जबाबदारी फार पूर्वीच झटकून टाकलेली आहे. आत्ता ही नवीनच काढलेली मार्गदर्शक तत्त्वांची टूम म्हणजे एक क्लृप्ती आहे. एक समांतर मानवी हक्क चळवळ निर्माण केली जात आहे.
>
> लोकशाहीच्या मार्गाकडे वळण्याची काहीच सोय उरलेली नाही. आपल्याकडे लोकशाही नव्हतीच, पण निदान त्या मार्गाने जाण्याची प्रवृत्ती तरी होती; जी आपल्याला विकसित करता आली असती. फ्री मास मीडिया अस्तित्वात होता. एका योग्य निवडणूक

व्यवस्थेची गरज होती. तीच नष्ट झाली तर? निवडणुका म्हणजे एक 'फ्रॉड' झालं आहे. खरं म्हणजे त्याच लोकशाहीचा मुख्य आधारस्तंभ असतात.

रशियात सत्तेच्या तिन्ही शाखा – कार्यकारी, न्यायालयीन आणि कायदेकानू या अध्यक्षांना मान्य होण्यासाठी वाकवल्या जात आहेत. आपण आता लोकशाहीवादी किंवा प्रजासत्ताक राज्यदेखील राहिलेलो नाही आहोत. सगळेच कायदेशीर आणि शांततापूर्ण मार्गच बंद झाल्याने हा सीलबंद बॉयलर त्याचा स्फोट होईपर्यंत तप्त होत राहील. कोणत्याही प्रकारे हे घडू शकेल.

*

पुतिन यांचे आंतरराष्ट्रीय मानवी हक्क केंद्र काही आकाराला येऊ शकलं नाही. अंदाजपत्रकातून निधी उपलब्ध करून देण्यात आला होता, पण नक्कीच कोणीतरी त्याच्यावर डल्ला मारला असावा. दुसरं काहीही घडलं नाही.

पुतिन यांच्या कबिल्यात त्यांच्याशिवाय दुसरा कोणी पर्यायी नेता दिसतच नसल्याने त्यांचा अधिकार अबाधित राहतो. त्यांचे समर्थक 'पुतिन यांचा एकटेपणा' असं त्यांच्या एकाधिकारशाहीला संबोधतात. एखाद्या आणीबाणीच्या प्रसंगीही त्यांची जागा दुसरं कोणी घेऊ शकणार नाही. ते सगळे पिग्मीज् आहेत, नेपोलियन कॉम्प्लेक्स असलेले किंवा तोही नाही.

व्लादिमीर रिझकोव्हच्या नेतृत्वाखाली एक नवीन मवाळ, पश्चिमेकडे झुकणारी पार्टी आकार घेते आहे काय? रिझकोव्ह बराच प्रगल्भ झाला आहे. असा पक्ष मवाळ लोकशाहीवादी क्रांती घडवून आणण्यात यशस्वी होऊ शकेल. पण प्रश्न हा आहे की, आपले राजकीय सत्ताधारी, तसेच विरोधी पक्ष सगळं जसं चाललंय, तसंच चालू देणं जास्त पसंत करतील किंवा अगदी सरपटत जरी पुढे जायचं झालं तरी त्यांची हरकत नाही!

अठ्ठावीस सप्टेंबर

पुतिन यांनी आम्हाला फार काळ वाट बघायला लावली नाही. कोणत्याही राजकीय वादविवादाव्यतिरिक्त त्यांनी ड्युमाला निवडणूक कायद्यासाठी सुधारणा सुचवल्या आहेत. त्या आहेत गव्हर्नरांची थेट निवडणूक रद्दबातल. मतदारसंघावर आश्वासनांची खैरात होत आहे. त्यांना सांगण्यात येतंय की, अद्याप योग्य स्थानिक नेता निवडण्याइतके प्रगल्भ झालेले नाहीत. याचाच अर्थ असाही होत नाही का, की

ते अद्याप पुतिन यांना निवडून देण्याइतकेही प्रगल्भ झालेले नाहीत?

एकोणतीस सप्टेंबर

घटनात्मक न्यायालयाच्या अध्यक्षांना बऱ्याच ड्युमा डेप्युटींनी पत्रं लिहिली आहेत. अध्यक्ष आहेत व्हॅलेरी झॉरकिन. त्यांना ड्युमा डेप्युटींनी अध्यक्षांच्या कृतींची छाननी एक तातडीची बाब या दृष्टिकोनातून करायची मागणी केली आहे.

*

झोरकिनने तसं केलं नाही. डेप्युटीजना नंतर एक पूर्णपणे औपचारिक पत्रोत्तर मिळालं. यूएसएसआरच्या शेवटच्या वर्षात जेवढं नैराश्य दाटून आलं होतं, तशीच भावना यावेळीही जाणवली.

पाच ऑक्टोबर

क्रेमलिनने चेचन्याच्या लोकांवर लादलेल्या आलू आल्खानॉव्ह अध्यक्षांचं एक हास्यास्पद उद्घाटन ग्रॉझ्नीमध्ये झालं. बंदिस्त गव्हर्नमेंट कम्पाउंडच्या आत त्यांनी एक व्यासपीठ उभारलं आणि आल्खानॉव्हने गचाळ चेचेनमध्ये बोलत शपथ घेतली. त्याच्या डोळ्यांभोवती गडद निळसर वर्तुळं होती आणि तो विचित्र दिसत होता. सुरक्षा व्यवस्था अपेक्षेपेक्षा अधिकच अभूतपूर्व होती. जणू काही त्यांना पुतिन यांच्या येण्याची अपेक्षा होती, पण ते फिरकले नाहीत. त्यांनी त्यांच्या शुभेच्छा पाठवल्या. सुरक्षेच्या कारणास्तव तीन ठिकाणी तयारी करण्यात आली होती. शेवटच्या क्षणापर्यंत कोणालाही ठाऊक नव्हतं की, तो कार्यक्रम नेमका कुठे होणार आहे ते. यावरून आपल्याला कोणतं शांततापूर्ण जीवन सुचतं? त्यांना मरणाची किती भीती वाटते, हे आल्खानोव्हने सगळ्या चेचन्याला दाखवून दिलं. त्यांचा आता कोणीही गांभीर्याने विचार करणार नाही.

सहा ऑक्टोबर

प्रमुख मानवी हक्क संस्थांची 'जॉईंट ॲक्शन' ही एक संस्था आहे. त्यांनी 'रशियातील एक भानगड' असं विधान जारी केलंय. त्या विधानानुसार त्यांनी सिटिझन्स काँग्रेसची सभा बोलावून एक स्वतंत्र राष्ट्रीय मंच सुरू करण्याचं आवाहन केलं आहे. या मंचात मानवी हक्क आणि पर्यावरणविषयक काम करणाऱ्या संस्था, मुक्त व्यापार संघटना, लोकशाही पक्ष, विद्वान, वकील आणि पत्रकार यांचा सहभाग असेल.

ल्युडमिला अलेक्सेयेव्हा, सर्गी कोवाल्योव्ह आणि युरी सामोडुरॉव्ह, जे पूर्वीचे सोव्हिएत फुटीर आहेत. त्यांनी त्यांच्या निश्चयी आणि सुधारणावादी व्यक्तिमत्त्वांमुळे पक्ष आणि राजकारण्यांपेक्षा अधिक प्रभाव दाखवला आहे. ते राजकारण्यांना कळकळीची विनंती करत आहेत, "कृपा करून काहीतरी करा!"

सात ऑक्टोबर

व्लादिमीरमध्ये 'सैनिकांच्या मातांची समिती' या संस्थेच्या विरोधात एक फौजदारी खटला दाखल करण्यात आला आहे. ल्युडमिला यारिलिना, कमिटीची अध्यक्षा, हिच्याविरुद्ध 'सैन्यातील सेवा चुकवण्यासाठी संगनमत' असा आरोप ठेवण्यात आला आहे. या गुन्ह्याला तीन ते सात वर्षांचा तुरुंगवास होऊ शकतो.

आरोपाचा आधार काय? ल्युडमिलाने सातत्याने सैनिकांच्या कल्याणासाठी केलेल्या पाठपुराव्यामुळे ती मिलिटरी कोमिसरीएट आणि मिलिटरी प्रोक्युरेटरर्स ऑफिस यांच्यात अप्रिय झाली. तिच्या म्हणण्यानुसार व्लादिमीर विभागात सैन्यात भरती करायला योग्य असे फार थोडे तरुण आहेत. दारूच्या व्यसनाचं प्रमाणही अधिक आहे. तरुणांची प्रकृती विशेष चांगली नाही. पण मिलिटरी कोमिसरीएट आरोग्याचे खोटे दाखले आणि इतर उपायांनी सैनिकांच्या भरतीचे आवश्यक उद्दिष्ट पूर्ण करण्यासाठी त्या तरुणांना फसवतात.

समितीकडे सल्लामसलतीसाठी येणाऱ्या लोकांची संख्या सुमारे चारशे ते पाचशे आहे. सैन्यात भरती केल्या गेलेल्या तरुणांवर होणारे अत्याचार, वयाने मोठ्या असलेल्या 'ग्रॅडॅडस्'कडून गळचेपी आणि अमानुष वागणूक, शोषणाची चौकशी करण्यात स्वारस्य नसलेली राज्ययंत्रणा या गोष्टींबद्दल हे तरुण आणि त्यांचे पालक समितीकडे मदत मागण्यासाठी येतात. समितीने त्यांची सुटका करावी अशी त्यांची अपेक्षा असते.

दिमित्री येपीफानोव्हने चेचन्यामध्ये बरेच महिने सैन्यात काढले होते आणि तो एका रणगाड्यात भाजून जखमी झाला होता. सैन्यात भरती होण्यापूर्वीही त्याने त्याला होणाऱ्या सततच्या पोटदुखीची तक्रार केली होती; पण ती कोणी गांभीर्याने घेतली नव्हती.

त्याला रजेवर घरी व्लादिमीरला पाठवण्यात आलं होतं. त्याला समितीकडून सल्ला पाहिजे होता की, रजेच्या काळात त्याला रुग्णालयात कोणत्या प्रकारे दाखल होता येईल? पण नियमांनुसार त्याला त्याच्या युनिटकडे जाऊन तिथल्या ऑर्डर्ली किंवा मिलिटरी डॉक्टरकडून त्यांचं मत घेणं भाग असतं.

ल्युडमिला गेली त्या बिचाऱ्याला मदत करायला आणि स्वतःच लक्ष्य बनली खोट्या-नाट्या आरोपांची!

तिच्या विनंतीवरून व्लादिमीर कॅन्सर क्लिनिकच्या एका एन्डोस्कोपिस्टने दिमित्रीला तपासायचं कबूल केलं होतं आणि आवश्यकता भासल्यास गॅस्ट्रोस्कोपी करण्याचीही तयारी दाखवली होती. त्या तपासणीत दिमित्रीला अल्सर असल्याचं निष्पन्न झालं आणि त्याला रुग्णालयात दाखल करण्यात आलं. त्यानंतर दिमित्रीला व्लादिमीरहून मॉस्कोला आणि तिथून आर्मी कमिशनमध्ये पाठवण्यात आलं. राजधानीतल्या प्रायव्हेट डॉक्टरांनी येपीफानोव्हला ड्युओडनल अल्सर असल्याचं कारण देऊन सैन्यातून मुक्त केलं.

ल्युडमिला यारिलिना, व्लादिमीर सैनिकांच्या मातांच्या समितीची विभागीय अध्यक्ष, हिच्यावर असा गुन्हेगारी स्वरूपाचा खटला भरण्यात आला की, सैनिकी सेवेतून सूट मिळवण्यासाठी मदत करण्याच्या बहाण्याने तिने शहरातील वेगवेगळ्या रुग्णालयांतील वैद्यकीय मदतनीसांच्या साहाय्याने सैन्यातल्या सैनिकांना खोटेच आजार असल्याचं दाखवायला, उदाहरणार्थ, ड्युओडनल अल्सर, संगनमत करून मदत केली आणि त्याबद्दल तिला पैसे मिळाले.

पैसे मिळाल्याबद्दल त्यांना कोणताही पुरावा सादर करता आला नाही; कारण ते खरं म्हणजे धादान्त असत्य होतं. तरीही खटला पुढे चालवण्यात आला. प्रोक्युरेटरच्या कार्यालयाची चौकशी करणाऱ्यांनी तर त्यांची कल्पनाशक्ती मोकाट सोडली.

एका एन्डोस्कोपिस्टच्या मदतीने यारिलिनाने ड्युओडोनल इंटेस्टाईनच्या गाठीवर बायोप्सी करवून आणायला मदत केली आणि त्या ठिकाणी थर्मोकोआक्युलेशनच्या साहाय्याने एक पोस्ट-कॉटरी खूण निर्माण केली, ज्यामुळे तो आजार 'अल्सर्स कंडिशन ऑफ ड्युओडोनल इंटेस्टाईन' आहे असं खरं नसूनदेखील सिद्ध व्हावं.

हा सगळा स्टालिनच्या डॉक्टरचा प्लॉट असावा की पुन्हा एकदा फुटिरांना हाताशी धरून केलेला बनाव?

यारिलिनाने एन्डोस्कोपिस्टला मदत केली, या आरोपाला तिने उत्तर दिलं, ''मी फक्त त्याला दूरध्वनी करून त्या मुलाला तपासायला सांगितलं.''

म्हणजे येपीफानोव्ह आजाराचं नाटक करत होता का? सैनिकी सेवा टाळण्याचा

आरोप त्याच्यावर कोणीही ठेवत नाही. डॉक्टरने त्याला बुद्धिपुरस्सर इजा केली होती का? नाही, डॉक्टरला कोणी दोषी ठरवत नाही. केवळ ल्युडमिला यारिलिना, मानवी हक्क पुरस्कर्ती हिचीच फक्त गुन्हेगारी स्वरूपाची चौकशी होते आहे. मॉस्कोमध्ये काय किंवा व्लादिमीर विभागात काय, जे लोक अधिक सक्रिय असतात किंवा त्रासदायक ठरू लागतात, त्यांच्याविरुद्ध खोट्याच गुन्हेगारी खटल्यांचा बनाव करायचा, हा पुतिन यांच्या राजवटीतील आयुष्याचा एक अविभाज्य भाग आहे. मॉस्कोत खोडोरकोव्स्की आणि लेबेडेव्हला तुरुंगात टाकलंय.

'चांगले' मानवी हक्क पाठीराखे म्हणजे ते लोक, जे सत्ताधिकाऱ्यांशी हातमिळवणी करून लोकांना मदत करतात. सातत्याने त्यांचं स्वरूप लोकांपुढे उघड करणारे 'चांगले' नव्हते. पामफिलोव्हासारखे लोक मदत मागायला आलेल्यांना एकटं पाडून, गरज पडलीच तर 'थर्मोकोआक्युलेशन'चा वापर करून त्यांना संपवून टाकतात!

ही तपासणी आक्षेपार्ह आहे. त्यामुळे खटला दाखल केला जाऊन आरोप सिद्ध झाल्यावर तुरुंगवासदेखील भोगावा लागतो.

वीस ऑक्टोबर

संपूर्ण दक्षिण फेडरल जिल्ह्यासाठी दिमित्री कोझॅक, पुतिन यांच्या साऊथ रशियाच्या प्रतिनिधीने रमझान कादिरॉव्हला संरक्षण सल्लागार म्हणून नियुक्त केलं आहे. आता रमझान कादिरॉव्हला रान मोकळं आहे. आत्तापर्यंत तो चेचन्यात कायदा पायदळी तुडवून अत्याचार करत होता. आतातर तो सगळ्या नॉर्थ कॉकासस भागात ते करायला मोकळा आहे. संरक्षण सेवांना तो चेचन्या आणि इंगुशेटियासारखं कसं वागायचं, त्याबद्दल सल्ला देईल आणि श्रीमान कोझॅकच्या वतीने त्यांना लोकांचा छळ करता येईल.

परिणामस्वरूप बरीच आयुष्यं धुळीला मिळतील. रमझानला तर डोकंच नाही. त्याला समजते ती फक्त युद्ध, दहशत आणि अंदाधुंदीची भाषा! त्या गोष्टी नसतील, तर रमझानला काय करावं ते अक्षरश: कळत नाही.

पुतिनना त्या कृतीत काही विशेष अर्थ गवसत नाही. पुढे काय करायचं हे त्याला माहीत नाही. रशियाची ही एक शोकांतिका आहे की, त्यांचे उच्च पदावरचे राजकीय नेते असमर्थ असतात. त्यांच्या पदावर केवळ आंधळ्या योगायोगाने पोहोचलेले असतात आणि पर्यायाने ज्यांना काही अस्तित्वच नाही, अशा लोकांना उच्चतम सत्तेच्या स्थानांवर नेमत असतात.

तेवीस ऑक्टोबर

चेचन्या वॉरबद्दल निषेध व्यक्त करण्यासाठी एक मोठं निदर्शन मॉस्कोमध्ये झालेलं आहे. तसंच दहशतवादाला बळी पडलेल्यांच्या स्मृतींना अभिवादन करण्याचाही निदर्शन आयोजित करणाऱ्यांचा मनोदय होता. पुश्किन स्क्वेअरमध्ये लोकांची रांग लागली होती. सकाळी दहा वाजल्यापासूनच. सभा पाच वाजता झाली. *'नोर्ड-ओस्त'* हमल्यात बळी ठरलेले लोक प्रथमच तिथे आले होते, कारण आज त्या ओलीस प्रकरणाचा दुसरा वार्षिक दिन आहे.

सभा 'अधिकृत' नव्हती. अध्यक्षीय प्रशासनाने बेसलान प्रकरणानंतर दहशतवादविरोधी अधिकृतपणे आयोजित केलेल्या सभा घेण्याचा सपाटाच लावला होता. पाचशे लोकांच्या सभेला परवानगी असताना प्रत्यक्षात तीन हजार लोक आले. अधिकाऱ्यांनी त्यांना तंबी दिली. दुसरं कारण म्हणजे देण्यात येणाऱ्या घोषणा निव्वळ दहशतवादविरोधी नव्हे, तर राज्य शासनाच्यादेखील विरोधात होत्या. पण मग युद्ध कोण घडवून आणतंय?

पाऊस पडत असतानादेखील मध्यमवर्गाचे लोक त्यांच्या गाड्यांतून आले. बोरिस नादेझदिन, समिती २००८चा सभासद आणि युनियन ऑफ राईट फोर्सेसचा उपाध्यक्ष म्हणाला, "मुद्दामहून तयार केलेली भीतीची हवा, जी बेसलाननंतर लोकांवर लादली गेली, त्या हवेत आता लोकांना जगायचं नाही. चेचन्या ही एक भयानक जखम आहे ज्यामुळे *नोर्ड-ओस्त* आणि बेसलान ही दोन्ही प्रकरणं घडली. अध्यक्षांना देशाला वाचवणं जमलेलं नाही. आज रशियात जेव्हा आपल्याकडे फ्री मास-मीडिया किंवा संसद नाही, तेव्हा राज्य सत्ताधिकाऱ्यांवर टाकण्यासाठी फक्त एकच मार्ग आहे, तो म्हणजे चांगले लोक निदर्शनं करायला जमण्याचा."

त्या पुश्किन स्क्वेअरमध्ये लोक पावसात भिजत हातात फलक घेऊन उभे होते. ज्याच्यावर लिहिलं होतं, 'आम्ही पश्चिमेचे फिफ्थ कॉलम आहोत!' त्याचा संदर्भ व्लादिस्लाव्ह सुरकोव्हच्या *कोमसोमोल्स्काया प्रावदा*ला दिलेल्या मुलाखतीशी होता. त्या मुलाखतीत त्याने अकलेचे तारे तोडले होते आणि "विरोधक हे जोडीदार म्हणून उरलेले नाहीत, पश्चिमेकडून पैसा पुरवले जाणारे हे मवाळ आणि राष्ट्रवादी एक 'फिफ्थ कॉलम' आहेत. 'पुतिन यांचा रशिया' वगैरे काही नसून फक्त 'ओन्ली रशिया' आहे आणि या गोष्टींवर ज्यांचा विश्वास नाही, ते आमचे शत्रू आहेत." अशी वक्तव्यं केली होती.

हा काही नव्याने निर्माण झालेला सोव्हिएत आदर्शवाद नव्हे, तर सोव्हिएत राजवट आहे. साधं आणि सरळ. कम्युनिस्ट उच्चभ्रूंनी जर्जर अशा पक्षातील केंद्रीय समितीचा अडथळा दूर करताच त्यांना स्वत:ची तुंबडी भरायच्या अमर्याद संधी

चालून आल्या आहेत. पूर्वीचा आदर्शवाद पुनरुज्जीवित करायची त्यांना काय गरज! सुरकॉव्हला हल्ली पुतिन यांचा 'प्रमुख आदर्शवादी' म्हणून ओळखतात.

२००४ चा हेमंत ऋतू आहे, पण राजकीय हिवाळा प्रस्थापित झाल्याने तुमच्या रक्तात हिव भरतं आहे.

पंचवीस ऑक्टोबर

इटोगी मासिकात सेंट पीट्सबर्गच्या गव्हर्नरला असं विचारण्यात आलंय की, "अध्यक्षांशिवाय रशिया एक संसदीय प्रजासत्ताक असू शकतं का?"

व्हॅलेंटिना मातव्हिएन्कोने उत्तर दिलंय, "नाही, आमच्या रशियन मानसिकतेला एका मालकाची, एका झारची, अध्यक्षाची, एका नेत्याची गरज भासते."

तिची लायकी फक्त पुतिन यांच्या भोवतालच्या कोंडाळ्यांकडून ती जे काही ऐकते, त्याचा पुनरुच्चार करण्याची आहे.

मानवी हक्क संस्थेने उत्तर दिलंय, त्यांना हा रशियन लोकांच्या राष्ट्राभिमानाचा अपमान वाटतो. एका मालकाची गरज असणं म्हणजे रशियन लोक हे फक्त हुजरेच असू शकतात, असं ध्वनित करण्यासारखं आहे. अध्यक्ष शब्दाचा अर्थ इथे एक लोकशाहीवादी नेता नव्हे, तर एक हुकूमशहा गाजवणारा सत्ताधारी असा दिसतो. हा जातीयवाद आहे.

> सेंट पीटर्सबर्गच्या गव्हर्नरने त्यांच्या उत्तरात घटनेने दिलेला अबाधित असा लोकशाहीवादी स्वातंत्र्याचा हक्कच डावलला आहे. "आमचं राष्ट्र कमकुवत आहे" हा एक रूस्सोफोबिया आहे. या सिद्धान्ताच्या आधारानेच जर्मन नाझींनी त्यांची रशियाबद्दलची आक्रमक 'ॲटिट्यूड' वापरली होती. लेनिनग्राडसारख्या एका शूर शहराच्या गव्हर्नरकडून असे विचार व्यक्त व्हावेत, याचं विशेषत: आकलन होत नाही. आम्ही व्हॅलेंटिना मातव्हिएन्कोच्या राजीनाम्याची त्वरित मागणी करत आहोत.

कोणालाही उत्तर देण्याची गरज भासली नाही. सत्तेत असलेल्यांना त्यांचा देशबंधू आणि वैधानिक लोकशाहीबद्दलचा दृष्टिकोन बदलण्याची गरज वाटत नाही.

अठ्ठावीस ऑक्टोबर

याब्लोको पक्षाचं सार्वजनिकरीत्या विघटन झालं आहे. यावलिन्स्कीबरोबर तरुण आघाडीची चर्चा दूरदर्शन वाहिन्यांवर दाखवण्यात येते आहे. बऱ्याच शहरांत

युनायटेड रशियाने पुतिन यांच्या पाठिंब्यासाठी आयोजित केलेल्या सभा घेण्यात येत आहेत. सर्वांत मोठी सभा मॉस्कोत झाली. त्या सभेतच याब्लोकोच्या तरुण आघाडीचा नेता बोलला.

विरोधी पक्षांनी आयोजित केलेल्या सभांचे मुख्य आधारस्तंभ म्हणजे विद्यार्थी आणि निवृत्त लोक. पुतिन-विरोधी निषेध व्यक्त करण्यासाठी प्रथमच कम्युनिस्ट पक्ष, याब्लोको आणि द युनियन ऑफ राईट फोर्सेस संघटित झाले आहेत.

एकोणतीस ऑक्टोबर

प्रोक्युरेटर-जनरल व्लादिमीर उस्तिनोव्हने जाहीर केलंय की, ड्युमाने नागरिकांच्या हक्कांसंबंधी देखरेख करताना दहशतवादी हल्ल्यांसंबंधी एक कायदा स्वीकारण्याची गरज आहे. त्याने प्रस्ताव मांडले आहेत की, जलद-कृती कोर्टांची स्थापना करून दहशतवाद्यांची मालमत्ता जप्त करण्यात यावी.

पण यामुळे दहशतवाद्यांना जरब बसू शकेल असं वाटत नाही, कारण शेवटी ते आत्मघातकी कारवाया करणारे लोक आहेत.

अशाप्रकारची 'मोठ्या प्रमाणावर धरपकड' किंवा 'धुलाई' मोहिमा चेचन्या आणि इंगुशेटियामध्ये गेली पाच वर्षं चालू आहेत. संरक्षण संस्था त्या आधाराने कोणालाही पकडून मारपीट करतात, कबुलीजबाब घेतात.

दोन प्रकारे या प्रकरणांचा निकाल लावला जातो. त्यांच्या बळींची शारीरिक परिस्थिती जर फार गंभीर असेल तर त्यांना मारून गाडलं जातं. कुटुंबाने जर त्यांना लाच दिली, तर कोर्टात हजर करण्यात येतं. कोणालाही साक्षीपुराव्यात काडीचा रस नाही. वकील, प्रोक्युरेटर हे सगळे देखाव्यापुरते. संख्या कशाही कमी-अधिक केल्या जातात. वकील बव्हंशी सगळं कबूल करायला सांगतात. तक्रार केली तर अधिकच गोत्यात याल, असं मनावर ठसवलं जातं.

पण 'ओल्याबरोबर सुकंही जळत' या न्यायाने निष्पाप लोकही या जलदगती न्यायालयात भरडले जात आहेत. या प्रथा आता चेचन्या किंवा इंगुशेटियापुरत्या मर्यादित राहिल्या नसून सगळ्या रशियात पसरल्या आहेत.

दुसऱ्या चेचेन युद्धाच्या वेळेस दहशतवाद्यांचे नातेवाईक ओलीस म्हणून पकडण्याची पद्धत अमलात आणली गेली होती. कादिरोव्हच्या शक्तिमान झालेल्या सैनिकांचा तो एक 'ट्रेडमार्क'च झाला होता. नॉर्थ कॉकाससमध्ये राज्य सत्ताधिकाऱ्यांच्या आशीर्वादाने कायदे धाब्यावर बसवून हे प्रकार घडत होते.

आपण आता एका मोठ्या संकटग्रस्त परिस्थितीत सापडलो आहोत. रशियाच्या अध्यक्षांच्या आशीर्वादानेच प्रोक्युरेटर-जनरलच्या कार्यालयाकडून नॉर्थ कॉकाससमध्ये

हे छळवादाचे प्रकार घडले होते. हे सगळे कायद्याच्या कक्षेतच आहे, असा आभासही निर्माण केला गेला.

प्रोक्युरेटर-जनरल आणि राज्य सत्ताधिकारी यांना फक्त त्यांचे मुद्दे, त्यांची बक्षिसं, त्यांच्या संख्या टिकून राहणं यातच स्वारस्य असल्याने त्यांनी सत्याचा अपलाप केला आहे. त्यांची हातमिळवणी कोणाशी होती, ते लोकांपासून दडवलं आहे. मग आता त्यांच्या विरोधात असलेले लोक कसे गप्प बसतील? सरळ आहे.

ड्युमात केलेल्या प्रोक्युरेटर-जनरलच्या भाषणात मध्येच खंड पडला – टाळ्यांच्या कडकडाटाने! आमच्या संसदेला वाटलं की, ही एक 'ग्रेट आयडिया' होती. कायद्याचं प्रचंड प्रमाणावर उल्लंघन घडवण्याचा प्रस्ताव मांडणाऱ्या प्रोक्युरेटर-जनरलला प्रेसिडेंट पुतिन यांनी ज्याने घटनेचे रक्षण करण्याची शपथ घेतली होती, त्याच्या पदावरून हटवलं नाही.

१९३७ साली स्टालिनच्या दहशतीने उच्चांक गाठला होता. आज चेचन्याही त्याच मार्गावर आहे. आपण स्टालिनच्या बळींच्या सोलोवकी टॉक मेमोरियल इथे होणाऱ्या सभांना जाऊ किंवा न जाऊ, कदाचित आपल्यापैकी एखादा पाव आणायला जाईल आणि कधीच परतणार नाही किंवा तीस वर्षांनी परतेल. चेचन्यात लोक बाजारासाठी जाताना एकमेकाला 'फेअरवेल' करून निघतात. नाहीच आलो तर?

एकोणतीस ऑक्टोबर २००४ला नेहमीप्रमाणेच त्यांचे शेजारीच काहीतरी बोलतील, अशी आशा करत रशियन लोक गप्पच बसले.

तीन नोव्हेंबर

सोव्हिएत ऑफ द फेडरेशनने गव्हर्नर्सच्या लोकल इलेक्शनची प्रथा संपवल्यावर शिक्कामोर्तब केलं आहे.

सहा नोव्हेंबर

आता क्रेमलिनमध्ये काम करणारा मिखैल युरिएव्ह, पूर्वीचा एक पत्रकार याने एक अजब निष्कर्ष काढला आहे. पुतिन यांच्यावर जो कोणी टीका करतो, तो रशियाचा शत्रू. *नोर्ड-ओस्त,* बेसलान, चेचन्या वॉर या विषयांवर निर्भीडपणे बोलणारे आणि योग्य मतं मांडणारे, हे सगळे शत्रू.

सैनिकांच्या मातांनी त्यांचा स्वत:चा पक्ष स्थापन केला आहे. त्यांची अध्यक्षा आहे व्हॅलेंटिना मेलनिकोव्हा. रशियात जगण्यासाठी एक सुरक्षित वातावरण तयार व्हावं आणि राज्याने लोकांबद्दल एक मानवी दृष्टिकोन स्वीकारावा, यासाठी आम्ही प्रयत्नशील असू, असं ती म्हणाली. रशियन आर्म्ड फोर्सेसमध्ये डेमोक्रॅटिक बदल

घडवून आणणं, हा मोठ्या कामाचा फक्त एक भाग आहे. आर्थिक बाबतीत आम्ही मवाळपणाकडे झुकतो आणि सामाजिक संदर्भात राज्याची जबाबदारी याबाबतीत आमचा कल समाजवादाकडे आहे.

आमच्या राजकारण्यांना आमचे प्रश्न सोडवायला वेळ नाही. त्यांना फक्त त्यांची जागा निश्चित करण्यासाठी भांडण्यातच रस आहे. निवडणुकीच्या आधी ते भले आमच्या हातात शंभर रूबल्स टेकवोत, पण आमचे जिव्हाळ्याचे प्रश्न कोणते आहेत, याचा विचार करायची त्यांना सवड नाही.

पन्नासपेक्षा अधिक विभागांतून एकशेचोपन्न प्रतिनिधी घेऊन हा पक्ष स्थापन करण्यात आला. या चळवळीमुळे हजारो सैनिकांची आयुष्यं बरबाद होण्यापासून वाचली आहेत. यूएसएसआरमध्ये १९८०मध्ये ज्या स्त्रियांनी त्यांच्या मुलांचं सैन्याच्या म्होरक्यांकडून होणारं शोषण थांबवण्यासाठी समित्या स्थापन केल्या, तेव्हापासून ही चळवळ सुरू झाली. १९८९मध्ये त्यांनी गोर्बाचेव्हला १,७६,००० सैनिकांना वेळेच्या आधी सैन्यातून मुक्त करण्यासाठी राजी केलं, ज्यामुळे ते त्यांचं शिक्षण पुढे चालू ठेवू शकले. राज्याचे विम्याचे फायदे आणि इतर बाबींसाठी या समितीच्या प्रस्तावांच्या अंमलबजावणीवर विचार करण्याचे निर्देशही देण्यात आले.

१९९१ मध्ये समितीने येल्त्सिनला भटकलेल्या सैनिकांना अभय देण्यासाठी राजी करण्यात यश मिळवलं. तसंच रूस्स्कोये बेटावर उपासमार, रोगराई आणि छळ यामुळे मरण पावलेल्या दोनशेहून अधिक नाविकांच्या मृत्यूंची चौकशी करण्यासंबंधी समितीने पाठपुरावा केला. चेचन्यातलं युद्ध थांबावं, यासाठी त्यांनी सातत्याने प्रयत्न केले. तसंच त्या युद्धात भाग घेतलेल्यांना अभय मिळवून दिलं. मृत्यू पावलेल्या आणि नावनिशाणी मागे न ठेवता गायब झालेल्या लोकांची माहिती, त्याच्यात कोणतेही फेरफार किंवा खोटी माहिती घुसवण्याचे प्रयत्न न करता संकलित केली जाईल, यासाठीही प्रयत्न केले.

सैनिकांची गुलामगिरीची प्रथा मोडीत काढून एक व्यावसायिक सैन्य त्या जागी आकाराला यावे, हा सैनिकांच्या मातांच्या समितीचा मुख्य उद्देश होता. सगळ्या लोकशाहीवादी पक्षांनी त्यांना मदत केली, पण हे अमलात आणताना मात्र जबरदस्तीने 'सक्तीच्या स्वयंस्फूर्त' तत्त्वावर केलेल्या करारावर सह्या घेणे, पगार न देणे आणि भरती केलेल्या लोकांना सरळ चेचन्याला पाठवणे, अशा प्रकारे दिलेल्या आश्वासनांची मान मुरगळण्यात आली. गेल्या डिसेंबरमध्ये झालेल्या निवडणुकांनंतर लोकशाहीवादी कायदेविषयक प्रकल्पांसाठी मोर्चेबांधणी करायला संसदेत कोणीही उरलं नाही.

२००४च्या जानेवारीत सैनिकांच्या मातांनी स्वत:चा पक्ष स्थापन करायचा निर्णय घेतला; पण एकतर ते फार खर्चिक असतं आणि नोकरशाहीच्या सगळ्या चक्रातून फिरावं लागतं. 'पाचवा कॉलम' म्हणूनही त्यांची संभावना झाली आणि

त्यांना 'अंतर्गत शत्रू' मानण्यापर्यंतही लोकांची मजल गेली.

राजकारणात टिकून राहण्यासाठी त्यांच्याकडे असलेल्या शक्ती म्हणजे त्यांची धोरणं त्यांच्या हृदयातून येतात. मतदारसंघासाठी काय करता येईल, यात कोणालाही स्वारस्य नव्हतं, तर 'टॉप डॉग' कोण असेल, याचीच चढाओढ होती. २००३मध्ये तत्त्वांशी केलेल्या तडजोडींमुळे लोकांची विरोधी पक्षांवर असलेली उरलीसुरली श्रद्धादेखील भंग झाली. परिपाक म्हणजे ड्युमामध्ये कोणाही लोकशाहीवादी किंवा मवाळांना स्थान मिळालं नाही.

ज्या तळमळीने स्वत:च्या मुलांच्या रक्षणासाठी या सैनिकांच्या माता लढतात, त्यामुळेच त्यांना शक्ती मिळते. ल्युडमिला बोगावेनकोव्हा या बुडियानोवस्कच्या बाईने सैनिकांनी वाईट वागणुकीबद्दल मिळणाऱ्या शपथेवर लिहून दिलेल्या काही थक्क करणाऱ्या कबुलीजबाबांचं एक पुडकंच सादर केलं. तिने ते कागद मिलिटरी प्रोक्युरेटर्स ऑफिसमधून आणले आहेत.

ल्युडमिला वासिलीयेवना म्हणते की, जोपर्यंत सैनिकांना ते नगण्य असल्यासारखी, गुलामासारखी वागणूक मिळते, तोपर्यंत आपल्याला ही गुलामगिरी नाहीशी करण्यासाठी लढावंच लागेल. याबाबतीत कोणतीही तडजोड चालणार नाही.

मेळाव्यामध्ये पक्षाचा जाहीरनामा काय असावा याबद्दल मुख्यत्वे चर्चा झाली. पक्षाची नोंदणी सहजपणे व्हावी, यासाठी कॉन्स्क्रिप्शनच्या मुद्याला सध्या बगल देणे योग्य ठरेल काय? किंवा मग पूर्णपणे प्रामाणिक राहून त्यांनी रशियन लोकांचा आदर मिळवावा?

मतदारांनी त्यांच्याकडे पाठ फिरवू नये म्हणून त्यांनी मग दुसरा दृष्टिकोनच स्वीकारला. 'शहाणपणाची तडजोड' करताना अधिकाऱ्यांनी त्यांना फसवण्याचीही शक्यता होती.

गुन्हेगारीविरुद्ध लढणं आणि सैनिकांची वेठबिगारी समूळ नाहीशी करणं, यासाठी समितीचा प्रतिनिधी ड्युमामध्ये असणं आवश्यक होतं. प्रभावीपणे प्रश्न सोडवण्यासाठी जर त्यांच्यापैकी काही ड्युमात डेप्युटी असतील, तर नक्कीच फरक पडेल.

पक्षाची स्थापना झाल्यावर पहिला टोस्ट होता, "टू २००७! लुक आऊट ड्युमा, हिअर वुई कम!"

सैनिकांच्या मातांच्या पक्षाकडे जगाला शिकवण्यासाठी एक धडा आहे. त्यांच्या समितीतल्या स्त्रियांची प्रामाणिक तळमळ हीच स्वत:चं भविष्य घडवायला उपयोगी पडते. बऱ्याच काळापासून आमच्या मनावर हे बिंबवण्यात आलं आहे की, एखादा लोकशाहीवादी राजकारणी जेवढा अधिक लुच्चा, तेवढा तो अधिक प्रभावी ठरतो. पण हे खरं नाही असं सिद्ध झालंय. आमच्या लोकांना हुशारी आणि चलाखीची

किंवा ज्यांच्याकडे तळमळीची वानवा आहे अशांची पर्वा नाही. आम्ही अशाच प्रकारचे लोक आहोत. प्रथम तळमळ आणि नंतर स्वच्छ डोळ्याने, सरळ विचाराने वागणं. उलट कधीच नाही.

नऊ नोव्हेंबर

याब्लोको पक्षाच्या कालुगा शाखेने उपनगरी बसमध्ये विनामूल्य प्रवास, विनामूल्य औषधं, अशा काही फायद्यांची निवृत्त कामगार आणि दुसऱ्या जागतिक युद्धाच्या वेळी होम फ्रंटवर लढा दिलेले यांच्यासाठी मागणी केली आहे. हे फायदे रद्दबातल करून त्याऐवजी महिन्याला फक्त दोनशे-तीनशे रूबल्सचं वाढीव पेन्शन देण्याचा अधिकाऱ्यांचा विचार होता. अद्याप विरोधात केलेल्या निषेधाचा सरकारी यंत्रणेने काहीच विचार केलेला नाही. पण जर एखादा ठराव संमत झाला असेल, तर मात्र पुनर्विचार करणं भाग पडेल. हा एक संवेदनक्षम विषय आहे. लाभधारक जवळपास देशाच्या अर्ध्याअधिक जनतेइतके आहेत.

*

एक जानेवारी २००५ नंतर हे फायदे कोणाला मिळतील? फायद्यांचं रूपांतर आर्थिक मोबदल्यात करण्यामागे लाभधारकांची संस्था घटवण्याचाच सरकारचा उद्देश होता, पण तर्कशुद्ध विचार करायला नक्कीच वाव आहे.

अकरा नोव्हेंबर

काराचेएव्हो-चेरकेस्सियामध्ये गंभीर परिस्थिती उद्‌भवली आहे. बॅटड्याएव्ह या अध्यक्षांच्या मेव्हण्याला अटक करण्यात आली आहे. सात तरुण उद्योगपतींना पळवून नेणं, त्यांचा खून करून शरीरं नष्ट करणं, असे आरोप त्याच्यावर दाखल करण्यात आलेले आहेत. त्यामुळे एका संतप्त जमावाने बॅटड्याएव्हच्या कार्यालयात घुसून त्याला घेराव घालून राजीनाम्याची मागणी केली आहे.

अधिकाऱ्यांपुढे धर्मसंकट उभं राहिलं आहे. बॅटड्याएव्हला फेकून देण्यात आलं, तर एक 'चेन-रिॲक्शन'च सुरू होईल. दुसरा नंबर इंगुशेटियाच्या मुरात झ्याझिकॉव्हचा लागेल. कोझॅकने लोकांना समजावून सांगितलं की, तो परत येईल आणि कामकाज पूर्वीप्रमाणे चालू राहील.

पुतिन यांच्या साधनसंपत्तीविषयीच्या धोरणासाठी हे एक संकट आहे. क्रेमलिनची बाहुली बनलेले हे स्थानिक नेते ऐनवेळी शेपूट घालून पळ काढतात.

मध्यंतरीच्या काळात अधिकारी एका जमावाला तोंड देतात. बॅटड्याएव्हच्या

कार्यालयाला जर लोकांनी बळाचा वापर करून ताब्यात घेतलं नसतं, तर कोझॅक कोठेही गेला नसता. त्याच्याबरोबर एखादी बैठक व्हावी आणि तो विषय कितीही गंभीर असला तरी लोकांना त्यासाठी निदान तब्बल सहा महिने त्याच्या डोक्यावर घणाघात करावे लागले असते.

सव्वीस नोव्हेंबर

खोडोरकोवस्कीला अटक होऊन आता एक वर्ष उलटलं आहे, पण सत्ताधिकारी त्या गोष्टीकडे दुर्लक्ष करत आहेत. सोव्हिएत युनियनच्या काळात समाज आणि राज्य यांच्यात मध्यस्थाची भूमिका केजीबीने वठवली होती. सत्ताधिकाऱ्यांना काय चाललंय त्याची विकृत माहिती पुरवण्यात येत होती. याचाच परिणाम म्हणून यूएसएसआरचा पाडाव झाला.

आजचं एफएसबी माहिती वरपर्यंत पोहोचवताना त्याच्यात गंभीर फेरबदल घडवतं, पण पुतिन यांचा सगळ्याच स्रोतांवर अविश्वास आहे. ही रक्तवाहिनी पुन्हा बंद करण्यात येईल.

अशी आशा करू या की, या खेपेस आपल्याला सत्तर वर्षं वाट बघावी लागणार नाही!

अकरा डिसेंबर

काय हा वेग! गव्हर्नरांच्या निवडणुका रद्द करणाऱ्या कायद्यावर पुतिन यांनी सह्या केल्यादेखील! आता एक जानेवारीपासून पुतिन यांना गव्हर्नरांबरोबर कोणत्याही गोष्टींची चर्चा करायला नको किंवा ते असहकार पुकारतील ही काळजी नको. एका झारला फक्त हुजरे हवेत; भागीदार नकोत. राज्याची रचना पुतिनना जशी पाहिजे तशी बदलणं हेच त्यांच्या दृष्टीने महत्त्वाचं आहे.

बेसलानच्या शहराबद्दल बोलायचं झालं तर दु:खावेगाने तेथील लोकांची मन:स्थिती अतिशय दोलायमान आहे. मुलं सापडलेली नाहीत, त्यामुळे त्यांची प्रेतयात्रा नाही किंवा शोक प्रदर्शित करायला थडगीही नाहीत. झोरिक आगेव्ह, असलान किसीएव्ह, झरिना नॉर्माटोव्हा ही सगळी १९९७मध्ये जन्मलेली कोवळी मुलं आणि अकरा वर्षांचा अझा गुमेत्सोव्हा, यांचा अद्याप शोध लागायचा आहे. दुसऱ्या वर्गात शिकणाऱ्या झोरिक आगेव्हची आई झिफा ही तर त्याच्या प्रतीक्षेत घराच्या बाहेरदेखील पडत नाही.

"तो परत आला आणि मी घरी नसले, तर काय होईल? लोकांना वाटतंय की, मी वेडी झालेय, पण मी वेडी नाही. माझा झोरिक जिवंत आहे. त्याला कुठेतरी डांबून

ठेवण्यात आलं आहे.'' झिफा सांगते.

व्यायामशाळेत मुलांबरोबर ओलीस म्हणून डांबून ठेवण्यात आल्यावर तिने स्वत:च्या स्तनांमधून मुलांना दूध पाजलं. नंतर दूध पिळून काढून तिने एका चमच्याने थेंब-थेंब इतर मुलांनाही दिलं.

एका हॉलमध्ये काही थोड्या मुलांबरोबर जमिनीवरच्या तारांवरून सरपटताना, जणू काही एखाद्या शवपेटिकेत असल्यासारखं तिला वाटलं होतं. दहशतवादी कुठेतरी गेले होते. ते ओरडून त्यांच्यासाठी पाणी आणलंय असं सांगतायत असा तिला भास झाला.

एकाएकी एका जबरदस्त स्फोटामुळे झिफा हॉलच्या खिडकीच्या बाहेर फेकली गेली. तिच्याशेजारी बसलेले सगळे जळून खाक झाले. तिचा अर्धा चेहरा वेडावाकडा झाला. तिच्या चेहऱ्यावर शस्त्रक्रिया करण्यात आल्या आहेत, पण घुसलेले चार धारदार तुकडे काढता येत नाहीत.

झिफाला अजूनही झोरिक जिवंत परतण्याची आशा आहे. त्याचं पार्थिव बॅगेतून तिच्याकडे येईल, यावर ती विश्वास ठेवू शकत नाही.

'मी पुन्हा रास्बेरी जॅम खाणार नाही.' असं ती सांगते. कारण इतस्तत: पडणाऱ्या रक्ताच्या सड्याकडे पाहत झोरिकने तिला विचारलं होतं की ते काय आहे आणि तिने उत्तर दिलं होतं की, तो रास्बेरी जॅम आहे.

मरीना किसीएव्हाने तिचा नवरा आणि मुलगा या अत्याचारात गमावला. आता तिच्यासोबत फक्त तिची दुसऱ्या वर्गात शिकणारी मिलेना ही पाच वर्षांची मुलगी आहे. तिच्या शिशुवर्गात जायला ती नकार देते आणि त्यांच्या अपार्टमेंट ब्लॉकमधल्या बायका गळा काढून रडायला लागल्या की चक्कर येऊन पडते.

स्वत:च्या मुलाला शाळेतून परत आणायला गेलेल्या आर्टरला, मरीनाच्या नवऱ्याला दहशतवाद्यांनी जागेवरच गोळ्या घातल्या, कारण त्याने स्फोटकं पेरण्यात त्यांची मदत करायला नकार दिला. त्याचा मुलगा अस्लान त्याच्या रईसा या शिक्षिकेबरोबर अगदी जवळ राहिला. रईसा त्या हल्ल्यातून बचावली, पण आता प्रोक्युरेटर-जनरलच्या कार्यालयाच्या हस्तकांनी ज्यांचा जीव वाचला, त्या शिक्षकांत 'मारेकरी' शोधायला सुरुवात केली आहे.

'मुलं वाचली नाहीत आणि हे लोक वाचले.' याचा अर्थ त्यांनी त्यांचं कर्तव्य नीट बजावलं नाही, असा काढला जात आहे. पण स्फोटापूर्वी किंवा नंतर काहीच करता येण्यासारखं नव्हतं. एका अतिरेक्याने त्याच्याकडचं थोडं पाणी आणि चॉकलेट एका रडणाऱ्या मुलासाठी त्याच्या बरोबरच्या शिक्षिकेला दिलं. 'तिला वाटलं त्यात विष तर नसेल? पण एवीतेवी मरायचं आहे, मग हे चॉकलेट का न द्यावं?' असा तिने विचार केला.

दुसऱ्या रात्री प्यायला पाणीदेखील न दिल्याने त्यांना अक्षरश: एकमेकींचं मूत्र पिऊन तहान भागवावी लागली. तीन सप्टेंबरच्या सकाळी शौचालयात गेलेल्या करिना मोलिकोव्हा या मुलीने कार्यालयातील कुंड्यांतील झाडांची काही पानं तोडून आणली आणि मग मुलांनी ती थोडीथोडी वाटून खाल्ली.

करिना आणि तिच्या आईला मारलं गेलं. कोणाची चूक आहे ही?

हल्ला होण्यापूर्वी बरेचसे लोक आजारी झाले. बेशुद्ध पडलेल्यांच्या अंगावरून त्यांना तुडवून लोक जात होते. स्फोटानंतर त्या शाळेच्या हॉलमध्ये प्रेतांचा खच पडला होता.

मिलेना, आर्टरची पत्नी आणि अस्लानची आई, त्यांच्या आवडत्या वस्तू आणि अस्लानच्या वह्या चाळत तासन् तास घालवते. पहिले दोन महिने ती पूर्णपणे थिजून गेली होती. तिच्या मुलीचीही तिला शुद्ध राहिली नव्हती. एक सप्टेंबरनंतर लोक खातात-पितात हे बघून तिला चीड यायची. त्या ओलीस ठेवलेल्या मुलांना त्यांनी खायला-प्यायला का दिलं नव्हतं?

मिलेना म्हणते की, मला आता कळून चुकलंय की, माझी कोणी मदत करणार नाही. कुठे आहेत ते पुतिन? मला वाटतं प्रेतांची ओळख पटवण्यासाठी हातात एक हातोडा घेऊन हुकूम देत बसला असेल. ठीक आहे, निदान मग काही पालकांना तरी शांतता मिळेल आणि त्यांच्या मुलांची थडगी बांधून तिथे शोक व्यक्त करता येईल.

जळून कोळसा झालेल्या मुलांची शरीरं डीएनए चाचणीने ओळख पटवण्यासाठी रोस्तोव्हच्या फोरेन्सिक लॅबमध्ये नेण्यात आली. पण ती एवढी होती की, त्यातली काही तिथेच, ओळख न पटवताच पडून राहिली. लोकांनी मग ती परत त्यांच्या घरी नेली. हे एक लहानसं गाव असल्याने सगळ्या मुलांचे कपडे जवळजवळ सारखेच असतात; त्यामुळे सगळाच गोंधळ उडाला. शवागारात फिरताना आम्ही प्रत्येक बॅगेत शोध घेत होतो, काही खूण पटते का ते बघत होतो, पण मुलांच्या मृत देहांची अदलाबदल होऊन पालकांना शेवटी दुसऱ्याच मुलांची दफनक्रिया करावी लागली. चुकीच्या मुलांना दफन केलेल्या पालकांना आम्ही ती प्रेतं पुन्हा थडग्यातून बाहेर काढायला सांगितली.

स्वेता नावाच्या एका कोरिअन मुलीचे पाय स्फोटात उडून गेले होते आणि तिच्या शरीराची ओळख पटू शकत नव्हती. शेवटी डीएनए चाचणीमुळेच तिची ओळख पटली.

दुसरी एक मुलगी, एम्मा खेएव्हा, ही एक उत्साहाने सळसळणारी मुलगी होती. हसतमुख आणि सगळ्यांशी आपुलकीने वागणारी. तिचे आईवडील नशिबाने तिचं उघड्या शवपेटिकेत दफन करू शकले.

एम्मा, स्वेता आणि अझा या तीन गोजिरवाण्या, जीवनाबद्दल उत्साह असणाऱ्या

मुलींची प्रथम व्यायामशाळेत ताटातूट झाली. पण तीन सप्टेंबरला त्या एकमेकींपर्यंत पोहोचण्यात यशस्वी झाल्या होत्या. त्यांना त्यांच्या मैत्रिणीचा, मरिना साझानोव्हाचा, त्यांच्या एका वर्गमैत्रिणीचा वाढदिवस साजरा करायचा होता आणि त्या शेवटच्या एका खिडकीजवळ बसलेल्या दिसल्या.

"पण त्या बाजूच्या भिंतीजवळ बसलेलं कोणीही वाचलं नाही." रिम्मा ही अझाची आई सांगते.

राज्याच्या या अशा यंत्रणेबद्दल कोणाला आदर वाटणार आहे? जी त्यांच्या नागरिकांना पुन:पुन्हा एखाद्या मनोरुग्णाप्रमाणे अशा भयंकर प्रसंगांना तोंड द्यायला भाग पाडते. प्रथम *नोर्ड-ओस्त*, नंतर बेसलान. राज्य नेहमीच कोणतीही जबाबदारी घ्यायला नकार देतं आणि त्यांच्या सगळ्या कर्तव्यांची सरमिसळ करून टाकतं.

प्रेतांना पुन्हा उकरून काढायचं का? ज्यांना या प्रकाराची सर्वाधिक झळ पोहोचलीय त्यांच्यावरच हा विचार सोडावा लागेल. त्या सर्वांना एकमेकांविरुद्ध लढवा आणि मग ते डिझासोखोव्ह आणि पुतिन यांच्या विरोधात निषेध व्यक्त करणंच विसरून जातील. दीर्घ कालावधीसाठी ते लोक एका खऱ्याखुऱ्या चौकशीची मागणी करणार नाहीत. त्यांना दुसऱ्या गोष्टींची चिंता असेल.

बेसलानला जे घडलं, त्यातून राज्याने त्यांचं अंग काढून घेतलं आहे. बेसलान शहराला त्यांनी त्यांच्या एकान्तवासात, दु:खात चूर होऊन राहण्यासाठी त्यागलं आहे. रशियात इतर कोणाला हे माहीत करून घ्यायचं नाही.

बारा डिसेंबर

मॉस्कोमध्ये नॅशनल सिटिझन्स काँग्रेसने रशियाच्या सगळ्या भागातून प्रतिनिधी एकत्र आणले आहेत. आशा होती की, देशाचं त्यामुळे काहीतरी भलं होईल.

पण जॉर्जी साराटोव्ह आणि ल्युडमिला अलेक्सेयेवा ज्यांनी हे आयोजन केलं होतं, त्यांना क्रेमलिनला दुखवायचं नव्हतं. त्यामुळे ज्यांनी कोणी पुतिन यांच्यावर सडकून टीका केली, त्या सर्वांना त्यांनी बाद केलं. म्हणून मग सत्र संपेपर्यंत कोणीच उरलं नाही. गॅरी कास्पारॉव्ह आल्यावर काहींनी 'कास्पारॉव्ह फॉर द प्रेसिडेंट!' अशा घोषणा दिल्या; पण त्यामुळे नाराज झालेल्या संयोजकांनी कास्पारॉव्हला एका बाजूला दुर्लक्षित करून वगळलं.

सगळी नुसती वायफळ बडबडच होती. खरंच एक अतिरिक्त संसदीय लोकशाहीवादी विरोधी पक्ष सध्या अस्तित्वात आहे का? सध्याच्या भ्रष्टाचारी समाजात जे लोक अधिकाऱ्यांशी संधान बांधून निधी गोळा करतात, त्या वातावरणात श्वास घेणं या लोकांना जमेल का?

रशियातला राजकीय लढा तिरस्कारावर उभा राहू शकत नाही. डेमोक्रॅट्सना त्यांचा प्रचार या आधारावर करता येणार नाही. त्यासाठी काहीतरी सकारात्मक कल्पना पाहिजे. लोकांना निदान सत्तरी गाठू द्या, अशी मागणी करता येईल!

मवाळ आणि लोकशाहीवादी २००५च्या नववर्षाकडे एखाद्या झोपेत चालणाऱ्या माणसाप्रमाणे वाटचाल करत आहेत. आपला पराभव का झाला, याचं वस्तुनिष्ठ विश्लेषणदेखील त्यांनी केलेलं नाही.

येल्त्सिन हा एक खरा डेमोक्रॅट होता, असं भासवून बराच काळ त्यांनी लोकांना मूर्ख बनवण्याचा प्रयत्न केला. पण एक वेळ अशी झाली की, ही परीकथा फार काळ टिकू शकली नाही आणि डेमोक्रॅट हा शब्द चक्क एक घाणेरडा शब्द ठरला. लोकांनी त्याचं नामकरण 'डेमोक्रॅट'ऐवजी 'डर्मोक्रॅट' (शिटोक्रॅट) असं केलं. कम्युनिस्ट, स्टालिनिस्ट आणि जनतेने तो शब्द उचलून धरला.

डेमोक्रॅट्समुळे वाढती महागाई, चेचन्याचं युद्ध आणि चलनघोटाळा हे सगळं घडून आलं होतं.

लोकांनी येल्त्सिनला निवडून दिलं होतं, ते 'दगडापेक्षा वीट मऊ' म्हणून. पण त्यांच्या पदरात निराशाच पडली. गव्हर्नमेंटच्या साधनसंपत्तीचा अपहार, दूरदर्शन वाहिन्यांचा दुरुपयोग आणि येल्त्सिनच्या 'चाऊस-लीडर्स'च्या प्रचार मोहिमांसाठी त्यांचा उपयोग, हे सगळं बघून लोक वैतागून उलट फिरले. लोकशाहीच्या या धिंडवड्याकडे डेमोक्रॅट्स शांतपणे बघत बसले. लोकशाहीला वाचवायला सत्याचा बळी द्यायलाही हरकत नाही, असेही प्रलाप लोकांना ऐकावे लागले.

येल्त्सिनने पुतिन यांना त्याचा वारस जाहीर केला. चेचन्यामध्ये शेकडो लोक मृत्युमुखी पडत असताना क्रेमलिनने सगळ्या खासगी टीव्ही चॅनल्सना फक्त करमणुकीचे कार्यक्रम दाखवायची परवानगी दिली आणि सगळ्या न्यूज कव्हरेजचा ताबा स्वत:कडे राखून ठेवला.

ही उंटावरची शेवटची काडी होती. निवडणुकीत फसवणूक, गैरप्रकार आणि राज्याची दमदाटी याचंच वर्चस्व होतं. तेरा वर्षांच्या रशियन लोकशाहीचा वारसा इतका भयानक आहे की, रशियन लोक आता सगळ्या राजकीय गोष्टींबद्दल विरक्त आहेत.

दहा-चौदा डिसेंबर

ब्लागोवेश्चेन्स्क येथील एका कॅसिनोमध्ये घडलेल्या प्रकारात डेप्युटी मिनिस्टर ऑफ द इंटिरिअर ऑफ बाश्खिरीया याने चाळीसहून अधिक मिलिशियामेन पाठवून तिथे दंगा केला. या विशेष कारवाई गटाने कॅफेतल्या हाताला लागतील त्या

माणसांना पकडून आणि ओढून हाताचे ठसे घेऊन, मारझोड करून त्यांना कोऱ्या जबाब अर्जावर सह्या करायला लावण्यात आलं.

सगळ्या लोकांसमोर झडती घेतल्यावर मुलींना शहराच्या इंटर्नल अफेअर्स संचालनालयाच्या पहिल्या मजल्यावर एका खोलीत नेऊन विशेष कारवाई गटाच्या ट्रूप्सनी त्यांचा उपभोग घेतला, कारण साक्षीदारांनी सांगितलं की, अर्धी बादली भरून कंडोम्स नंतर बाहेर आणण्यात आले. पुढल्या चार दिवसांत पुरुषांना मारहाण करण्यात आली आणि स्त्रियांवर बलात्कार करण्यात आले. स्थानिक टॅक्सीचालकांनी सांगितलं की, ट्रूप्सनी त्यांना व्होडका आणायला पाठवून स्थानिक स्वीमिंग पूलवरच्या मुलींवर अत्याचार केले, कारण त्यांच्या किंकाळ्या बाहेर ऐकू येत होत्या. हे हल्ले नंतर शेजारच्या गावांतही पसरले.

या सत्यावर पांघरूण घालण्यासाठी मोठ्या प्रमाणावर साक्षीदारांना धमकावून सरकारी प्रयत्न करण्यात आले.

चौदा डिसेंबर

बोलशॉय चेरकास्की लेन येथील अध्यक्षीय प्रशासनाच्या स्वागतकक्षात विद्यार्थी आणि शालेय विद्यार्थ्यांचा एक गट प्रवेशला. नॅशनल बोल्शेविक पार्टीशी तो गट संबंधित होता. स्वत:भोवती बॅरिकेड तयार करून त्यांनी त्या तळमजल्यावरच्या कार्यालयातील खिडकीतून मोठ्याने ओरडून घोषणा द्यायला सुरुवात केली, ''पुतिन, चालता हो!'', ''पुतिन *कुर्स्क*बरोबर बुडून जा!'' आणि अशाच प्रकारच्या इतर घोषणा त्यांनी दिल्या. पंचेचाळीस मिनिटांनंतर OMON आणि फेडरल संरक्षण सेवांच्या एकत्रित प्रयत्नाने त्या सर्वांना अमानुषपणे थोपवण्यात आलं. लिरा गुसकोव्हा ही बावीस वर्षांची मुलगी तुरुंगाच्या रुग्णालयात फ्रॅक्चर झाल्याने दाखल करण्यात आली. सैनिकांनी येवजेनी तारनिन्कोचं नाक मोडलं. व्लादिमीर लिंडू, एक तेवीस वर्षांचा तरुण, त्याच्या पायांना इजा झाल्याने जखमी झाला. त्याचं नागरिकत्व डच आणि रशियन असं दुहेरी होतं.

भाग तिसरा

आमचा असमाधानी हिवाळा आणि उन्हाळा

जानेवारी-ऑगस्ट २००५

युक्रेननंतरचा रशिया, कर्गिझियाच्या पद्धतीने

डिसेंबर २००४च्या 'ऑरेंज रेव्हॉल्यूशन'ने रशियन राजकीय मंदीचा शेवट केला. समाजाला खडबडून जाग आणली. त्यांच्या 'मैदान चौका'ची सर्वांना असूया वाटली. "अरे देवा, आम्हीपण त्या युक्रेनसारख्या लोकांप्रमाणे का नाही?" लोक विचारत होते, "ते अगदी आमच्यासारखेच आहेत, फक्त...."

प्रत्येकाचा स्वतःचा असा एक स्वतंत्र मुद्दा होता वाद घालण्यासाठी. 'आम्ही आणि युक्रेनिअन अगदी एका शेंगेतले एकसारखे दाणे असावेत, तसे आहोत. रशियात राहणारे बहुसंख्य लोक एकतर शुद्ध युक्रेनिअन तरी असतात, नाहीतर निम्मे किंवा पावपट युक्रेनिअन. सोव्हिएत युनियनमध्ये मॉस्कोपासून जवळच असं किव्हपेक्षा दुसरं शहर नव्हतं. आमची आयुष्यं एकमेकांत अशी काही गुंतून गेली होती, की आम्हाला कधीकाळी विभक्त करण्याचा प्रश्नच नव्हता. यूएसएसआरची फाळणी झाल्यावरदेखील बऱ्याच रशियन लोकांना असंच वाटत होतं की, युक्रेन हा त्यांचाच एक उपविभाग बनून राहील. मॉस्कोच ठरवेल किव्हसाठी काय योग्य आहे ते.'

पण सगळं काही वेगळंच घडलं. राजधानी मॉस्को स्वतःला इतर वसाहतींपेक्षा वेगळं समजू लागली, तर अन्य वसाहतींमध्ये वैशिष्ट्यपूर्ण बदल घडून आला आणि एका नवीनच राष्ट्राची निर्मिती झाली.

'ऑरेंज रेव्हॉल्यूशन'मुळे रशियामध्ये कुठलाही राजकीय वणवा पसरल्यासारखी पेटून उठलेली परिस्थिती निर्माण झाली नाही. राजकीय भावनांनी विरोध करण्याच्या वृत्तीला खतपाणीच घातलं. निदान बैठकीच्या दिवाणावरून उठून लोकांनी निदर्शनं करण्याचा विचार करावा, एवढंतरी त्यामुळे साध्य झालं. पण हे सर्व चाललं जानेवारी २००५ पर्यंतच. जानेवारी महिन्यात लोकांनी निदर्शनं केली. त्यांची मागणी होती, वस्तूंच्या स्वरूपात न देता निदान प्रतीकात्मक म्हणून पैशांच्या स्वरूपात भरपाई देण्यात यावी. कायद्याच्या विरोधात उठवलेल्या आवाजामुळे एक

जानेवारीपासून त्यांच्या मागण्यांनुसार फायदे देण्यात यायला लागले. लोकशाहीच्या मार्गाने विरोध करण्याच्या पद्धतीचे पुनरुज्जीवन होण्याच्या आशा पल्लवित झाल्या.

*

जानेवारी महिन्यात दुसरं काही नाही, निषेधाच्या सभाच घेण्यात आल्या. आजारी माणसांचा विनामूल्य औषधं मिळण्याचा हक्क गेला, तर सैनिकांचा टपालाची तिकिटं न लावता घरी पत्र पाठवण्याचा; त्यांच्याकडे तर पैसेच नसतात, मग घरी पत्रं पाठवणार तरी कशी?

गरोदर स्त्रियांनी पगारी रजा मिळण्याचा हक्क गमावला. कमालीचा खाली गेलेला जन्मदर उंचावण्याच्या दृष्टीने हा काही फार चांगला मार्ग नव्हता.

(२००४ च्या उन्हाळ्यात ड्युमाने जेव्हा सुधारणांना मंजुरी दिली, त्यावेळेस ॲना युरल्सच्या येकटेरिनबर्ग येथे होती. तिने त्यावेळी लिहिलं....)

चेचेन युद्धात पूर्वी भाग घेतलेले वीस हजार सैनिक स्वेर्डलोवस्क विभागात राहतात. दहशतवादाच्या विरोधात राबवलेल्या मोहिमेत भाग घेतला होता, म्हणून ते सर्वजण मदत मिळण्यास पात्र आहेत. शासनाने मदतीच्या योजनांत जो बदल घडवलाय, ती एक त्यांच्याविरुद्धची मोहीम आहे, असं त्यांना वाटतं.

युरल्समध्ये राहणारे चेचेन जेमतेम पोटापुरतं मिळवतात. त्यांना नोकरी द्यावी किंवा शिकवावं, असं कोणालाच वाटत नाही. मग बरेचजण दारुडे होतात, नशेत चूर राहतात, नाहीतर चोऱ्या करतात; त्यांचा शेवट तुरुंगात होतो. रेदिनो गावात त्यांनी तुरुंगात पूर्वी चेचेन युद्धात भाग घेतलेल्या सैनिकांची संस्था स्थापन केली आहे.

मोफत चालवण्यात येणाऱ्या संस्थांत या लोकांचं स्वागत होत नाही आणि खासगी सेवांचा लाभ घेण्यासाठी त्यांच्याकडे पैसे नाहीत. एखाद्या महारोग्यासारखं त्यांना सगळीकडून हाकललं जातं आणि मग ते त्यांच्याच विश्वात गिरक्या घेत राहतात.

अशा तऱ्हेने 'चेचेन' संस्था तयार होतात. समाजाकडून मिळणाऱ्या मदतीकडे ते त्यांच्या आयुष्यात झालेल्या उलथापालथीबद्दलची ती थोडीशी परतफेड आहे, या दृष्टिकोनातून बघतात. ही मदत समूळ नाहीशी करून त्याच्याऐवजी किरकोळ रकमेची मदत सरकारने देणं, हा त्यांच्यावरचा एक जीवघेणा वारच आहे. ज्या राष्ट्रासाठी त्यांनी त्यांचं आयुष्य पणाला लावलं आणि आरोग्याची अक्षम्य हेळसांड केली, त्या मोबदल्यात त्यांच्या पदरात काय पडलं?

ही मदत थांबल्याने जखमी झालेले, अपंग असलेले यांना सरळसरळ मृत्यूलाच कवटाळावं लागेल. बऱ्याच जणांच्या आत्तापर्यंत टिकून राहिलेल्या नोकऱ्या जातील. सगळ्या अडचणींतूनदेखील शिक्षण घेणाऱ्यांच्या सवलती बंद होतील. या सवलती

त्यांना खूप प्रयत्नांनी मिळालेल्या होत्या.

रुसलान मिरोनोव् हा एक दुसऱ्या प्रकारचं अपंगत्व आलेला तरुण आहे. त्याच्या चेहऱ्यावर एक मित्रत्वपूर्ण दिलखुलास हसू आहे; सहसा चेचेन युद्धात सहभागी झालेल्या सैनिकांच्या चेहऱ्यावर न आढळणारं. तो कुठलंही प्रदर्शन करत नाही किंवा कोणतीही पदकं छातीवर मिरवत नाही. एरवी तो एखादा सरळसाधा तरुणच वाटला असता, पण त्याच्या डोक्याला गंभीर इजा झालेली आहे. त्याचा अर्धा चेहरा वाकडा झाला आहे. त्याचे दंडपण जखमांनंतर अक्षरशः तुकडे तुकडे एकत्र करून जोडण्यात आले होते.

आम्ही एका माजी सैनिकांच्या संस्थेच्या कार्यालयात बसलो आहोत. येकटेरिनबर्ग, आर्सेनल ३२ या ठिकाणी. अपंग झालेल्या माजी सैनिकांची ही एक सर्वांत मोठी स्वेर्डलोव्स्कची संस्था आहे.

"रुसलान, तू तर उघड उघड स्वावलंबी दिसतोस. मदतीबाबत शासनाने घडवलेल्या बदलांमुळे तुझं काय नुकसान होणार आहे?"

"मी सगळंच हरवून बसत चाललोय." रुसलान उत्तरतो, "आणि मला त्याची सल आहे. मी अपंग आहे, पण मी माझं निवृत्तिवेतन कधी घेतलं नाही आणि माझ्या प्रश्नांनी इतरांवर ओझं झालो नाही. मी एक छोटासा व्यवसाय करतो आणि वर्षाला एकोणीसशे पौंड मिळवतो. माजी सैनिकांना हक्काने मिळणारी करातली सवलत मी झगडून मिळवली, पण आता मला ४८.५ टक्के कर माझ्या मिळकतीतून द्यावा लागेल. म्हणजे माझ्या मिळकतीतली जवळजवळ निम्मी रक्कम! माझ्या व्यवसायाचा व्यापारी संदर्भच नाहीसा झालाय. मी गरीब झालोय."

याच्या जोडीनेच रुसलानला अपंग कामगारांना मिळू शकणारा आर्थिक फायदा लागू होता. म्हणजे तो त्याच्या चेचेन कॉम्रेड्सना मदत करू शकत होता. या चेचेन कॉम्रेड्सना कामावर घ्यायला इतर मालक तयार नसत, कारण ते लोक काम चांगलं तर करत नाहीतच, पण प्रश्न निर्माण करतात, अशी त्यांची प्रसिद्धी होती.

"एका अपंग कामगाराला जर समजा एकशेसाठ पौंड पगार महिन्याला मिळत असेल, तर त्याला कर भरावा लागत नव्हता." रुसलान पुढे स्पष्ट करतो, "ही सूटदेखील काढून घेण्यात आली आहे. त्याला राज्य शासनाला चार हजार रूबल्स कराच्या स्वरूपात द्यावे लागतील. दुसऱ्या शब्दांत, त्याला मिळणाऱ्या दोन हजार रूबल्सच्या दुप्पट रक्कम! समाजावर ओझं बनण्याची इच्छा नसलेल्या अपंगांबद्दलचा हा काही व्यवहार्य दृष्टिकोन नव्हे. अपंगांना असं वाटेल, ते लोक आम्हाला आधार देण्यासाठी सगळं काही शक्य असेल ते करतील. आमचा व्यक्तिगत पुढाकार वाढवण्यासाठी आम्हाला सक्षम बनवतील. म्हणजे मग आम्ही निव्वळ घरात पडून राहणार नाही किंवा दरवाजात दारू पिऊन पसरणार नाही. पण आता तर ते

आम्हाला भंगाराच्या ढिगाचा एक भाग व्हायला भाग पाडत आहेत.''

रुसलान पुढे सांगतो, ''हेमंत आणि शिशिर ऋतूंत मला अर्ध्या तिकिटावर हवाई आणि रेल्वेमार्गाने प्रवास करण्याचा हक्क होता. तो खरंच फार मोठा फायदा होता, कारण माझे पालक काळ्या समुद्राजवळ अनापा येथे राहतात आणि माझी सासू नोव्हेसिबिर्स्क येथे आहे. त्या सुविधेचा मी बराच उपयोग केला.''

''कृत्रिम दातांच्या कवळ्या विनामूल्य बसवून मिळण्याचा हक्कही हिरावला गेला. त्याने खूपच फरक पडला. कारण आम्ही जवळजवळ सर्वजण चेचन्याहून आमचे दात गमावून आलो होतो. रुग्णालयात भलीमोठी रांग लागली आहे. आणि आता? अपंगांसाठीची 'सोशल पॅकेज' योजना आहे दोन हजार रूबल्स, ज्यांनी लढाईत भाग घेतला होता त्यांना पंधराशे रूबल्स, जे मृत्यू पावले त्यांच्या कुटुंबीयांसाठी एकूण साडेसहाशे रूबल्स. आता कृत्रिम दात काय घेणार, अशक्यच!''

१९७६ मध्ये जन्मलेल्या सर्गी डॉमरचिव्हच्या एका फुप्फुसात छिद्र आहे. कवटीच्या काही भागांत टिटॅनियमची प्लेट बसवण्यात आली आहे. आज सर्गी हा येकटेरिनबर्गच्या मध्यमवर्गीयांचा नमुनेदार प्रतिनिधी आहे.

त्याच्या आटोपशीर झिगुलीतून तो आत्मविश्वासाने रस्त्यातून फिरतो. अंगावर एक नेटका सूट आणि त्याला जुळणारा काळजीपूर्वक शोधून काढलेला टाय लावून. तो नीटनेटका, व्यवस्थित आणि स्वत:वर विश्वास असलेला असा आहे. त्याला बघणं, त्याच्याशी बोलणं, हा एक सुखदायी अनुभव आहे. एका सुंदर, सुशिक्षित आणि स्वतंत्र वृत्तीच्या स्त्रीशी त्याचा विवाह झाला आहे. त्याने प्रथम पदवी परीक्षा दिली आहे. दुसऱ्या परीक्षेसाठी तो अभ्यास करतो आहे आणि त्याला त्याचं काम आवडतं.

''युद्धात भाग घेतलेले जेवढे लोक मला माहीत आहेत, त्यापैकी दहाजणांतला फक्त एक माणूस, या प्रमाणात ते आपल्या पायांवर परत आले. बाकीचे लोक पितात किंवा मग काहीच करत नाहीत. ते त्यांच्या पालकांबरोबर राहून त्यांच्या जिवावर जगतात. आम्ही लोकांना घाबरवतो, त्यामुळे बहुतेक 'चेचेन' लोक सुरक्षारक्षक म्हणून काम करतात. खासगी सुरक्षा कंपन्यांत माजी अफगाण सैनिक त्यांना नोकरीवर ठेवतात. अफगाण लोक आम्हाला मोठ्या प्रमाणात घेतात, पण तेही तेवढे उत्सुक नाहीत.''

''पण बरेच चेचेन लोक नागरी जीवनात स्थान न मिळाल्याने करार करून पुन्हा चेचन्याला जातात. तुला नाही का तशी ऊर्मी येत?''

''मला चालेल तिथे परत नाही गेलो तरी.'' तो हसतो.

''पण बाकीचे लोक तसं का करतात?''

''ते तसं का करतात, हे पूर्णपणे स्पष्ट आहे. तुम्हाला जे आवडेल, ते तुम्ही

करू शकता. कोणाला गोळी घालायची असेल, तर घालू शकता. तिथे कुठले कायदे नाहीत. तेच त्यांना आवडतं.''

''त्या पातळीपर्यंत खाली न उतरणं ते कसं काय जमवलंस?''

तो पुन्हा हसतो. ''मी राज्यापासून स्वतंत्र झालो. चेचन्याहून मी परतल्यावर आयुष्यात असा एक क्षण आला, जेव्हा मला जाणवलं, की एकतर मी इतरांबरोबर रसातळाला जाईन किंवा मग पुन्हा एकदा नव्याने सुरुवात करेन. मी माझं शौर्यपदक कधीही धारण करत नाही. मी टिकून राहू शकलो, कारण मी सर्व काही विसरून गेल्याचं दाखवलं आणि जणू काही त्यापैकी काही घडलंच नाही, अशा प्रकारे जगायला सुरुवात केली.''

२००५ मध्ये तो शासनातर्फे दिल्या जाणाऱ्या घरांसाठी लावल्या गेलेल्या रांगेत पुढच्या स्थानावर असता, पण आता शासनाने त्याचा तो अधिकारदेखील नाहीसा करून टाकला आहे.

''मला नेहमीच ठाऊक होतं की, सरकारी अधिकाऱ्यांवर कधीही अवलंबून राहून चालणार नाही. ते नेहमीच तुमचा घात करतात.'' सर्गी म्हणतो. ''अर्थात, मी हे सगळे फायदे गमावून बसलोय. विशेषत: घरासंबंधीचे; हे लाजिरवाणं आहे. सगळंच जर मोडकळीला आलं तर दु:खदायकच असेल.'' सर्गी त्याचा भाड्याने घेतलेला, त्याच्या बायकोसह राहत असलेला छोटासा फ्लॅट मला दाखवतो. ''अपार्टमेंट विकत घेणं मला अद्याप शक्य नाही. मी कष्ट करतो, पण एकाच वेळी विविध कामं करणं मला जमत होत नाही. भविष्यातदेखील मला ते शक्य होईल असं वाटत नाही.

''सध्यातरी मी काम करतोय, पण माझ्या डोक्यात बसवलेली ही प्लेट बदलून दुसरी बसवावी लागेल. मला पैशांची गरज आहे, ते मला कमवावे लागतील आणि शस्त्रक्रियेसाठी वेगळे काढून ठेवावे लागतील.''

आम्ही एका असाधारण राज्यात राहतोय. या राज्याला लोकांना 'डेड एंड'पर्यंत ढकलत नेऊन गंमत बघायला मजा वाटते. ते लोक समर्थ असले, स्वत:च्या पायावर उभे राहू इच्छित असले, तरीही. आता प्रश्न आहे तो कोणत्या प्रकारच्या नागरिकांना अशा प्रकारच्या राज्याला प्राधान्य द्यावंसं वाटतं? दारू पिऊन रिकामटेकडेपणात वेळ घालवणारे आळशी की ज्या लोकांना कृतिशील आयुष्य जगण्याची इच्छा आहे ते? आज हे राज्य अशा लोकांना अधिकाधिक गरीब बनवत आहे, ज्यांना खरं म्हणजे स्वावलंबी बनण्यासाठी मदत करायला पाहिजे.

'गरिबीशी लढा' हे अध्यक्षांचं नवीन धोरण आहे असं एकीकडे सांगत, ज्या लोकांनी स्वत:चा उदरनिर्वाह चालवण्यात यश मिळवलंय, त्यांनाही विपन्नावस्थेत जाण्याची सक्ती केली आहे. ज्या लोकांचे आयुष्य या शासनाने उद्ध्वस्त केले आहे,

त्यांना हा फायद्यांच्या बाबतीत केलेला आमूलाग्र बदल म्हणजे उंटाच्या पाठीवरची शेवटची काडी ठरावी. बरेच चेचेन लोक म्हणतात की, हे त्यांच्या पचनी पडणं कठीण आहे. 'सर्व्हायव्हल ऑफ द फिटेस्ट?' समाजकल्याणाबद्दलचं हे काही आदर्श धोरण नव्हे. जे कमकुवत आहेत, त्यांनी काय मरून जायचं?

नादेझ्दा सुझद्लोव्हा तिच्या व्हिलेज बॉयलर हाऊसमध्ये कामाला जाताना स्वत:चा मुलगा तोल्गा, याला घरात कुलूपबंद करून जाते. तो अठ्ठावीस वर्षांचा एक माजी सैनिक आहे. त्याला कॅटॅगरी – एक या प्रकारचं अपंगत्व आहे. छातीपासून खाली त्याला अर्धांगवायू झाला आहे. जणू काही एक बोलणारं डोकं. दंड आणि कोपरं हेच फक्त त्याचे आधार, त्याच्या बधिर शरीराचे. दाट वस्तीच्या युरल्सच्या एका दुर्गम ठिकाणी कार्पुशिखा या गावात ते दोघं राहतात. तिथलं विभागीय केंद्र आहे किर्वोग्राद्. दाट जंगलातल्या मार्गापासून अडतीस किलोमीटर दूर. अशा प्रकारच्या ठिकाणांपासून तरुणांना कॉकासस येथे लढण्यासाठी पाठवण्यात येतं. स्वत:च्या मुलांना वाचवण्यासाठी त्यांच्या माता काही रेल्वेच्या रुळांवर स्वत:ला झोकून देत नाहीत.

लढाईहून ते अशा प्रकारच्या दुर्गम ठिकाणी परततात. कार्पुशिखा हे गाव आज 'तडीपारांची वस्ती' म्हणून ओळखलं जातं. सगळ्या समाजविघातक कंटकांना त्या ठिकाणी तडीपार करण्यासाठी; नवीन काळाबरोबर जमवून घ्यायला असमर्थ ठरलेले लोक; ज्यांना येकटेरिनबर्गमधून अनेक वर्षांच्या थकीत भाड्याच्या तुंबलेल्या देण्यांसाठी हाकलून देण्यात आलंय. सुझारलोव्ह राहतात त्या फ्लॅटच्या ब्लॉकच्या प्रवेशद्वाराजवळ दारुडे, उनाड आणि नशेत चूर राहणारे लोक पडलेले असतात. शिव्या देत, ओरडत, हेलपाटत ते एकमेकांच्या ढुंगणावर लाथा घालत हिंडत असतात. जे काही किरकोळ चोरण्यासारखं असेल, त्यावरही ते डल्ला मारत असतात. अगदी ब्रश, चहाच्या किटल्या, पाण्याची भांडी आणि हात धुण्याचे बाऊलदेखील. अशा प्रकारच्या शेजाऱ्यांपासून बचाव करण्यासाठी नादेझ्दाला तिच्या मुलाला, तोल्गाला घरात कुलूपबंद करून ठेवावं लागतं. त्यांच्या चोरटेपणाला तोल्गा थांबवू शकणार नाही.

या चोरलेल्या वस्तू किरकोळ असल्या तरी त्या वस्तू पुन्हा परत मिळवणं कठीणच असतं. उदाहरणार्थ, नळाची चावी. तोल्गा आणि त्याची आई अपंगत्वाच्या मिळणाऱ्या दर महिना बाराशे रूबल्स म्हणजेच तेवीस पौंडांवर जगतात. सहा महिने लोटून गेले तरी नादेझ्दाला तिचा पगारदेखील मिळालेला नाही.

तोल्गाची कहाणी प्रातिनिधिक आहे. ती सांगते, "तो संध्याकाळी रडतो." आणि हे सांगत असताना नादेझ्दादेखील रडू लागते. बिछान्याला खिळलेल्या तिच्या मुलाला सांभाळता सांभाळता ती पार थकून गेली आहे. "पण काय बोलणार?

तोल्गाला मी सांगायची, प्रतिकार कर, दारू पिणं थांबव, पण आता फार उशीर झालाय. ते सगळं मागे पडलंय.''

शाळा सोडली तेव्हा तोल्गा एक अनभिज्ञ, देखणा मुलगा होता. त्याला ताबडतोब चेचन्याला पाठवण्यात आलं. परत आला तेव्हा तो मानसिकदृष्ट्या पार उद्ध्वस्त झाला होता. जसे इतर जण होतात तसाच! त्याचं काहीही पुनर्वसन न करताच त्याला सरळ कार्पुशिखाला पाठवून देण्यात आलं. जिथे 'पुनर्वसन' म्हणजे दारुडेपणा आणि नशेच्या गोळ्यांचं सेवन!

त्यानंतर लगेचच तोल्गा सैरभैर झाला आणि त्याने लेविखा येथील एका दुकानाची तोडफोड केली. ते गाव त्यांच्या गावाच्या शेजारीच होतं. कोर्टात दुकानाच्या व्यापाऱ्यांनी सांगितलं की, विचित्र गोष्ट म्हणजे त्याने काहीही चोरलं नाही किंवा कोणाला मारलंदेखील नाही. मग इतर स्वेरद्लोव्हस्क विभागातल्या निम्म्याहून अधिक 'चेचेन'सारखा तोही तुरुंगात गेला. एका सर्वसाधारण माफीच्या आधारावर त्याला सोडण्यात आलं आणि तो पुन्हा दारू प्यायला लागला. लवकरच त्याला अर्धांगवात झाला. डॉक्टरांनी त्याच्या आईला ''जास्त मनावर घेऊ नकोस.'' असं सांगितलं. त्याचं रोगनिदान होतं, 'तीव्र स्वरूपाचा मेंदूविकार संसर्ग'. ज्यामुळे तो पाच दिवसदेखील तग धरणार नाही, असं त्यांचं मत पडलं.

''वस्तुत: तो एका वर्षापेक्षा अधिक काळ जगलाय.'' बिछान्याजवळच्या एका बसक्या बाकावर बसून त्याची आई सांगते. तिच्या डोळ्यांत आनंद असतो. ''सुरुवातीला मी त्याला जेवण भरवायचे, पण आता त्याने स्वत: जेवायला सुरुवात केली आहे.''

ते काहीही असलं तरी तोल्गाचा आजार जेवढा तीव्र स्वरूपाचा आहे, तेवढाच बरा न होणारादेखील! त्याला एच.आय.व्ही.चा संसर्ग झाल्याचं निदान करण्यात आलंय. त्याला एच.आय.व्ही.ची लागण कशी झाली? कार्पुशिखामध्ये की रुग्णालयात? काही सांगता येत नाही. त्यांच्या प्रतिष्ठेला साजेसं होईल अशा गौरवास्पद रीतीने तोल्गाचं आयुष्य त्याच्या देशाने त्याला जगू दिलं पाहिजे.

तो ज्या खोलीत पडून आहे, ती खोली स्वच्छ आहे, पण आजाऱ्याच्या खोलीचा तेथील वास नाहीसा झालेला नाही. बिछान्याच्या बाजूला बांधलेल्या पिशवीत त्याची लघवी साठते आहे. तोल्गाचं अंग बिछान्यावर एकाच स्थितीत पडून राहिल्याने झालेल्या व्रणांनी आणि संसर्गाने भरून गेलं आहे. त्याची प्रतिकारशक्ती ते थांबवायला लढा देऊ शकत नाही.

''कशी येईल त्याला प्रतिकारशक्ती? आम्ही काय खाणार? त्याच्या वर्गात असलेल्या एका मुलीने हे कॅथेटर्स आणून दिले आहेत. ती कॅन्सर क्लिनिकमध्ये काम करते आणि तोल्गासाठी ते तिथून चोरून आणते. ते स्वत: विकत घेऊ

शकण्याची आमची परिस्थिती नाही.'' नादेझ्दा स्पष्टीकरण देते.

एका अपंगाला फक्त फुटकळ औषधं मिळण्याचीच अपेक्षा ठेवता येते आणि जी औषधं अत्यावश्यक आहेत, त्यासाठी त्याला पैसे मोजावे लागतात. तोल्गाला जी औषधं गरजेची आहेत, त्यासाठी 'सोशल पॅकेज'च्या पलीकडे जाऊन त्याला ती खरेदी करावी लागतात.

''आणि हे कॅथेटर्स, ते सारखे तुंबून जातायत. त्याला अंथरुणात पडून पडून अंगावर जी क्षतं झाली आहेत, ती आणखी होऊ नयेत म्हणून गादीची गरज आहे. मला तर कळत नाही काय करावं....''

''आमच्यापर्यंत पैसे केव्हाच पोहोचणार नाहीत, कारण ते कधीच येत नाहीत.'' तोल्गा सांगतो, ''माझा तर शासनाच्या एकाही शब्दावर विश्वास नाही.'' त्याच्या शांत डोळ्यांत मृत्यूची तयारी दिसतेय.

कार्पुशिखा हे त्याच देशात आहे, जिथे मॉस्को किंवा अगदी येकटेरिनबर्गदेखील आहे? तोल्गा बिछान्याला खिळल्यापासून काळजी घेणाऱ्या एकाही कार्यकर्त्याने त्याला दीड वर्षांत भेट दिलेली नाही. त्याला अपंग माजी सैनिकांच्या येकटेरिनबर्ग येथील रुग्णालयातून देण्यात आलेली चाकांची खुर्ची बिनवापराची एका कोपऱ्यात पडून आहे. मोकळ्या हवेत श्वास घ्यायला जाण्यासाठी त्याच्या पहिल्या मजल्यावरच्या खोलीतून त्याला खाली आणण्यासाठी मदत करायला कोणीच नाही.

रशियातल्या या निराशाजनक आणि राक्षसी आयुष्याशी लढत देताना ज्या लोकांनी चांगल्या भविष्याकडे वाटचाल केली आहे, त्यांच्याबद्दल उमेद वाढवणाऱ्या कथा लिहिण्यासाठी छान आहेत; पण सत्य हेच आहे की, तोल्गासारखे हजारो अशक्त लोक त्या ढिगाच्या खाली दबलेले आहेत. दुर्गम भागात अखेरचे दिवस कंठताना जर त्यांना शासनाकडून सामाजिक पाठबळ देण्यात आलं, तरच ते टिकून राहू शकतील. तोल्गासारख्या उदाहरणात आवश्यक त्या वैद्यकीय उपचारांसाठी येणारा पूर्ण खर्च रोखून धरणं, हे त्यांना मृत्युदंडाची शिक्षा सुनावण्यासारखंच आहे. शासनयंत्रणा म्हणजे त्यांची निवड करणारे दलाल ठरतात.

ऐन कामाच्या दिवशी डोळा काळा पडलेला एक दारुडा माणूस त्याची विजार खाली करून एका मजबूत बांध्याच्या, अस्ताव्यस्त बाईला पकडतो. तिचा स्कर्ट तिच्या भरदार मांड्या दृग्गोचर होण्याइतका पुरेसा तोकडा आहे. तोल्गाच्या खिडकीखाली जमलेल्या बघ्यांच्या गर्दीतून हास्याचे फवारे उडतायत; पण वर कोणीच बघत नाही. या रशियाच्या दुर्गम जंगलात, एक तर तुम्ही पण दारुडे असाल, तरच तुमच्यात लोक रस घेतील, नाहीतर कोणालाच तुमची फिकीर नाही.

येकटेरिनबर्ग. मॉस्को हमरस्त्यावर रेवदा हे एक छोटं गाव आहे. ते गाव आवडणं कठीण आहे. राजकारण चांगलंच जोरात आहे तिथे आणि त्यांचं दैवत

आहे झिरिनोव्स्की. एक नंबरचा धूर्त माणूस. जो सगळ्या हरलेल्या लोकांकडून चांगलेच पैसे उकळत असतो. अशा लोकांकडून, ज्यांना पूर्वीच्या त्या सोव्हिएत रशियातल्या चांगल्या दिवसांची आस आहे.

धूळ, दारूबाजपणा आणि नशेच्या गोळ्या. बारा ते छप्पन्न वयोगटातल्या वेश्या रस्त्याच्या कडेने भटकतायत. कवटीच्या आकाराचं पदक धारण केलेल्या एका भांडकुदळ माणसाच्या म्हणण्यानुसार त्यांचा दर आहे पन्नास ते तीनशे रूबल्स. तो आहे अॅन्ड्रे बारानोव्ह. रेवदा विभागाचा उपाध्यक्ष. स्वेर्डलोवस्क प्रॉव्हिन्शियल युनियन, माजी सैनिकांचे स्थानिक तंटे सोडवण्यासाठी स्थापन झालेली. बारानोव्ह हा काही तोल्गा नाही.

''मी माझी काळजी घेतो.'' बारानोव्ह बढाई मारतो. ''मी माझा काम नोंदणीचा दस्तऐवजच नाहीसा करून टाकला. काय उपयोग आहे त्याचा? आम्हाला कोणीही काम देत नाही. आमच्यापैकी बऱ्याच जणांच्या डोक्याला मार लागला आहे. आम्ही अनाकलनीय आहोत. लोक आम्हाला भितात.''

''कदाचित विनाकारण नसेल. तुम्ही आक्रमक आहात का?'' मी विचारते.

बारानोव्हला हे मान्य नाही. ''नाही, आम्हाला इतरांच्या आधी अन्याय दिसतो, हेच. आमच्यापैकी निम्मे लोक त्यासाठी तुरुंगात आहेत. सत्तर टक्के लोक दारुडे झाले आहेत. अशा लोकांबरोबर संसार करायला बायको शूरच हवी, पण काहीजणी निभावून नेतात. माझा एक क्षणभरदेखील या शासनावर विश्वास नाही. माझा झिरिनोव्स्कीवर विश्वास आहे.''

''तू स्वत:चा उदरनिर्वाह कसा चालवतोस?''

''आम्ही संघटित झालोय आणि मालवाहतुकीबरोबर सोबत जाण्याचं काम करतो. स्पष्ट आणि सरळच बोलायचं म्हणजे आम्ही आमचं काम कुठेही नोंदणी न करताच करतो.''

''म्हणजे तुम्ही सुरक्षित आहात?''

''तुम्ही लगेच असा विचार का करता? असं आहे की, हे शासन पूर्णपणे निरुपयोगी आहे. त्याच्यासाठी का काम करायचं? आणि तसंही, या सुरक्षिततेच्या भानगडी म्हणजे एक जुना विषय आहे. आम्ही लोकांना व्यवसाय करायला मदत करतो.''

बारानोव्ह आणि चेचेन्स म्हणजे रेवदाचं बेकायदेशीर खासगी करवसुली खातं आहे. त्यांच्या ग्राहकांत, सभ्यपणे मांडायचं झालं, तर एक स्थानिक टॅक्सी कंपनी आहे. त्यांच्या गाजावाजा न करता चालवल्या जाणाऱ्या रेवदा रेल्वेस्टेशन येथील छोट्या कार्यालयात आम्ही बोलतो आहोत. इंजिनांच्या शिट्यांमुळे आमच्या संभाषणाची तीव्रता झाकली जातेय. बारानोव्हचा सगळ्या जगाबद्दलचा संताप त्याच्या बोलण्यातून

व्यक्त होतोय आणि त्याच्या जगाशी लढण्याच्या पद्धतीवरचा त्याचा विश्वासही!

"तुम्ही समाजकल्याणाच्या फायद्यांचा उपयोग करून घेता का?"

"कधीच नाही. आमची काळजी आम्हीच घेतो. येकटेरिनबर्गच्या गाडीवर आम्ही आमचा विनामूल्य प्रवास करण्याची व्यवस्था करतो. मी गाडीवर चढतो, माझं सैनिकी ओळखपत्र दाखवतो, ज्यावरून मी लढाईत भाग घेतला होता हे स्पष्ट होतं आणि तिकीट तपासनीस पुढे जातो. मला मोकळी वाट मिळते."

"शिक्षण घेऊन काही उपयोग होऊ शकेल?"

"कशासाठी? नो थँक्स!"

निदान एका तरी सभ्य 'चेचेनला' माझ्याशी बोलण्यासाठी शोधण्याची मी त्यांना विनंती करते. वेळ पुढे सरकत राहतो. रेवदामध्ये संध्याकाळी कोणीच नसतं. बारानोव्हचा मित्र आणि माजी सैनिकांच्या संघटनेचा अध्यक्ष, वॅलेरी मोकोराऊसोव्ह, ज्याने अफगाण युद्धात भाग घेतला होता, आत-बाहेर करतो आहे. दूरध्वनीवर येणाऱ्या कॉल्समुळे त्याचं लक्ष सारखं विचलित होतंय. रेल्वे स्थानकावर चालू असलेलं आमचं संभाषण संपता संपता तो उल्लेख करतो, "मी अलीकडेच ओलेग डोनेट्स्कोव्हला भेटण्याचा प्रयत्न केला, पण त्याच्या बायकोने मला काढता पाय घ्यायला सांगितलं. तो जाम पिऊन पडला होता. त्याने दोन्ही चेचेन युद्धांत भाग घेतला होता. त्याला तीव्र धक्क्याने मार बसलेला आहे."

"तीव्र स्वरूपाच्या धक्क्याने हाडांचा चुरा? त्याने पिता कामा नये."

"वेल, तुम्ही कसली अपेक्षा करतायत?" बारानोव्ह पुन्हा वाद घालायला लागतो. त्याचे शब्द सरळ माझ्या दिशेने बाणासारखे फेकत. "तुमच्याकडे दोनच पर्याय आहेत. एकतर व्होडका प्या, नाहीतर चेचन्याला परत जा. मी तिथे करारावर गेलो होतो."

"कशासाठी?"

"सुट्टीसाठी! तुमच्या या नागरी जीवनापासून दूर जाण्यासाठी. त्या जीवनात माझं काय स्थान आहे, हे मला माहीत आहे. आमची सगळी मुलं सत्य शोधण्याचा प्रयत्न करतायत आणि त्यांना ते सापडत नाही. तुम्ही तिथून परतता, तेव्हा तुम्हाला गोष्टी स्पष्ट दिसू लागतात. इथे सगळं सडलेलं आहे. भाऊ भावाला सोडून देतो, पूर्णपणे भिकार! तिथे सगळे प्रामाणिक आहेत. आम्ही इथे, शत्रू तिथे, लढा आणि गोळ्या घाला."

त्याचेसलाव झायकोव्हने अलीकडेच झालेल्या युद्धात रुग्णवाहिकेवर संचालक म्हणून भाग घेतला होता. तो स्वेर्दलोव्स्क विभागाच्या माजी सैनिक संघटनेचा अध्यक्ष आहे. बारानोव्ह जे म्हणतोय, त्याला तो दुजोरा देतो.

"आमच्यातले सत्तर टक्के लोक पुन्हा लढायला परत जातात, वैतागून! पण

त्यातल्या तीस टक्के लोकांनाच सैनिक म्हणून करारबद्ध केलं जातं.''

"फायदे नाहीसे करण्यात येत आहेत हे तुम्ही ऐकलंय का?''

"कोणाला पर्वा आहे? त्याचा काही उपयोग नाही.'' कवटीचं पदक घातलेल्या एका व्यक्तीकडून हा निर्णयात्मक शेरा मारण्यात येतो. "आम्ही झिरिनोव्स्कीच्या बाजूचे आहोत. आम्ही राष्ट्रवादी चळवळ चालू करू. या तरुण मुलांना रस्त्यावरून काढून त्यांना राष्ट्रवादी सैनिकांच्या मंडळात ठेवू. त्यांना जर आम्ही आधार दिला, तर अंतिम विजय आमचाच होईल.''

"ते कसं काय?''

"कडक एकछत्री कारभारामुळे.''

"पण तुमचीच प्रकृती चांगली नाही, तर तुम्ही इतरांना कसं काय शिकवणार?''

"ग्रॉन्झीवर झालेल्या हल्ल्यांत आमची तीनशेसाठ मुलं धारातीर्थी पडली. फक्त त्याबद्दल कुठे लिहायची परवानगी नाही.''

"का बरं?''

"कारण असं काही 'घडण्याची शक्यता नाही.' सगळेजण चेचन्याबद्दल खोटं बोलतात. कोमोसोमोल्स्कोयेवरच्या हल्ल्यानंतर झालेल्या 'रंगसफेदीत' मी भाग घेतला. कळतो याचा अर्थ? पण आम्हाला या गोष्टींना तोंड द्यावं लागतं, म्हणूनच आम्ही न्यायासाठी लढतोय.''

"तू चेचन्याला परत का गेलास? तुझ्यासाठी आणि इतरांसाठी त्यामुळे परिस्थिती आणखीनच चिघळेल, हे माहीत असूनदेखील?''

नशीब, हा प्रश्न अनुत्तरित राहतो. चेचेन समुदायाला रशियाच्या कोणी राजकीय कृतीसाठी चेतवलं, तर तो शेवटच ठरेल.

एक जानेवारी २००५

चेचेनच्या उरस-मार्टन गावातली तीन मुलं प्रतिकारासाठी लढा द्यायला गेली आहेत. त्यांनी त्यांच्या मागे चिठ्ठ्या लिहून ठेवल्या आहेत. त्यात त्यांनी स्पष्ट केलंय की, ते आता या अनागोंदीच्या वातावरणात अधिक काळ राहू शकत नाहीत आणि वाईट वागणाऱ्या लोकांना धडा शिकवण्यासाठी आलेल्या अपयशाचं उट्टं काढण्याचा दुसरा कुठलाही मार्ग त्यांना दिसत नाही.

नऊ जानेवारी

पंचवीस ते तीस वयोगटातले उरसमार्टनचेच दुसरे चार तरुण प्रतिकाराच्या लढ्यासाठी निघून गेले आहेत. जानेवारी महिन्यात सर्वाधिक भरती झालेली आहे.

गेल्या सहा महिन्यांत मोठ्या प्रमाणात घडलेल्या अमानुष हत्याकांडाची ही प्रतिक्रिया आहे.

बारा जानेवारी

डागेस्तानींचा समाचार घेण्यासाठी बारा जानेवारीला रमझान कादिरॉव्ह, चेचन्याचा वेडसर उपपंतप्रधान, शंभर-दीडशे जीप्सचा ताफा घेऊन रवाना झाला. चेचन्या आणि डागेस्तानच्या मधल्या सीमारेषेवर जेव्हा तो पोहोचला, ड्युटीवर असलेले डागेस्तानी सैनिक भयभीत होऊन पळून गेले. हासावमुर्ट या डागेस्तान येथील ठिकाणी कादिरॉव्हच्या सैनिकांनी विभागीय प्रमुख पोलीस आयुक्ताला प्रथम स्थानबद्ध केलं आणि नंतर मुक्त केलं.

दहा जानेवारीला कादिरॉव्हच्या बहिणीला अल्प कालावधीसाठी डागेस्तान येथे स्थानबद्ध करण्यात आलं होतं. त्याच्या विरोधात दाखवण्यात आलेल्या तऱ्हेवाईक शौर्याचा हा एक नमुना होता.

चौदा जानेवारी

इचकेरिआच्या चेचेन प्रजासत्ताकाचा अध्यक्ष, असलान मस्खाडोव्ह याने एक महिन्याची दोन्ही बाजूंची शस्त्रसंधी जाहीर केली आहे. बावीस फेब्रुवारीपर्यंत काहीही न करण्याची त्याने त्याच्या शस्त्रसज्ज गटांना आज्ञा दिली आहे.

याचा काय अर्थ निघतो? हिवाळ्यातला थकवा? की दोन्ही बाजूच्या लोकांना संहाराच्या आलेल्या वैतागामुळे 'गुडविल' वाढवण्याचा प्रयत्न? हे सगळं थांबवण्यासाठी? किंवा मग त्याच्या अधिकारांची चाचपणी? नाहीतर मग तिन्ही गोष्टींपैकी थोडं थोडं?

मस्खाडोव्ह हा शस्त्रसंधी जाहीर करताना प्रथम आपली स्वत:ची परीक्षा घेतोय आणि तीदेखील अत्यंत धैर्याने! कारण तो हे जाहीरपणे करतोय. त्याच्या नावाचा उल्लेख झाल्यावर लोक खांदे उडवतात आणि वस्तुत: तो कोणावर अधिपत्य गाजवतो ते विचारतात. ही गोष्ट आता लपून राहिलेली नाही.

आत्मविश्वासाच्या या अभावाची कारणं उघडच आहेत. मस्खाडोव्ह फार गुप्तपणे वावरतो. कित्येक वर्षं त्याने पत्रकारांना भेटायलादेखील नकार दिला. त्याला भीती वाटत होती की, अहमद-शाख मसूद या अफगाणिस्तानच्या पान्दशेर लायनच्या भवितव्याची; विशेष स्वरूपात पाठवण्यात आलेल्या पत्रकारांनी त्याला चांगलंच धोपटलं होतं. सध्यातरी मास्खाडोव्हची जाहीर सत्त्वपरीक्षा चांगली चाललेली नाही. फेडरल्सच्या विरोधात होणारा बॉंब्सचा वापर कमी होत नाही आणि जो कोणी त्या गोष्टीचा वापर करतोय, त्याला शस्त्रसंधीची पर्वा नाही.

ही क्रेमलिनचीदेखील परीक्षा आहे आणि क्रेमलिनला कोणी धैर्याने दिलेल्या प्रतिक्रियेसाठी लक्षात घेत नाही.

शस्त्रसंधीविरुद्ध आवाज उठवणारी पहिली व्यक्ती म्हणजे अर्थातच क्रेमलिनने नेमलेली – चेचन्याचा अध्यक्ष आलू अल्खानोव्ह. त्याने जाहीर केलं की, तो मस्खाडोव्हशी वाटाघाटी करणार नाही; पण लढणाऱ्यांशी बोलणी करायला त्याची तयारी आहे, शस्त्रं खाली ठेवण्याबद्दल. पण क्रेमलिनने सरळसरळ निरुत्साह दाखवला. तुम्ही युद्धाचा पुरस्कार करता असाच अर्थ तुम्ही शांततेच्या बाजूने नसाल तर काढला जाईल.

त्यांचा मूर्खपणा अधोरेखित करण्यासाठी क्रेमलिनने असं जाहीर करण्याचा निर्णय घेतला, की मास्खाडोव्ह आणि बासेव्ह जेव्हा त्यांच्या हातात सापडतील, तेव्हा ते दोघांनाही अटक करतील. मास्खाडोव्हच्या विरुद्ध आरोप आहेत की, असा पुरावा मिळालाय, ज्यावरून स्पष्ट होतं की, "बासेव्हने बेसलान अतिरेक्यांना त्यांच्या मागण्यात मास्खाडोव्हबरोबर बोलणी सुरू करण्याचा अंतर्भाव करायला सांगितलं." हे मत निकोलाय शेपेल, डेप्युटी प्रोक्युरेटर जनरलने व्यक्त केलं.

पंधरा जानेवारी

चेचन्याच्या युद्धात मारल्या गेलेल्या सैनिकांच्या मातांनी निषेध म्हणून त्यांना मिळणारी मासिक दीडशे रूबल्सची भरपाई पुतिनकडे परत पाठवलीय. वस्तूंच्या स्वरूपात मिळणारे फायदे मागे घेण्यात आले आहेत.

एक जानेवारीपूर्वी या मातांना काही फायदे देण्यात येत होते, कारण उत्तर कॉकाससच्या पळापळीत त्यांची मुलं मारली गेली होती. हे फायदे होते, विनामूल्य वैद्यकीय सेवा, सार्वजनिक वाहतुकीच्या साधनांत फुकट प्रवास, प्रत्येक वर्षी रेल्वेचं एक अर्ध्या किमतीत तिकीट, विमान किंवा बोटीचंदेखील; टेलिफोन आणि टेलिव्हिजन सेवेसाठी अर्धी किंमत, कर्ज मिळण्याची मुभा आणि जमिनीचा विनामूल्य तुकडा.

हे फायदे न्याय्यच होते. बऱ्याच उदाहरणांत शासनाने गरीब मातांच्या मुलांचा चेचन्याच्या युद्धात लढण्यासाठी उपयोग करून घेतला. बरेचवेळा या माता एकाकी असतात. ज्या लोकांची परिस्थिती चांगली असते, ते आपल्या मुलांना सैन्यात जाण्यापासून वाचवण्यासाठी घसघशीत रक्कम मोजतात. चेचन्यात त्यांना पाठवलं जाऊ नये, म्हणून तर ते जवळजवळ खंडणीच देतात.

बर्फाचे गोळे फेकून मारावेत, तसे हे फायदे बंद केल्याच्या निषेधार्थ निदर्शनं वाढत आहेत. रोज हजारोंच्या संख्येने लोक बाहेर पडतात. लोकांच्या खिशांना भोकं पाडणारी धोरणं त्यांची तीव्र प्रतिक्रिया जशी निर्माण करतात, तशी राजकीय कारणं करत नाहीत आणि पुतिनना घाबरण्याचं काही कारण नाही. तो त्यांच्या तोंडावर

काही पैसे फेकेल, रशियन लोक त्याला सत्तेवरून खाली ओढायला असमर्थ ठरतील आणि त्यांचा क्रोध जो कोणी अनोळखी माणूस जवळ असेल त्याच्या रोखाने व्यक्त होईल.

सतरा जानेवारी

रशियाचं पहिलं इंटरनेट संपर्क स्थान www.skaji.net ('स्काझी नेट'चा रशियन भाषेत अर्थ आहे 'से नो!') तळागाळातून घेतल्या जाणाऱ्या पुढाकाराचं एक नमुनेदार उदाहरण आहे. 'हायर इन्स्टिट्यूट ऑफ इकॉनॉमिक्स'चे काही विद्यार्थी एकत्र आले आणि त्यांनी नागरिकांना 'नेट'वर दोन प्रश्नांवर मतदान करण्यासाठी पाचारण करण्याचं ठरवलं.

१. प्रत्यक्ष फायदे देण्याचं बंद करणारा एकशेबावीस क्रमांकाचा कायदा.
२. शासनावर अविश्वास.

''मला गटनेता अलेक्झांडर कोर्सूनोव्हचा फोन आला. त्याने पाठिंबा देण्याची विनंती केली.''

''पण तुम्ही कोण आहात? तुमचा पक्ष कोणता?''

''मी कोणीच नाही. आम्ही फक्त हे काम करतोय.''

ज्या विद्यार्थ्यांनी या प्रकल्पाची योजना आखली होती, ते कुठल्याही एका विवक्षित पक्षाचे नव्हते. अर्थात नंतर ओघाओघाने त्यांनी घेतलेल्या पुढाकाराला याब्लोको, रोदिना आणि कम्युनिस्ट पार्टीकडून औपचारिक पाठिंबा मिळाला.

> विद्यार्थ्यांनी लिहिलं, ''दुसऱ्या महायुद्धातल्या विजयाचा साठावा वार्षिक दिन साजरा करत असतानाच आमच्या वृद्ध लोकांचा एकशेबावीस क्रमांकाच्या कायद्यामुळे अपमान झाला आहे, असं आम्ही मानतो. पैशांच्या स्वरूपात फायदे देण्याच्या ठोस कल्पनेचा शासनाने अपमान केला आहे. आमच्या हक्कांचं संरक्षण करण्याचा आजच्या घडीचा सनदशीर मार्ग म्हणजे असा एक जाहीरनामा, ज्यात आम्ही आमचा निषेध व्यक्त करू शकतो. रशियामध्ये लोकसंख्येचा सामाजिकदृष्ट्या सर्वाधिक कृतिशील असलेला गट म्हणजे विद्यार्थी, ज्यांनी घटनांना नेहमीच प्रभावी प्रतिसाद दिला आहे. आम्ही तुम्हाला आमच्याबरोबर या कार्यात भाग घेण्यासाठी आवाहन करतो.''

लाखो लोकांनी शासनाच्या धोरणाविरुद्ध, तसंच त्या कायद्याच्या विरोधात 'ऑन लाईन' मतदान केलं, पण अनामिकतेच्या अवगुंठनाखाली लपू न शकणारे इतर लाखो लोक कुठे अदृश्य होतात? भीतीमुळे ते दिसेनासे होतात.

सेंट पीटर्सबर्गमध्ये निषेधार्थ काढलेली निदर्शनं अधिक तीव्र आहेत. मॉस्को प्रॉव्हिन्समधील ट्वेर, ट्यूमेन, समारा, पर्म आणि खिमकी येथेही. लोक रस्त्यावर बाहेर पडतायत, रस्ते रोखून धरतायत, इमारतींत घुसतायत आणि शासनाला अधिक काही घडण्याची धमकीही देतायत. याचं कारण म्हणजे एकशेबावीस नंबरचा जाचक कायदा.

सेंट पीटर्सबर्गमध्ये पोलिसांनी याब्लोकोच्या सभासदांना अटक करण्याचा प्रयत्न केला. नॅशनल बोल्शेविक पार्टीच्या सभासदांनाही पकडण्याचे त्यांनी प्रयत्न केले. सभा संपल्यावर एका वृद्ध पेन्शनरला अटक करून त्याला मिलिशिया स्टेशनवर निर्दयपणे मारहाण करण्यात आली. सकाळी मिलिशियाने व्लादिमीर सोलोव्हायचिकला अटक केली. तो निषेध निदर्शकांचा समन्वय करणाऱ्या सामायिक कृती समितीचा सभासद होता. त्यानंतर नॅशनल बोल्शेविक पक्षाच्या आठ सभासदांनाही अटक करण्यात आली. त्यांनी गॅटचिना येथील निदर्शनात भाग घेतला होता.

एकोणीस जानेवारी

एकशेबावीस नंबरच्या कायद्याविरुद्ध सध्याच्या पातळीवर चालू असलेला निषेध असाच होत राहिला, तर निदर्शक आणि त्यांना थोपवण्यासाठी पाठवण्यात आलेले सैनिक यांच्यातील मतभेदांची दरी वाढतच जाईल.

संरक्षण संस्थांसाठी काम करणाऱ्या बऱ्याच जणांनाही या फायद्याचा लाभ गमावून बसण्याची वेळ आली आहे. परंपरेने चालत आल्याने त्यांचे पगारही कमीच आहेत. सैनिकांना महिन्याकाठी फक्त तीन हजार रूबल्स, म्हणजेच साठ पौंडांपेक्षाही कमी रक्कम मिळते. सध्या चालू असलेली निदर्शनं मोठ्या शहरांत होतायत आणि बहुतेक सैनिक उपनगरांत राहतात. चालू महिन्यापर्यंत त्यांना सार्वजनिक वाहतूक सेवेने विनामूल्य प्रवास करता येत होता. मॉस्कोच्या सैन्यात सामूहिकरीत्या राजीनामे देण्यात आल्याची बोलवा आहे.

एका सैनिकाने, संघटित गुन्हेगारीच्या विरोधात लढत देण्यासाठी निर्माण केलेल्या मॉस्कोच्या मध्यवर्ती ठिकाणी असलेल्या संचालनालयाच्या कार्यालयाचे रक्षण करत असतानाच, स्वत:वर गोळी झाडून घेतली. त्याने त्याच्या सहकाऱ्यांना असं सांगितलं होतं, की तो आता त्याच्या कुटुंबाचा चरितार्थ चालवू शकत नाही.

संरक्षण मंत्रालयाने या महिन्यात एक पाहणी केली. त्या पाहणीतून असं निष्पन्न

झालं, की ऐंशी टक्के अधिकाऱ्यांना फायद्यांविषयीच्या कायद्याबद्दल असमाधान आहे आणि फक्त पाच टक्के अधिकाऱ्यांना त्यांची आर्थिक परिस्थिती समाधानकारक आहे असं वाटतं. हे निष्कर्ष मंत्रालयाने अधिकृतपणे सोव्हिएत ऑफ द फेडरेशनला कळवले आहेत.

मला संशय आहे की, राज्य सत्ताधिकाऱ्यांनी या गोष्टीची दखल घ्यायला सुरुवात केली आहे. कारण त्यांना ठाऊक आहे की, संरक्षण बळाव्यतिरिक्त दुसऱ्या कोणाचाही त्यांना पाठिंबा नाही. अशांततेचा बीमोड करण्यासाठी त्यांनी अनुदानं द्यायला सुरुवात केली आहे. त्यांना आता युक्रेनमध्ये झालेल्या 'ऑरेंज रेव्हॉल्यूशन'च्या वेळची आठवण करून देईल, असा निर्णायक क्षण आता आला आहे. कारण त्यावेळेस संरक्षण बळाने त्यांच्या स्वत:च्याच लोकांवर गोळीबार करायला नकार दिला होता आणि आता सैनिक निदर्शकांना मारहाण करायलाही नाही म्हणतायत.

मॉस्कोमध्ये स्वयंसेवी संस्थांची एक सामाजिक 'एस.ओ.एस.' सामाजिक एकात्मता नावाची संस्था स्थापन करण्यात आली आहे. एस.ओ.एस.ने दहा आणि बारा फेब्रुवारीला संपूर्ण रशियात लगेचच निदर्शनं घडवून आणण्याचा आदेश दिला. या दोन्ही दिवसांचं महत्त्व म्हणजे शासनाच्या समाजविरोधी धोरणाचा निषेध करण्यासाठी संपूर्ण राष्ट्रात सामायिक कृती करण्याचे दिवस म्हणून ते जाहीर करण्यात आले आहेत. एस.ओ.एस. ही कम्युनिस्टांच्या बाजूने असलेली संस्था आहे. लोकशाहीवाद्यांनी पुन्हा एकदा संधी घालवली आहे. या संस्थेने एकशेबावीस कायदा नामशेष करणं, निवृत्तिवेतनात दुपटीने वाढ, करआकारणीमध्ये आमूलाग्र बदल, तसंच लोकसंख्येतल्या कमी उत्पन्न गटांच्या आणि विभागांच्या अनुकूलतेसाठी करआकारणीत फेरफार, युनायटेड रशियाच्या सगळ्या डेप्युटींना पदच्युत करणं आणि गव्हर्नमेंटने सत्तात्याग करणं, इ. मागण्या केल्या आहेत.

जेव्हा पेन्शनर लोकांना त्यांची निवृत्तिवेतन पुस्तकं दाखवूनदेखील सार्वजनिक वाहतूक सेवेने मोफत प्रवास करण्याची सवलत नाकारण्यात आली आणि मिळणारे फायदेही बंद करण्यात आले, तेव्हा निषेध व्यक्त करायला लोकांनी सुरुवात केली. नाहीतरी गेल्या उन्हाळ्यात किंवा हेमंत ऋतूत कोणीही काहीही गडबड केली नव्हती.

बावीस जानेवारी

या शनिवारी आम्हालाही निदर्शनं बघायला मिळाली. जानेवारी महिन्यात घेण्यात आलेल्या 'मतचाचणी'प्रमाणे पूर्वी ज्यांना फायदे मिळत होते आणि आता ते मागे घेण्यात आले आहेत, अशा पीडित लोकांपैकी अठ्ठावन्न टक्के लोकांचा

निषेध करणाऱ्या लोकांना पाठिंबा आहे. ही पाहणी शासनाच्या मालकीच्या चॅनेल वन टीव्ही स्टेशनतर्फे करण्यात आली होती.

वीज दरवाढीच्या विरोधात तीन हजार लोकांपेक्षा अधिक लोकांनी क्रासनोयारस्क इथे निदर्शनं केली. एक जानेवारीपासून एखाद्या ग्राहकाला महिन्याला फक्त पन्नास किलोवॅट्स तास एवढीच वीज वापरता येईल; त्यापेक्षा अधिक विजेचा वापर केल्यास दुप्पट दर आकारणी करण्यात येईल. सायबेरिया हे अतिशय थंड ठिकाण असल्याने तिथे हिवाळ्यात लोकांना त्यांच्या विद्युत शेगड्या चालू ठेवण्याव्यतिरिक्त दुसरा पर्याय नसतो. क्रासनोयारस्कच्या बहुतेक अपार्टमेंट ब्लॉक्समध्ये मध्यवर्ती वातानुकूल यंत्रणा अतिशय कुचकामी आहे. त्यामुळे त्यांनी फक्त पन्नास किलोवॅट्स तासांप्रमाणे वीज वापरण्याचा प्रश्नच उद्भवत नाही, विशेषत: उन्हाळ्यात. पाहणीमुळे असं स्पष्ट झालंय की, सर्वसाधारण नागरिक त्यापेक्षा दुप्पट-तिप्पट वीज अधिक वापरतो.

उफामध्ये सुमारे पाच हजार लोक सिटी सेंटरच्या एका मोर्चाला उपस्थित राहिले. या लोकांनी अशी मागणी केली की, अध्यक्ष मूर्तझा राखीमॉव्ह यांनी एकतर सव्वीस फेब्रुवारीपर्यंत बाइकीरिआ येथील फायद्याचं आर्थिक रूपांतर मागं घ्यावं किंवा मग राजीनामा द्यावा. सभा संपल्यावर ऑरेंज रंगाचे कपडे घातलेल्या सेवानिवृत्तांनी एक मुख्य रस्ता अडवून धरला. युक्रेनियन रेव्हॉल्यूशनचे ऑरेंज झेंडे उंचावत त्यांनी सह्या गोळा करण्याची मोहीम सुरू केली. बाश्कीरिआच्या शहरात महापौरांच्या थेट निवडणुका व्हाव्यात, या निवेदनावर त्यांना सह्या पाहिजे होत्या.

'व्हॅनगार्ड ऑफ रेड यूथ' या संस्थेच्या दहा कार्यकर्त्यांना मॉस्को येथे अटक करण्यात आली. या कार्यकर्त्यांवर आरोप ठेवण्यात आला, की त्यांनी अध्यक्षांच्या प्रशासकीय इमारतीवर मोर्चा काढण्याचा प्रयत्न चालवला होता. खरं म्हणजे त्यांना बायलोरूस्की स्टेशनजवळच अटक करण्यात आली. त्या इमारतीपासून ते दोन ते तीन किलोमीटर अंतरावर आहे. कम्युनिस्टांनी याच स्टेशनवर फायद्यांचं आर्थिक रूपांतर करण्याच्या विरोधात रॅली आयोजित केली आणि सुमारे तीन ते चार हजार लोकांनी त्यात भाग घेतला. या रॅलीतले बरेचसे लोक तरुण होते. नॅशनल बोल्शेविक पार्टीनेही रॅलीत भाग घेतला. त्यांच्या घोषणा होत्या, 'मिलिशिआचे कर्मचारी आणि सेवेत काम करणाऱ्यांसाठी मोफत प्रवास', 'सेवानिवृत्तांना लुटणं बंद करा', 'माजी सैनिकांसाठी असलेल्या कायद्यांना स्पर्श करू नका', 'पुतिनशाहीचा धिक्कार असो', 'एल पुता गटाचा धिक्कार असो!'

'व्हॅनगार्ड'च्या निदर्शकांना स्थानबद्ध करण्याचं कारण असं होतं, की कम्युनिस्टांच्या सभेला परवानगी देण्यात आली होती, पण नंतरच्या मिरवणुकीला मात्र संमती दिलेली नव्हती. अटक केलेल्या सगळ्या निदर्शकांना चौदावं रत्न दाखवण्यात आलं.

रस्त्यावर होणारी निदर्शनं वाढत्या प्रमाणावर डाव्या आणि राष्ट्रवादी स्वरूपाची होत आहेत. डेमोक्रॅट्सदेखील निषेधाच्या सभांना हजर राहतात, पण जणू काही प्रत्येकावर उपकार केल्यासारखं वागतात. ते लोक काही एवढे लोकप्रिय नाहीत.

जानेवारीमध्ये घेण्यात आलेल्या क्रेमलिनच्या टीएसआयओएम मतचाचणी सेवेच्या सामाजिक पाहणीनुसार सोळा टक्के लोकांचा 'रशिया फॉर द रशियन्स' या घोषवाक्याला पूर्णपणे पाठिंबा आहे. त्यांच्या मते हे फार पूर्वीच व्हायला हवं होतं. सदतीस टक्के लोकांना असं वाटतं की, 'अमलात आणण्यासाठी ही गोष्ट काही वाईट नाही, पण योग्य कक्षेत राहूनच ती करावी.' सोळा अधिक सदतीस, म्हणजे त्रेपन्न टक्के लोक 'फॅसिझम' दर्शवतात, कारण हे धोरण अशा योग्य कक्षेत राहून अमलात आणता येणार नाही.

पंचवीस टक्के लोक या कल्पनेला विरोध करतात, एवढाच एक आशेचा किरण आहे. त्यांचा विश्वास आहे की 'रशिया फॉर रशियन्स' ही एक 'फॅसिस्ट' कल्पना आहे.

याच पाहणीनुसार मूळच्या स्थानिक लोकांना घालवून देण्याच्या इच्छेचं एक रशियन कारण दिसून येतं. कारण एकोणचाळीस टक्के लोकांच्या मतानुसार ते रशियन लोकांपेक्षा चांगलं जगतात. फेडरेशनच्या फक्त तीन विभागांतील राहणीमान युरोपशी तुलना होऊ शकणारं आहे आणि ते विभाग म्हणजे मॉस्को, ट्यूमेन प्रॉव्हिन्स आणि तातारस्तान.

तेवीस जानेवारी

अधिकाऱ्यांना आता या सत्याची जाणीव व्हायला लागलीय की, या व्यक्त होणाऱ्या निषेधाबद्दल त्यांना आता काहीतरी केलं पाहिजे. स्टेट टेलिव्हिजनवर आता प्रचार सुरू झालाय, की नवा आर्थिकीकरण कायदा चांगला आहे आणि वृद्ध, सेवानिवृत्त सांगतात की, ते सगळ्या गोष्टींवर खूष आहेत.

अलेक्झांडर झुकॉव्ह, पहिला उपपंतप्रधान हा क्षमायाचना करणारा प्रमुख प्रवक्ता आहे. उदाहरणादाखल तो म्हणतो, असा निषेध करण्यात येतोय की, नाहीशा केलेल्या फायद्यांच्या रकमेपेक्षा सध्या देण्यात येणाऱ्या रकमांसाठी राखण्यात आलेलं विभागीय अंदाजपत्रक कमी आहे. वस्तुतः हा कायदा करण्यात आला, तेव्हा असं मान्य करण्यात आलं होतं की, ज्या विभागांकडे पुरेशी साधनसामग्री आहे, त्यांनी त्यांच्या निवडीप्रमाणे अधिक परतावा करण्यास हरकत नाही.

केंद्र शासनाचा मुख्य उद्देश हा आहे. सगळा दोष विभागीय अधिकाऱ्यांवर ढकलून मोकळं व्हायचं. एकोणनव्वद विभागांपैकी ऐंशी विभाग सरकारने नियुक्त केलेल्या अंदाजपत्रकातील तरतुदीतून मिळणाऱ्या अनुदानावर पूर्णपणे अवलंबून

आहेत, ही वस्तुस्थिती आहे. बऱ्याच लोकांना अर्थकारण कसं चालतं, याची मुळात माहितीच नसते, या सत्यावर झुकॉव्हचा भरवसा आहे.

मिखैल झुराबोव्ह, आरोग्य आणि समाजविकास मंत्री हे नेहमीच लोकांना 'काळजी करू नका' असं सांगत असतात. फेडरल बजेटमधून अधिक रक्कम देण्यात येणार आहे, असं ते सांगतात. "२००४ साली फायदे देण्यासाठी ते शंभर बिलिअन रूबल्स एवढं होतं, पण २००५ साली आम्ही तीनशे बिलिअन रूबल्सची तजवीज करतो आहोत. आम्ही आता त्याचा तपशील तयार करतो आहोतच. आज किंवा सोमवारपर्यंत निर्णय घेण्यात येईल."

झुराबोव्ह यांचा असाही दावा आहे की, एकशेबावीस कायदा फायदे वितरण नियंत्रित करण्यासाठी अस्तित्वात आला होता. ते असंही म्हणतात की, लोकांना जरी फायदे मिळत होते, तरी त्याच्यासाठी पैसे राखून ठेवण्यात आले नव्हते. "आपल्याला लोकांना राज्यापासून स्वतंत्र आणि स्वायत्त करायला हवं आणि त्यासाठी आपल्याला त्यांच्या आर्थिक परिस्थितीत सुधारणा घडवून आणावी लागेल."

हे सगळं निष्फळ बोलणं झालं. नवीन व्यवस्था एवढी गुंतागुंतीची आणि कायदेकानूंत अडकलेली आहे, की स्वातंत्र्याबद्दल बोलणं हेदेखील अप्रस्तुत ठरेल. म्हाताऱ्या लोकांना एका महिन्याच्या बस प्रवासासाठी पैसे मिळवण्यासाठी तासन् तास रांगेत उभं राहावं लागतं. पुन्हा पुढच्या महिन्यात त्यांना हेच सगळं पुन्हा करावं लागतं. जुनी समाज कल्याण व्यवस्था निर्विवादपणे कष्टप्रद होती, हे मान्य; तिच्यात दोषही बरेच होते; पण नवीन व्यवस्था पूर्वीपेक्षाही अधिक वाईट आहे. शिवाय या नवीन व्यवस्थेमध्ये लाखो लोकांना फार मोठी आर्थिक झळ सोसावी लागते आहे.

टेलिव्हिजनवर केला जाणारा दुसरा दावा म्हणजे या निषेधाच्या सभा माफियातर्फे आयोजित केल्या जात आहेत. या माफियाचा औषधविक्रेत्यांची दुकानं आणि वाहतूक व्यवस्थेवर ताबा आहे. विरोधी पक्ष राजकीय फायदा उठवण्यासाठी या परिस्थितीचा उपयोग करून घेत आहेत. लोकशाहीवादी विरोधी पक्ष मात्र असे अधिक राजकीय गुण मिळवण्याचा काहीच प्रयत्न करत नाहीत. तसे प्रयत्न ते करू शकतात आणि त्यांनी ते करायलाच हवेत.

पंचवीस जानेवारी

मॉस्कोच्या पत्रकारांच्या क्लबमध्ये नॅशनल सिटिझन्स कॉंग्रेसच्या सुकाणू समितीने एक सभा घेतली.

लोकशाहीच्या या उत्सवात सगळं काही फक्त एकाच निरर्थक चर्चेत विरघळून जातं आणि ती म्हणजे सर्वांत महत्त्वाची व्यक्ती कोण?

बोरिस नाडेझ्दिनने उजव्या शक्तींची संघटना ताब्यात घेण्यासाठी चढाई करण्याचा प्रयत्न चालवला आहे. याब्लोकोचे पाठीराखे तर असे वागतायत, जणू काही तेच या सगळ्याचे मालक आहेत. नुसताच आरडाओरडा होतोय, पण कृती काहीच नाही. ल्युडमिला अलेक्सेयेवा सत्तेच्या अध्यक्षस्थानी बसून तिरसटपणाने वागतेय.

गॅरी कास्पारॉव्ह प्रत्येक गोष्टीच्या बाबतीत ते किती त्रासून गेलेत, ते सांगतो. ठराव मंजूर करण्याच्या पद्धतीत असलेल्या त्रुटीदेखील तो नेमक्या दाखवून देतो.

सभा संपायच्या आधीच कास्पारॉव्ह निघून जातो. डेमोक्रॅट्सची पुन्हा संधी वाया चाललीय, याबद्दल तक्रार करत तो बराच वेळ कॉरिडॉरमध्ये उभा राहतो. ही बोट रशियाच्या लोकांना एका वेगळ्याच दिशेने घेऊन चाललीय आणि त्यांच्या स्वागतासाठी सिटिझन्स काँग्रेसचा ताफा सज्ज होऊन प्रतीक्षा करत थांबलाय.

'पीट्सबर्गच्या नागरिकांचा प्रतिकार' ही फक्त एकच एकसंध आणि समन्वयाने निर्माण झालेली सल्लागार समिती सेंट पीटर्सबर्गमध्ये स्थापन करण्यात आली आहे आणि आश्चर्यचकित करणारी गोष्ट म्हणजे प्रत्येक दिवशी या समितीकडून काहीतरी कृती घडतेय.

देशात सर्वाधिक जोषपूर्ण आणि परखड मतप्रदर्शन करणारी निदर्शनं सेंट पीटर्सबर्गमध्ये होत आहेत. या स्थानिक शहरात पुतिन कोणालाही आवडत नाहीत. गव्हर्नरांच्या निवडणुका, ड्युमाचं विलीनीकरण, एकशेबावीस कायदा रद्दबातल करणं, अध्यक्ष आणि सरकारचे राजीनामे, निवृत्तिवेतनाची रक्कम वाढवणं आणि राज्य दूरदर्शनवर असलेली सेन्सॉरशिप घालवणं या पीटर्सबर्ग सिटिझन्स रेझिस्टन्सच्या काही मागण्या आहेत.

सत्तावीस जानेवारी

सेंट आयझॅकच्या चौकात, शहराच्या कायदेकानू संसदेच्या प्रवेशद्वारापाशी सेंट पीटर्सबर्गच्या निदर्शकांनी माणसांची एक फळीच उभारली. जेव्हा डेप्युटी तिथे आले, तेव्हा त्यांना त्या लोकांच्या रांगांमधूनच जावं लागलं. निदर्शकांनी ओरडून घोषणा दिल्या, 'युनायटेड रशियाचा धिक्कार असो', 'या निस्तेज, काळवंडलेल्या ड्युमाचा धिक्कार असो', 'पुतिन, चले जाव!' एका निदर्शन करणाऱ्या बाईने कायदेकानू संसदेच्या प्रवेशद्वारापाशी तिचं युनायटेड रशियाचं सभासद ओळखपत्र जाळून टाकलं.

अठ्ठावीस जानेवारी

ल्युडमिला अलेक्सेयेव्हा हिचं सिटिझन्स काँग्रेसमध्ये काय चाललंय, याची

आम्ही चर्चा करतोय. काँग्रेसकडून तिला काही फारशी आशा नाही, हे ती मान्य करते.

"मग वेळ का वाया घालवायचा?"

"कोणी सांगावं, कदाचित त्याचा उपयोग होईलही!" ती उत्तर देते.

तीस जानेवारी

इंटरनेटवरून प्रसारित झालंय, 'ठीक आहे, आता ज्या लोकांनी व्लादिमीर व्लादिमिरोविच्च्या झार म्हणून निवडणुकीच्या समर्थनार्थ मतदान केलं, त्या सर्व क्रॉमेड डेप्युटींनी त्यांचे हात खाली करून भिंतीपासून दूर जावं.'

अशा प्रकारचे विनोद एका वर्षापूर्वी प्रसारित होत नव्हते. तो काळ एका मोठ्या राजकीय मंदीचा होता. विरोधी पक्षाचा बीमोड करणाऱ्या 'उच्च आणि बलिष्ठ' पुतिनना लोक वचकून होते.

जेव्हा एखादा अटीतटीचा प्रसंग उद्भवतो, तेव्हा पुतिन 'विंग'मध्ये थांबतात आणि सगळा धुरळा खाली बसला, की मग काहीतरी चमत्कारिक मल्लिनाथी करतात. त्यांच्याकडे लोक आता एक 'विनोद' म्हणून तर बघत नाहीत? नाहीतर मग ब्रेझनेव्हच्या वेळेला, त्यांच्या स्वयंपाकघराच्या खासगी वातावरणात त्यांनी 'साकळलेली स्थिती' पुन्हा येण्याच्या अपेक्षेने ही गोष्ट जशी हसण्यावारी नेली होती, तसा पुतिन यांचाही विषय सोडून दिला असेल?

उच्चपदस्थांना जर जुन्याच पद्धतीने वागायला प्रतिबंध होत असेल, तर आपला कौल वरच्या पातळीवर क्रांती व्हावी, या बाजूने असेल.

एक फेब्रुवारी

पीपल्स व्हर्डिक्ट फाउंडेशनने रुजवात केलेल्या आणि युरी लेवाडा विश्लेषण केंद्राने घेतलेल्या एका मतचाचणीनुसार सत्तर टक्के लोक कायदेकानूंची अंमलबजावणी करणाऱ्या संस्थांकडे संशयाने पाहतात आणि त्यांच्यावर विश्वास ठेवत नाहीत. बहात्तर टक्के लोकांना असं वाटतं की, त्यांच्याकडे विश्वासार्हता नसल्याने त्यांना त्रास होईल. कायदेकानूंची अंमलबजावणी करणाऱ्या संस्थांची काही अडचण नाही, असं फक्त दोन टक्के लोकांना वाटतं.

दोन फेब्रुवारी

ड्युमाने सैन्याला देशांतर्गत कारवाई करण्यासाठी परवानगी दिली आहे. येल्त्सिनच्या काळात रशियन नागरिकांच्या विरोधात आर्म्ड् फोर्सेसने कारवाई करू नये, म्हणून केवढे प्रयत्न करण्यात आले होते! आता पुन्हा यूएसएसआरमध्ये होती, त्या परिस्थितीत आपण आहोत.

फेडरल लॉच्या संरक्षण संदर्भातील कलमात करण्यात आलेल्या सुधारणेचा तपशील असा आहे,

'दहशतवादी कारवाया रोखण्यासाठी सैनिकी साधनसामग्रीचा रशियन फेडरेशनच्या आर्म्ड् फोर्सेसने वापर करावा.' संरक्षण कायद्याला ही सुधारित जोड आहे. तथाकथित "बेसलान अँटी टेररिस्ट पॅकेज ऑफ लॉ"मध्ये याचा अंतर्भाव आहे. फक्त कम्युनिस्टांनी कायद्यातल्या या सुधारणेबद्दल आर्मीचा अयोग्य वापर होईल, अशी चिंता व्यक्त केली आहे, पण कम्युनिस्टांना धिक्कारण्यात आलं.

लोकांच्या तोंडावर पैसे फेकून शासनाने फायद्यांचं आर्थिकीकरण होण्याच्या विरोधातला निषेध दाबून टाकला आहे.

इस्लामिक भूमिगत कारवायांची शक्ती मात्र वाढते आहे. क्रेमलिनच्या फक्त जवळच्या भविष्यावर नजर ठेवून धार्मिक धोरणं ठरवण्याच्या पद्धतींमुळे युवावर्गात अनधिकृत इस्लाम अधिकाधिक आकर्षक वाटतो आहे. बेसलाननंतर क्रेमलिनने इस्लामच्या पुनरुज्जीवनासाठी सोव्हिएत पद्धतींचं पुनरुज्जीवन करण्याचं ठरवलं आहे. पूर्वीच्या दिवसांतल्या केजीबीने, सोव्हिएत युनियनच्या काळात या प्रश्नाला हाताळण्याची जशी जबाबदारी स्वीकारली होती, तशी केजीबीचा आत्ताचा अवतार एफएसबी या संस्थेनी घेतली आहे. इंटेलिजन्स सर्व्हिसेस 'मवाळ' मुस्लिमांना प्रोत्साहन देतील आणि बाकीच्यांना तुरुंगात टाकतील. कम्युनिस्टांच्या राजवटीत जो प्रकार घडला होता, तसंच पुन्हा घडेल, छुप्या धार्मिक गटांची निर्मिती.

आज सकाळी अठ्ठेचाळीस वर्षांच्या येरमॅक टेगेव्हला तुरुंगात टाकण्यात आलं. तो लाडिकाव्काझ्च्या इस्लामिक सांस्कृतिक केंद्राचा निर्देशक आहे. लाडिकाव्काझ् नॉर्थ ऑसेशियाची राजधानी आहे. ती बेसलानपासून वीस किलोमीटरवर आहे. रेगेव्हला क्रिमिनल कोडच्या दोनशेबावीस आर्टिकलसाठी अटक करण्यात आली आहे. स्फोटकं आणि तत्सम साधनसामग्री बाळगणं, असा आरोप त्याच्यावर ठेवण्यात आला.

"सकाळी सहा वाजण्याच्या सुमाराला सैनिक आमच्या फ्लॅटमध्ये जबरदस्तीने घुसले." त्याची बायको अल्बिना मला सांगत होती, "नमाजापूर्वी माझा नवरा कुराण वाचत होता आणि मी स्नानगृहात होते. गोंधळ ऐकून मी जेव्हा दरवाजा थोडासा उघडला, तेव्हा माझ्यावर रायफल रोखलेली मला दिसली. अंदाजे वीस-एक लोक होते ते. चेहऱ्यावर मुखवटे आणि डोक्यावर हेल्मेट चढवलेले, सगळ्या फ्लॅटमध्ये पसरलेले. मला जवळजवळ नग्नावस्थेतच त्यांनी बाथरूममधून फरफटत बाहेर खेचून काढलं आणि बराच वेळ मला अंगावर कपडेदेखील चढवू दिले नाहीत. आमच्या धर्मात हे मान्य नाही. माझा नवरा जमिनीवर पडला होता आणि त्याच्या अंगावर तीन लोक बसले होते. मी शेजाऱ्यांना हाका मारायला सुरुवात केली. मला वाटतं

दरोडेखोरांनीच घर फोडून प्रवेश केलाय, पण त्यांनी शेजाऱ्यांना आत येऊ दिलं नाही आणि शोधाशोध करायला सुरुवात केली. वकिलाव्यतिरिक्त ते अशी शोधाशोध करू शकत नाहीत, असं माझ्या नवऱ्याने त्यांना सांगितलं, पण त्यांनी त्यांचे स्वत:चे 'साक्षीदार' आणले आणि शौचालयापासून शोधायला सुरुवात केली. तीन-चार वेळा त्यांनी त्याच ठिकाणी शोधलं. मला काहीतरी अनिष्ट घडणार असल्याची शंका आली. आमची अलीकडे बऱ्याचवेळा तपासणी करण्यात आली होती आणि आम्हाला याचीच भीती वाटत होती.''

''पूर्णवेळ मी त्यांनी कोणताही पुरावा मुद्दामहून कुठे ठेवू नये, म्हणून त्यांच्यावर नजर ठेवून होते; पण मग त्यांनी आमच्या गाडीच्या किल्ल्या हिसकावून घेतल्या आणि गाडी जिथे उभी केलेली होती, तिथे ते धावतच गेले. त्यांनी माझ्या नवऱ्याला कपडे करून बाहेर यायला फर्मावलं. आम्ही त्याला नकार दिला, कारण त्यांनी जी वस्तू ठेवायची ती ठेवलेली असणार, हे आम्हाला कळत होतं. त्यांनी सांगितलं की, गाडीत स्फोटकं आहेत. मग त्यांनी कुठेतरी फोन केला आणि एक माणूस व्हिडीओ कॅमेरा घेऊन आला. तो आमचं चित्रण करायला लागला. मग ते माझ्या नवऱ्याला घेऊन गेले.''

ही स्फोटकं मुद्दामहून ठेवण्यात आली होती, अशी आमच्या कुटुंबीयांना, मित्रांना, तसंच इमामांना खात्री आहे. सुलेमान मार्निव्ह हे लाडिकाव्काझ्च्या मध्यवर्ती मशिदीचे इमाम आहेत. अधिकाऱ्यांचा बहुतेक या इस्लामिक कल्चरल सेंटरच्या अध्यक्षाला दीर्घकाळ तुरुंगातच ठेवण्याचा विचार दिसतो, कारण मुस्लीम समाजाचा एक अधिकृत नेता म्हणून त्याचं अस्तित्व त्यांना परवडणारं नाही आणि म्हणून ते विलीन करण्याचा त्यांचा उद्देश आहे. त्याच्या अनुयायांमध्ये तो लोकप्रिय आहे, हाच केवळ त्याचा गुन्हा! विशेषत: तरुण लोकांत वस्तुस्थिती अशी आहे की, एफएसबीच्या प्रजासत्ताकवादी संचालनालयाला तो धार्जिणा नाही.

आपण कोणत्या सहकार्याबद्दल बोलतोय? आणि लाडिकाव्काझ्चं इस्लामिक कल्चरल सेंटर काय आहे? या सेंटरच्या प्रमुखाला एवढी अप्रिय वागणूक का दिली जाते?

वरवर पाहता औपचारिकपणे हे केंद्र म्हणजे नॉर्थ ऑसेशियाच्या सार्वजनिक संस्थांपैकी एक आहे. ही एक धार्मिक संस्था आहे. उदाहरणार्थ, नॉर्थ ऑसेशियाच्या मुस्लीम लोकांच्या धार्मिक संघटनेशी या संस्थेचा दर्जा समान आहे. कागदोपत्रीदेखील बोर्ड आणि सेंटर तंतोतंत एकसारखेच आहेत, पण व्यवहारात मात्र तफावत आहे. बोर्डाला राज्य अधिकाऱ्यांकडून आर्थिक साहाय्य मिळतं, तसंच बोर्ड उघडपणे मान्य करतं की, ते एफएसबीला सहकार्य देतं. केंद्र मात्र अंतर राखून वागतं आणि हाच मुळात सगळ्या प्रश्नांचा उगम आहे.

डायरेक्टोरेट ऑफ एफएसबीची सध्या प्रजासत्ताकात सत्ता चालते. बेसलाननंतर या सत्तेला मुस्लिमांची पूर्णपणे गळचेपी करायची होती. केंद्राच्या उपाध्यक्षाने, आर्टर बेसोलोव्हने मला सांगितलं की, रिलिजस बोर्डाच्या माध्यमातून एफएसबीला मुस्लीम लोकांचं आयुष्य नियंत्रित करायचंय. बोर्डाचा अध्यक्ष, रुसलान वाल्गासॉव्ह, प्रजासत्ताकाचा अधिकृत मुफ्ती आहे. एफएसबीला त्याच्या माध्यमातून हे साध्य करायचंय. आम्हाला पूर्ण खात्री आहे की, वाल्गासॉव्हला संरक्षण संस्थांनीच मुफ्ती म्हणून नियुक्त केलंय. इस्लाममध्ये हे विशेषकरून उघडपणे निषिद्ध आहे.

असे प्रकार फक्त सोव्हिएत युनियनमध्येच घडत होते. नॉर्थ ऑसेशियाच्या बहुसंख्य मुस्लीम लोकांना धार्मिक नेत्यांच्या अशा प्रकारच्या नियुक्त्या मान्य नाहीत. हे मुस्लीम लोक रिपब्लिकच्या लोकसंख्येत तीस टक्के आहेत. टेगाव्हला मुफ्ती होण्याची नियुक्ती देऊ करण्यात आली होती, पण त्याने ती नाकारली. प्रामुख्याने या नकाराचं कारण म्हणजे शासनाच्या दबावाला बळी पडण्याची भीती. तरीही टेगाव्हला सर्वाधिक अधिकार आहेत. दुसऱ्या बाजूला वाल्गासॉव्हच्याभोवती फक्त वृद्ध लोक आहेत. अधिकाऱ्यांनी या परिस्थितीवर तोडगा काढण्यासाठी टेगाव्हची रवानगी तुरुंगात केली.

प्रत्येकाला उघडच दिसतंय की, मुस्लीम जगताला सामावून घ्यायला पाहिजे, पण ही बोलणी करण्यासाठी रशियात कोणीच पुढे येत नाही. जुन्या सोव्हिएत पद्धतींचा ते पुरस्कार करतायत. तुम्ही जर कुराण नाहीसं करू शकत नसाल, तर निदान सगळं काही नियंत्रणाखाली असायला पाहिजे. जमात वगैरे काही चालणार नाही. मुफ्ती आणि एमिर जर या वीस मिलियन मुस्लीम असलेल्या देशात अटळ असतील, तर त्यांनी आमच्या बाजूने असलेलं बरं.

आज हे सगळं नाटक राज्याच्या भूमिकेत रुतून बसलंय. ही भूमिका आहे राज्याचा दहशतवादाशी सामना, कायदेकानूंच्यापेक्षाही वरचढ!

टेगाव्हच्या बाबतीत जे घडलंय, ते फक्त त्याच गोष्टीचं एक मूर्त स्वरूप आहे. ते त्याला तुरुंगात टाकतात, त्यांचा अहवाल पाठवतात आणि त्यांना वाटतं, सगळा प्रश्न मिटलाय. वास्तवात तो फक्त अधिकच गहन झालाय.

२००४ आणि २००५ साली नॉर्थ कॉकाससमध्ये आपल्याला जे घडताना दिसतंय, तो परिणाम पूर्ण रशियातही दिसतोय. इस्लामला दाबून टाकण्याच्या प्रकाराने तो अधिकच उफाळून उठलाय.

जानेवारीत सिक्युरिटी फोर्सेसनी नालचिक, काबार्डिनो, बाल्कारिआ येथील एका साध्यासुध्या पाच मजली ब्लॉकमधल्या फ्लॅटवर वादळी हल्ला चढवला. त्यांनी नंतर असा दावा केला की, आतमध्ये दहशतवादी गट आहे असा त्यांचा ग्रह झाला होता. खरं म्हणजे त्या फ्लॅटमध्ये जे लोक होते, ते मुस्लीम होते आणि

आपल्या बाजूचे नव्हते. आत असलेल्या लोकांत मुस्लीम आतेव्ह आणि त्याची पत्नी साकीनात कॅन्सीएव्हा, हे एक तरुण विवाहित जोडपं होतं, ज्यांचा इस्लामिक भूमिगत कारवायांशी संबंध होता. त्यांना आणि त्यांच्या मित्रांना, जे एक दुसरं इस्लामिक कुटुंब होतं आणि राज्याच्या नियंत्रणाखाली नव्हतं, त्यांना गोळ्या घालण्यात आल्या.

मुस्लीम आणि साकीनातला लेयला नावाची सहा महिन्यांची एक मुलगी होती. हल्ल्यानंतर प्रौढ लोकांची शरीरं त्यांच्या कुटुंबीयांच्या हवाली करण्यात आली, पण लेयला मात्र गायब झाली होती. तिचं शरीर नव्हतं; काही माहितीही नव्हती. आपल्या नातीचा शोध घेण्याचे तिच्या आजी-आजोबांचे सगळे प्रयत्न निष्फळ ठरले.

अर्थातच, त्यांनी त्या लहान बाळालादेखील गोळी घातली होती. शेजारच्या ब्लॉकमधल्या लोकांनी त्या सैनिकांना एक लहान शरीर ब्लँकेटमध्ये गुंडाळून घेऊन जाताना पाहिलं होतं, पण लोकांना एका लहान बाळाला ठार मारल्याचं कळल्यावर फारच धक्का बसला असता, म्हणून त्यांनी त्याचे अवशेष परत केले नाहीत.

बेसलानच्या शाळेवर झालेल्या हल्ल्यात मुलांचे झालेले मृत्यू आणि लेयलाचा खून, याच्यात काय फरक आहे?

ताण जेवढा वाढतोय, तेवढेच इस्लामचे अनधिकृत अनुयायी अधिकच कडवे बनतायत. रिलिजस बोर्डाच्या कक्षेत राहायला तयार नसलेले इस्लामिक गट अधिकाधिक वेगळे पडतायत. बाहेरच्या जगापासून स्वत:ला कोंडून घेऊन ते अगम्य होत चालले आहेत. हे सांगण्याची गरज नाही, की जुन्या मतांचे किंवा कॅथॉलिक ख्रिश्चन लोकदेखील अशा परिस्थितीत याच प्रकारे वागतील. चेचन्यामधली परिस्थिती काही वेगळी नाही. तिथे एफएसबी मुस्लीम अशा मुस्लीम लोकांशी भांडतात, ज्यांना अधिकृत मान्यता नाही. यूएसएसआरमध्ये बऱ्याच कालावधीपासून स्थापन झालेले रिलिजस बोर्ड किंवा धार्मिक व्यवहारांसंबंधीची खाती यांचा ते फायदा करून घेतात. हे बोर्ड कम्युनिस्ट पार्टीच्या केंद्रीय समितीतदेखील आढळून आलेले आहेत. विभागीय आणि जिल्ह्याच्या पार्टी समितीतदेखील त्यांचा अंतर्भाव आहे.

सोव्हिएत काळचे बरेच लोक अद्याप त्याच नोकरीत आहेत. केजीबीचा जनरल आणि आता एफएसबीचा जनरल, रूदनिक डुडाएव्ह, हा बरीच वर्षं कादिरोव्हच्या 'सिक्युरिटी कौन्सिल ऑफ चेचन्या'चा डायरेक्टर होता. तसंच त्यापूर्वी तो सोव्हिएत काळात बऱ्याच मुस्लीम रिलिजस बोर्डांचा प्रमुखही होता.

१९७० मध्ये ज्या क्षणी त्याने मदरशात प्रवेश केला, त्या क्षणापासून डुडाएव्हने अखमद-हादजी काडिरोव्हला नाचवलं.

केजीबीमध्ये असताना त्याने कादिरोव्हची सूत्रं हलवली. दीजोहर, डुडाएव्ह, मास्खाडोव्ह यांच्यासह त्याने कादिरॉव्ह 'ज्युनिअरवर'देखील डोळा ठेवला आणि

त्यामुळे त्याने काय चांगलं केलंय? चेचन्यामध्ये काय आता कमी जमाती आहेत? पंधरा आणि सतरा वयोगटातील एमिर, जे पूर्णपणे नियंत्रणाच्या बाहेर गेलेत, त्यांना काबूत कुठे आणलं गेलंय? या धार्मिक आयोगामुळे काय चांगलं घडतंय? चेचन्याच्या अधिकृत मुफ्तीचे अधिकार वाढवले गेले आहेत? की आपल्या बाजूला नसलेल्या एमिरचं वर्चस्व कमी झालंय?

चेचन्याचा पूर्वीचा मुफ्ती शामाएव्ह आणि त्याच्या जागी आलेला मिझेव्ह यांच्याइतकाच फायदा मुफ्ती वाल्गासॉव्हला होईल. राज्य सत्ताधिकाऱ्यांना त्यांचा मवाळपणा आवडत असेलही कदाचित, पण धार्मिकी नेत्यांचा करिष्मा आणि त्यांना मिळणारा आदर, हा त्यांच्या एफएसबीच्या निकट साहचर्यामुळे नक्कीच मिळत नाही. सोव्हिएत पद्धतींचा वापर करून इस्लामच्या विरोधात दिलेली झुंज, ही अपेक्षित आहे, पण ती त्याच्या नेमकी विरुद्ध परिणाम घडवते. चेचन्या, डागेस्तान, इंगुशेटिया, काबार्डिनो, बल्कारिआ, काराचाएव्हो-चेरकेसिआ या सगळ्या ठिकाणी इस्लाम भूमिगत होतोय.

तीन फेब्रुवारी

अध्यक्षीय प्रशासन सक्रिय झालंय. एकशेबावीस कायद्याच्या समर्थनार्थ तुलामध्ये या विदूषकांनी एक सभा आयोजित केलीय. त्यांचेच लोक भरलेल्या प्रशासनाचा हा एक नवीनच प्रकार आहे. त्यांच्या समर्थकांचा सभांमध्ये भरणा करायचा. परिस्थितीवर अवलंबून, वृद्ध लोकांना सभेला हजर राहण्यासाठी पैसे द्यायचे. पैशांची सर्रास देवाणघेवाण होते. आपल्या लोकांना भ्रष्टाचारी बनवणं चालू राहतं आणि आमचे लोक तर भ्रष्टाचारी व्हायला पूर्णपणे तयारच आहेत!

क्रेमलिनहून समन्वय करणारा फोन आला, की स्थानिक अधिकारी सभा आयोजित करायच्या मागे लागतात. पुतिन यांची फळी 'तयार' आणि 'मजबूत' आहे. या सभेच्या व्यासपीठावर गव्हर्नर असतात. लाच खाऊन खाऊन लठ्ठ झालेले हे लोक या निषेधाच्या विरोधात भरवलेल्या सभांत लुडबुडत असतात. त्यांच्याबरोबर त्यांचा सरंजामशाही निदर्शक ताफा असतोच!

त्यांना सांगितलं गेल्याप्रमाणे ते आश्वासनं देतात. असं सांगतात की, कायदा मंजूर होण्यापूर्वी जशी परिस्थिती होती, तशीच आता असणार आहे. समाज कल्याणांतर्गत दिली जाणारी अनुदानं वाढवण्याच्या बेतात आहेत. दूरदर्शनवरच्या बातम्यांत दर दिवशी या सभा म्हणजे एक प्रमुख विषय असतो.

तुलामध्येदेखील आपल्याला गव्हर्नर त्यांच्या समर्थकांबरोबर व्यासपीठावर दिसतात. युनायटेड रशियाने ही सभा आयोजित केली आहे. ज्या लोकांना १६५०

रूबल्सपेक्षा कमी पेन्शन मिळत असेल, त्यांना शहराच्या सार्वजनिक वाहतूक व्यवस्थेचे विनामूल्य प्रवास करण्याचं सीझन तिकीट मिळेल, असं गव्हर्नर जाहीर करतात. (खरं म्हणजे ही सार्वजनिक वाहतूक व्यवस्था नाममात्रदेखील शिल्लक उरलेली नाही.) त्याचवेळी एक फेब्रुवारीपासून तुलाच्या खासगी वाहतूक व्यवस्थेच्या तिकिटांचे दर मात्र सहा ते सात रूबल्सनी वाढले आहेत.

गोंधळवून टाकणारी गोष्ट म्हणजे, लोक खूष होतात आणि मोसमी तिकिटांसाठी धन्यवाद देतात!

दहा फेब्रुवारी

एम्पायरच्या परिसरातल्या लोकांनी मात्र अजून शरणागती स्वीकारलेली नाही. अबाकान, सायबेरिया या ठिकाणी छत्तीस डिग्रीची गोठवून टाकणारी थंडी असताना तीस लोकांनी खाकासियान प्रशासनाच्या इमारतीवर हल्ला केला. त्यांच्या हातात फलक होते, 'समाजविरोधी धोरणाला नकार.'

किझील, या टायवाच्या राजधानीत पंचेचाळीस डिग्री थंडीत पुतिन यांच्या धोरणाविरुद्ध करण्यात आलेल्या निदर्शनात छप्पन लोकांनी भाग घेतला. अतिपूर्वेकडून येणाऱ्या वादळी वाऱ्याला तोंड देत काही मूठभर लोक खाबारोव्स्क येथील मध्यवर्ती चौकात बॅनर घेऊन उभे राहतात. त्या बॅनरवर लिहिलंय, 'युनायटेड रशियाने रशियाला लज्जित केलं आहे.'

बारा फेब्रुवारी

युझ्नो साखालिंस्क येथे स्थानिक मानवी हक्क संस्थेने 'लोकशाहीची प्रेतयात्रा' नावाच्या एका पथनाट्याचा प्रयोग सादर केला. तरुण डेमोक्रसीच्या एका पूर्णाकृती डमीवर सुमारे पंधराएक जड फलक लटकवण्यात आले आहेत. या फलकांवर अलीकडच्या राज्य अधिकाऱ्यांच्या घटनेत न बसणाऱ्या कृतींवर दोषारोप करण्यात आले आहेत. तसंच एकशेबावीस नंबरचा कायदा, गव्हर्नरांच्या निवडणुकांचं विलीनीकरण यांच्यावर बोट ठेवलं आहे. असं दाखवलंय की, या सगळ्या दुखण्यांपायी लोकशाही कोसळली आणि त्या मृत लोकशाहीला शवपेटिकेत ठेवल्याचं दृश्य सादर करण्यात आलं. शवयात्रेच्या वेळी वाजवण्यात येणाऱ्या संगीताचे शोकाकुल सूर, हातात पुष्पचक्र, अशा पद्धतीने निदर्शकांनी शवपेटिकेचे झाकण खिळे ठोकून बंद केलं. नंतर त्यांनी ती शवपेटिका एका गाडीवर घालून वाहून नेली. विभागीय प्रशासनाच्या इमारतीशेजारीच हा प्रयोग सादर करण्यात आला. सरकारी अधिकारी खिडक्यांतून ते पथनाट्य कुतूहलाने पाहत होते.

कम्युनिस्टांनी तुलामध्ये घेतलेल्या सभेला सुमारे एक हजार निदर्शक उपस्थित

राहिले. अबाकान येथेही त्यांनी घेतलेल्या सभेला या खेपेस जवळपास पाचशे लोकांनी हजेरी लावली. हवा एवढी थंड नव्हती. 'एसओएस' म्हणजेच सामाजिक एकसंधतेच्या अपेक्षेनुसार तो एक विवक्षित परिणाम होता, पण संपूर्ण राष्ट्रात एकाचवेळी केली गेलेली कृती मात्र नव्हती. सगळ्या राष्ट्रात निषेध व्यक्त करण्यात आलेला नाही.

पंधरा फेब्रुवारी

याब्लोको आणि युनियन ऑफ राईट फोर्सेस या डेमोक्रॅट्सनी पुन्हा एकदा करार करण्याचा प्रयत्न केला आहे. आत्तापर्यंत त्यांची युद्धभूमी रशियाच्या रस्त्यांपेक्षा मॉस्कोची कार्यालयं हीच होती. सगळेजण या लोकशाहीच्या कार्यकर्त्यांना कंटाळले आहेत, अगदी त्यांचे पाठीराखेदेखील!

समिती २००८ च्या आजच्या एका सभेच्यावेळी ते जवळजवळ एकत्र आले, पण शेवटच्या क्षणी सगळं बारगळलं. चर्चा पुढे चालू ठेवण्याचा त्यांनी निर्णय घेतला. मोठा प्रश्न तोच राहतो; समानाधिकाऱ्यांमध्ये पहिला कोण? कास्पारॉव्ह आणि रिझ्कोव्ह बेडूकउड्या मारत आपल्या पुढे जाऊन पहिली रांग पटकावणार नाहीत, याची यावलिन्स्कीने कशी खात्री पटवावी? मध्यंतरीच्या काळात कास्पारॉव्ह आणि रिझ्कोव्ह यांनी स्वतःच्याच नेतृत्वाखाली एक नवीन डेमोक्रॅटिक पार्टी स्थापन करायचं ठरवलंय. त्याचं कारण असं आहे की, संसदीय निवडणुकांत लोकशाहीवादी राजकारण्यांना पराभवाचा धोका नसतो.

ओढगस्तीला लागलेल्या नॅशनल सिटिझन्स काँग्रेसच्या सुकाणू समितीच्या आजच्या सकाळच्या एका सत्राच्यावेळी मी कास्पारॉव्हला भेटले. तो एका निश्चयी भावमुद्रेत होता आणि त्याने अशीही मल्लिनाथी केली, की राजकीयदृष्ट्या विभाग मॉस्कोच्या खूपच पुढे आहेत.

"तुझा विश्वास बसेल का? एका सभेला त्यांनी मला बोलावलं, मला, या कास्पारॉव्हला, मध्यस्थाची भूमिका वठवणाऱ्याला? दोन आठवड्यांत 'मूड'मध्ये केवढा फरक!'' तो सारखा म्हणत होता. निषेधाच्या उठलेल्या लाटेचा उल्लेखही करत होता. रशियाच्या एखाद्या विभागीय शहरात नवीन पक्षाचा मेळावा घेण्याचा कास्पारॉव्ह समिती २००८ ला आग्रह करतो आहे.

सोळा फेब्रुवारी

गॅरी कास्पारॉव्ह आज एका सभेसाठी पीटर्सबर्गला गेला. ही सभा पीटर्सबर्ग सिटिझन्स रेझिस्टन्स कमिटीने आयोजित केली आहे. ही संस्था बऱ्याचशा लोकशाहीवादी

पक्षांना आणि गटांना एकत्र आणते. सभेचा उद्देश होता फायद्यांचं आर्थिकीकरण करण्याचा विरोध.

पहिल्यांदा कास्पारॉव्ह म्हणाला की, त्याला सेंट पीटर्सबर्गमध्ये एका नवीन राजकीय संस्थेची स्थापना करायची होती. तो पुढे म्हणाला, "विरोध व्यक्त करण्याचं मुख्य शहर आता सेंट पीटर्सबर्ग आहे आणि सत्तेला आव्हान देण्यासाठी इथेच एक राजकीय चळवळ रुजवण्याची आवश्यकता आहे. म्हणूनच मी इथे आलोय."

सभेला आलेल्या लोकांनी नंतर कायदेकानूविषयक संसदेच्या जवळ अॅन्टोनेन्को रस्ता रोखून धरला. सेंट पीटर्सबर्गवर 'लाइव्ह' प्रसारण केलं जाण्याचा हक्क ते मागत होते, पण त्यातून काहीच निष्पन्न झालं नाही. अधिकारी तर आकाशवाणीवर प्रत्यक्षदर्शी कार्यक्रमासाठी कधीच वेळ देणार नाहीत.

नॅशनल बोल्शेविक पक्षाच्या सभासदांविरुद्धचा आरोप मॉस्को प्रॉसिक्युटर कार्यालयाने काढून घेतलाय. हा आरोप होता सत्ता मिळवण्यासाठी उद्रेक. या पक्षाने अध्यक्षीय प्रशासनाच्या कार्यालयात एका स्वागत कक्षाचा ताबा घेतला होता.

त्यांच्यावर आता त्या आरोपाऐवजी आर्टिकल २१२ नुसार 'मोठ्या प्रमाणावर गोंधळ माजवण्याचा' आरोप ठेवला गेलाय. लिमोनोव्हचे एकोणचाळीस पाठीराखे मॉस्कोमध्ये तुरुंगात आहेत.

एकवीस फेब्रुवारी

सर्गी शेकाड्रिन, अंतर्गत व्यवहारांचे उपपंतप्रधान यांनी डिसेंबरमध्ये ब्लागोवेश्चेन्स्क येथे झालेल्या तथाकथित पाशवी धुलाईच्या ठिकाणाला भेट दिली. सुमारे हजार लोक त्यावेळी जखमी झाले होते. इंटीरिअर मिनिस्ट्री या हादरवून टाकणाऱ्या प्रकाराचा अजूनही 'धुलाई' असाच उल्लेख करते. उल्फामध्ये शेकाड्रिनने बळींचा 'सत्यशोधक' असा उल्लेख केला, पण दुसऱ्याच दिवशी एका पत्रकार परिषदेत असा दावा केला की मिलिशियाची कृती समर्थनीय आहे. बऱ्याच जणांनी ती 'प्रमाणाबाहेर जाचक' असल्याचं मानलं होतं. डिसेंबरमध्ये करण्यात आलेला अश्रुधुराचा वापर, शारीरिक हिंसाचार, या गोष्टींचा त्याने मिलिशियाने वापरलेल्या वाईट लोकांतून चांगले लोक चाळणीतून काढण्याच्या पद्धतींशी संबंध जोडला. शेकाड्रिनने या कारवाईसंबंधी असं म्हटलं की, "प्रत्येक समाजाला त्यांची योग्यता असेल, त्याचप्रमाणे मिलिशिया मिळते."

तो बरोबर आहे, कारण जोपर्यंत ब्लागोवेश्चेन्स्क येथील लोक त्यांच्या हक्कांसाठी, सेंट पीटर्सबर्गचेही लोक त्यांच्या हक्कांसाठी आणि बाकीचे लोक केवळ त्यांच्या हक्कांसाठी असे वेगवेगळे लढत राहतील, तोपर्यंत अशा प्रकारच्या घटना घडतच राहतील.

तेवीस फेब्रुवारी

पुतिन यांनी जरी कितीही आव आणला, की राष्ट्रात घडणाऱ्या क्रांतीची त्यांना फिकीर नाही आणि सरळच सांगायचं म्हणजे त्यांना काळजी वाटतेय. क्रांतीविषयी त्यांचा दृष्टिकोन काय आहे, याबद्दल विचारणा केल्यावर ते म्हणाले की, आम्हाला काहीच चिंता नाही. त्यांची आयुष्यं कशी घडवायची, क्रांतीच्या की सनदशीर मार्गाने, हा निर्णय लोकांनी घ्यायचाय.

परंपरागत लोकशाहीच्या प्रमेयाचा जन्म झालाय म्हणजे राष्ट्रीय परंपरेलाच धरून असलेली लोकशाही. आमच्या कानांवर 'सार्वभौम लोकशाही', 'सुधारित लोकशाही' असेही शब्दप्रयोग येतात. त्याचा अर्थ लावायचा झाला तर 'आमची लोकशाही जशी आम्हाला पाहिजे तशीच पाहिजे आणि या विषयावर आम्हाला कोणी भाषण देण्याची गरज नाही. बाकीच्या लोकांनी आपापल्या मार्गाने जावं.'

मास्खाडोव्ह इंटरनेटवर लिहितो आणि त्याने जाहीर केलेल्या दोन्ही बाजूंनी करावयाच्या शस्त्रसंधीची मुदत वाढवण्याच्या विषयावर प्रस्ताव मांडतो. नेहमीप्रमाणेच या प्रस्तावाला अधिकृत प्रतिसाद काहीच नाही.

... आणि तो मिळणारही नाही! प्रशासनाने रशियात काय चाललंय, हे पश्चिमेकडच्या राष्ट्रांना समजावून सांगण्याचा मार्ग शोधलाय, असं दिसतंय. बुशबरोबरच्या ब्रातिस्लावा येथील बैठकीच्या आधी स्लोवाक प्रेसला दिलेल्या मुलाखतीत पुतिन म्हणतात, ''रशियाच्या वास्तवाच्या पार्श्वभूमीवर लोकशाहीच्या मूलभूत तत्त्वांचा स्वीकार करायला पाहिजे. आपल्या परंपरांचा आणि इतिहासाचाही विचार करावा लागेल आणि हे सगळं आमच्यासाठी आम्हीच करू.''

चोवीस फेब्रुवारी

पुतिन बुशना ब्रातिस्लावा येथे भेटले. रशियात लोकांना बुश पुतिन यांना काय सांगणार याबद्दल उत्सुकता होती. बाल्टिक राज्य आणि पूर्व युरोपची राज्य यांच्या दबावाखाली बुशनी एक वचन दिलं होतं. ब्रुसेल्स येथे नाटोचे आणि युरोपियन कम्युनिटीचे नेते उपस्थित असताना एक बैठक घेण्यात आली. पुतिन यांच्या लोकशाहीपासून दूर जाण्याचा मुद्दा आपण उचलून धरू, असं बुश यांनी सांगितलं.

आम्हाला वाटलं की, हा एक चांगला मार्ग निघतोय. पण बुश पुतिन यांना आव्हान देण्यात असमर्थ ठरले. तेल आणि तेलासाठी केलेली मैत्री, यांचाच शेवटी विजय झाला. रशियातल्या ज्या लोकांना त्यांचं लोकशाहीतील स्वातंत्र्य परत मिळवण्यासाठी पश्चिमेकडून मदत मिळण्याची आशा वाटते, त्यांनी आता हे जाणण्याची गरज आहे की, ते शेवटी आपल्यालाच करावं लागणार आहे.

'चला, युरोपकडे तक्रार करू या' या पोपटपंचीनेच डेमोक्रॅट्सच्या बहुतेक बैठकी संपतात. दुर्दैवाने, युरोपला पुतिन किती वाईट आहेत, हे ऐकायचा कंटाळा आला आहे. त्यापेक्षा युरोपला एकवेळ मूर्ख बनवलं गेलं आणि पुतिन किती चांगले आहेत, हे सांगितलं गेलं, तरी चालेल.

आपल्या लोकशाहीच्या चळवळीत फक्त काही लोकांनाच हे उमजलंय की, लोकशाहीचं स्वातंत्र्य मिळवणं हे लोकांच्या गुणवत्तेवर अवलंबून आहे. ते स्वातंत्र्य बाहेरून आणलेल्या दबावामुळे मिळू शकणार नाही.

रोमिर मॉनिटरिंगच्या अधिकृत निर्णयानुसारदेखील एकतृतीयांश लोकांना, पुतिन आणि बुश यांच्यातल्या बैठका म्हणजे वेळेचा अपव्यय आहे, असंच वाटतं.

सव्वीस फेब्रुवारी

बाश्खीरिआचे अध्यक्ष मूर्तझा राखीमॉव्ह यांना फायदे पुन्हा सुरू करावेत किंवा मग राजीनामा द्यावा, यासाठी दिलेली निर्वाणीची तारीख उलटून गेली आहे. त्यांनी दोन्हीपैकी एकही गोष्ट केलेली नाही. विरोधी पक्षाचे नेतेही कुठे दिसत नाहीत. लोकांना निश्चितपणे वाटतंय की, बाश्खीरिआच्या पेट्रोकेमिकल उद्योगातला छोटासा वाटा देऊन राखीमॉव्हने त्यांना विकत घेतलंय. याचा अर्थ बाश्खीरिआच्या क्रांतीचा सध्या तरी शेवट झालाय. दारिद्र्याची लांबलचक वर्षं म्हणजेच प्रत्येक गोष्टीला असलेली एक किंमत आणि प्रत्येकाला पुरेसे खायला-प्यायला मिळत नाही, तोपर्यंत लोक लोकशाहीबद्दल विशेष चिंता करणार नाहीत. त्यांना कळत नाही की, लोकशाहीच्या तत्त्वांवर आधारित सामाजिक व्यवस्था असल्याशिवाय तुम्हाला पोटभर खायला मिळणार नाही.

सत्तावीस फेब्रुवारी

कर्गिझियामध्ये आज संसदीय निवडणुका घेण्यात आल्या आणि त्याचबरोबर आकेव्हवरही पडदा पडला.

*'ग्लासनोस्त'*च्या बचावासाठी विश्वस्त संस्थेचे निर्देशक ॲलेक्सी सिमोनोव्हनी मल्लिनाथी केलीय की, "वृत्तसंस्था समाजाला आणि समाज वृत्तसंस्थेला फसवतोय. सर्वत्र व्यावसायिकतेचा आणि प्रामाणिकपणाचा दुष्काळ पडलाय."

कर्गिझियामध्ये क्रांती होणं अशक्य आहे, असं आम्हाला संपूर्ण फेब्रुवारी महिन्याभरात अधिकृत रशियन प्रसारमाध्यमांनी पटवून द्यायचा प्रयत्न चालवलाय. कर्गिझियामध्ये क्रांती होणं अशक्य आहे, असा त्यांचा रोख आहे. अध्यक्ष आकेव्हने लोकांच्या भल्यासाठी लोकशाहीची ओळख करून देण्याचा प्रामाणिक प्रयत्न केला होता. उद्योग-व्यवसाय सुरू करण्यासाठी तो लोकांना आमंत्रित करत होता; पण फारच कमी लोकांना तसं करायचं होतं. सगळ्यांचं मत सर्वसाधारणपणे असं पडलं

की, कर्गिझियाच्या लोकांना कृतीमध्ये विशेष रस नाही आणि जर क्रांतीची सुरुवात झालीच, तर ती आकेव्हला सत्तेवरून हटवण्यासाठी गुन्हेगारांनी प्रवृत्त केलेल्या लोकांमुळे असेल. त्यात आकेव्हचा दोष नसेल.

*

मॉस्को येथील अध्यक्षीय प्रशासनाच्या ठिकाणी आकेव्ह राहायला आले. कर्गीझना त्यांच्या एका नवसमाजनिर्मितीच्या प्रयत्नांसाठी जगभरातून पाठिंबा मिळणार होता. रशियाने नवीन सत्ताधाऱ्यांना काही काळासाठी त्रास दिला आणि नंतर त्यांच्याबरोबर जमवून घ्यायचं ठरवलं.

आठ मार्च

आज संध्याकाळी राज्याच्या दूरदर्शन वाहिन्यांच्या पडद्यांवर वेडपट कादिरॉव्ह ज्युनिअरने माहिती दिली की, मास्खाडोव्ह मारला जाणं, हे आठ मार्च या 'इंटरनॅशनल विमेन्स डे'चं स्त्रियांना देण्यात आलेलं बक्षीस आहे.

१९९७ मध्ये असलान मास्खाडोव्ह लोकशाहीच्या मार्गाने 'चेचेन रिपब्लिक ऑफ इचकेरिआ'चा अध्यक्ष म्हणून निवडून आला होता. नंतर तो चेचेन प्रतिकार चळवळीचा नेतादेखील झाला. त्याला टॉलस्टॉय युर्टच्या गावात ठार मारण्यात आलं.

टेलिव्हिजनवर काल दिवसभर त्याचं वस्त्रविहीन मृत शरीर 'क्लोज-अप'मध्ये दाखवण्यात येत होतं. चेचन्यामध्ये जे लोक त्याच्या बाजूचे नव्हते, त्यांनीदेखील म्हटलं की, मॉस्कोमध्ये घडलेली ही अतिशय वाईट गोष्ट आहे. मास्खाडोव्हची सद्दी संपलीय, पण मग कोणाची सद्दी सुरू झालीय?

आता नवीन मास्खाडोव्ह हा बासेव्ह असेल. याचा अर्थ शस्त्रसंधी आणि समझोत्याची बोलणी यांचा अंत झालाय. चेचन्यामध्ये चार अध्यक्ष झाले आणि आजतागायत त्यातल्या तिघांचा भयानक मृत्यू झाला. अजूनही हयात असलेल्या आलू अल्खानोव्हचं कायदेशीर अस्तित्व वादग्रस्त आहे. आजच्या घटकेला युरोपात एवढी गोंधळाची परिस्थिती आणि सातत्याने होणारा संहार दुसऱ्या कोणत्याही प्रदेशात नसेल.

इतर हजारो चेचेन स्त्री-पुरुषांप्रमाणे मास्खाडोव्ह मरण पावल्याची बातमी आहे. एका चेचेनने दुसऱ्या चेचेनला गुंतवण्यासाठी दिलेली माहिती, याचाच हा परिपाक आहे. गुन्हेगारांची उलटतपासणी आणि कबुलीजबाब घेताना छळ करणं, ही पहिल्या आणि दुसऱ्या चेचेन युद्धाच्या वेळेला सर्रास वापरण्यात आलेली पद्धत आहे. मास्खाडोव्हच्या नशिबीही त्याच्या लोकांसारखाच छळ वाट्याला आला. त्याने पूर्वी

काहीही केलेलं असलं, तरी चेचन्यामध्ये तो आता एक हुतात्मा म्हणून स्मरणात राहील.

दुसऱ्या चेचेन युद्धाच्या वेळेस शस्त्रसंधी ही प्रथमच अमलात आणलेली गोष्ट होती. मास्खाडोव्हने जाहीर केलेली दोन्ही बाजूंची शस्त्रसंधी चालू असताना तो मारला गेला. अर्थात ती शस्त्रसंधी पूर्णपणे पाळली गेली नव्हती. ती एक परस्पर सामंजस्य निर्माण करण्याच्या दृष्टीने केली गेलेली कृती होती. क्रेमलिनच्या दिशेने पुढे केलेला हात होता. तडजोडीची बोलणी सुरू करण्याच्या इच्छेने, गोळीबार बंद व्हावा म्हणून, मिलिटरी मागे घेण्यात यावी यासाठी आणि कैद्यांच्या परस्पर देवाणघेवाणीसाठी उचलण्यात आलेलं ते एक पाऊल होतं.

मास्खाडोव्हने हा लढा जवळजवळ एकट्यानेच दिला. टोकाची भूमिका घेणाऱ्या लोकांनादेखील त्याने त्याच्या कर्तृत्वाचा उपयोग करून थोपवून धरलं होतं. या अतिरेक्यांचा विश्वास होता की, बेसलानमध्ये जसं दर्शवण्यात आलं, त्या पद्धतीने कोणत्याही उपायांनी रशियाचा विरोध करण्यात आला पाहिजे. या लोकांना मागे ओढण्यासाठी आता कोणी उरलेलं नाही. इचकेरिआच्या छुप्या राज्य संरक्षण समितीने कोणालाही नेमलं, तरी चेचेन प्रतिकाराचं नेतृत्व, मास्खाडोव्हच्या सौम्य कार्यपद्धतींचा त्याग करणाऱ्यालाच नेता मानेल.

बासेव्हला राजकीय न्याय्य गोष्टीत बिलकुल रस नाही. मास्खाडोव्हला संपवण्याची मोहीम रशियन एफएसबीच्या विशेष कारवाई गटाने राबवली आणि त्याचं अंतिम फलित काय असणार आहे, बासेव्हच्या हातात सरकारच्या कारभाराची सूत्रं सोपवली जाणं.

आपण चेचन्याच्या दोन सारख्याच रक्तपिपासू, तिरस्करणीय आणि जंगली व्यक्तींबरोबर उरलो आहोत; बासेव्ह आणि कादिरॉव्ह ज्युनिअर. संपूर्ण रशियातले बाकीचे लोक या दोघांच्यामध्ये सापडणार आहेत. ज्यांना मवाळ मुस्लीम धर्मामध्ये आता अजिबात रस उरलेला नाही अशी एक तरुण पिढी मास्खाडोव्हने त्याच्या मागे निर्माण करून ठेवलीय. जे सत्ताधारी मवाळ मुस्लीम लोकांचा नाश करतात, अशा अधिकाऱ्यांच्या विरोधात टोकाला जाण्यासाठी ते प्राधान्य देतात. मास्खाडोव्ह त्याच्या शेवटच्या काही वर्षांत इस्लामकडे वळला. पूर्वी तो कम्युनिस्ट आणि सोव्हिएत कर्नल होता. त्याच्या विरुद्ध व्यक्तिगत पातळीवर एक मूर्खपणाची मोहीम राबवण्यात आली.

या भूमिगत कारवायांचा हिरो आहे बासेव्ह. बऱ्याच काळपर्यंत मास्खाडोव्ह त्यांच्या मार्गात आड येत होता, पण आता तो अडसर दूर झाला आहे. गेल्या दशकाच्या अखेरीला बासेव्हने पाहिलेलं स्वप्न अखेर प्रत्यक्षात आलं आहे. मास्खाडोव्हची राजकीय वैधता त्याच्याकडे नाही, या गोष्टीमुळे काही फरक पडत नाही. त्याला रस आहे तो फक्त अतिरेकी कारवाया घडवून आणून रशियामध्ये बंडाळी माजवणं. मास्खाडोव्हला

मारण्यात आल्याने हे निर्विवादपणे सिद्ध झालंय की, समझोता घडवून आणणारी तहाची कोणतीही बोलणी होणार नाहीत. रशियाविरुद्ध लढा देताना सगळ्या पद्धती न्याय्य आहेत, या त्याच्या मताची चांगलीच जाहिरात करण्यात आली आहे.

पंधरा मार्च

असलान मास्खाडोव्हचा ठावठिकाणा जाणून घेण्यासाठी कोणालातरी दहा मिलियन डॉलर्स दिल्याचा एफएसबीचा दावा आहे. त्याचा देह त्याच्या नातेवाइकांकडे सुपूर्द करण्यात आलेला नाही. या सगळ्या मध्ययुगीन राक्षसीपणात पुतिन यांनी मौन धारण केलंय, याचा अर्थ त्यांच्याच हुकूमांवरून हे घडत असणार. मध्ययुगीन मस्कोव्हीटच्या झारप्रमाणे, त्याने मास्खाडोव्हचं शिर जरी तबकात घालून त्याच्यासमोर आणण्याची आशा केली असेल, तरी मला आश्चर्य वाटणार नाही! मास्खाडोव्हचं शरीर गुप्तपणे मॉस्कोला आणण्यात आलं. आणखी एक शवचिकित्सा करण्यासाठी ते आणलं गेलं, या गोष्टीवर कोणाचाच विश्वास नाही. पुतिन यांची खात्री पटवण्यासाठीच ते आणलं गेलं, असंच सर्वांना वाटतंय. रशियाच्या सार्वभौम सत्तेवर असणाऱ्यांची ही नीतिमत्ता!

स्त्रेतेनस्की एफएसबी बॉर्डर युनिट चिता विभागात आहे. सैनिकांनी हे फ्रॉंटियर पोस्ट पुन्हा सोडून दिलंय. पहाटे दोन वाजता त्यांच्यापैकी चार जणांनी त्यांच्या कमांडिंग ऑफिसरला, डेप्युटीला आणि अन्य एका अधिकाऱ्याला गोळ्या घातल्या. पळून जाताना त्यांनी कालाश्नीकोव्ह रायफल्सही बरोबर नेल्या. त्यात पाचशे फैरी दारूगोळा होता. सीमेवरच्या सैन्याच्या तुकड्यांनी पळून जाण्याचे प्रकार महिन्यातून एकदा तरी घडतात.

चेचन्याच्या जवळचं एक प्रमुख गाव म्हणजे हसावयुर्ट, डागेस्तान. तिथे बरेच चेचेन राहतात. त्या ठिकाणी लढवय्यांना पकडण्यासाठी पुन्हा प्रयत्न झाले आहेत. ज्या घरात ते आहेत अशी माहिती होती, त्या घराला वेढा घालण्यात आला आणि घर पूर्ण पाडून टाकण्यात आलं. पण लढाऊ लोक बहुतेक त्या शस्त्रसज्ज मिलिशियाच्या तिहेरी फळीतूनदेखील पळून गेले.

संरक्षण मंत्रालयाने जाहीर केलंय की, २००५ साली महागाईला अनुसरून अधिकाऱ्यांचे पगार वाढवण्यात येणार नाहीत. २००४ सालीदेखील ते वाढवले गेले नव्हते. २००५ साली पंचवीस टक्क्यांनी किमती वाढतील असा अंदाज आहे.

सोळा मार्च

शाली या चेचन्यातल्या ठिकाणी अलीकडेच पळवून नेलेल्या लोकांचे नातेवाईक सलग तिसऱ्या दिवशी शहराच्या प्रशासन कार्यालयावर ठिय्या देऊन आहेत. विरोधी

निदर्शनं करणाऱ्यांची मागणी आहे की, एकतर त्यांना सोडवून आणा, नाहीतर त्यांची निदान माहिती तरी द्या.

या लोकांत तिमूर राशिडोव्हचा समावेश आहे. तो अठ्ठावीस वर्षांचा अपंग तरुण आहे. अपंगत्वाची कॅटॅगरी एक आहे. तो सेर्झेन-युर्ट या गावचा आहे. रशियन सैनिकांनी त्याच्या घरातून त्याचं अपहरण केलं. त्याची आई, खलिपत राशिडोव्हा त्याच्या अपहरणाचं वर्णन करते, ''रशियन सैनिक शस्त्रसज्ज गाड्यांतून आले, घरात घुसले. काहीही स्पष्टीकरण न देता त्यांनी सगळी उलथापालथ केली. तिच्या अठरा वर्षांच्या मुलीला पोलिनाला, त्यांनी वस्त्रं उतरवायला भाग पाडलं, कारण तिने अंगावर कुठे शस्त्रं तर लपवली नाहीत ना, याचा त्यांना शोध घ्यायचा होता. कारण मग तशा खुणा तिच्या शरीरावर त्यांना आढळल्या असत्या. मग त्यांनी तिमूरला बरोबर घेतलं आणि शालीच्या बाहेरच्या ठिकाणी गाड्या घेऊन गेले. तिथे इंटिरिअर मिनिस्ट्री, विशेष कारवाई क्रमांक दोनचा विभाग कार्यरत आहे.

नोव्हे अटागीच्या रुसलान उसेव्हचं कुटुंबदेखील प्रशासनाच्या इमारतीच्या बाहेर थांबलेलं आहे. रुसलान एकवीस वर्षांचा आहे आणि ग्रॉझ्नी विद्यापीठाचा तिसऱ्या वर्षाचा विद्यार्थी. तेरा मार्चला त्याचंदेखील रशियन सैनिकांनी अपहरण केलं आणि त्याला शालीच्या दिशेनं नेलं. त्यानंतर त्याच्याबद्दल अधिक काहीही कळलं नाही.

निषेधामुळे सेरझेन-युर्ट गावातल्या एका गावकऱ्याची मुक्तता झाली आणि अवतुरि गावातल्या चार पुरुषांनाही सोडण्यात आलं. त्या सर्वांचा अनन्वित छळ करण्यात आला होता आणि अमानुष मारहाणही करण्यात आली होती. या सगळ्या गोष्टींवर मॉस्कोच्या डेमोक्रॅट्सनी काहीच प्रतिक्रिया दिली नाही.

२००५ च्या अलीकडच्या काळात चेचेन वॉर शेवटी चेचन्याच्या सीमा ओलांडून शेजारच्या इंगुशेटिया, डागेस्तान, नॉर्थ ऑसेशिया आणि काबार्डिनो-बल्कारिया या विभागात गेलंय आणि तिथे युद्धाचा स्फोट झालाय. प्रत्येक प्रजासत्ताकात लोक त्यांच्या पद्धतीने निषेध व्यक्त करतात. ज्या लोकांचं अपहरण झालंय, त्यांच्या कुटुंबीयांच्या संस्था तिथे अस्तित्वात नाहीत. चेचन्या एखाद्या स्वतंत्र राज्यासारखं जगतंय. इतर रिपब्लिकमधून कोणीही तिथे प्रवास करून जात नाही. इंगुशेटिया येथूनदेखील नाही आणि बेसलाननंतर कोणालाही चेचेन लोकांबद्दल सहानुभूती वाटत नाही.

एकोणीस मार्च

आज सकाळीच ग्रॉझ्नी येथे अपरिचित शस्त्रधारी लोकांनी ॲडॅम कार्नाकिव्हचं अपहरण केलं. तो मशिदीत चालला होता.

*

पाच एप्रिलला प्रोक्युरेटर-जनरलच्या ऑफिसातून अॅडॅमच्या कुटुंबाला त्याचं मृत शरीर, मोझडोकच्या नॉर्थ ऑसेशियन शहरातल्या शवागारातून घ्यायला सांगण्यात आलं. ही एक परिचित कहाणी आहे.

तेवीस मार्च

अचखोय्-मार्टन येथील नेक्रासॉव्ह रस्त्यावरच्या एका घराचा पुढचा दरवाजा आज पहाटे सुमारे पाच वाजता मुखवटा घातलेल्या सैनिकांनी तोडून टाकला. त्यांनी एकतीस वर्षांचा इस्माईल विश्खानोव्ह आणि तेवीस वर्षांचा रुस्तम विश्खानोव्ह, त्याचा भाचा, यांना पळवून नेलं. अपहरणकर्ते नंबरप्लेट नसलेल्या गाड्यांतून आले होते. चेचेन आणि रशियन असे ते संमिश्र लोक होते. चेचन्याच्या कोणत्याही संरक्षण संस्थेने या गोष्टीशी संबंध नाकारलाय. त्या दोघांपैकी एक लढणारा नव्हता. पहाटे पाच वाजून तेवीस मिनिटांनी, तोच पंचवीस-तीस लोकांचा गट दुसऱ्या एका घरात घुसला. हे घर नाबेरिझनाया रस्त्यावर अचखोय-मार्टन इथे होते. तिथे मासेव्ह राहतात. त्यांनी सैदे-महोमद मासेव्हला झोपेतून उठवलं. तो एकतीस वर्षांचा आहे. ग्रॉझ्नी आणि अचखोय-मार्टन दरम्यान नियमित फेरी करणाऱ्या बसवर तो चालक होता. कपडेदेखील अंगावर चढवू न देता ते लोक त्याला घेऊन गेले. त्यानंतर त्याला कोणीही पाहिलेलं नाही.

मॉस्कोमध्ये सगळं काही जुन्या पद्धतीनेच चाललंय. नॅशनल सिटिझन्स काँग्रेसच्या चर्चा मंडळाने वादविवादासाठी विषय निवडलाय, 'रेफरेंडम्स – ते घ्यावेत का आणि कोणत्या मुद्यांवर?' ते सगळं अगदी नीरस आणि वरवरचं आहे, उत्साहाचा जरादेखील स्पर्श नसलेलं. कोणत्याही प्रकारची भूमिका निभावणार नाहीत, असे मूठभर डेमोक्रॅटिक लोक तिथे जमले आहेत. उपस्थित पत्रकार उगाचच टिवटिव करतायत. राजधानीतले डेमोक्रॅट्स त्यांच्या स्वतःच्याच प्रश्नात रस घेत नाहीत, मग चेचन्यामध्ये, जिथे अपहरणाच्या घटना जोरात आहेत, तिथे काय रस घेणार?

पंचवीस मार्च

युझ्नो-साखालिन्स्क या दूरवरच्या ठिकाणी फायद्यांच्या विषयावर एक मोठी निषेधाची सभा घेण्यात आली, पण तरीही निषेधाची लाट जवळजवळ विरल्यातच जमा आहे. युझ्नो-साखालिन्स्क येथील निदर्शकांनी स्वीकारलेला प्रस्ताव असा –

> युद्धातले आणि कष्टकऱ्यांतले खंदे लोक, वेगवेगळ्या संस्थांचे कार्यकर्ते, अपंग व्यक्ती, सेवानिवृत्त, तरुण वर्ग, तसेच विशेषतः उत्तर आणि अतिपूर्वेच्या भागातून आलेले रशियन नागरिक असे

आम्ही सर्व इथे जमलो आहोत आणि आमचा उद्देश आहे, सरकारी संस्थांकडून रशियन नागरिकांची सामजिक आणि राजकीय हक्कांच्या सातत्याने होणाऱ्या पायमल्लीबद्दलची आमची नाराजी एकत्रितपणे व्यक्त करणे.

आम्ही खालील सर्व गोष्टींचा निषेध करतो–

१. घटनेने आश्वासित केलेल्या मूलभूत लोकशाहीच्या स्वातंत्र्याची गळचेपी.

२. मास मीडियाचं स्वातंत्र्य राज्य-सत्ताधिकाऱ्यांकडून गिळंकृत केलं जाणं.

३. समाजकल्याणावर, न्यायालयांच्या स्वातंत्र्यावर, स्थानिक स्वायत्त सरकारवर होणारे हल्ले.

४. राज्यसत्तेसाठी संस्था निवडून देण्याच्या लोकांच्या हक्कांवर आणण्यात आलेली गदा.

आम्ही आर्थिकीकरणाचा निषेध करतो, कारण त्यामुळे लाभधारकांचा खराखुरा खर्चदेखील भागत नाही, तसंच त्यांना सेवा पुरवणाऱ्या संस्थांनाही काहीच फायदा होत नाही.

'ब्लॅक आणि व्हाईट' अशी लोकांची विभागणी करण्याचा आम्ही निषेध करतो.

प्रामाणिकपणे काहीतरी खासगी व्यवसाय करू पाहणाऱ्याच्या मार्गात अडथळे निर्माण करणाऱ्यांना आमचा विरोध आहे. विद्यार्थ्यांची सक्तीने सैन्यात भरती करण्याच्या विरोधात घेतलेल्या निर्णयाच्या उलट वागण्याचा, सैनिकीकरण करायला आमचा विरोध आहे.

दहशतवादाच्या विरोधात काम करणाऱ्यांचे राजकीय शोषण, मातृराष्ट्राच्या पवित्र आदर्शांचे अश्लील सादरीकरण, लोकशाहीचे विडंबन, या सर्व गोष्टींचाही आम्ही निषेध करतो.

आम्हाला ज्या गोष्टीत रस आहे, त्यांचा आदर करण्यात यावा; तसंच आमच्या इच्छा, आमच्या सत्ताधिकाऱ्यांकडे केलेल्या याचना, यांचा मान राखला जावा. राज्यांच्या नेत्यांबरोबर महत्त्वाचे निर्णय घेण्याच्या प्रक्रियेत विरोधकांचीही मतं विचारात घेतली जाऊन त्यांचा परस्पर संवाद साधला जावा, अशी आमची मागणी आहे.

सोव्हेट्स्की साखालिन, या स्थानिक वृत्तपत्रात सभेत मंजूर झालेले प्रस्ताव प्रकाशित करण्यात आले आहेत. हे प्रस्ताव तपशीलवार, सर्वसमावेशक आणि

बुद्धिप्रामाण्यावर आधारलेले आहेत, पण राज्य सत्ताधिकाऱ्यांनी त्यावर काहीच कृती केलेली नाही. मंजूर झालेले प्रस्ताव हे अतिशय सुरेख आणि वस्तुस्थितीला धरून असलेले 'प्लॅन ऑफ ॲक्शन' असूनही त्यांचा विचार करण्यात आलेला नाही. राज्याच्या दुर्गम भागात राहूनदेखील आमचे लोक ज्या आदरणीय पद्धतीने विचार करतात, त्याचं खरं पाहता क्रेमलिनमध्ये राहणाऱ्यांनी अनुकरण करायला पाहिजे. पण राज्यसत्ता एखाद्या दगडी भिंतीसारख्या आहेत.

आम्हाला काय पाहिजे, हे आम्हाला माहीत आहे, पण त्यासाठी लढा देण्याची सहनशीलता आमच्यामध्ये नाही. आम्ही लगेचच प्रयत्न सोडून देतो. आयुष्य चालतंच राहतं. आम्ही आमच्या आकांक्षांच्या पूर्तीसाठी आकाशातून काहीतरी चमत्कार घडेल, याची प्रतीक्षा करत राहतो.

१९९१ मध्ये उच्चभ्रू लोकांची एक चूक लोकांनी अशीच उचलून धरली होती. पण हे उच्चभ्रू लोक त्या अनुभवावरून शिकले आणि पुन्हा अशा एखाद्या भानगडीत गुंतण्याची त्यांना बिलकुल इच्छा नाही. त्यांना त्यांच्या कार्यालयात शांतपणे समझोते करणं अधिक श्रेयस्कर वाटतं आणि त्याचं फलित लोकांच्या भल्यासाठी नसतं.

सव्वीस मार्च

सामाश्की या चेचेन गावात पहाटे पाच वाजत मुखवटे धारण केलेल्या, रशियनमध्ये बोलणाऱ्या सैनिकांनी इब्राहिम शिश्खानोव्हचं अपहरण केलं. तो एकवीस वर्षांचा होता. त्याला पायात बूटदेखील घालायची परवानगी न देता, नुसते पायमोजे घातलेल्या स्थितीत नेण्यात आलं. "तू जिथे चाललायस, तिथे तुला बुटांची गरज भासणार नाही." त्यांनी त्याला सांगितलं.

सुमारे वीस लोकांनी हे अपहरण केलं. नंबरप्लेट्स नसलेल्या चार गाड्यांतून ते आले होते.

*

चोवीस तासांनंतर अचखोय-मार्टन मिलिशिया स्टेशनला काय चाललंय याचा त्याच्या कुटुंबीयांना शोध लागला. 'खंडणीसाठी अपहरण केलेल्यांची अदलाबदल' करण्याच्या योजनेखाली इब्राहिमचं अपहरण करण्यात आलं होतं. प्रोक्युरेटर-जनरल ऑफ रशिया यांना बेसलाननंतर उफाळलेल्या वादळाला तोंड देण्यासाठी हा एक योग्य उपाय वाटला होता. शिश्खानोव्ह कुटुंबाला त्यांचा नातेवाईक सैद-खासन मुसोस्टोव्ह याला हस्तांतरित करायला सांगण्यात आलं. तो प्रतिकार करणाऱ्या गटाचा सभासद आणि इब्राहिमचा चुलतभाऊ होता.

आज रविवार, निषेधाच्या सभांचा दिवस आहे. खाबारोव्हस्क या ठिकाणी निदर्शनं चालू आहेत. 'खाबारोव्हस्क भागातल्या नातेवाईकांना स्वातंत्र्य द्या' या मागणीसाठी हे निदर्शन करण्यात येतंय. निदर्शकांनी परावलंबी न्यायालयांमुळे त्रास सोसल्याने पुतिनना एक 'अनावृत्त पत्र' लिहायचा निर्णय घेतला.

'आमचा गेल्या कित्येक वर्षांचा अनुभव असं दर्शवतो की, खाबारोव्हस्क विभागातले न्यायमूर्ती त्यांच्या निवाड्यात नागरिकांच्या हक्कांचं रक्षण करत नाहीत.' घटनेच्या आवश्यकतेनुसार या हक्कांचं रक्षण होणं आवश्यक आहे, पण निकाल देताना न्यायमूर्ती नोकरशाहीचे हितसंबंधच सांभाळताना दिसतात. कोर्टाने दिलेले बरेचसे निकाल कायद्यात, व्यवहारज्ञानात किंवा प्राथमिक तर्कशास्त्रांतदेखील न बसणारे असतात.

नागरिकांच्या मूलभूत हक्कांची पायमल्ली केली जात आहे. कोर्टात खटल्याची सुनावणी होण्याचा नागरिकांचा मूलभूत हक्क हे न्यायमूर्ती सरसकट आणि तिरकस बुद्धीने डावलून टाकत आहेत. खटल्याची सुनावणी झाल्याखेरीज नागरिकांच्या इतर हक्कांचे संरक्षण होण्यासंबंधीची बोलणीच होऊ शकत नाहीत. कोर्टाच्या मुक्त सत्रांत पत्रकारांना वगळण्यात येतं, सुनावणीच्या नोंदी बनावट केल्या जातात, तसा पुरावाही उपलब्ध आहे. खाबारोव्हस्क विभागात 'टू ऑर्डर' निकाल हेच एक आदर्श बनले आहेत. लिखित स्वरूपातला निकाल देण्यात येत नाही. फायद्याच्या न ठरणाऱ्या पुराव्यांकडे दुर्लक्ष केलं जातं. प्रकरणांच्या फायलीतून कोर्टाच्या निकालाला आणि आज्ञांना आव्हान देणारा युक्तिवाद अदृश्य होतो.

हक्कांच्या पायमल्लीसंबंधी 'कॉलेजियम ऑफ क्वालिफिकेशन्स ऑफ जजेस'ना केलेली अपिलं, त्याच्यावर फेरविचार करण्यासाठी पुन्हा त्याच न्यायालयांकडे परत पाठवली जातात आणि मूळच्या हक्कांना डावलले जाण्याच्या संदर्भात ज्या व्यक्ती जबाबदार होत्या, त्यांच्याकडूनच त्या अपिलांवर विचार करण्यात येतो.

'कॉलेजियम ऑफ क्वालिफिकेशन ऑफ जजेस'च्या बेकायदेशीर वर्तनाबद्दल केलेल्या तक्रारी तपासणीसाठी न्यायालयांकडून स्वीकारल्या जात नाहीत.

खाबारोव्हस्कमध्ये कायद्याच्या गरजेनुसार जजेसना लोकांकडून जी स्वीकारार्हता रुजणं आवश्यक आहे, तो एक फार्स झाला आहे.

> वकिली व्यवसायाच्या संस्थांवर केलेल्या कायद्यानुसार ते गरजेचं आहे.
>
> सातापैकी सहा लोकप्रतिनिधी या 'कॉलेजियम ऑफ क्वालिफिकेशन्स ऑफ जजेस'वर नियुक्त करण्यासाठी राज्य सत्ताधिकाऱ्यांकडून किंवा न्यायालयीन संस्थांकडून निवडण्यात येतात.

या पत्रावर कोणतीही प्रतिक्रिया व्यक्त करण्यात आली नाही. अध्यक्ष पुतिन यांनी कोणाचाही राजीनामा मागितला नाही. वस्तुत: असा राजीनामा मागण्याचा हक्क फक्त त्यांनाच आहे. खाबारोव्हस्क विभागीय न्यायालयाने अध्यक्ष मिस्टर व्हडोव्हेनकोव्ह किंवा त्यांचे उपमुख्य मिस्टर बोलोशिन, हे न्यायव्यवस्थेची ही अभूतपूर्व परिस्थिती निर्माण होण्यासाठी जबाबदार असलेले मुख्य गुन्हेगार आहेत.

लेनिन स्क्वेअर, उफा, या बाश्किरियाच्या राजधानीच्या ठिकाणी पाच ते दहा हजार लोक एका निषेध सभेला उपस्थित होते. अध्यक्ष राखीमॉव्हच्या राजीनाम्याची मागणी करण्यासाठी ते रिपब्लिकच्या चौदा शहरांमधून आले आहेत. त्यांच्या घोषणा आहेत, 'मूर्तझा राखीमॉव्हला खुर्चीवरून खाली खेचा! गव्हर्नमेंटमधल्या नेपॉटिझमचा धिक्कार!' बाश्किरिआच्या इंधन आणि ऊर्जा संकुलातील उद्योगांवर युरल राखीमॉव्ह या मूर्तझाच्या मुलाचा ताबा आहे.

लोकांची मागणी आहे की, बाश्किरिआच्या तेल उद्योगाचे समभाग राज्याकडे हस्तांतरित केले जावेत. ब्लागोव्हेश्चेन्स्कच्या रहिवाशांनी भोगलेल्या नैतिक आणि आर्थिक नुकसानीची भरपाई त्यांना देण्यात यावी. हे नुकसान मिलिशियाच्या अमानुष शहर स्वच्छ करण्याच्या मोहिमेमुळे आणि त्यांच्या स्पेशल कारवाईमुळे डिसेंबर महिन्यात झालं होतं.

याब्लोकोच्या कम्युनिस्ट पक्षाच्या स्थानिक शाखा पीपल्स विल, द रशियन पेन्शनर्स पार्टी, द फाऊंडेशन फॉर द डेव्हलपमेंट ऑफ लोकल गव्हर्नमेंट, द युनियन ऑफ तातार असोसिएशन, रूस सोसायटी, या संस्थांच्या समन्वय समितीचे सभासद युनायटेड ऑपोझिशनचे संयोजक आहेत.

'फायद्याचं आर्थिकीकरण कायदा' रद्दबातल करण्यात यावा, अशी मागणी करणारा ठराव सभेत संमत करण्यात आला. तसंच अध्यक्ष राखीमॉव्ह, चीफ फेडरल इन्स्पेक्टर ऑफ बाश्कीरिया, मिनिस्टर ऑफ द इंटिरिअर ऑफ द रिपब्लिक, राफेल दिवासी, ज्याने मिलिशियाच्या ब्लागोवेश्चेन्स्क येथे राबवण्यात आलेल्या 'धुलाई मोहिमेचं' समर्थन केलं होतं, त्याच्या आणि इतर उच्चपदस्थ अधिकाऱ्यांच्या राजीनाम्याची मागणीही त्या ठरावात केली गेली.

लेनिन स्क्वेअरमध्ये एक तास थांबल्यानंतर तो मोठा जमाव नऊ किलोमीटर वाटचाल करून राखीमॉव्हच्या प्रशासन कार्यालयावर पोहोचला, पण त्यांना इमारतीपर्यंत जायला अटकाव करण्यात आला. बाश्कीरियाचा पूर्ण मिलिशिया जणू काही त्यांना प्रतिबंध करण्यासाठी कामाला लावून बसेस आणि हजारो सैनिकांच्या तुकड्यांचं बॅरिकेड तयार केलं गेलं.

राखीमॉव्ह बाहेर आला नाही. त्याच्याऐवजी रादी खाबीरॉव्ह, प्रशासनाचा संचालक आणि अलेक्झांडर शाब्रीन, सिक्युरिटी कौन्सिल ऑफ बाश्कीरियाचा सचिव हे दोघं त्या जमावासमोर आले. सभेत संमत झालेला ठराव त्यांना देण्यात आल्यावर जमाव पांगला.

मॉस्कोत युनायटेड डेमोक्रॅटिक पार्टी निर्माण करण्याचे समिती २००८ने पुन्हा एकदा प्रयत्न केले, पण त्यात समिती अपयशी ठरली. डेमोक्रॅटिक उमेदवारांच्या यादीत कोणाची नावं अग्रभागी असावीत, हे ठरवण्यासाठी कास्पारॉव्हने विरुद्ध पक्षाच्या विभागीय प्रतिनिधींना मॉस्कोत बोलवण्याचा प्रस्ताव मांडला आहे, पण मॉस्कोतले नेते विभागीय विरोधी पक्षाला एकत्र आणायला घाबरत आहेत, कारण ते मग निश्चितच त्या प्रस्तावित यादीच्या अग्रक्रमात नसतील. झालं, इथेच सगळं बारगळलंय; स्टेलमेट!

निवासस्थानासंबंधी केलेल्या नवीन मार्गदर्शक तत्त्वांबद्दल निषेध व्यक्त करण्यासाठी स्कोव्हच्या लेनिन चौकात तीनशे लोक एकत्र आले. स्कोव्ह कम्युनिस्ट, याब्लोकोची स्थानिक शाखा आणि उद्योग संघटना यांनी ही सभा एकत्रितपणे बोलावली होती. कोणत्याही स्थानिक दूरदर्शन केंद्राने या सभेचा वृत्तान्त देण्याची तयारी दाखवली नाही. या सभेत नवीन अध्यक्षीय मार्गदर्शक तत्त्वांच्या मागे असलेली कल्पना गुन्हेगारी स्वरूपाची असल्याचं जाहीर केलं होतं. ही नियमावली एक मार्चपासून अस्तित्वात आली होती.

अलीकडच्या काही दशकांत निवासी मालमत्तेची दुरुस्ती किंवा आधुनिकीकरण करणं, या जबाबदाऱ्या निभावण्यात राज्य अपयशी ठरलं आहे. त्याऐवजी राज्याने त्यांची साधनसंपत्ती अतिशय प्रभावीपणे, मालमत्ताधारकांचा एक विशिष्ट वर्ग निर्माण करण्याकडे वळवली आहे. हे मालमत्ताधारक सत्तेवर असलेल्यांपैकी आहेत.

लोकांची मागणी अशी आहे – 'निवासी मालमत्तेसंबंधीची मार्गदर्शक तत्त्वं' स्थगित करण्यात यावीत. जोपर्यंत विभागातल्या निवृत्तिवेतनाची पातळी, निवासस्थानासंबंधी सेवा देणाऱ्या कार्यालयाच्या बाजारभावांना पुरी पडण्याइतकी होत नाही; तसंच पेन्शन आणि वेतन हे आरोग्य, शिक्षण, सांस्कृतिक कार्यक्रम, प्रवास, संपर्क, अन्न आणि इतर जीवनावश्यक वस्तू परवडण्याइतक्या पातळीवर असावं. निवासस्थानांसंबंधी सेवा देणाऱ्या विभागीय कार्यालयातर्फे दिल्या जाणाऱ्या सेवांचे दर आणि दरपत्रक ठरवताना त्या व्यवहारात पूर्ण पारदर्शकता असावी.

ज्यांनी ही दुर्दैवी निवासस्थानासंबंधीची मार्गदर्शक तत्त्वं शोधून काढली, म्हणजेच रशियन शासन, राज्य शासनाला सत्तेवरून खाली खेचण्यात यावं. लोकांचे हितसंबंध प्रातिनिधिक स्वरूपात मांडण्यात अपयश आल्याबद्दल राज्य ड्युमा विलीन केलं जावं. ड्युमा राज्य हे युनायटेड रशिया पार्टीचे कार्यकर्ते, निवासस्थानासंबंधी मार्गदर्शक तत्त्वांच्या बाजूने मतदान करणारे लिबरल डेमोक्रॅटिक पार्टी ऑफ रशियाचे सभासद, यांच्यासारख्या लोकांनी गच्च भरलं आहे. समाजात वाढणाऱ्या सामाजिक ताणतणावांची पूर्ण जबाबदारी अध्यक्ष पुतिन यांच्यावर टाकण्यात यावी.

सत्तावीस मार्च

आज रविवार. रीजनल रेफरेंडम्सचा दिवस.

महापौरांची निवडणूक कोणत्या पद्धतीने व्हावी, याबद्दलचं रेफरेंडम साराटोव्हमध्ये करण्यात आलं. साराटोव्हचे फक्त सात टक्क्यांइतके लोकच मतदानासाठी आले. महापौरांना प्रत्यक्ष निवडून द्यावं की क्रेमलिनने नेमलेल्या गव्हर्नरतर्फे त्यांची नेमणूक करण्यात यावी, याची त्या लोकांना पर्वा असल्याचं दिसत नाही. सगळ्या विरुद्ध पक्षांची विभागीय संस्था, 'द पॉप्युलर फ्रंट ऑफ साराटोव्ह प्रॉव्हिन्स.' या संस्थेने मतदानात भाग घेण्यास नकार दिला. 'स्थानिक स्वायत्त संस्थांत' आमूलाग्र बदल घडवून आणण्यासाठी स्थापन केलेल्या संस्थेतर्फे बाश्कीरियात एक रेफरेंडम करण्यात आलं आहे. रेफरेंडमसाठी असा आधार दाखवण्यात आला आहे की, प्रजासत्ताकात नागरी आणि विभागीय नेतृत्व नेमण्याची नवीन पद्धती युरोपियन चार्टर ऑन लोकल गव्हर्नमेंटच्या विरोधात आहे. रशियाने १९९८मध्ये हे युरोपियन चार्टर प्रमाणित केलं होतं.

हा प्रत्येक नागरिकाला भेडसावणारा प्रश्न असला, तरीदेखील लोक फारच कमी संख्येने उपस्थित राहिले. या सगळ्या अनास्थेचं कारण म्हणजे लोकांना ठामपणे वाटतंय की, निवडणुकांमध्ये हस्तक्षेप केला जातो आणि पुढेही केला जाईल, मग मतदान करायचा त्रास कशाला घ्यायचा? आणि तसंही जे नव्वद टक्के लोक आले नाहीत, त्यांनी महापौरांची प्रत्यक्ष निवडणूक घेण्याच्या बाजूने मतदान केलं.

राजकीय घडामोडींत सर्वांत कमी सक्रिय असलेल्या शहरात मॉस्को वरचं स्थान मिळवतंय. जर क्रांती होणार असेल, तर ती इतर विभागांतून येईल.

जातींवर आधारित निवासस्थान सेवांत बदल घडवून आणण्याच्या विरोधात

गव्हर्नमेंट हाऊसच्या शेजारी, मॉस्को येथे झालेल्या याब्लोकोच्या निदर्शनांत फक्त दोनशे लोकच जमले. शासनाचा आग्रह आहे की, २००५ च्या अखेरीस सगळ्या विभागांनी त्यांच्या निवासस्थानासंबंधीच्या सेवांचा खर्च स्वत: उचलावा आणि इतके गरीब लोक असणाऱ्या या देशात ही गोष्ट बहुतेकांच्या आवाक्याबाहेरची ठरेल. किमतीत आणखी वाढ करायला उत्तेजन देण्याचा हक्क शासनाला नाही, असा याब्लोकोचा दृष्टिकोन आहे. त्यांच्या मते शासनाने या कार्यालयांची एकाधिकारशाहीची मानसिकता मोडून काढली पाहिजे. ज्यांची स्वत:ची निवासस्थानं आहेत, त्यांना सहकारी संस्था स्थापन करायला प्रोत्साहन दिलं पाहिजे आणि छोट्या व्यवसायांना स्पर्धात्मक सेवा देण्यासाठी उत्तेजन द्यायला हवं. किमतीत वाढ करून वीस बिलिअन पौंड उभे करण्याचा शासनाचा उद्देश आहे आणि हा पैसा सध्याच्या सडलेल्या निवासस्थानासंबंधी सेवांच्या व्यवस्थेत गुंतवण्याचा प्रस्ताव आहे.

याब्लोकोचे प्रस्ताव सूज्ञ आहेत, पण लोकांचा थंड प्रतिसाद ते या पक्षाकडे कितपत गांभीर्याने बघतात, हे तुम्हाला सूचित करतो. लोकांचा पाठिंबा मिळवण्याऐवजी नेते ड्युमाच्या खुर्च्या मिळवण्याच्या मागे आहेत. त्यासाठी त्यांची अध्यक्षीय प्रशासनाशी बोलणी चालू आहेत.

अठ्ठावीस मार्च

अध्यक्ष मुरात झ्याझिकॉव्हचा राजीनामा मागण्याचे इंगुशेटिया येथील प्रयत्न मोडून काढण्यात आले आहेत. कर्गिझिया येथे घडलेल्या प्रकारांवरून संयोजकांनी विचार केला की, जेथे चोरी होते आहे, तिथे तुम्ही क्रांतीची अपेक्षा करू शकता. रशिया कर्गिझियाचा कित्ता गिरवू शकेल काय, हाच प्रत्येकाला प्रश्न पडला आहे.

सभा सुरू होण्याआधीच अधिकाऱ्यांनी ती दाबून टाकली. शस्त्रसज्ज गाड्यांचा ताफा, सैनिक आणि मिलिशिया यांच्या मदतीने नाझरानच्या बाहेरच्या परिसरातच राजकीय दबावाचे बळी ठरलेल्यांचे स्मारक उभारण्याच्या उद्देशाने एकत्र आलेल्या जमावाला पांगवण्यात आलं. पूर्ण दिवसभरासाठी बोरिस आर्सामाकॉव्ह या नेत्याला, 'अखकी-युर्ट' या निदर्शन भरवण्यासाठी जबाबदार असलेल्या संस्थेचा प्रमुख असल्याने स्थानबद्ध करण्यात आलं. निषेध करण्यात आला त्या दिवशी अध्यक्ष झ्याझिकॉव्ह हे इंगुशेटिया सोडून बाहेर गेले, धोका पत्करायला नको म्हणून आणि सगळं स्थिरस्थावर झाल्यावर परत आले. काहीतरी गडबड होणार आहे असा जरा जरी वास आला, तरी ते त्या ठिकाणी थांबतच नाहीत.

सभा भरवायला परवानगी देण्यात आली नाही, तरी जमावाने हिंसाचाराचा अवलंब केला नाही. जेव्हा आर्सामाकॉव्हला अटक झाली, तेव्हा जमाव मिलिशियाच्या

मुख्य कार्यालयावर चालून जाणार होता, पण मुसा ओझडोएवने त्यांना रोखून धरलं. मुसा हा पीपल्स असेंब्लीचा डेप्युटी आणि इंगुशेटियन विरोधी पक्षाचा आघाडीचा प्रतिनिधी आहे. आर्सामाकॉव्हच्या सुटकेची बोलणी करण्यासाठी तो इमारतीच्या आत गेला. नंतर त्याने बाहेर थांबलेल्या लोकांना एक ठराव संमत करायला सांगितला. असा एक ठराव, ज्यामध्ये अध्यक्ष झ्याझिकॉव्हचा राजीनामा त्वरित मागण्यात यावा. पुढे त्याने असंही म्हटलं, ''प्रजासत्ताकात एवढ्या संख्येने सैनिकांच्या तुकड्या आणून अधिकाऱ्यांनी त्यांचा डरपोकपणा सिद्ध केलाच आहे. आपण आजच्या दिवशी सभा न घेता आपल्या ठरावाला ते अमलात आणतात की नाही याची प्रतीक्षा करू या.''

या सूचनेमुळे लोकांच्या भावना शांत झाल्या. 'अंगुष्ट' या रिपब्लिकमधल्या विरोधी पक्षाच्या एकमेव वृत्तपत्राचा मान्यवर संपादक मुरात ओझिएव्ह यानेदेखील लोकांच्या समूहाला काहीही प्रत्यक्ष कृती न करण्याची विनंती केली. (या वृत्तपत्रावर झ्याझिकॉव्हने बंदी आणली आहे.) झ्याझिकॉव्हच्या बाजूचे दोन डेप्युटी म्हणाले, की ते विरोधी पक्षाशी बोलणी करण्यासाठी आले आहेत आणि झ्याझिकॉव्हच्या राजीनाम्याविषयी त्याचा विचारही त्यांना घ्यायचा आहे. त्यांनी गर्दीला पांगायला सांगितलं.

अधिकाऱ्यांच्या अशा वागण्यामागचं कारण काय असावं? थोडक्यात, कर्गिझमधल्या घटनांतला गोंधळ पुन्हा एकदा स्पष्ट व्हायला लागला होता. इंगुशेटिया गरीब आहे, पण तिथले अधिकारी मात्र श्रीमंत आहेत आणि राज्याच्या अंदाजपत्रकावर डल्ला मारून दिवसागणिक आणखीच श्रीमंत होतायत! खाली दिलेला मजकूर एका अंदाजपत्रकाच्या निधीत झालेल्या अफरातफरीच्या अधिकृत ऑडिटमधून घेतला आहे. हे ऑडिट सेंट्रल डिरेक्टोरेट ऑफ द इंटिरिअर मिनिस्ट्री ऑफ द सदर्न फेडरल डिस्ट्रिक्ट यांच्यातर्फे करण्यात आलं :

> २००३ साली २.८ मिलियन रूबल्सची अफरातफर झाली. फेडरल बजेटच्या साधनसंपत्तीतून झालेल्या ३.९ मिलियन रूबल्सच्या अफरातफरीपैकी ही एक मोठी रक्कम होती. नंतर २००४च्या पहिल्या अर्ध्या काळात १.१ मिलियन रूबल्स गिळंकृत करण्यात आले. २००३ आणि २००४ सालच्या पहिल्या अर्ध्या भागातला आर्थिक घोटाळा तब्बल १८१.४ मिलियन रूबल्सच्या घरात पोहोचला. या सगळ्या एकूण रकमांपैकी फेडरला बजेटची साधनसंपत्ती ७२.५ मिलियन रूबल्स म्हणजेच चाळीस टक्के होती.

लहानसं इंगुशेटिया शेजारच्या चेचन्यापेक्षाही छोटं आहे, तरीही दीड वर्षांच्या

झ्याझिकॉव्हच्या कारकीर्दीत मिलियन्स गडप करण्यात आले. हे एवढे मिलियन्स आले कुठून?

इंगुशेटियासमोर बरेचसे मोठे प्रश्न आहेत. पहिला प्रश्न आहे निर्वासितांचा. फेडरल गव्हर्नमेंट त्यांना मदत पुरवतं. तसंच २००२ साली आलेल्या पुरात ज्यांनी घरं गमावली, त्यांना नवीन घरं बांधण्यासाठीही मदत करतं. दुसरा प्रश्न आहे मालगोबेकच्या तेलाच्या साठ्यांचा; प्रजासत्ताकातील संपत्तीचा सर्वांत महत्त्वाचा स्रोत. सगळे स्थानिक मोठे अधिकारी सातत्याने त्याच्यावर आरूढ होण्याच्या प्रयत्नात असतात. या तेलाच्या साठ्यांभोवती न संपणारा भ्रष्टाचार बोकाळला आहे. शेवटचा प्रश्न आहे शेतकीचा, कारण प्रजासत्ताक मूलत: शेतकीप्रधान आहे.

ऑडिटमध्ये पुढे म्हटलंय –

> आवश्यक ती तरतूद अंदाजपत्रकात न करताच प्रजासत्ताकाच्या शासनाने बेकायदेशीरपणे 'इंगुशनेफ्तेगाझ्प्रॉम' या कंपनीला तीस मिलियन रूबल्सचं अंदाजपत्रकानुसार कर्ज मंजूर केलं. निवासस्थानांसाठी अनुदान द्यायला राखून ठेवलेल्या रकमेपैकी ही रक्कम कमी करण्यात येऊन, योग्य ते कायदेशीर फेरफार न करताच, त्या कंपनीसाठी वळवण्यात आली.

'इंगुशनेफ्तेगाझ्प्रॉम' ऑईल आणि गॅस कंपनी हा प्रजासत्ताकाचा सर्वांत महत्त्वाचा उद्योग आहे. आर्थिकदृष्ट्या ही गोष्ट अधिकाऱ्यांना अडचणीत आणते. दुर्दैवाने, झ्याझिकॉव्हच्या कारकीर्दीत इंगुशेटियात राहणाऱ्या लोकांसाठी तिथे ऑईल कंपनी असणं हे महागडं ठरत आहे. अंशत: हजारो निर्वासितांमुळे निवासस्थानांचा प्रश्न तीव्र झाला आहे. म्हणून निवासस्थानांसाठी देण्यात येणाऱ्या अनुदानात कपात करून तो पैसा ऑईल कंपनीला देणं, ही कल्पनेच्या बाहेरची गोष्ट अतिशय चीड आणणारी आहे, पण तसं घडलंय.

> तेलसाठ्यांच्या संकुलाचा विकास करून स्थिरता आणण्यासाठी इंगुशनेफ्तेगाझ्प्रॉमला २७ मिलियन रूबल्सचं कर्ज २००३मध्ये मंजूर करण्यात आलं. त्यापैकी फक्त १०.५ मिलियन्स मुदतीत परत केले गेले. बाकीच्या रकमेसाठी कर्ज परत करण्याची मुदत वाढवून देण्यात आली.
>
> सादर केलेल्या आकडेवारीनुसार प्रत्येक वर्षी तेल निघण्याचं प्रमाण घटत चाललंय. पण हेही उघडकीस आलंय की, २००० सालापासून ही कंपनी परवाना नसतानाच तेल काढते आहे आणि

काढलेल्या उत्पादनाची वास्तविक क्वांटिटी ऑडिटपासून दडवून ठेवते आहे.

तेलाचं उत्पादन वाढवण्यासाठी, तंत्रज्ञानाचा पुरवठा करण्यासाठी एका नॉर्वेजियन कंपनीबरोबर या कंपनीने करार केला. या कराराला गव्हर्नमेंट ऑफ इंगुशेटियाने हमी दिली होती. १५ ऑगस्ट २००३मध्ये हा करार झाला. या कामासाठी कंपनी प्रजासत्ताकाने दिलेल्या निधीपैकी ७,७५,००० अमेरिकन डॉलर्स कंपनीच्या करंट खात्यावर फिरवणार होती. १९ डिसेंबर २००३ आणि १० मार्च २००४ या तारखांना दोन पेमेंट ऑर्डर्सद्वारा ही रक्कम फिरवण्यात आली, पण कराराच्या अटी पूर्ण करण्यात आल्या नाहीत.

एकंदरीत पाहता, इंगुशनेफ्तेगाझ्प्रॉम व्यवस्थापनाच्या गैरव्यवहारांमुळे तेल-व्यवसायाला आणि राज्याला २५ मिलियन रूबल्सपेक्षाही अधिक आर्थिक नुकसान सोसावं लागलं. प्रोक्युरेटर जनरल ऑफ द रिपब्लिक यांनी सध्या चालू असलेल्या ऑडिटप्रमाणे पाच ऑक्टोबर २००४ रोजी कंपनीविरुद्ध फौजदारी कारवाई सुरू करण्याची सूचना जारी केली. ही कारवाई पार्ट २, बी, आर्टिकल १७१, पार्ट २, बी, आर्टिकल १९९ आणि पार्ट १, आर्टिकल २०१ या रशियन फेडरेशनच्या फौजदारी गुन्ह्यांसंबंधीच्या मार्गदर्शक अधिसूचनांप्रमाणे करावयाची आहे.

नाझरान, सुंझा आणि मालगोबेक जिल्ह्यांत नैसर्गिक आपत्तींमुळे निर्माण झालेल्या परिस्थितीला तोंड देण्यासाठी ज्या साधनसंपत्तीची तरतूद करण्यात आली, त्याची तपासणी केल्यावर असं आढळून आलं की, पूरग्रस्तांना मदत देण्याच्या नावाखाली फार मोठ्या रकमांचा अपहार करण्यात आला आहे.

२००३ मध्ये ९.५ मिलियन रूबल्स, म्हणजे सुमारे ६१ हजार पौंड अशा नागरिकांना अयोग्य पद्धतीने देण्यात आले. कारण पूर आला तेव्हा त्यांची नावं कोणत्याही निश्चित पत्त्यांवर नोंदली गेलेली नव्हती. ३.१ मिलियन रूबल्सची आर्थिक अफरातफर केल्याच्या कारणांवरून चार फौजदारी गुन्हे नोंदवण्यात आले आहेत.

दुसरा आर्थिक घोटाळा आढळून आला मालगोबेक जिल्ह्यात. पुरामुळे वाहून गेलेल्या मैला शुद्धिकरण प्लाट्सची पुनर्बांधणी करण्याच्या खर्चाची तरतूद मोठ्या प्रमाणात फुगवून दाखवण्यात

आली. छाननी केल्यावर निधीचा अपहार ५,४६,६०० रूबल्सच्या घरात असल्याचे निष्पन्न झाले.

आणखी एक मोठा आर्थिक घोटाळा उघडकीला आला तो फेडरल साऊथ रशिया एड प्रोग्रॅमच्या अंमलबजावणीत!

हा कार्यक्रम मूलत: निवासस्थानांसाठी आहे. २००३ साली आणि २००४ च्या पहिल्या अर्ध्या भागात घेण्यात आलेल्या ऑडिटमध्ये २५३.९ मिलियन रूबल्सचे आर्थिक गैरव्यवहार उघडकीस आले. कार्यक्रम अमलात आणण्यासाठी लागणारी रक्कम फेडरल बजेटमधून देण्यात येते. हा घोटाळा एकूण मंजूर झालेल्या रकमेच्या वीस टक्क्यांइतक्या पैशांचा करण्यात आला होता.

बजेटमधून उपलब्ध झालेल्या निधीचा अपहार करण्याच्या कारणांवरून २००३ ते २००४ या कालावधीत एकशेपंच्याऐंशी फौजदारी स्वरूपाचे खटले भरण्यात आले. या खटल्यांत अडतीस प्रकरणे गंभीर किंवा अतिगंभीर स्वरूपाचा साधनसंपत्तीचा अपहार करण्याच्या आरोपांवरून दाखल करण्यात आलेली आहेत.

या प्रकरणांपैकी सर्वाधिक प्रकरणं पुरामुळे उद्‌भवलेल्या परिस्थितीला तोंड देण्यासाठी राखून ठेवण्यात आलेल्या निधीतून अफरातफर करून करण्यात आली. यापैकी तेहेतीस प्रकरणं १७.७ मिलियन रूबल्सचे नुकसान दर्शवतात.

निधीचा अपहार करण्यासंदर्भातील फौजदारी प्रकरणं उघडण्यात आली खरी, पण त्यानंतर ती बासनात बांधून ठेवण्यात आली. रशियाच्या अधिकाऱ्यांची निष्ठा कायम ठेवण्याचे हे एक तंत्र आहे. प्रथम त्यांच्याविरोधातली गोत्यात आणणारी माहिती मिळवायची आणि नंतर त्यांना युनायटेड रशिया पार्टीकडे धाव घेताना आरामात बसून बघत राहायचं.

मी जेव्हा ही माहिती आणि हे आकडे प्रसिद्ध केले, तेव्हा झ्याझिकॉव्हने मला कोर्टात खेचण्याची धमकी दिली. इंगुशेटियात ही माहिती प्रकाशित करण्यावर बंदी होती. झ्याझिकॉव्हने मला दिलेली धमकी ही त्याची बदनामी किंवा अवहेलना करण्याबद्दल नव्हती, तर कागदपत्रांच्या कथित चोरीबद्दल होती. मला प्रोक्युरेटर जनरलच्या कार्यालयात चौकशीसाठी नेण्यात आलं. त्यानंतर मला सोडून दिलं गेलं. ही कागदपत्रं काही गुप्त स्वरूपाची नाहीत, मग कोणाला ती चोरण्याची गरज का भासावी? चोरी सिद्ध करण्यासाठी त्यांना कोणाच्यातरी तिजोरीवर माझ्या बोटांच्या ठशांची गरज लागेल. काय हा मूर्खपणा!

हे सांगायची गरज नाही, की जनरल नापालकॉव्ह त्या ऑडिटचा इनचार्ज आणि इंटिरिअर मिनिस्ट्री ऑफिसर होता. त्यानेच त्या ऑडिटवर सह्या केल्या होत्या. त्याला नोकरीवरून डच्चू मिळाला. अध्यक्षीय प्रशासनाकडून एवढा दबाव इंटिरिअर मिनिस्ट्रीवर आला, की शिट्टी वाजवणाऱ्या जनरलला काढून टाकण्याशिवाय त्यांना मार्गच उरला नाही. त्याचा बळी देणं त्यांना सुलभ वाटलं.

अकरा एप्रिल

कैदेत जाण्यापूर्वी मिखैल खोडोरकोव्हस्कीचे शेवटचे शब्द "जे आरोप माझ्यावर ठेवण्यात आले आहेत, ते गुन्हे मी केलेले नाहीत आणि म्हणून त्यासाठी दयेची याचना करण्याचा माझा विचार नाही." प्रोक्युरेटर-जनरलने सरळसरळ आणि उघडपणे न्यायालयाला फसवावं आणि ते आदर्शपणे कायदेशीर मानलं जावं, ही गोष्ट मला आणि माझ्या देशाला लांच्छनास्पद आहे. वकील आणि न्यायालयाने जेव्हा मला समजावून सांगितलं, तेव्हा मला धक्काच बसला. सगळ्या देशाची जर ही खात्री पटली असेल, की क्रेमलिनच्या अधिकाऱ्यांच्या प्रभावाखाली कोर्टाचं कामकाज चालतं, तर ही फारच दुर्दैवी परिस्थिती आहे.

"एखादा यशस्वी उद्योग निर्माण करणं, त्याचं व्यवस्थापन करणं किंवा तशा उद्योगाचे मालक असणं, हाच एक गुन्ह्याचा पुरावा असल्याचा निकाल देणं, अशा प्रकारचा निर्देश न्यायालयाला देण्यात आला आहे. आज माझ्याकडे काही विशेष मालमत्ता उरलेली नाही. मी उद्योजक राहिलेलो नाही. मी अतिश्रीमंतही नाही. माझ्याकडे काय उरलं असेल, तर ते आहे हे ज्ञान आणि एक मुक्त माणूस होण्याचा माझा निश्चय!"

बऱ्याच जणांनी भाकित केलं होतं की, खोडोरकोव्हस्की माफीची याचना करेल. स्वत:च्या हातात सगळी सूत्रं ठेवणारा सभ्य मानवी प्राणी म्हणून टिकून राहील, या गोष्टीवर कोणाचाच विश्वास बसणार नाही, कितीही किंमत मोजावी लागली तरी! अशा हुकूमशहावर विश्वास ठेवता येत नाही. त्यांच्या चोऱ्या चांगल्याच राजरोस असतात. राष्ट्राला दारिद्र्याच्या खाईत ढकलून त्यांनी संपत्ती गोळा केलेली असते. खोडोरकोव्हस्कीचा जर पूर्ण नायनाट झाला, तर लोकांना कदाचित त्याच्याबद्दल वाईट वाटेल, पण त्या गोष्टीबद्दल लोक त्याला क्षमा करणार नाहीत.

पंधरा एप्रिल

दुसरं चेचेन युद्ध सुरू व्हायच्या आधी मिखैल ट्रेपाश्कीनवर आरोप ठेवून कैद ठोठावण्यात आली. केजीबीशी प्रतारणा आणि रशियातले अपार्टमेंट ब्लॉक्स उडवून देण्याच्या प्रकरणातल्या स्वतंत्र चौकशीत भाग घेणं, या आरोपात त्याला अडकवलं

गेलं. युद्ध सुरू झालं. पाच वर्षांची कैद भोगण्यासाठी त्याला गुन्हेगारांच्या वसाहतीत पाठवण्यात आलं. प्रोक्युरेटरने मांडलेल्या प्रस्तावांपेक्षाही अधिक गंभीर आरोपांखाली कोर्टाला तो दोषी आढळला. खटल्याचं कामकाज सुरू असण्याच्या पूर्ण कालावधीत ट्रेपाश्कीनला अयोग्य रीतीने वाईट परिस्थितीत स्थानबद्ध करून ठेवण्यात आलं. तो सध्या तुरुंगात आहे आणि युरोपियन कोर्ट ऑफ ह्युमन राईट्सतर्फे त्याच्या केसवर विचार चालू आहे.

सतरा एप्रिल

गॅरी कास्पारोव्हच्या डोक्यावर तो मॉस्कोमध्ये गेलेला असताना बुद्धिबळाच्या पटाने डोक्यावर मारण्यात आलं. कोणीतरी चेसबोर्डावर त्याची स्वाक्षरी घेण्याच्या निमित्ताने त्याच्यापर्यंत पोहोचला होता. त्या इजेतून सावरताना कास्पारोव्हने टोमणा मारला, "मला आनंद वाटतोय की, रशियन लोक बेसबॉलपेक्षा बुद्धिबळाला प्राधान्य देतात!"

तेवीस एप्रिल

क्रेमलिनमध्ये अल्फा ग्रुपच्या मिखैल फ्रीडमनची आज पुतिन यांनी भेट घेतली. मॉस्कोच्या उद्योगपतींच्या उच्चभ्रू वर्तुळात त्याच्याकडे खोडोरकोव्हस्कीला जसं वागवण्यात येईल, तसा संभाव्य उमेदवार म्हणून बघितलं जातंय. टीएनके, बीपी ऑईल कंपनीच्या फायद्यासाठी पुतिन यांनी घडवून आणलेलं हे एक ठरावीक पद्धतीचं लोकसंपत्तीचं स्वागत होतं. क्रेमलिनच्या भाषेत, ते लोक फ्रीडमनला 'नैतिक-आधार' देत होते.

फ्रीडमन या क्षणाच्या बाजूने आहे. त्याची संपत्ती वाटून घेण्याची संधी त्याला देण्यात आली आहे आणि तो नक्कीच त्याचा फायदा घेईल. अधिकाऱ्यांचे हात ओले करण्याची संधीदेखील जर तुम्हाला दिली जात नसेल, तर मग मात्र तुमची धडगत नसते. बीपीचा प्रमुख कार्यकारी अधिकारी, लॉर्ड ब्राऊने याचंदेखील क्रेमलिनमध्ये स्वागत करण्यात आलं. क्रेमलिनच्या बास्केटमध्ये 'फेबर्जे' अंडी टाकणारा व्हिक्टर वेकसेलबर्गदेखील तिथे हजर होता. फ्रीडमन आणि वेकसेलबर्ग बैठक चालू असताना खुशीत होते.

१९९० च्या सुरुवातीच्या काळात विदेशी आर्थिक व्यवहाराचा मंत्री असलेला सर्गी ग्लाझिएव्ह सध्या विरोधी पक्षात आहे. तो रोडिना पार्टीचा डेप्युटी ऑफ द ड्युमादेखील आहे. त्याने शेरा दिला, "विरोधी पक्ष प्रकल्पांना पैसा पुरवत नाही म्हणून त्यांना खोडोरकोव्हस्कीपेक्षा फ्रीडमन अधिक पसंत आहे."

तेवीस-चोवीस एप्रिल

लादिमीर रिझकॉव्ह रशियन रिपब्लिक पक्षाच्या पोलिटिकल कौन्सिलचा सभासद झाला आहे. त्याला लुकॉईलकडून आर्थिक पाठबळ मिळतंय आणि आता तो त्याचा पक्ष बनलाय. २००७च्या ड्युमाच्या निवडणुकांत संधी पाहिजे असेल, तर या उन्हाळ्यात डेमोक्रॅट्सनी संघटित झालं पाहिजे, असा रिझकॉव्हने इशारा दिला आहे.

थंडीच्या मोसमात गॅरी कास्पारोव्ह रिझकॉव्हचा साथीदार होता, पण तो आरआरपीला जाऊन मिळाला नाही. सध्याची राजकीय व्यवस्था मोडीत काढली पाहिजे, हा त्या दोघांचाही समान विचार आहे. त्या व्यवस्थेशी जुळवून घ्यायला दोघांचाही विरोध आहे. कास्पारोव्ह जर रिझकॉव्हबरोबर टिकून राहिला असता, तर त्याचा प्रभाव अधिक पडला असता. रिझकॉव्ह त्याच्यापेक्षा अधिक चलाख राजकीय लढवय्या ठरला असता. रिझकॉव्ह म्हणतोय की, त्याच्यासाठी दरवाजे अजून उघडेच आहेत आणि आरआरपी अजूनही कास्पारॉव्हचं स्वागत करण्याच्या आशेवर आहे.

पंचवीस एप्रिल

फेडरल संसदेला उद्देशून पुतिन यांनी केलेलं वार्षिक भाषण जेवढं खळबळजनक, तेवढंच विनोदीही होतं. तो एक मवाळ नीतीचा जाहीरनामा होता, पण त्याची फळं चाखल्यावरच आपल्याला ते कळेल!

त्याचा विषय होता 'अ फ्री कंट्री फॉर फ्री पीपल'. पण स्वतंत्र न्यायव्यवस्था नसताना तुम्ही स्वतंत्र कसे? किंवा मग अस्सल, लोकशाहीच्या निवडणुकांच्या हक्कांशिवाय? राजकीयदृष्ट्या प्रेरित असलेल्या प्रोक्युरेटर-जनरलच्या कार्यालयाबरोबर आणि गुदमरलेल्या नागरी समाजव्यवस्थेत?

अठ्ठावीस एप्रिल

'हिरो ऑफ रशिया' यूएसएसआर किंवा सोशॅलिस्ट लेबर, या किताबाच्या मानकऱ्यांना, त्यांच्या हक्कांऐवजी दरमहा दोन हजार रूबल्स अधिक देण्याचा सरकारने निर्णय घेतलाय.

*

२००५ च्या उन्हाळ्यातल्या एका मुख्य राजकीय भानगडीची अशा प्रकारे सुरुवात झाली. 'हिरो' किताब देण्यात आलेल्यांनी तीन आठवड्यांचे उपोषण आणि संप केला. पुतिन यांच्या सरकारने त्याला 'ब्लॅकमेल' म्हटलं.

एक मे

एक मे हा दिवस रशियात पारंपरिकरीत्या सभा आणि मिरवणुका घेण्याचा असतो. या वर्षी विरोधी पक्ष षटकार काढत होते.

टुर्गनिव्ह चौकात ते एकत्र जमले. एफएसबीच्या भयाण इमारतींवरून ते म्यासनिट्स्काया रस्त्याने चालत गेले. सोलोवस्की स्टोनच्या लुब्यांका चौकात त्यांनी सभा घेतली. या ठिकाणी कम्युनिस्ट काळात बळी गेलेल्यांची स्मृती जागवली जाते. त्यांच्या हातातल्या फलकांवर लिहिलं होतं, 'स्वातंत्र्य, न्याय आणि लोकशाहीसाठी!', 'नागरी, राजकीय, सामाजिक, आर्थिक आणि सांस्कृतिक हक्कांच्या रशियात होणाऱ्या पायमल्लीच्या विरोधात!'

अंदाजे हजारएक लोक जमले असतील. काही वाईट नाही, अगदीच काही दुरावस्था नाही. चौदा नागरिकांना आदल्याच दिवशी मिन्स्कमध्ये बंदिवासातून मुक्त करण्यात आलं. स्थानिक विरोधी पक्षाने काढलेल्या मिरवणुकीत भाग घेण्यासाठी ते लोक प्रवास करून बेलारूसला पोहोचले होते. याब्लोकोचा तरुण आघाडीचा नेता, इल्मा याशिन आज सकाळी मॉस्कोला परत आला. सोलोवकी स्टोनच्या शेजारी, एका रोस्ट्रममधून त्याने लुकाशेंको तुरुंगाची आतली खबरबात सांगितली. मिन्स्कमध्ये युक्रेनियन पाठीराख्यांना रशियन निदर्शकांपेक्षा अधिक त्वेषाने बडवण्यात येतं, हेही त्याने सांगितलं.

लुब्यांका चौकात डेमोक्रॅट्सची सभा संपायच्या सुमाराला युनियन ऑफ राईट फोर्सेसनी तिथेच त्यांच्या सभेला सुरुवात केली. लिबरल्स आणि डेमोक्रॅट्सची भांडणं सार्वजनिक सुट्ट्यांच्या दिवशीदेखील थांबत नाहीत, हे बघून अधिकाऱ्यांना आनंदाच्या उकळ्याच फुटल्या असतील.

डाव्या फळीने नऊ हजार लोक जमवून मुख्य निषेधाची सभा आयोजित केली. बरेच तरुण लोक तिथे होते. द कम्युनिस्ट पार्टी, द नॅशनल बोल्शेव्हिक्स रोदिना, लेबर इन द कॅपिटल, द युनियन ऑफ सोव्हिएत ऑफिसर्स आणि इतर या सर्वांनी एकत्र बैठक घ्यायचं कबूल केलं होतं.

एडुआर्ट लिमोनॉव्ह चार वर्षांत प्रथमच नॅशनल बोल्शेव्हिक्सच्या गटाला दिशा दाखवण्यास समर्थ ठरला होता. त्याच्या अधांतरी, लटकत ठेवण्यासारख्या सजेची मुदत एकदाची संपली होती.

नॅशनल बोल्शेव्हिक पार्टीच्या मॉस्को येथील मुख्यालयात, येवजेनी बारानोवस्की, लेव दिमित्रिव्ह, अलेक्झांडर चेपालगा यांनी उपोषण सुरू केलंय. तुरुंगात असलेल्या त्यांच्या सहकारी पक्ष सभासदांना सोडून देण्यात यावं, अशी त्यांची मागणी आहे.

सर्वसाधारणपणे पूर्ण रशियात डाव्या पक्षाने दीड मिलियन मे दिनाचे निदर्शक गोळा केले.

इंगुशेटियामध्ये मे डेच्या उत्सवाला धरपकडीचं गालबोट लागलं. अध्यक्ष झ्याझिकॉव्हला हटवण्यात यावं, या मागणीच्या मोहिमेचा मुख्य सूत्रधार मुसा ओझाडोएव्ह याला रात्रीच्या वेळी अटक करण्यात आली. अशा एका चौकात, जिथे झ्याझिकॉव्हच्या विरोधातील एक सभा घेण्यात येणार होती, त्याच्या आदल्या दिवशीच तो त्या चौकात होता आणि मिलिशियाने त्याला अटक केली.

नाझरानच्या मिलिशिया मुख्यालयात जज्ज रमझान टुटेव्ह यांना मध्यरात्री आणण्यात आलं. त्यांनी त्या कोठडीत न्याय देण्याचं काम केलं. पुढच्या न्यायालयीन आणि कायदा अमलात आणण्याच्या संस्थांचं एकत्रित स्वरूपात, एकच दडपून टाकणारी राज्ययंत्रणा म्हणून प्रतीकात्मक स्वरूपातलं प्रकटीकरण होतं.

'किरकोळ गोंधळ घालणं' अशा अधिकृत कारणासाठी टुटेव्हने ओझडोएव्हला बहात्तर तासांची कैद सुनावली. त्याने एक स्टूल तोडलं, असा खोटाच आरोप ठेवण्यात आला.

पीपल्स असेंब्लीच्या मान्यतेखेरीज मुसाला कायदेशीरपणे अटक होऊ शकत नव्हती, पण ते रात्री करणं कठीण असल्याने त्यांनी औपचारिकतेला फाटा दिला.

तुरुंगात टाकल्यावर मुसाने लगेचच उपोषण सुरू केलं. त्याच्याबरोबर कोठडीत असलेले कैदी सामूहिक आत्महत्येचा प्रयत्न करण्याच्या विचारात होते, असं त्याला आढळून आलं.

दोन मे

एक दिवस आधीच ओझडोएव्हला अनपेक्षितपणे सोडून देण्यात आलं. नाझरान जिल्हा न्यायालयाचे न्यायमूर्ती अलिखान यारिझेव्ह यांनी तो निर्णय घेतला. ओझडोएव्हला हे अपमानास्पद वाटलं. मुसाने मला सांगितलं, "मी जाणार नाही. मला तुमच्याकडून काही सवलती नकोत, असं मी जज्ज यारिझेव्हना सांगितलं, पण मिलिशियाच्या लोकांनी त्या विरोधकाला रस्त्यावर काढलं आणि त्याच्यामागे दरवाजे घट्ट बंद करून घेतले."

अधिकाऱ्यांना जे जग गुलदस्त्यात ठेवायचं होतं, तिथे त्याचा प्रवेश झाला होता, हे अर्थातच त्याला बाहेर काढण्याचं खरं कारण होतं. मुरात झ्याझिकॉव्हच्या विरोधात दहशतवादी कारवायांचं नियोजन करणं आणि त्यात भाग घेणं, हा कबुलीजबाब 'स्वखुशीने' देण्यासाठी ज्यांचा छळ करण्यात आला, असे लोक त्याला कोठडीत भेटले. त्या लोकांवर अनन्वित अत्याचार करण्यात आले होते.

इंटिरिअर मिनिस्ट्रीच्या हस्तकांनी त्यांचा छळ करण्यासाठी वापरलेल्या पद्धती इतक्या टोकाच्या होत्या, की एफएसबीच्या नॉर्थ ऑसेशियन संचालनालयाने पुढल्या चौकशीसाठी त्या लोकांचा स्वीकार करण्याचं नाकारलं. त्यांना झालेल्या दुखापती गंभीर स्वरूपाच्या होत्या.

ओझडोएव्हला ही माहिती मिळाली. तो बेकखान गिरेयेव्ह यालादेखील भेटला. इंटिरिअर मिनिस्ट्रीचा असा दावा होता की, त्या 'दहशतवादी कटाचा प्रमुख सूत्रधार' तोच होता. त्याच्या गुडघ्यांच्या वाट्यांचा चक्काचूर झाला होता आणि त्याच्या हाताच्या बोटांची नखं गायब झाली होती. चौकशीच्या दरम्यान ती उपटून काढण्यात आली होती.

मुसाने मला सांगितलं, 'पूर्वी ज्या गोष्टींवर मी विश्वास ठेवला नव्हता, अशा गोष्टींची मला माहिती मिळाली.'

"माझ्या डोळ्यांनी मी हे स्वत: बघितलं नसतं, तर... अर्थात, अशा प्रकारच्या गोष्टींनंतर हे लोक आणि त्यांचे नातेवाईक प्रतिकार पातळीला जाऊन मिळण्यासाठी घाई करतील." डेप्युटी त्याचा स्वत:चा वाईट अनुभव किरकोळच मानतो.

तीन मे

खोडोरव्हस्की आणि लेबेडेव्हच्या मुक्ततेच्या बदल्यात इस्रायलहून लिओनिड नेव्हझ्लिनने अध्यक्षीय प्रशासनाला एक प्रस्ताव दिला आहे. युकोसमधले मेनाटेपचे समभाग विकायला तो तयार आहे.

मॅट्रोस्साकाया तिशिनाच्या तुरुंगातून खोडोरकोव्हस्कीने त्याच्या वकिलांच्या मार्फत त्याच्या मित्राचा आणि निकटच्या व्यावसायिक भागीदाराचा हा प्रस्ताव नाकारला आहे. खोडोरकोव्हस्कीने असं प्रतिपादन केलं की, तो स्वत:ला अपराधी मानत नाही आणि त्याच्या नावावर खंडणी दिली जाण्याचा त्याचा विचार नाही. कायद्याच्या माध्यमातून तो त्याच्या स्वातंत्र्यासाठी लढेल.

खोडोरकोव्हस्कीने कंपनीचे ५९.५ टक्के समभाग नेव्झलिनच्या नावाने हस्तांतरित केले. त्यामुळे तो मेनाटेपमध्ये प्रमुख भागधारक बनला. खोडोरकोव्हस्कीचा उद्देश होता की, एका नागरी समाजाची रशियात निर्मिती करण्यावर लक्ष केंद्रित करण्यात यावं.

त्याच्या सगळ्या संकटांची सुरुवात त्याच्या प्रयत्नांचा अशा प्रकारचा 'फोकस' करण्यापासून झाली; कारण क्रेमलिनने निर्णय घेतला की, तो त्यांचा सर्वांत घातक शत्रू होता. क्रेमलिनला त्याने आज्ञाधारकपणे त्यांचा 'हिस्सा' दिला असता, तर त्याला काहीच त्रास झाला नसता.

युकोसच्या भागधारकांनी जाहीर केलंय की, कंपनी वाचवण्याचे त्यांचे प्रयत्न पुढे चालवण्यात त्यांना आता काही अर्थ दिसत नाही.

स्टालिनला नंतर जेवढं वाईट दाखवण्यात आलं, तेवढा तो वाईट नव्हता, असं दाखवण्याचा अधिकाऱ्यांचा जोरात प्रयत्न चालू आहे. त्यासाठी टेलिव्हिजनवर आणि भाषणात त्यांच्या प्रमुख व्यक्तींतर्फे प्रचार करण्यात येत आहे. दुसऱ्या महायुद्धातल्या विजयासाठी स्टालिनचा लागलेला हातभार बातम्यांत प्रामुख्याने झळकतोय. त्याच्या नवीन स्मारकांचं अनावरणही बातम्यांत दाखवलं जातंय.

अधिकृत मार्गांचा अवलंब करून त्या नेत्याची प्रतिमा लादली जाण्याच्या प्रयत्नांना आळा घालावा, अशी मानवी हक्क संघटनेने विरोधी पक्षांना सूचना केली आहे. त्यांनी जाहीर केलेल्या एका अधिसूचनेत असं म्हटलं आहे –

> "स्टालिनच्या अमानवी राक्षसीपणा आणि क्रूर वागणुकीबद्दल सगळं काही लोकांना कळून चुकल्यावर, त्याचं नैतिक आणि राजकीय पुनर्वसन करणं, याचा अर्थ असा होईल की, आपल्या देशात राजकीय अनैतिकता खपवून घेतली जाते. गुन्ह्याची व्याप्ती आवश्यक तेवढी मन बधिर करणारी असेल, तर राज्यशासनाने केलेला कोणताही गुन्हा समर्थनीय ठरतो. स्टालिनवादाचे मुख्य बळी रशियन लोक होते, हे आपण कधीही विसरून चालणार नाही."

डेमोक्रॅट्सची संधी पुन्हा हुकलीय. स्टालिनचं पुनरुज्जीवन हेच वास्तव आहे.

चार मे

एका शोकांतिकेत स्वेतलाना गुबारयोवाने तिची तेरा वर्षांची मुलगी आणि तिचा वाग्दत्त वर सँडी बुकर गमावला. तो अमेरिकन नागरिक होता. तिने केलेलं अपील जज्ज आयरिना वासिनाने झामोकबोरेची या मॉस्कोच्या जिल्हा न्यायालयात फेटाळून लावलं. स्वेतलाना *'नॉर्ड-ओस्त'*ची ओलीस होती.

प्रोक्युरेटरने तिचं कुटुंब कुठे आणि केव्हा मृत्युमुखी पडलं यासंबंधीच्या तिच्या प्रश्नांना प्रतिसाद देण्यासाठी दिलेला नकार बेकायदेशीर ठरवण्यात यावा, अशी स्वेतलानाची मागणी होती.

तसंच, *'नॉर्ड-ओस्त'*च्या धरपकडीच्या वेळी देण्यात आलेल्या वैद्यकीय मदतीचा फेरविचार करण्यात यावा, या मागणीचं प्रोक्युरेटरच्या कार्यालयातून देण्यात आलेल्या आदेशांनुसार धुडकावलं जाणं, हेदेखील बेकायदेशीर ठरवण्यात यावं.

हल्ला घडवून आणलेल्या विशेष कारवाई गटाच्या हस्तकांविरुद्ध गुन्हेगारीचे आरोप आग्रहीपणाने प्रतिपादन केले जाऊ नयेत, असा शोध काढणाऱ्या गटाचा प्रमुख लादिमीर कालचुक यांचा निर्णय बेकायदेशीर ठरवण्यात यावा.

प्रोक्युरेटरच्या विरोधातल्या तिच्या तक्रारी स्वेतलानाने थरथरत्या आवाजात वाचल्या. ज्या लोकांनी तिच्या कुटुंबासह बाकीच्या ओलिसांना ठार मारलं होतं, त्यांना पदकं देण्यात आली, हे तिच्या ध्यानात आलं. डुब्रोवका सभागृहाचं रूपांतर एका गॅस चेंबरमध्ये करणाऱ्या लोकांवरचा दोषारोप पुसला जावा, यासाठी प्रयत्नांची कोणतीही कसर बाकी ठेवण्यात आलेली नाही, हेदेखील तिने ओळखलं. दोषींना कुठलीही ग्राह्य भूमिका नसणं, यामुळे तर बेसलानची अधिक मोठी शोकांतिका घडून आलीय.

तिच्या या वाचनानंतर पाच मिनिटांतच न्यायमूर्तींनी अचानक सुनावणी थांबवली. ज्या पद्धतीने ही कायदेशीर चौकशी चालू होती, त्याचा न्यायालयाने निकाल देताना एक पायंडा पाडावा, अशी स्वेतलानाला आशा होती.

नऊ मे

दुसऱ्या महायुद्धाच्या विजयाबद्दल नव्हे, तर पुतिनना शुभेच्छा देण्यासाठी झाडून सगळ्या देशांचे नेते मॉस्कोत डेरेदाखल झाले आहेत. उजवे, डावे आणि राजकारणात रस नसलेले, अशा सर्वांची ही धारणा आहे.

जगातला 'एक आघाडीचा नेता' ही त्यांची भूमिका मजबूत करण्यासाठी पुतिन यांनी देशाभिमानाचा हा एक प्रमुख उत्सव, स्वतःच्या कारणांसाठी बळकावला आहे. व्हिक्टरी फंडाला धाकदपटशा दाखवून देणग्या उकळण्यासाठी सगळ्या व्यावसायिक जगताला वेठीला धरण्यात आलं आहे. सगळ्या अधिकाऱ्यांना कर बसवण्यात आलाय. 'पुतिन यांचा विजय' साजरा करण्यासाठी अगदी मामुली शासकीय कर्मचाऱ्यालादेखील पैसे देण्याखेरीज दुसरा पर्याय राहिलेला नाही.

पुष्कारनोये या गावातून पावेल पेट्रोविच स्मोलीयानीनोव्ह या एका वृद्ध माणसाने मला पत्र लिहिले आहे. त्या गावात त्याची पत्नी पत्रं पोहोचवणारी बाई आहे. तिला दरमहा फक्त दोन हजार रूबल्स म्हणजेच चाळीस पौंड मिळतात. पण तिच्यावरदेखील देणगी देण्यासाठी दबाव आणला गेला. सेवानिवृत्त होण्यासाठी फक्त तीनच महिने उरलेले असल्याने तिला या पैसा उधळण्याविरुद्ध प्रतिकार करण्याचं बळ राहिलं नाही. तिचं निवृत्तिवेतन थांबवण्यात येऊ नये, म्हणून तिने हे केलं, असं तिच्या नवऱ्याचे शब्द आहेत.

अकरा मे

नागरी समाजातील सर्वाधिक उत्तम मूलतत्त्वांची निवड करून एका सामाजिक मंचाची स्थापना करण्यात येणार आहे. पुतिन यांच्यासकट त्यांना राज्य अधिकाऱ्यांच्या निर्णयांवर टीका करण्यात यावी, म्हणून या मंचाच्या सभासदांची निवड खुद्द पुतिनच करणार आहेत.

'सत्तेवर असलेल्या लोकांचे अंतस्थ हेतू साध्य करण्यासाठी नागरी समाजावर दबाव आणण्याचा एक प्रयत्न' या शब्दांत सिटिझन्स काँग्रेसच्या सुकाणू समितीने याचं वर्णन केलं आहे. त्याचवेळी दुसऱ्या बाजूला ते पुढे पुस्ती जोडतात, की 'अधिकाऱ्यांवर दबाव आणण्यासाठी कुठल्याही संधीचा उपयोग करून घेणं, हे सूज्ञपणाचं आहे.' त्यांनी असंही म्हटलंय, "सामाजिक विभागात नॅशनल सिटिझन्स काँग्रेसच्या सभासदांचा वैयक्तिक सहभाग, ही गोष्ट असा प्रभाव पाडण्यासाठी मिळालेली एक व्यावहारिक संधी मानण्यात यावी, असं आम्ही मानतो."

हे लोक स्वत:ला अशा प्रकारे विकलं जायला परवानगी देणार आहेत?

नक्कीच!

बारा मे

निकोलाय बालुएव्ह आणि ल्याचेस्लाव रूसाकोव्ह, या दोन नॅशनल बोल्शेविकना एफएसबीच्या हस्तकांनी नोव्होसिबिर्स्क येथे अटक केली. बालुएव्हच्या निवासस्थानाची त्यांनी झडती घेतली. हस्तकांना तिथे पत्रकं, *जनरलनाया लिनिया* या नॅशनल बोल्शेविक वर्तमानपत्राचे अंक, वीस व्हिडीओ कॅसेट्स मिळाल्या. निकोलायची आई, येवोडोकिया ही तिच्या डाचामध्ये खत म्हणून वापरत असलेल्या सॉल्टपेत्रे या रसायनाचा एक जारदेखील त्यांनी जप्त केला.

'शस्त्रं बाळगणं, दहशतवादी कारवाया, या आर्टिकल दोनशे बावीस, पार्ट दोन, कलमांखाली दोन्ही पार्टी सभासदांना आरोपी ठरवण्यात आलं.'

चौदा मे

'नो टू टेरर!' या शीर्षकाचं एक चार तासांचं *'टूर दि फोर्स' नोर्ड-ओस्त* धरपकडीच्या बळींनी सादर केलं. हा कार्यक्रम 'दहशतवादाविरुद्ध उत्सव' होता. त्यांना पाठबळ फार थोडं असलं तरी ते स्वत:च्या हिमतीवर त्यांचा लढा लढतायत. मॉस्कोतल्या कॉसमॉस हॉटेलचं संगीताचे कार्यक्रम भरवणारं सभागृह जेमतेम अर्धच भरलं होतं.

*नोर्ड-ओस्त*मध्ये जे मेले किंवा जे वाचले त्यांचे कुटुंबीय सभागृहाच्या स्टॉल्स

आणि सर्कलमध्ये बसले होते. एका बाजूला बेसलानचं शिष्टमंडळ बसलं आहे.

*नोर्ड-ओस्त*च्या धरपकडीत मारल्या गेलेल्या अलेक्झांडर कारपोव्हच्या आईच्या, तातियाना कारपोव्हा हिच्या हस्ते कार्यक्रमाचं उद्‌घाटन झालं. तीच आता या संस्थेच्या मागची मुख्य प्रेरणा आहे आणि संबंधित लोकांचे हितसंबंध जपण्यास बांधीलदेखील! या दहशतवादाचे बळी ठरलेल्या लोकांबद्दल राज्य शासनाला काहीच कशी आस्था नाही, हा आजच्या संध्याकाळच्या चर्चेचा मुख्य विषय आहे. दहशतवादाच्या कारवायांची स्वतंत्र चौकशी का होत नाही? स्वतंत्र ज्युडिशिअरी आणि प्रामाणिक प्रोक्युरेटरचं ऑफिस कुठे आहे?

ऐकताय का मि. प्रेसिडेंट?

पुतिनना उद्देशून एक अनावृत्त पत्र वाटलं गेलंय. ज्याची बायको धरपकडीत तिच्या मुलाला वाचवताना मारली गेली, त्या ओलेग झिरॉव्हने, एका डच नागरिकाने ते पत्र लिहिलंय.

> 'रशियातल्या दहशतवादाला बळी पडणाऱ्यांची वाढती संख्या, हे माझं पत्र लिहिण्यामागचं मुख्य कारण आहे.' नोकरशाही आणि कायदेविषयक संस्थांनी त्यांच्या प्रश्नांविषयी आणि नैतिक, आर्थिक भरपाई मिळण्याच्या त्यांच्या हक्कांविषयी पूर्णपणे अनास्था दाखवली आहे. सुप्रीम आणि घटनात्मक न्यायालंयदेखील यात सामील आहेत.
>
> त्यांनी दिलेल्या निकालांप्रमाणे, गेल्या पाच वर्षांत रशियात चाललेला दहशतवादविरोधी लढा हा घटनेबरहुकूमच आहे आणि बळींच्या मागण्या, लॉ सूट्स यांना कायद्याचा काहीच आधार नाही. असं दिसतंय की, विशेष कारवाई सैनिकी तुकड्या आणि दुसऱ्या बाजूला दहशतवादी दुफळी माजवणारे, असे दोनच पक्ष या युद्धात उतरले आहेत.

विंगमध्ये बसून मी ओलेग झिरॉव्हची आणि स्वेतलाना गुबारयोवाची पत्रं एकत्रच वाचतेय. स्वेतलानाने तिचा अमेरिकन वाग्दत्त वर आणि तिची मुलगी साशा या धुमश्चक्रीत गमावली. स्वतःच्या अतीव दुःखावर नियंत्रण ठेवण्याचा प्रयत्न करताना तिच्या डोळ्यांत अश्रू दाटून आले आहेत. रशियन अधिकारी ज्या पद्धतीने दहशतवादाला तोंड देतायत, त्यावरून तिला पुतिनना पत्र लिहिल्याने त्या पद्धतीत काही फरक पडेल, असा विश्वास वाटत नाही. कारण ओलीस तेवढे वाईट, असाच ग्रह होण्यासारखी धोरणं ठरवण्यामागे पुतिन यांचीच फूस आहे.

दहशतवादाचे बळी ठरलेल्यांचे 'डाय-हार्ड' पाठीराखे स्टेजवर उपस्थित झाले

आहेत. त्यांचे चेहरे परिचित आहेत. आयरिना खाकामाडा, 'अवर चॉईस' पक्षाची प्रमुख, बुद्धिबळपटू गॅरी कास्पारॉव्ह, जो राजकीय बदल घडवून आणण्याच्या कामासाठी या वसंत ऋतूत बुद्धिबळाच्या खेळातून निवृत्त झाला आणि ल्युडमिला आयवर, एक वकील जी *नोर्ड-ओस्त* बळींचे गेल्या दोन वर्षांपासून त्यांचे हित जपण्यासाठी न्यायालयात प्रतिनिधित्व करते आहे.

बऱ्याच नवीन लोकांना बोलावण्यात आलं होतं, पण ते आलेच नाहीत. उदाहरणार्थ, बेसलानची चौकशी करण्यासाठी नेमण्यात आलेल्या पार्लमेंटरी कमिशनचा मुख्य अलेक्झांडर तोशीन आलेला नाही. बेसलानच्या लोकांना त्याचं भाषण ऐकण्याची इच्छा होती. त्यांचा विश्वास होता की, एकदा का त्याने त्याचं धैर्य गोळा केलं, की तो सगळं सत्य उघडकीला आणेल. शाळेवर झालेल्या हल्ल्याच्या बाबतीत बारीकसारीक तपशीलदेखील त्याला ठाऊक आहे, अशी त्यांची खात्री आहे. त्याला अजूनही हवा तेवढा धीर आलेला नाही, हेच त्या उत्सवातल्या त्याच्या अनुपस्थितीवरून सिद्ध होतं.

दहशतवादाच्या विरोधी लढ्यात रशियन लोक साथीदार होऊ शकतात, हेच लक्षात घ्यायला पुतिन असमर्थ आहेत. अशाप्रकारची सर्वसमावेशक प्रसिद्धी त्यांना रूचत नाही आणि त्यांच्या आज्ञा पाळणारे हुजरे केवळ त्यांच्या वर्तनाचीच भ्रष्ट नक्कल करतात.

२००५चं हे दुसरं संमेलन आहे. ही एक परंपरा होऊ पाहतेय. २००६ मध्ये आणखी किती दहशतवादी कारवाया घडतील, याचा अंदाज वर्तवण्यापुरतेच आम्ही उरलो आहोत. आम्ही आहोत या निष्काळजी राज्याचे वेठीला धरले गेलेले रहिवासी. अशा घटना थोड्याच घडतील अशी आशा करू या.

सोळा मे

खोडोरकोव्हस्की आणि लेबेडेव्ह यांच्यावर चालू असलेला खटला ज्या मेशकान्सी न्यायालयात आता जवळजवळ संपत आलाय, त्या न्यायालयाच्या बाहेरचं ओमोन येथील स्पेशल ऑपरेशन्स मिलिशियाचं नीच वर्तन राज्य सत्ताधिकाऱ्यांच्या लोकशाहीबद्दलच्या दृष्टिकोनाचं स्पष्ट निदर्शक आहे. दोषींना, पाठिंबा व्यक्त करणाऱ्यांना ते पांगवत होते आणि युकोसला विरोध दर्शवणाऱ्यांकडे मात्र दुर्लक्ष करत होते. ते लोक तिथे कुठून तरी उगवले होते.

जेव्हा निदर्शनं संपत आली, तेव्हा मिलिशियाने गर्दीतल्या हाताला येतील त्या लोकांची धरपकड करून त्यांना एका बसमध्ये कोंबलं. एकूण अठ्ठावीस लोकांना अटक करण्यात आली. ही कृती म्हणजे जणू काही एखाद्याला झोपेतून खडबडून

जाग यावी, तशीच होती.

निदर्शकांना मिलिशिया स्टेशनला नेऊन सात तास अडकवून ठेवण्यात आलं. त्या लोकांत कास्पारॉव्हचाही समावेश होता.

एकवीस मे

मॉस्को कॉन्झर्व्हेटरीच्या ग्रँड हॉलमध्ये दरवर्षी साखारॉव्हचा वाढदिवस साजरा करण्यात येतो. अँड्रे साखारॉव्ह फाऊंडेशन आणि मॉस्को स्टेट फिलहार्मोनिया यांच्यातर्फे १९९० पासून त्या दिवशी एक संगीत संध्याकाळ आयोजित करण्यात आली आहे. गेली चौदा वर्षं हा कार्यक्रम पारंपरिक झाला आहे. संगीताचा एक अभिजात कार्यक्रम आणि सद्य:स्थितीत आपल्याला भेडसावणाऱ्या प्रश्नांवर मानवी हक्कांचे संरक्षण करण्यासाठी प्रयत्नशील असलेल्या मान्यवरांची थोडक्यात भाषणं होतात. हे लोक साखारॉव्हच्या निकटवर्तीयांपैकी असतात.

हा कार्यक्रम जेव्हा पंधराव्यांदा साजरा करण्याची वेळ आली, तेव्हा फिलहार्मोनियाने प्रथमच फाउंडेशनला अचानक कळवलं, की त्यांना कार्यक्रमात भाग घेता येणार नाही. काही कारणं नाहीत, काहीही स्पष्टीकरणं नाहीत; पण बहुतेक ते भाषणांना घाबरले असावेत.

ही परंपरा तशीच पुढे चालू ठेवण्यासाठी, साखारॉव्हच्या प्रशंसकांनी संगीताचा एक खुला कार्यक्रम भरवला. त्या संध्याकाळची 'थीम' होती – 'प्रामाणिक आयुष्यासाठी अजूनही हृदयं धडधडतात.' साखारॉव्हचे प्रशंसक फिलहार्मोनियाच्या अनपेक्षित अशा दिखाऊ लोकशाहीच्या दर्शनाने आश्चर्यचकित झाले असले, तरीही त्यांनी परंपरा कायम राखण्यासाठी पुन्हा एकदा लोकांचं एकत्रीकरण केलं आणि साखारॉव्ह म्युझियम आणि सोशल सेंटरच्या शेजारच्या एका छोट्या चौकात तो 'ओपन-एअर' संगीत कार्यक्रम आयोजित केला.

कार्यक्रमाला उपस्थिती चांगली होती आणि एका परिचित, मॉस्कोच्या पद्धतीने संध्याकाळ पार पडली. शाहिरांनी गाणी म्हटली, कवींनी काव्यगायन केलं, लिझा उमारोव्हा या चेचेन गायिकेने श्वास रोखून धरावा लागेल एवढं सुंदर गाणं म्हटलं. कार्यक्रमाला येऊ शकत नसल्याबद्दलचं व्लादिमीर व्हॉईनोविच यांचं पत्र वाचून दाखवण्यात आलं. सर्गी कोवाल्योव्ह, ग्रिगोरी यावलिन्स्की यांनी भाषणं केली. रशियाचा 'ओमबड्समन फॉर ह्युमन राईट्स' व्लादिमीर लुकिन यानेदेखील भाषण केलं.

'एको फॉर मॉस्को' या जवळजवळ विनामूल्य रेडिओ प्रसारण केंद्रावर गायिका, उत्कृष्ट कवयित्री आणि कार्यक्रमाचं सादरीकरण करणारी नतेला बोल्यानस्काया हिने संगीत कार्यक्रमाचं सूत्रसंचालन केलं.

साखारॉव्हच्या वारशाशी एकरूप असल्याच्या भावनेने, झगडा करावा लागल्याच्या, कॉन्झर्व्हेटरी संध्याकाळ रद्द झाल्याच्या भावनेवर पहिल्या काही शब्दांबरोबर आणि गाण्यातल्या बोलांबरोबर विजय मिळवला. लोकांना एका अत्युच्च एकात्मतेच्या भावनेचा अनुभव आला.

पण खोडसाळपणा अद्याप संपला नव्हता. मानवी हक्क चळवळीची खिल्ली उडवण्यात ते अपयशी ठरले, हे ओळखून सत्ता अधिकाऱ्यांनी 'घूमजाव' केलं आणि कॉन्झर्व्हेटरीच्या ग्रँड हॉलमध्ये 'साखारॉव्ह कन्सर्ट' होणार असल्याची फिलहार्मोनियाने जाहिरातबाजी सुरू केली. त्यांनी उभ्या असलेल्या 'डॉपलगँगर'ला, समांतर संगीत कार्यक्रमाला, अर्थातच साखारॉव्हचे मित्र किंवा जे गुलागचे कैदी होते, मानवी हक्क चळवळीचे सभासद, साखारॉव्हचे नातेवाईक यापैकी कोणालाही आमंत्रित करण्यात आलं नव्हतं.

त्या लोकांनी साखारॉव्हच्या स्मृतींचंदेखील खासगीकरण करण्याच्या प्रयत्नांचा निर्णय घेतल्याचं दिसतंय. बहुतेक पश्चिमेच्या डोळ्यांत धूळफेक करण्याचा उद्देश दिसतोय त्यांचा.

बावीस मे

'सेन्सॉरशिप, हिंसाचार आणि टेलिव्हिजनवर खोटं बोलणं, याविरुद्ध मुक्त भाषण करणं' या मागणीसाठी रविवारी सगळ्या देशभर मोर्चे काढण्याचं आवाहन करण्यात आलं.

मी गृहीत धरलं की, बरेचसे निदर्शक प्रेस कॉर्प्सचे सभासद असतील आणि ते या परेडचं सूत्रसंचालन करतील. वस्तुत: प्रेसचे फक्त दोनच प्रतिनिधी परेडमध्ये सहभागी होते. येवजेनिया आल्बॅट्स, जिने शिकवण्यासाठी पत्रकारिता सोडून दिली होती आणि मी, याव्यतिरिक्त परेडचं 'कव्हरेज' करण्यासाठी असलेले इतर पत्रकारही होते.

याब्लोको, द कम्युनिस्ट पार्टी, द युनियन ऑफ राईट फोर्सेस, द रशियन युनियन ऑफ जर्नालिस्टस, द मॉस्को हेलसिंकी ग्रुप, द सिटिझन्स काँग्रेस, कमिटी २००८, द कमिटी फॉर द डिफेन्स ऑफ सिव्हिल राईट्स, द कमिटी फॉर द डिफेन्स ऑफ मस्कोवाइट्स, द ह्युमन राईट्स असोसिएशन, द सॉलिडॅरिटी मूव्हमेंट आणि द नॅशनल बोल्शेविक्स यांनी संयुक्तपणे हे निदर्शन आयोजित केलं होतं. लिमोनॉव्हने भाषण केलं.

शिक्षणतज्ज्ञ कोरोल्याओव्ह यांच्या कॉस्मोनॉट्स ॲव्हेन्यू येथील स्मारकाजवळ सगळेजण एकत्र आले आणि ओस्टानकिनो येथील आकाशवाणी प्रसारण केंद्राकडे गेले. त्यावेळी रस्ता रोखला गेला होता.

तेवीस मे

चौदा डिसेंबर रोजी अध्यक्षीय प्रशासनाच्या इमारतीतल्या एका खोलीचा ताबा घेतल्याबद्दल ज्या नॅशनल बोल्शेविक्सना पेचाटनिकी स्त्रियांच्या तुरुंगात टाकण्यात आलं आहे, त्यांनी उपोषणाला सुरुवात केली आहे.

चोवीस मे

युकोस आता राहिलं नाही. पूर्वीच्या अवतारातील कंपनी मोडीत काढण्यात आली आहे. जर्मन कॅपिटलच्या साहाय्याने, कंपनीचा मुख्य आधार, युगानस्कनेफरेगाझ हिरावून घेतला गेला. युकोस-मॉस्को ही होल्डिंग कंपनीदेखील विलीन करण्यात आली.

अठ्ठावीस मे

निकिता बेलिख, राजकीय समितीची अध्यक्षा आणि पक्षाची प्रमुख म्हणून निवडण्यात आली. युनियन ऑफ राईट फोर्सेसची पक्ष संमेलनं सुरू झाली आहेत. पर्म प्रॉव्हिन्सचा डेप्युटी गव्हर्नर हा एक सरकारचा माणूस आहे, त्यामुळे प्रशासनाने युनियन ऑफ राईट फोर्सेसचादेखील ताबा घेतलाय. उदाहरणार्थ, त्यांनी गव्हर्नर पदासाठी निवडणुका घेण्याची पद्धत बाद केल्याचा निषेध करणं पण लगेचच बंद केलंय.

लोकशाहीच्या उरल्यासुरल्या खुणा निवडणुकांच्या कायद्यांतून पुसून टाकणं हेच अध्यक्षीय प्रशासनाच्या चालनेने ड्युमाचं सगळ्या स्प्रिंग सेशनमधलं उद्दिष्ट राहिलं आहे. मर्जीत नसलेल्या लोकांना पुन्हा सत्तेत येण्याची संधी मिळू नये, याची खात्री पटवण्यासाठी कायद्यात दुरुस्त्या करण्यात आल्या आहेत. मग मतदारसंघ काहीही विचार करो. प्रमुख शोध असे

१. राजकीय पक्षांनी भरायचं 'इलेक्टोरल डिपॉझिट' दोन मिलियन डॉलर्सपर्यंत वाढवण्यात आलं आहे.

२. वैध निवडणुकीसाठी आवश्यक असलेला कोरम एवढा खाली आणण्यात आला, की त्यांना निवडणूक न घेताच पुढे जाता येईल. पूर्वी कमीत कमी वीस टक्क्यांची असलेली उपस्थितीची आवश्यकता आता स्थानिक निवडणुकांसाठी काढून टाकण्यात आली आहे. ही तर एक न्यायाची निव्वळ थट्टा आहे. महापौरपदाच्या निवडणुकीसाठी त्यांच्या मतदारसंघातून केवळ दोन टक्के लोक उपस्थित झाले, तरी तो निवडून येऊ शकतो.

३. दूरवरच्या ठिकाणी असलेल्या किंवा एका ठिकाणाहून

दुसऱ्या ठिकाणी नेता येण्यासारख्या मतदानाच्या केंद्रांवर किंवा पेट्यांवर आता संख्येचे बंधन नाही. गेल्या निवडणुकांत दूरवरच्या मतदान केंद्रात खोटे निकाल दाखवण्यासाठी करण्यात आलेली हातचलाखी, ही डावपेचांची एक मुख्य खेळी म्हणून वापरण्यात आली होती. संसदीय आणि अध्यक्षीय या दोन्ही निवडणुकांमध्ये हे गैरप्रकार झाले. लोक निरीक्षण करू शकणार नाहीत, अशा प्रकारे मतदान केंद्रांच्या बाहेरच्या कक्षेत मतदानाच्या पेट्या नेऊन त्यांनी त्यात जेवढी मतं कोंबता येतील, तेवढ्या मतांनी भरून टाकल्या.

सेंट पीटर्सबर्गच्या म्युनिसिपल निवडणुकांत ही पद्धत त्यांना फारच चांगल्या प्रकारे उपयोगी पडली. मतदान केंद्रांवर ज्यांनी व्यक्तिश: मतदान केलं, त्यापेक्षा दुर्गम भागातल्या मतदान पेट्यांत अधिक मतदान केल्याच्या चिठ्ठ्या मिळाल्या!

४. 'वरीलपैकी कोणालाही मत द्यायचं नाही.' ही मतं टाकण्याची पेटी काढून टाकण्यात येणार आहे. अलीकडेच वीस टक्के मतं 'नन ऑफ द अबोव्ह'साठी होता आणि या गोष्टीची अध्यक्षीय प्रशासनाला एक कटकट झाली होती. आता औपचारिकरीत्या निषेधाचं मत निवडणुकीत नोंदवण्याचा कोणताही मार्ग राहिलेला नाही.

५. सार्वजनिक संस्थांकडून आता निरीक्षक पुरवले जाणार नाहीत, स्वतंत्र निरीक्षकांना परवानगी दिली जाणार नाही; फक्त राजकीय पक्षांनी सुचवलेले निरीक्षकच घेण्यात येतील. राज्य सत्ताधिकाऱ्यांनी आमंत्रित केलं, तरच कोणत्या निरीक्षकांना बोलवायचं आणि कोणाला दूर ठेवायचं, हे फक्त अध्यक्षीय प्रशासनच ठरवेल.

अलीकडच्या निवडणुका ज्या प्रकारे 'मॅनेज्ड' केल्या गेल्या, तशा प्रकारच्या निवडणुकांचीदेखील प्रशासनाला एवढी आत्यंतिक भीती वाटतेय? की आता त्यांना त्यांच्या सोयीची परिस्थिती निर्माण करून त्यांच्या फसवणुकीतून ते निसटून जातील की नाही, याची चिंता करणं थांबवायचंय?

दिमित्री मेदवेदेव, अध्यक्षीय प्रशासनाचा संचालक, याने विभागीय इलेक्टोरल कमिशन्सच्या प्रतिनिधींना सांगितलं की, निवडणुका म्हणजे रशियाच्या स्थैर्यासाठी एक धमकी आहे. ड्युमाने स्वीकारलेल्या सगळ्या अध्यक्षीय सुधारणादेखील त्यांच्यासाठी पुरेशा नाहीत.

राजकीय कैद्यांना पाठिंबा व्यक्त करण्यासाठी मॉस्कोतल्या रेव्होल्यूशन स्क्वेअर

या ठिकाणी कम्युनिस्ट पार्टी, द नॅशनल बोल्शेविक पार्टी, याब्लोको आणि रोदिना यांनी एक संयुक्त सभा घेतली. तुरुंगात उपोषणाला बसलेल्या स्त्री कैद्यांबरोबर ते त्यांची एकजूट व्यक्त करतायत आणि चौदा डिसेंबरचं प्रकरण प्रलंबित असताना त्यांना तुरुंगात अडकवून ठेवण्यात येऊ नये, अशी त्यांची मागणी आहे. राजकीय मुद्यांवर विरोधी पक्षांचा पुढील छळवाद थांबवण्याची आणि कायद्याच्या किरकोळ उल्लंघनासाठी ताब्यात घेतलेल्या कैद्यांना अधिक व्यापक मानवतावादी दृष्टिकोनातून वागवण्यात यावं, अशीही त्यांची मागणी आहे.

सत्ताधिकाऱ्यांना कसली आली आहे पर्वा?

तीस मे

एन.बी.पी. मुख्यालयात उपोषणाला बसलेले लिमोनॉव्हचे तीन समर्थक बाहेर आले आणि त्यांनी रेड स्क्वेअरचं प्रवेशद्वार रोखून धरलं. ऐतिहासिक संग्रहालयाच्या शेजारी आर्च वेच्या प्रवेशद्वाराच्या मधोमध त्यांनी स्वत:ला बंद करून घेतलं. 'एकोणतीस दिवसांचं उपोषण' असं लिहिलेले टी-शर्ट्स त्या निदर्शकांनी अंगावर घातले होते आणि हातात नॅशनल बोल्शेविक राजकीय कैद्यांची चित्रं होती. पेचाटनिकी स्त्रियांच्या तुरुंगात उपोषण करणाऱ्यांबद्दल राज्याने प्रतिसाद द्यावा आणि राजकीय कैद्यांना सोडून देण्यात यावं, अशा त्यांच्या मागण्या आहेत.

त्यांनी त्यांचं स्टेटमेंट असलेली पत्रकंपण वाटली.

> 'स्वातंत्र्य की मृत्यू!' नॅशनल बोल्शेविक पार्टीच्या हेडक्वार्टर्सच्या ठिकाणी उपोषणाला बसलेल्यांचा चौथा आठवडा संपत आला आहे. त्यांच्या नागरिकांच्या आयुष्याविषयी, तसंच सुरक्षिततेबद्दल रशियन राज्य अधिकारी अलिप्त आहेत, हे आम्ही पुन्हा एकदा बघतोय. उपोषणाबद्दल सत्ताधिकाऱ्यांनी काहीच प्रतिक्रिया व्यक्त केलेली नाही. या लोकांकडून आणखी कसली अपेक्षा करणार म्हणा!
>
> *नोर्द-ओस्त*मध्ये देशाच्या नागरिकांना गॅस सोडून गुदमरून मारणारे, बेसलानमध्ये ओलीस असलेल्या लहान मुलांवर रणगाड्यातून गोळीबार करणारे, वृद्धांचे फायदे हिरावून घेणारे, निरपराधांना तुरुंगात टाकणारे, उझबेकिस्तानचा रक्तपिपासू हुकूमशहा कारिमॉव्हबद्दल प्रशंसा व्यक्त करणारे आणि दुसऱ्या जागतिक युद्धाच्या विजयाच्या निमित्ताने अपमानास्पद अशी फक्त दोनशे कैद्यांची मुक्तता जाहीर करणारे हे लोक!
>
> रशियन नागरिकांबद्दल एवढी खुनशी वृत्ती बाळगणाऱ्यांविरुद्ध

> आम्ही आमचा निषेध व्यक्त करतो आहोत. आम्ही उपोषणाला बसलेले लोक रस्त्यावर येऊन निषेधाला वाचा फोडण्यासाठी कटिबद्ध झालो आहोत. या निष्ठुर अधिकाऱ्यांच्या आणि पोलिसी खाक्याच्या खाटिकांच्या सत्तेचा आम्ही धिक्कार करतो. 'लाँग लिव्ह फ्री रशिया!'

हा निषेध फक्त अर्धा तास टिकला. अध्यक्षांच्या राहत्या ठिकाणाच्या परिसरात मान्यता नसलेलं निदर्शन घेतल्याबद्दल नॅशनल बोल्शेविकना दहा वाजून पस्तीस मिनिटांनी फेडरल सिक्युरिटी सर्व्हिसच्या हस्तकांनी अटक केली. त्यांना पाचशे रूबल्स दंड ठोठावण्यात आला.

सात जून

नॉर्थ ऑसेशियामध्ये सत्तेत एकाएकी बदल झाला आहे. नॉर्थ ऑसेशियाचे प्रतिनिधित्व करण्यासाठी अध्यक्ष झासोखोव्हला खालच्या स्थानावर आणण्यात आलं आहे. सोव्हिएत ऑफ द फेडरेशनच्या सिनेटर आणि सभासदपदावर त्याला खाली ओढण्यात आलं आहे. कोणालाही आता त्याचं अस्तित्व अधिक काळ सहन होत नव्हतं.

बेसलानमध्ये मृत्युमुखी पडलेल्या शेकडो मुलांच्या, तसंच प्रौढांच्या मृत्यूंची पूर्ण जबाबदारी त्याच्यावर आहे. वस्तुत: त्याची न्यायालयीन चौकशी होण्याची गरज होती. पण पुतिन त्याच्या साथीदारांना चौकशीला सामोरं जायला लावत नाही. 'दहशतवादाच्या विरोधात केलेली नियुक्ती' अशा नावाखाली त्याने झासोखोव्हच्या ऐवजी टैमुराझ मामसुरॉव्हची नेमणूक केली आहे. मामसुरॉव्ह हा पूर्वी नॉर्थ ऑसेशियन संसदेचा नेता होता. बेसलानमध्ये त्याच्या दोन मुलांना ओलीस ठेवण्यात आलं होतं, पण ती वाचली. पुढे त्याने काय केलं, तर सत्ताधिकाऱ्यांच्या कृष्णकृत्यांवर सफेदी मारण्याचा खटाटोप, एवढंच!

संसदेच्या डेप्युटींना उद्देशून केलेल्या भाषणात, त्याच्या आसनावरून मामसुरॉव्हने जाहीर केलं, "अध्यक्षांनी माझ्यावर टाकलेल्या गाढ विश्वासाला पात्र ठरण्यासाठी मी प्रयत्न करेन." एकदा नियुक्ती झाल्यावर लोकांचा विश्वास संपादन करण्याची आकांक्षा ठेवण्याची गरजच उरत नाही.

सोळा जून

यावलिन्स्की आता सार्वजनिक ठिकाणी फारच कमी दर्शन देतो. डाव्या आणि

उजव्या विरोधी पक्षांच्या प्रतिनिधींनी एक सामायिक करार केला आहे. त्यावेळी यावलिन्स्कीला बाहेर पडावंच लागेल.

तो वैतागलेला आणि नैराश्यग्रस्त दिसला.

त्याने स्थानिक पत्रकारांना सांगितलं, ''मी अद्याप जिवंत आहे, हे जनतेला कळावं, म्हणून मला ठरावीक काळाने दूरदर्शनवर आमंत्रित केलं जातं. ते जाणून त्यांना आनंद होतो, पण त्यांना फक्त तेवढ्यातच रस आहे. अशा परिस्थितीत तुम्ही काय कराल? सत्ताधिकाऱ्यांना फक्त एवढंच सांगू शकाल, की निवडणुकांत ठरावीक टक्के मतं दिली जावीत. ज्याचा निकाल खेळ कसा झाला हे सांगू शकत नाही, अशा प्रकारच्या खेळाच्या सामन्यासारखं हे आहे.'' मॉस्कोच्या हायर स्कूल ऑफ इकॉनॉमिक्स येथे यावलिन्स्की हल्ली भाषण देतो. त्याच्याकडे पदव्युत्तर विद्यार्थी आहेत, तो पुस्तकं लिहितो आणि परदेशात भाषणं देतो.

राईट फोर्सेसची छळवणूक न करता त्यांच्याकडे ते उपयुक्त आहेत, या दृष्टिकोनातून पाहण्यात यावं, अशी निकिता बोलिख, या युनियन ऑफ राईट फोर्सेसच्या नवीन नेत्याने क्रेमलिनला कळकळीची विनंती केल्याचं दिसतं. 'आम्ही विरोधी पक्षाचे आहोत, विधायक विरोधी पक्षाचे. आम्ही सत्ताधिकाऱ्यांशी एकनिष्ठ आहोत, असं आम्ही कधीच म्हटलं नव्हतं, पण त्याचवेळी केवळ विरोधासाठी विरोध या गोष्टीवरदेखील आमचा विश्वास नाही.'

त्याचे हे शब्द पूर्णपणे निर्जीव आहेत. केवळ ते परिचित चेहरे आहेत म्हणून या वृद्ध डेमोक्रॅट्समध्ये नवचैतन्य आणण्याचा प्रयत्न करण्यात खरंच काही मतलब आहे का? देशासाठी लोकशाहीवादी नेते म्हणून काहीतरी करण्याची क्षमता त्यांच्यात खरंच आहे, की सध्या राजकारण ज्याप्रकारे आकार घेतंय, ते आपण सरळ स्वीकारावं? स्वत:च्या सद्सद्विवेकबुद्धीशी तडजोड करायला एखाद्या प्रामाणिक माणसाला पाठिंबा असण्याची या कोणत्याही चळवळीची किंवा पक्षाची योग्यता नाही. आपण जर वस्तुस्थितीचा खराखुरा अंदाज घेत असलो तर आपल्याला हे मान्यच करावं लागेल.

राजकारणातील तरुण आघाडीची भूमिका अधिक प्रभावी होते आहे, कारण प्रगल्भ राजकारणाचाच जिथे अभाव आहे, तिथे काय होणार? युवा राजकारणी असा विचार करण्यात वेळ वाया घालवत नाही, की त्यांची भूमिका काय असावी किंवा त्यांनी कोणाला पाठिंबा द्यावा? यावलिन्स्की काय विचार करतोय, याची त्यांना काळजी नाही आणि बहुतेक निकिता बोलिखचं नाव त्यांच्या कानावर गेलं नसावं, अशीच शक्यता अधिक आहे.

वीस जून

दहा ते चौदा डिसेंबरच्या कालावधीत ब्लागोव्हेश्चेन्स्क बाश्किरिया आणि परिसरातील गावांत मिलिशियाने मोठ्या प्रमाणावर घडवून आणलेल्या अत्याचारांना आता सहा महिने होऊन गेले आहेत.

इंटिरिअर मिनिस्ट्री ऑफ रशियाने दोन महिन्यांपूर्वी एक अवैधानिक, गुप्त पत्रक प्रकाशित केलं आहे. त्या पत्रकात या मंत्रालयाची रशियन नागरिकांविरुद्ध वादळी उपाययोजना घेण्यासाठी मान्यता मिळवण्याची शक्यता वर्तवली आहे. या शक्यतेचं ब्लागोवेश्चेनस्क हिंसाचाराशी मोठ्या प्रमाणात साधर्म्य आहे. 'ओमबड्समान फॉर ह्युमन राईटस'च्या अधिपत्याखाली आता अखेर मॉस्कोत एका आयोगाची बांधणी करण्यात आली आहे. इथून पुढे काय करायचं, यावर चर्चा करण्यासाठी.

राज्य सत्ताधिकाऱ्यांची एकमेव अधिकृत प्रतिक्रिया एवढीच, की या आयोगाची सभा घेणं; तसंच ब्लागोवेश्चेन्स्क या ठिकाणी जशी 'धुलाई' करण्याची मोहीम राबवण्यात आली, त्यांची मालिका आधीही घडली आणि तसेच प्रसंग आताही ट्वेर विभागाच्या बेझेत्स्क, नेफ्रेयुगान्स्क, रोझेडेस्तेवनो गाव या ठिकाणी घडत आहेत. स्तावरोपोल विभागातल्या इव्हानोव्हस्कोये या गावातदेखील हिंसाचार होतो आहे.

गेल्या सहा महिन्यांत रशियामध्ये सुरक्षा सेवांनी केलेल्या भयानक अमानुष कृतींबद्दल कोणतीही सामाजिक प्रतिक्रिया किंवा लोकांचा निषेध मोठ्या प्रमाणावर व्यक्त झालेला नाही.

दुखावलेल्या, जखमी झालेल्या, मारहाण करण्यात आलेल्या शेकडो लोकांची क्षमायाचना करण्याचे सौजन्यही अध्यक्षांनी दाखवलेलं नाही. ते आपल्याला राज्यघटनेच्या वरचे समजतात. अध्यक्षांचं लोकांचं संरक्षण करण्यातलं हे अपयश स्वीकारून त्याबद्दल त्यांनी जनतेची माफी मागितली नाही.

संसद तर प्रेसिडेंटच्या खिशातच आहे! ब्लागोवेश्चेनस्क येथे घडलेल्या असाधारण घटनांबद्दल आणि त्यानंतर उठलेल्या गदारोळाच्या संदर्भात अध्यक्षांनी संसदेचं एकही सत्र खर्ची घातलेलं नाही. इंटिरिअर मिनिस्ट्रीच्या अवैधानिक सूचना त्वरित नाहीशा करण्यात याव्यात, अशी जाहीर मागणी करण्यातदेखील प्रोक्युरेटर-जनरलला अपयश आलंय.

व्लादिमीर ल्युकिन ओमबड्समान आहे. त्याने वीस जूनला आयोगाचं पहिलं सत्र सुरू केलं. प्रीवोझिये फेडरल डिस्ट्रिक्टच्या डेप्युटी प्रोक्युरेटर-जनरलने प्रोक्युरेटर-जनरलचं प्रतिनिधित्व केलं. डेप्युटीचं नाव आहे सर्गी गेरासिमॉव्ह. गेन्नाडि ब्लिनोव्ह (ज्याने बहुतेकांच्या वतीने बोलण्याचं काम केलं) आणि व्लादिमीर लाडिमिरॉव्ह यांनी इंटिरिअर मिनिस्ट्रीवर प्रतिनिधित्व केलं.

गेन्नाडि हा संस्थांच्या कामावर देखरेख करण्याच्या खात्याचा उपमुख्य आहे, तर व्लादिमीर लाडिमिरॉव्ह फेडरल ड्रग कंट्रोल सर्व्हिसच्या स्थानिक विभागात आहे. उपस्थित असलेल्या बहुतेक मिलिशिया लोकांप्रमाणे त्याच्याकडेही बोलण्यासारखं काहीच नव्हतं.

गोष्टी त्वरेने सुरू झाल्या. मानवी हक्क संस्था हा एक अनधिकृत सार्वजनिक आयोग आहे. त्या आयोगाचं काम आहे, ब्लागोवेश्चेनस्क येथे झालेल्या प्रकारांची चौकशी करणं. लेव्ह पोनोमारयोव्ह या संस्थेच्या प्रतिनिधीने प्रश्न विचारला, ‘‘ब्लागोवेश्चनेस्कच्या संदर्भातल्या फौजदारी न्यायालयीन खटल्याची सद्य:परिस्थिती काय आहे?’’

सर्गी गेरासिमॉव्हचं उत्तर : ‘चौकशी पूर्ण झाली आहे. त्यात आढळलेल्या गोष्टींची सगळ्या आरोपींना माहिती करून देण्यात आली आहे.’ ब्लागोवेश्चेनस्क अंतर्गत व्यवहार कार्यालयाचा प्रमुख रामाझानॉव्ह यांनी आत्तापर्यंत पन्नासमधील बावीस खंड वाचलेले आहेत. या पद्धतीने त्यांनी वाचन पुढे चालू ठेवलं, तर त्यांना अंदाजे आणखी एक महिना लागेल, असा आमचा अंदाज आहे. नंतर हे प्रकरण न्यायालयाकडे सुपूर्द करण्यात येईल.

(जेवढा अधिक वेळ ते वाचन करण्यात खर्च करतील, तेवढं ते लोकांच्या नजरेपुढे कमीच राहील. रामाझानॉव्हवर प्रोक्युरेटरच्या ऑफिसकडून दबाव आणण्यात येणार नाही.)

पोनोमारयोव्ह : ‘इंटिरिअर मिनिस्ट्री ऑफ बाश्किरियाच्या काही विवक्षित अधिकाऱ्यांना सुरुवातीला कामावरून काढून टाकण्यात आलं होतं, पण आता त्यांना पुन्हा परत कामावर नेमण्यात आलंय; हे असं का?’

गेरासिमॉव्ह : ‘आम्हाला अन्यायाने बडतर्फ करण्यात आलं होतं.’ असं त्यांनी अपील केलं आणि कोर्टाने त्यांच्या बडतर्फीवर शिक्कामोर्तब करण्यास नकार दिला. माझ्या मते इंटिरिअर मिनिस्ट्री ऑफ बाश्किरिया चुकीची वागली आहे. प्रोक्युरेटरच्या ऑफिसातले कर्मचारी जर अशा प्रकारच्या एखाद्या प्रकरणात गुंतले असते, तर त्यांच्या नोकऱ्या संपुष्टात आल्या असत्या.

व्हेरोनिका शाखोव्हा : (डिसेंबर महिन्यात घडलेल्या घटनांचा सत्य वृत्तान्त दिल्याबद्दल नोकरीवरून काढून टाकण्यात आलेली ब्लागोवेश्चेन्स्कच्या *‘झेरकाली’* या वर्तमानपत्राची पूर्वीची संपादिका). पण आपल्या प्रोक्युरेटर इझमागिलॉव्हने बळींचे जबाब स्वीकारण्यास सरळसरळ नकार दिला! त्यांना आता कुठलीही शिक्षा देण्यात आलेली नाही, पण ते फक्त नजरेसमोरून लुप्त झाले आहेत.

गेरासिमॉव्ह : या घटनांनंतर काही दिवसांनी त्यांनी एक जबाब लिहिला आणि त्यांना त्यांच्या पदावरून मुक्त करण्यात आलं.

शाखोव्हा : 'त्यांच्या शिक्षेची व्याप्ती फक्त एवढीच आहे का?'

गेरासिमॉव्ह : होय.

शाखोव्हा : वेल, आता तर त्यांनी न्यायमूर्ती होण्यासाठी अर्ज केलाय. प्रोक्युरेटरच्या ऑफिसने त्यांनी जज्ज होण्यासाठी आवश्यक त्या गुणवत्तेबद्दल पूर्तता केल्याची ग्वाही दिलीय?

गेरासिमॉव्ह : (अस्वस्थ आणि कसं उत्तर द्यायचं याबद्दल साशंक) आय डोंट नो. कदाचित काहीतरी पाठवण्यात आलं आहे.

सर्गी कोवाल्नोव्ह (पहिला रशियन ओमबड्समान, ड्युमाचा पूर्वीचा उपमुख्य, लोकशाहीवर श्रद्धा असलेला लोकशाहीवादी, सोव्हिएत काळात अँड्रे साखारॉव्हचा निकटवर्ती कॉम्रेड) : "पण मला एक सांगा, त्याची कामं करत असताना त्याने केलेल्या कायद्याच्या उल्लंघनाचा निदान विषय तरी कोणी काढत नाही का?"

गेरासिमॉव्ह : "कामावरून काढलं जाणं हीच सर्वांत गंभीर शिक्षा आहे. गुन्हेगारी स्वरूपाची कामगिरी केल्याचा कोणताही पुरावा मिळाला नाही."

व्लादिमीर लुकिन, ओमबड्समान : "या प्रकरणाचे दूरगामी परिणाम मात्र उद्‌भवले आणि अडचणी अजूनही येतच आहेत. खेर विभागात ब्लागोवेश्चेन्स्कप्रमाणे अशाच प्रकारचे गैरप्रकार घडले आहेत आणि स्तावरोपोल डिस्ट्रिक्टमध्ये अकरा-बारा जूनच्या रात्री असंच काहीतरी घडल्याचा संशय आहे. अशा प्रकारच्या गोष्टीला आळा बसेल, अशी खात्री आपण कशी पटवू शकू? कदाचित गुन्हेगार सहीसलामत सुटतात, हे सत्यच या प्रकारांना कारणीभूत असेल?"

गेरासिमॉव्ह : "स्वत:च्याच खात्यात इंटिरिअर मिनिस्ट्री शिस्तबद्धता आणू शकत नाही. मिनिस्टर ऑफ द इंटिरिअर स्वत:च्या घराचा मालक असायला हवा. त्याने त्याची मूठ टेबलावर आपटायला हवी. त्यांचं घर व्यवस्थित करण्यासाठी कितीही प्रोक्युरेटर आले, तरी मिलिशियावर त्यासाठी दबाव आणू शकणार नाहीत."

ल्युडमिला अलेस्केयेवा (मॉस्को हेलसिंकी ग्रुपची अध्यक्षा, नागरी समाज आणि मानवी हक्क विकास अध्यक्षीय आयोगाची अध्यक्षा) : "आम्ही जेव्हा प्रकरण हातात घेतलं, तेव्हा स्थानिक इंटिरिअर मिनिस्ट्रीच्या केवळ गबाळ्या व्यवस्थापनाचं हे प्रकरण आहे, असं आम्हाला वाटलं, पण आता आम्हाला आठशे सत्तर क्रमांकाच्या डीएसपी आदेशाबद्दल कळलंय. मिलिशिया या आज्ञेचं पालन करत होती. ही ऑर्डर रद्द करण्यात यावी, अशी मोहीम आम्ही उघडली आहे. पण 'गळतीच्या केंद्रबिंदू'बद्दल खात्याच्या इतर काही आज्ञा आहेत का?"

त्यावेळेला मंत्री असलेल्या बोरिस ग्रिझलॉव्हने १७४ डीएसपी आणि ८७० डीएसपी, या कलमांनुसार झाली होती. दहा सप्टेंबर २००२ च्या आदेशानंतर सह्या केल्या होत्या. हा आदेश तातडीच्या परिस्थितीत करावयाच्या साधनसामग्री आणि

प्रभावी उपाययोजना, यांचं नियोजन आणि तयारी यासंबंधी होता.

ॲपेंडिक्स नं. १२ ऑर्डर नं. ८७० डीएसपी प्रमाणे असं अधोरेखित करण्यात आलं होतं की, तातडीची परिस्थिती, प्रसंग आणि आणीबाणीची परिस्थिती, या प्रसंगी इंटिरिअर मिनिस्ट्रीच्या अधिकाऱ्यांनी कशाप्रकारे प्रतिक्रिया व्यक्त केल्या पाहिजेत. 'फिल्ट्रेशन पॉईंटस' आणि 'फिल्ट्रेशन ग्रुप'ची संकल्पनादेखील त्या सूचनांमध्ये परिचित करून देण्यात आली.

या दस्तऐवजांनुसार एखादा मिलिशियामन आपल्या थोबाडावर त्याला योग्य वाटलं, तर एखादा ठोसादेखील लगावू शकतो. अनिश्चित कालावधीसाठी आपल्याला स्थानबद्ध करून ठेवता येतं, 'फिल्ट्रेशन पॉईंट'ला पाठवता येतं आणि जर आपण प्रतिकार केला, तर या मिलिशियामनना योग्य वाटलं, तर त्यांना 'गुन्हेगारांचा' नि:पात करण्याचीदेखील परवानगी आहे.

या दस्तऐवजांप्रमाणे एखाद्याला 'गुन्हेगार' ठरवण्याचा अधिकार मिलिशियामनला दिल्यासारखा दिसतो. प्रत्येक मिलिशिया स्टेशनमध्ये या ऑर्डर्स आढळतात.

एखादी व्यक्ती निष्पाप आहे, असं गृहीत धरण्याचं 'डी फॅक्टो अबॉलिशन' झाल्याप्रमाणे दिसतंय.

गेन्नाडि ब्लिनॉव्ह : "ब्लागोवेश्चेन्स्कमध्ये निर्माण केलेल्या तथाकथित 'फिल्ट्रेशन पॉईंट'च्या संदर्भात बोलायचं झालं, तर तो स्थानिक पातळीवर त्या पॉईंटची जबाबदारी असलेल्या व्यक्तीचा गबाळग्रंथीपणा होता. जनतेचे संरक्षण करण्यासाठी, तसंच 'स्टेट ऑफ इमर्जन्सी'मध्ये आमच्या विभागाचं रक्षण करण्यासाठीच फक्त आठशे सत्तर आदेश संमत करण्यात आला होता."

ओलेग ऑरलॉव्ह : (मानवी हक्क स्मारक केंद्राचा उपाध्यक्ष) "पण आदेश क्रमांक आठशे सत्तरमध्ये केवळ स्टेट ऑफ इमर्जन्सीचाच नव्हे, तर आणीबाणीची परिस्थिती आणि प्रसंगांचादेखील संदर्भ दिलेला आहे. स्टेट ऑफ इमर्जन्सीमध्ये फिल्ट्रेशन पॉईंट्स कसे निर्माण केले जातात आणि नियंत्रित होतात? आणीबाणीची परिस्थिती कोणती? आपल्या कायद्यात या संकल्पना कुठेच आढळत नाहीत."

ब्लिनॉव्ह : "उत्तर देण्यासाठी इंटिरिअर मिनिस्ट्रीला आणखी एक आठवडा आहे. आपण फार घाई करून चालणार नाही. वकिलांची एक प्रभावी टीम या गोष्टीवर काम करते आहे. आपण प्रतीक्षा केली पाहिजे."

(आपण इथे कशाबद्दल बोलतोय? ब्लागोवेश्चेन्स्कच्या गुन्हेगारी स्वरूपाच्या चौकशीचा प्रमुख असलेला सर्गी गेरासिमॉव्ह, कॉरिडॉरमध्ये खुलेपणाने कबूल करतो की, गुप्त स्वरूपाची असल्याने आठशे सत्तर क्रमांकाचा आदेश त्याला पाठवण्यात आला नव्हता. फिल्ट्रेशन पॉईंटला लोकांना ज्या आदेशाद्वारे मारहाण करण्यात आली, छळ केला गेला, गॅसने गुदमरण्यात आलं, तो आदेश कोणत्याही

संख्येत मानवी हक्क संकेतस्थळावर वाचता येईल. उदाहरणार्थ, मेमोरिअल, द पीपल्स व्हर्डिक्ट, द ह्युमन राईट्स असोसिएशन, वगैरे. त्या आदेशाचं इंग्रजीत भाषांतर करण्यात आलंय आणि ते आंतरराष्ट्रीय मानवी हक्क संस्थांसाठी उपलब्ध आहे. नाहीतर ते डेप्युटी प्रोक्युरेटर-जनरलच्या नजरेस कसं आणता येईल?)

मारा पोल्नाकोव्हा (आठशे सत्तर क्रमांकाच्या आदेशाची चाचणी करणाऱ्या स्वतंत्र कायदेविषयक आयोगाची अध्यक्षा) : "आठशे सत्तर क्रमांकासारख्या दुय्यम दर्जाच्या कायद्याला आक्षेप घेण्याचा आणि सूचना बेकायदेशीर असल्याचं दाखवून देण्याचा, प्रोक्युरेटर जनरलच्या कार्यालयाचा विचार आहे की नाही?"

ब्लिनॉव्ह : "न्याय मंत्रालयाने आठशे सत्तर क्रमांक आदेशाची छाननी करून ती कायदेशीर असल्याचं स्वीकारलंय. ती कायद्यात बसणारी आहे."

सर्गी शिमोवोलोस (निझनी नोव्हगोरोड येथील मानवी हक्क पुरस्कर्ता) : "ओमोन एजंट्सनी 'धुलाई' मोहिमेच्या वेळी घातलेल्या मुखवट्यांमुळे त्यांना कायद्याचा बडगा दाखवणं अशक्य करून टाकलं आहे. ब्लागोवेश्चेन्स्क घटनेत फक्त ज्या हस्तकांनी मुखवटे घातले नव्हते, त्यांच्यावरच आरोप ठेवले गेले आहेत. आता आपण पुढे काय करायचं?"

गेरासिमॉव्ह : मुखवट्यांचा वापर पूर्णपणे टाळणं अशक्य आहे. ज्या ठिकाणी गोरिला वॉर छेडलं गेलंय किंवा शस्त्रधारी डाकूंना जेरबंद करायचंय अथवा विशेष भीतिदायक गुन्हेगारांचं संरक्षण करायचंय, अशावेळी मुखवटे अत्यावश्यक असतात. सध्या ते होत नाही, पण मुखवट्यांचा वापर नियंत्रित करण्यात आला पाहिजे.

बाश्किरियाच्या ओमोन हस्तकांनी सध्या तरी शिक्षा होण्यापासून निसटण्यात यश मिळवलंय. ज्यावेळी मास्क वापरण्यात येतील, त्यावेळी एजंटांनी क्रमांक असलेले बिल्ले वापरले पाहिजेत, अशी प्रोक्युरेटर-जनरलच्या कार्यालयाची स्थिती आहे. ब्लागोवेश्चेन्स्कनंतर अशी काही गुफ्तगू घडली, की बाश्किरिया मिलिशियाने एकही बिल्ला धारण केला नाही आणि इतर बऱ्याच विभागातदेखील हीच सत्य परिस्थिती आहे.

आयरिना वर्शिनिना (कालीनिनग्राड विभागाची मानवी हक्क ओमबड्समान) : "मास्क घालण्यासंबंधीची कायदेशीर परिस्थिती तुम्ही पुन्हा एकदा नजरेखालून घालणार आहात की नाही? अफवांना उधाण आलंय, पण त्याबद्दल काहीच उत्तर केलं जात नाही."

यावर काहीही उत्तर देण्यात आलं नाही.

सर्गी कोवाल्नोव्ह : "आपण फक्त ब्लागोवेश्चेन्स्कच्या संदर्भात आरोप ठेवण्यात आलेल्या दहा अधिकाऱ्यांबद्दल किंवा बाश्किरियाच्या इंटिरिअर मिनिस्ट्रीबद्दल बोलत

नाही. तो मुद्दाच नाही. परिस्थिती फारच खराब आहे. हे फिल्ट्रेशन पॉईंटस आले तरी कुठून? चेचन्याहून. गेल्या दहा वर्षांहून अधिक काळ हा प्रकार तिथे चाललाय.

*

आणीबाणीची परिस्थिती अधिकृतपणे कधीही जाहीर करण्यात आली नव्हती, तरीदेखील ते लोक जाचक राजवट आणि फिल्ट्रेशन पॉईंट्सचा छळ आणीबाणीमुळे सहन करत होते. यामुळे फक्त अमानुष वागणुकीची परिस्थिती निर्माण होते. आपण अत्युच्च पद भूषवणाऱ्या व्यक्तींबद्दल बोलतो आहोत. खरं म्हणजे हे राज्याचं धोरण तर नाही ना, हे आपण विचारायला पाहिजे. हे राज्यांचं धोरणच आहे, अशी मला भीती वाटते.''

आयोगाच्या पुढच्या बैठकीच्या वेळेला ल्युकिनने ज्यांचा 'आऊट सायडर्स' म्हणून उल्लेख केला होता, त्यांना उपस्थित राहण्यापासून बंदी करण्यात आली. ब्लागोवेश्चेन्स्कच्या 'धुलाई' मोहिमेचे बळी, पत्रकार आणि सकृतदर्शनी ज्यांचं स्वागत होणार नाही, असे मानवी हक्कांची मोहीम चालवणारे, या लोकांचा त्यात समावेश होता. पुढल्या बैठकीच्या वेळी एलगोव्हच्या शिक्षा भोगणाऱ्यांच्या वसाहतीतील कैद्यांनी केलेल्या सामूहिक आत्महत्या आणि त्याच सुमाराला सुमारे एक हजार कैद्यांनी सुरक्षारक्षक त्यांचा करत असलेल्या छळाच्या निषेधार्थ स्वत:च्या शिरा कापून घेणं, या विषयांवर चर्चा होती. पण या चर्चेत फक्त आतल्या लोकांनाच मर्यादित प्रवेश होता. रशियाच्या अधिकृत मानवी हक्कांच्या खंद्या प्रवक्त्यांप्रमाणे 'इनसाईडर्स' म्हणजे तुरुंग आणि 'पीनल कॉलनीज्' चालवणारे वरिष्ठ अधिकारी!

एकोणतीस जून

डागेस्तानमध्ये गाइडार जेमालला अटक करण्यात आली आहे. आजच्या घडीचा इस्लामिक तत्त्वज्ञानाचा सर्वाधिक मान्यवर तत्त्वज्ञ आणि रशियाच्या इस्लामिक समितीचा तो अध्यक्ष आहे. तो मॉस्कोत राहतो. 'रिलिजस बोर्ड ऑफ मुस्लिम्स ऑफ डागेस्तान' या संपूर्णपणे अधिकृत संस्थेच्या आमंत्रणानुसार जेमाल माखाच्काला येथे गेला होता. माखाच्काला एफएसबी संचालनालयाच्या हस्तकांनी त्याला अटक केली.

एका युद्धाचा कट शिजत असलेल्या प्रजासत्ताकात शांतता कशी टिकवून ठेवायची, यासंबंधी चर्चा करण्यासाठी आलेल्या इतर बारा लोकांनाही त्यांनी अटक केली.

शस्त्रधारी हस्तकांनी अतिशय आक्रमक पद्धतीने या नि:शस्त्र व्यक्तींना अटक करण्याची कारवाई केली. जेमालला अपमानित करून आणि मारहाण केल्यावर

त्याला 'डागेस्तानच्या दहशतवादाविरुद्ध लढा' या केंद्रात नेण्यात आलं. त्यानंतर अब्बास केबेडॉव्ह याच्या व्यतिरिक्त सर्वांना सोडून देण्यात आलं. पण हे वर्तन अविश्वसनीय आहे. इस्लामिक जगतात जेमाल ही एक माननीय व्यक्ती आहे; त्याला अशी वागणूक दिली जाणं उचित नव्हतं.

जेमाल ज्याच्याशी पूर्णपणे अलिप्त आहे, अशा 'वाहाबिझम'बद्दल आस्था बाळगल्याच्या संशयावरून ही कारवाई करण्यात आली, असं कारण अधिकृतपणे सांगण्यात आलं. हल्ली आम्ही बासेव्हच्या लाटेला खरं म्हणजे 'वाहाबिझम' म्हणतो.

तीस जून

अध्यक्षीय प्रशासनाच्या इमारतीत ज्या नॅशनल बोल्शेविक्सनी, चौदा डिसेंबर २००४ रोजी कार्यालयाचा ताबा घेतला होता, त्यांच्याविरुद्धचा खटला मॉस्कोच्या निकुलिन जिल्हा न्यायालयात सुरू झाला आहे. पूर्वीच्या काळच्या जगावरच्या एखाद्या पाठ्यपुस्तकातले गुलाम असावेत, तसे त्यांना एकमेकांशी साखळ्यांनी बांधून कोर्टरूममध्ये आणण्यात आलं.

या खटल्याला पूर्वपीठिका नाही. प्रथम म्हणजे या एकोणचाळीस आरोपींना बंदिस्त करून खटला चालवता येईल, एवढी मोठी कोर्टरूम शोधून काढणं, हीच एक अशक्य कोटीतली गोष्ट आहे. रशियामध्ये आता आरोपींसाठी असे पिंजरे वापरणं, ही एक खटला चालवण्यासाठी अविभाज्य गोष्ट झाली आहे. दुसरं म्हणजे, ही सुनावणी राजकीय आहे. या मुद्यावर भर देण्यासाठी राज्यसत्ता अधिकारी वाजवीपेक्षा अधिकच प्रयत्नशील आहेत.

सुरुवातीला त्यांच्यावर क्रिमिनल कोडच्या आर्टिकल २७८ कलमाद्वारे रशियन फेडरेशनमध्ये आक्रमकपणे सत्ता बळकावणे असा आरोप ठेवण्यात आला. त्यानंतर आर्टिकल २१२, पार्ट २ खाली 'मोठ्या प्रमाणावर गोंधळ निर्माण करणे' असा कमी गंभीर आरोप ठेवण्यात आला. या आरोपाखाली तीन ते आठ वर्षांचा तुरुंगवास होऊ शकतो. व्लादिमीर उस्तीनॉव्ह, प्रोक्युरेटर-जनरल ऑफ रशिया यांच्याकडे खटल्याचे कामकाज सोपवण्यात आले आहे. चौकशीचं काम मॉस्को प्रोक्युरेटर्स कार्यालयातर्फे करण्यात आलं. या चौकशी करणाऱ्या चमूचा नेता येवजेनी अलिमॉव्ह याला दुसऱ्या एका भ्रष्टाचारी चौकशीसाठी जुलै महिन्यात निलंबित करण्यात येणार होतं.

सहा महिन्यांहून अधिक काळ लोटला तरी अद्याप चाळीसपैकी एकोणचाळीस नॅशनल बोल्शेविक पार्टीच्या लोकांना खटल्याच्या सुनावणीच्या प्रतीक्षेत कोठड्यांत

बंदिस्त करून ठेवण्यात आलं आहे. (ट्वेरच्या पंधरा वर्षांच्या इव्हान पेट्रोव्हला सोडून देण्यात आलं.)

भरदुपारी जेव्हा खटल्याची सुनावणी सुरू होण्याच्या बेतात होती, मिचुरिन प्रॉस्पेक्ट येथील न्यायालयाच्या इमारतीला कॉन्सेन्ट्रिक सिक्युरिटी कॉरडॉन्सनी वेढा घातला. पावलोपावली बनावट वेशभूषा केलेले लोक, कुत्री, साध्या कपड्यातले हस्तक, मिलिशिया आणि ओमोन हस्तक दिसत होते. ते खुलेपणाने जमलेल्या लोकांचं चित्रफितीवर चलतृचित्रण करत होते आणि पत्रकारांच्या खांद्यांवरून वाकून ते काय टिपणं घेत आहेत हेदेखील वाचत होते. खोडोरकोव्हस्कीच्या खटल्यासारखं इथे काहीच स्वातंत्र्य नव्हतं. काळसर काचांच्या चांगल्या गाड्यांतून नॅशनल बोल्शेविक्सना आणण्यात आलं नाही, त्यामुळे पालकांना त्यांची मुलं कशी दिसत आहेत, ते पाहता आलं नाही.

खिडक्या नसलेल्या तुरुंगाच्या गाड्यांतून आरोपींना आणण्यात आलं आणि लगेचच बेसमेंटमध्ये नेलं गेलं. आतल्या एका जिन्याने त्यांना दुसऱ्या मजल्यावर नेण्यात आलं. हा जिना खटल्याशी संबंधित नसलेल्या इतर कोणाही व्यक्तीला पूर्णपणे बंद करण्यात आला होता. एवढा बंदोबस्त अधिकच कडक करण्यासाठी जणू काही तिथे पुतिन येण्याची शक्यता होती, अशाप्रकारे त्या बाहेरच्या कॉर्डोन्समध्ये प्रत्येक दहा मीटरवर मिलिशियामेनना पेरण्यात आलं होतं. आला फक्त नॅशनल बोल्शेविक लीडर, एडुआर्ड लिमोनॉव्ह; पण त्याला किंवा त्याच्या पालकांना आतमध्ये तर नाहीच, इमारतीच्या जवळपासदेखील फिरकू देण्यात आलं नाही.

गोडीगुलाबीने समजावण्याचा प्रयत्न करत ज्याच्याकडे कॉर्डोनची जबाबदारी आहे, तो कर्नल म्हणतो, "आम्हाला सहानुभूती वाटते, पण जज्जसाहेबांनी असंच ठरवलंय." ट्वेर जिल्हा न्यायालयातून ॲलेक्सी शिखानॉव्ह हे न्यायमूर्ती आलेले आहेत. खटल्याची सुनावणी तिथेच व्हायला हवी होती, कारण तथाकथित गुन्हा तिथेच घडला होता, पण तिथली कोर्टरूम पुरेशी मोठी नाही.

अजून गुन्हा शाबीत होऊन शिक्षा व्हायची आहे, अशा लोकांना जेरबंद करणं आणि हातकड्या घालणं, ही एक टोकाची प्रतिक्रियाच झाली. दहशतवादी किंवा सीरियल किलर्सनादेखील हातकड्या घालून कोर्टात आणत नाहीत. हे उघडच आहे की, राज्य सत्ताधिकाऱ्यांना आज कोणाची तरी भीती वाटत असेल तर अधिकृत शासकीय मतांशी असहमत असलेल्या व्यक्तींची!

पहिल्या दिवशी प्रतिवादींनी तरुण आरोपींना जामिनावर सोडवण्याचा प्रयत्न केला. निदान तीन अल्पवयीन मुलगे आणि नऊ मुलींना जामिनावर सोडण्यात यावं, असा त्यांनी इतरांना वगळून प्रयत्न केला.

हे काही फार क्रांतिकारक वाटत नाही. त्या लोकांनी केलेलं नुकसान अगदीच किरकोळ होतं. (एक फाटलेला सोफा, एक तोडलेली तिजोरी आणि मोडलेला दरवाजा!) त्यांनी जरी परवानगी नसलेली सभा घेण्याचं कारण जोडलं, तरी तो एक प्रशासकीय अपराध होतो, गुन्हा नव्हे.

हे सर्व किती गंभीर आहे आणि त्यामुळे किती भयंकर गोष्टींना चालना मिळू शकते, यावर न्यायमूर्ती शिखानोव्ह भर देतात. त्यांना तुरुंगात पुढेही ठेवण्यात यावं किंवा कसं, यावर न्यायमूर्ती त्यांचा निर्णय सात वाजता देतील. इतर प्रकरणांना उपस्थित असलेले बाकीचे लोक कोर्टरूममधून निघून गेल्यावर हा निर्णय देण्यात येईल, कारण अजूनही मोकळे असलेले नॅशनल बोल्शेविक्स काहीतरी गडबड करण्याची त्यांना शक्यता वाटते. निर्णय नकारात्मक दिला जाईल, हे अगदी स्पष्ट आहे.

निर्णय दिल्यानंतर दंगा उद्‌भवेल, या गोष्टीबद्दल जज्जनी एवढं अस्वस्थ व्हायची आवश्यकता नव्हती. एवढा पाऊस कोसळत असताना संध्याकाळपर्यंत फक्त सर्वांत एकनिष्ठ पाठीराखे तेवढेच थांबून राहिले असते; ते म्हणजे अंग चोरत शांतपणे उभे राहिलेले दु:खी पालक आणि त्यांची शस्त्रं म्हणजे त्यांचे अश्रू. पार्टी कॉम्रेड्स चहासाठी गेले आहेत. लिमोनॉव्हदेखील अनुपस्थित आहेत. नेतेमंडळी पावसात भिजत उभी असल्याचं शोभून दिसत नाही. निर्णय जाहीर होतो, ''त्यांना तुरुंगात ठेवा.''

पुतिन यांना टक्कर देण्यासाठी कटिबद्ध असलेल्या निष्ठावान राजकीय विरोधकांची ॲथॉरिटीज्‌ना किती भीती वाटते, हे या खटल्याच्या सुनावणीवरून दिसून येतं.

आणखी एका दिखाऊ खटल्याची त्यांना गरज आहे. नॅशनल बोल्शेविक्सना देण्यात आलेली भूमिका म्हणजे राजकीय विरोधकांची, जी प्रथम युकोसनी निभावली. युकोसना राज्य सत्ताधिकाऱ्यांनी चिरडून टाकलं होतं. आता त्यांच्या घोषणा आहेत, 'चेचन्यामध्ये युद्ध थांबवा', 'या समाजविरोधी राज्याचा धिक्कार असो!', 'पुतिन आऊट!' वाईट गोष्ट ही आहे की, ते इतरांना मार्गात येऊ देत नाहीत. ते पुस्तकं वाचतात आणि विचार करतात. त्यांचा गुन्हा अधिक तिरस्करणीय होण्याचं कारण म्हणजे सत्ताधिकाऱ्यांना त्यांना मोडून काढण्यात यश आलेलं नाही. संरक्षण संस्थांनी ज्या ठिकाणी लोकांना स्थानबद्ध केलं जातं, तिथे वापरण्यात येणाऱ्या सगळ्या उद्वेगजनक उपायांचा अवलंब करूनदेखील ते लोक शरण आलेले नाहीत. सत्ताधिकाऱ्यांच्या हाती काहीच लागलेलं नाही; कोणीही माफी मागितलेली नाही किंवा अपराधी असल्याची कबुली दिलेली नाही.

युनियन ऑफ राईट फोर्सेससाठी किंवा तिच्या समर्थनार्थ काम करणाऱ्या सहधर्मी अल्प लोकांखेरीज युनायटेड डेमोक्रॅटिक फ्रंटचा नेता गॅरी कास्पारॉव्हला

दुर्दैवाने अधिक डेमोक्रॅट्सना एकत्र आणण्यात यश मिळालेलं नाही. दक्षिण रशियाचा त्याचा दौरा चालूच आहे. कास्पारॉव्ह आणि त्याच्या टीमला ते जिथे जातील तिथे हॉटेलमध्ये खोल्या द्यायला नकार मिळतो, उपाहारगृहात जेवण मिळत नाही आणि बैठकी घ्यायला जागा मिळत नाही. साऊथ फेडरल डिस्ट्रिक्टने घातलेल्या निर्बंधांचा, जो अर्थातच फक्त तोंडी स्वरूपाचा आहे – या ठिकाणांचे मालक त्यांच्याकडे उल्लेख करतात. ''तुम्ही मॉस्कोला परत जाल, पण आम्हाला इथेच राहायचंय. आम्ही तुम्हाला स्वीकारलं, तर ते आमची हॉटेलं आणि रेस्टॉरंट्स बंद पाडण्याची शक्यता आहे.''

कास्पारॉव्हची एवढी धास्ती का वाटते? तो फक्त लोकांशी बोललाय आणि काहींच्या मनात त्याने 'गुड पुतिन'बद्दल संशयाची बीजं पेरली आहेत. एवढंच केलंय त्याने! साऊथ ऑफ रशियामध्ये पुतिन यांचा राजकीय प्रतिनिधी असलेला दिमित्री कोझॅक याच्या 'कर्तृत्वा'चं हे फलित म्हणजे कास्पारोव्हचा होणारा छळ. कोझॅक एक तथाकथित डेमोक्रॅट आहे. त्याला कोणतेही दुसरे पर्याय नाहीत म्हणूनच तो बरा वाटतो. पुतिन यांच्यानंतर लोकशाहीसाठी एक सर्वांत चांगली आशा म्हणून डेमोक्रॅटिक फळीमधले बरेचसे लोक कोझॅककडे बघतात. शासनातले बरेचसे लोक भित्रे आणि संथ आहेत. ज्या नोकरीत पुढे काहीच भवितव्य नाही, अशा प्रकारच्या 'दक्षिणेतील अध्यक्षीय प्रतिनिधी' या कामगिरीवर त्याची नेमणूक झाली, तेव्हा लोकांना त्याच्याबद्दल वाईट वाटलं. पण तो भित्रा नाही, हे कोझॅकने दाखवून दिलं. लोकांच्या असमाधानाविषयी तो बाहेर येऊन बोलायला तयार होता. त्यांची कोंडलेली वाफ मोकळी करायला त्याने मदत केली.

दक्षिणेकडच्या शहरात फिरताना त्याला एकामागून एक नागरी अवज्ञेच्या घटना आढळल्या. रशियाच्या इतर भागात कोझॅकला लोकप्रियता मिळू लागली. कास्पारॉव्हच्या या नीच पातळीवरच्या छळवादामुळे त्याचा खरा राजकीय रंग दिसून येतो. तो पूर्णपणे पुतिन यांच्या बाजूचा आहे.

एक जुलै

इंटिरिअर मिनिस्ट्रीच्या विशेष कारवाई गटाच्या एकशेदोन ब्रिगेडचे सक्तीने भरती केलेले साठ सैनिक शुक्रवारी एका स्नानगृहात गेले असताना तिथे स्फोट घडवून आणण्यात आला. माखाच्काला, डागेस्तान येथे झालेल्या स्फोटात दहा लोक जागेवरच ठार झाले, तर आणखी दोनजण हॉस्पिटलमध्ये मरण पावले. सात किलोग्रॅम टीएनटी इतक्या शक्तीची या गावठी स्फोटाची दाहकता होती. गेल्या महिन्यातली डागेस्तानची ही सहावी दहशतवादी कारवाई आहे.

सहा जुलै

मॉस्कोमध्ये रशियाचे 'हिरो' उपोषणाला बसले आहेत. पूर्वी कधी हे ऐकलं नव्हतं. क्रेमलिनमध्ये कोणाचीही सत्ता असो, या नेत्यांचा गट परंपरेने त्या सत्तेचा मुख्य आधारस्तंभ मानला जातो. राज्याच्या नेत्यांपुढे ते 'हिरो' म्हणून असायला हवेत, पण काहीतरी चुकतंय!

रशियन जनता आणि राज्य सत्ताधिकाऱ्यांमधले संबंध सुधारायचे असतील, तर जनतेपुढे स्वत:ला त्रास करून घेण्याशिवाय दुसरा मार्ग उरलेला नाही, असं रशियाच्या दोनशेचार हिरोंचं प्रतिनिधित्व करणाऱ्या पाच हिरोंनी ठरवलंय. हे हिरो सोव्हिएत युनियन आणि सोशालिस्ट लेबरचे आहेत. मॉस्कोच्या बाहेरच्या परिसरातल्या स्मोलनी स्ट्रीटवर पूर्वीच्या एका संशोधन संस्थेमध्ये हे उपोषण चालू आहे.

उपोषणाला बसलेला प्रत्येकजण एकेका हिरोंच्या गटाचं प्रतिनिधित्व करतोय. 'हिरो ऑफ द सोव्हिएत युनियन' हे बिरुद दोनदा मिळवणाऱ्या गटाचा एक, स्टार सिटीच्या कॉस्मॉनॉट्सचा दुसरा, हिरोज ऑफ सोशॅलिस्ट लेबर, फुल कॅव्हॅलिअरर्स ऑफ द ऑर्डर ऑफ ग्लोरियस लेबर, सोव्हिएत युनियन आणि रशियन फेडरेशन या दोन्ही संस्थांचे हिरो असलेल्यांपैकी एक, वगैरे.

या हिरोंची सहनशक्ती संपलीय. त्यांच्या संदर्भात ड्युमाने एक नवीन, फायदे मिळण्याच्या विरोधातली दुरुस्ती सुचवली. जी तेरा जूनला प्रथम वाचून दाखवण्यात आली. राज्याची लक्षणीय सेवा केलेल्यांच्या संदर्भात असलेला आदर कमी करणाऱ्या या दुरुस्त्या आहेत; खर्चात नव्हे. यापुढे हिरोंचं दफन शासकीय इतमामात सन्मानपूर्वक करण्यात येणार नाही. मिलिटरी कोमिसारिएटकडून त्यांना 'गार्ड ऑफ ऑनर' दिला जाणार नाही. त्यांच्या इस्टेटने खर्च उचलल्याखेरीज 'फेअरवेल वॉली'पण मिळणार नाही.

नोकरशाहीचा हा एक पराकोटीचा माथेफिरूपणा आहे. राज्याला त्यांना सन्मान देण्यात नेहमीच रस होता, अशा भ्रमात हिरो होते. एप्रिलमध्ये ज्यावेळेस या दुरुस्त्या शासनाच्या यंत्रणेतून फिरत होत्या, त्यावेळेला हिरोंनी पुतिन, फ्राडकॉव्ह आणि ग्रिझलॉव्हना पत्रं लिहिली. त्यांच्या प्रतिनिधींची भेट घेण्यासाठी दोनशेचार हिरोंनी सत्ताधिकाऱ्यांना विनंती केली. त्या दुरुस्त्या स्वीकारार्ह नसल्याची आणि अपमानजनक असल्याची त्यांची भावना समजून घेण्यासाठी त्यांचं म्हणणं ऐकण्यात यावं, अशी त्यांची मागणी होती.

याबद्दल कोणतीही प्रतिक्रिया देण्यात आली नाही. समजून घेण्याची थोडीदेखील आशा नाही. अध्यक्षीय प्रशासनाचे नोकरशहा, ड्युमा आणि शासन त्यांच्या तोंडावर थुंकले. हिरोंनी मग विचार केला, की त्यांनाच जर हा प्रतिसाद मिळतोय, तर

देशातल्या इतरांची काय अवस्था असेल? राज्य सत्ताधिकारी आणि समाज यांच्यात संवाद होण्यामध्ये असलेल्या प्रश्नांकडे लक्ष वेधून घेण्यासाठी मग त्यांनी उपोषण करायचं ठरवलं.

''ज्योत पेटवण्यासाठी उडणाऱ्या ठिणगीचं' काम करण्यासाठी आम्ही आता निषेधाची मोहीम सुरू करण्याचं ठरवलंय. वॅलेरी बरकॉव्ह म्हणते; ''म्हणजे मग नागरी समाज आमच्या पावलावर पाऊल टाकून असा कायदा अस्तित्वात आणेल, ज्यामुळे कायद्यांचे मसुदे बनवताना राज्यसंस्थांना नागरिकांचा आवाज ऐकावा लागेल. राजकीय निर्णय कसे घेण्यात येतात, याबद्दल मोठ्या प्रमाणात सार्वजनिक वादविवादाला उत्तेजन देण्यासाठी आमचं उपोषण आहे.

''त्याचा स्वत:चा असा एक दृष्टिकोन असण्याबद्दलचा एका नागरिकाचा हक्क आणि राज्य कसं चालवण्यात यावं याबद्दलचं त्या नागरिकाचं मत, यावर सर्व पातळ्यांवर चर्चा झाली पाहिजे. विस्तृत प्रमाणावर एक सार्वजनिक वादविवाद छेडण्यासाठी आमचं उपोषण आहे.

''या वादविवादात राजकीय निर्णय कसे घेतले जातात, स्वत:च्या दृष्टिकोनासंबंधी एका नागरिकाचा हक्क आणि राज्याचा कारभार कसा चालवायला पाहिजे, या विषयांचा अंतर्भाव व्हावा. नाहीतर रशियन घटना ही दुसरी एक आदर्शवादी डिक्लरेशन ऑफ ह्यूमन राईट्स ठरेल. बुद्धिप्रामाण्यवादी लोक कुठे आहेत? कुठे आहेत लेखक? अध्यक्षीय कौन्सिलचे सभासद? आम्हाला ही कृती करायला का भाग पडलं, याबद्दल त्यांना काय म्हणायचंय ते आम्हाला ऐकू द्या.''

सात जुलै

ग्लासगोच्या जवळच्या ग्लेनिआगल्स येथे झालेल्या जी आठ सभेच्या वेळी लंडनमध्ये दहशतवादी कारवाया घडल्या. पुतिन तेथे आहेत. दूरदर्शनच्या पडद्यावर या कारवायांत मेलेले लोक आणि रक्तपात दाखवला जातोय, पण त्याचं समालोचन न ऐकलेलंच बरं. त्या समालोचनात सहानुभूती फारच थोडी, पण विकृत समाधानच अधिक आहे. जणू काही ब्रिटिश लोकांनापण आमच्यासारखाच त्रास होतोय, याच्याबद्दल आम्ही खूष आहोत. ब्रिटिश शासनाने जरी तसं काहीच म्हटलेलं नसलं, तरी समालोचक विशेष करून खुबीने असं ध्वनित करतायत की, ग्रेट ब्रिटन आता अरूमद झाकेव्हला रशियात परत पाठवायला तयार आहे.

आम्हाला हे काय झालंय? आमची दयाळू असण्याची कधीच तयारी नसते आणि दुसऱ्यांच्या त्रासाने आम्ही हर्षभरित होतो. सगळ्या जगात आम्हाला चांगले लोक म्हणून मानलं जातं. सध्यातरी मला ते कुठेच जाणवत नाही.

मॉस्कोत हिरोजचं उपोषण चालू असलं तरी एकाही दूरदर्शन वाहिनीने हे सत्य सांगितलेलं नाही.

मिखैल खोडोरकोव्हस्कीच्या आईने, मरीना खोडोरकोवस्कीने, आमच्या *'नोवाया-गॅझेटा'*ला एक अनावृत्त पत्र दिलंय. हे पत्र कॉस्मॉनॉट जिऑजी ग्रेचको याला उद्देशून लिहिलं आहे. ग्रेचकोने रशियात सर्वांना माहीत असलेल्या पन्नास अभिनेते, लेखक, निर्माते आणि कॉस्मॉनॉट्सनी लिहिलेल्या अनावृत्त पत्रावर सही केली आहे. खोडोरकोव्हस्कीचा ते धिक्कार करतात आणि त्याला कडक अशी नऊ वर्षांची तुरुंगवासाची शिक्षा सुनावली गेल्याबद्दल आनंद व्यक्त करतात. हे पत्र स्टालिनच्या काळाशी साधर्म्य दाखवणारं आहे. जेव्हा लोक असेच उत्तेजनेच्या भरात त्यांच्या नेत्याला खऱ्या किंवा काल्पनिक शत्रूंचा नि:पात करण्यासाठी पत्रं लिहीत.

खोडोरकोव्हस्कीची आई लिहिते, 'मी दुखावली गेली आहे आणि मला तुझी शरम वाटते. तुझ्यासारख्या सर्वज्ञ आणि भावनाप्रधान व्यक्तीला, माझ्या मुलाने आणि त्याच्या कंपनीने तरुण मुलं, शिक्षक यांच्यासाठी शैक्षणिक प्रकल्प, रशियन फेडरेशनच्या विविध भागांत सुरू करण्यासाठी मोठ्या रकमा गुंतवल्याचं काहीच कसं माहीत नाही? या गोष्टींवर विश्वास ठेवणं मला जड जातंय. जर तुला हे माहीत असेल, तर तुझी सदसद्‌विवेकबुद्धी कुठे आहे? तुझी प्रतिष्ठा आणि पौरुष कुठे आहे? तुला जर हे माहीत नव्हतं, तर वरून आलेल्या सूचनांप्रमाणे धिक्कारल्या गेलेल्या व्यक्तीला तू लाथ कशी काय मारू शकतोस?

'आपल्या तथाकथित न्यायव्यवस्थेवर तू टीका कर किंवा खोडोरकोव्हस्कीचा बचाव कर, असं मी तुला सांगत नाही, पण प्रत्येक व्यक्तीला त्याचं स्वत:चं मत बाळगण्याचा अधिकार आहे... पण एखाद्याला जाहीरपणे वाईट ठरवायच्या आधी तुमच्याकडे सगळी सत्यं असावीत आणि ती नसतील तर मग प्राथमिक न्यायाचा प्रश्नच येत नाही.'

आम्ही ते पत्र प्रसिद्ध केलं; पण कॉस्मॉनॉट ग्रेचकोकडून कोणताही प्रतिसाद आला नाही. तो त्याच्या सहकाऱ्यांच्या उपोषणालाही विरोध करतो आहे. ही त्याची निकड आहे.

आठ जुलै

एकोणचाळीस नॅशनल बोल्शेविक्सची सुनावणी पुढे चालू आहे. सुमारे सात महिने ते मॉस्कोच्या वेगवेगळ्या तुरुंगांत आहेत. न्यायालयाच्या छतापर्यंत पोहोचतील असे नवीन पिंजरे बसवण्यात आले आहेत. तरुण पुरुषांसाठी दोन, तरुण स्त्रियांसाठी एक, असे तीन. सगळे पिंजरे घट्ट बसवलेले आहेत. ड्युमाचा एक प्रथितयश कम्युनिस्ट

उपमुख्य, इव्हान मेलनिकॉव्ह, जो 'पार्लमेंटरी असेंब्ली ऑफ द कौन्सिल ऑफ युरोप'चा सभासद आहे. त्याचा तो काय पाहतोय यावर विश्वासच बसेना. राजकीय कैद्यांच्या सुनावणीचं एक हास्यास्पद नाटक! ड्युमामध्ये काम करताना तुम्ही या गोष्टीची कधीच अपेक्षा करणार नाही. तिथे राज्य सत्ताधिकारी बहुमताने घेतलेले निर्णय आणि योग्य कृती यांच्या आधारे काम करतात. अर्थात 'रायश'च्या शत्रूंविषयी असलेल्या निष्ठुर दृष्टिकोनाबद्दल कोणतीही शंका असण्याचं कारण नाही. डेप्युटी मेलनिकॉव्ह मॉस्को युनिव्हर्सिटीत शिकवतात. बहुतेक नॅशनल बोल्शेविक्स विद्यार्थी आहेत. त्यातले काही मॉस्को युनिव्हर्सिटीतले आहेत. मेलनिकॉव्ह त्यांच्यासाठी चांगल्या वर्तनाचा साक्षीदार म्हणून आला आहे, पण न्यायमूर्तींनी ते निकालात काढलं.

चार लाख बहात्तर हजार सातशे रूबल्सच्या घरातलं नुकसान केल्याचा प्रतिवादींवर आरोप ठेवण्यात आला आहे. ही रक्कम जर एकोणचाळीस आरोपींत विभागली, तर असं दिसतं की, प्रोक्युरेटर-जनरल फक्त बारा हजार रूबल्सचं नुकसान प्रत्येकी केल्याबद्दल त्यांना आठ वर्षांचा तुरुंगवास भोगायला लावण्याची मागणी करत आहे. एवढी कठोरता का? कारण ते ओरडत होते, "पुतिन यू गेट आऊट!" आणि अशाच प्रकारच्या पुतिन यांच्या जाहीर स्वागताच्या वेळी दिलेल्या इतर काही घोषणा.

त्यांचा अध्यक्षांबद्दलचा दृष्टिकोन त्यांनी व्यक्त केला आणि आता ते एखाद्या डॉग फॉर्मवर कुत्र्यांच्या पिलांना कोंडावं, तसे पिंजऱ्यात बसले आहेत. ते इतक्या गंभीरपणाने तुमच्याकडे बघतात की, तुमचं हृदय पिळवटून जातं. एकाने तुरुंगात असताना त्याच्या डोक्याचं मुंडन केलंय आणि काळी दाढी वाढवलीय. तुरुंगात पाऊल टाकलं जाण्यापूर्वी छायाचित्रात तो वेगळा दिसत होता. दुसरा आणखी एक तरुण दाढी वाढवण्याइतका मोठा नाही, पण ढेकणांनी त्याला अक्षरश: फाडून खाल्लंय. त्याचं पूर्ण अंग व्रणांनी भरलंय. तिसऱ्याला तुरुंगात होणारा त्वचाविकार एरिसीपेलास झालाय आणि तो सारखं त्याचं अंग खाजवतोय. या देशातल्या जीवनाबद्दलच्या त्यांच्या दृष्टिकोनामुळे ते समाजाला धोकादायक ठरले आहेत.

न्यायमूर्तींना उघडच वाटतंय की, सगळं योजनेबरहुकूम चाललंय. त्यांना मिळालेल्या सूचनांप्रमाणे. ते कोणाच्या बाजूचे आहेत, हे त्यांना चांगलं ठाऊक आहे.

खोडोरकोव्हस्की आणि लेबेडेव्हच्या खटल्याच्या सुनावणीला बहुतेक सगळे आजी-माजी लिबरल्स, डेमोक्रॅट्स उपस्थित राहिले. या खटल्याला खरं म्हणजे कोणी फिरकत नाही. कोणतीही निदर्शनं, निषेधाच्या सभा, घोषणाबाजी किंवा पिकेटिंग झालं नाही. युकोस खटल्यापेक्षा हा खटला काही कमी दिखाऊ नाही, हे उघड असताना असं काही झालं नाही, हे थोडं चमत्कारिक आहे. अर्थात ही

सुनावणी एका वेगळ्या वयोगटाच्या, वेगळ्या आर्थिक उत्पन्न-गटाच्या लोकांचा पाणउतारा करण्यासाठी आहे. युकोसची ट्रायल अतिश्रीमंतांचा 'पर्दाफाश' करण्यासाठी होती, तर इथे आरोपी मुख्यत: विद्यार्थी, कमी उत्पन्न गटातले तरुण आहेत. पण मिळणारा संदेश एकच आहे – आम्हाला आव्हान दिल्याचं धाडस केलंत तर परिणाम काय होतो ते बघा! तुरुंगवास, ढेकूण, एरिसीपेलास, प्रिझन कँप आणि लुच्चा-लफंग्या लोकांचा सहवास!

ज्युरींच्या ट्रायलमुळे कोर्टाला खरं स्वातंत्र्य मिळू शकेल, अशी आम्हाला गेली कित्येक वर्षं फार मोठी आशा होती. राज्य सत्ताधिकाऱ्यांना ती मान्यता द्यावीच लागली. कारण त्यांनी जर ती दिली नसती, तर कौन्सिल ऑफ युरोपला संलग्न होणाऱ्या कोणत्याही शक्यतेला त्यांना 'गुडबाय' करावा लागला असता. २००३ सालापासून ज्युरींनी हळूहळू गुन्हेगारी स्वरूपाच्या खटल्यांवर विचार करायला सुरुवात केली आणि जर पारंपरिक न्यायालयं एक टक्क्याहूनही कमी आरोपींना मुक्त करत होती, तर ज्युरींच्या ट्रायल्सना किमान पंधरा टक्के आरोपी तरी अपराधी आढळत नव्हते.

चेचन्याच्या वॉरमधले हिरो, चेचन्यामध्ये हिंसाचार घडवणारे फेडरल सैनिक, टोळीयुद्धांचे म्होरके, असेच लोक बहुतेक सोडून दिलेल्यांत असायचे. प्रक्षोभक परिस्थितीत खून पाडणाऱ्या आरोपींचादेखील त्यात समावेश असायचा. यापोनचिक या कुप्रसिद्ध गुन्हेगार 'बॉस'ला जेव्हा निर्दोष मुक्त केलं गेलं, तेव्हा ज्युरींतर्फे होणाऱ्या सुनावणीवरचा विश्वास शून्य पातळीवर घसरला. त्यांनी फक्त एक नवीन पहाट होण्याची भ्रामक आशा दाखवली होती.

बारा जुलै

ब्लागोवेश्चेन्स्कहून वाईट बातमी आहे. आरोप ठेवून तुरुंगातून पाठवलेल्या शेवटच्या मिलिशियामनला सोडून देण्यात आलं आहे. डुवानेई गावातल्या तरुणांना ज्याने मारहाण केली होती, त्या सर्वाधिक अमानुष व्यक्तीला, या सगळ्या प्रकारातल्या वाईट माणसाला, ऑफिसर गिल्वानॉव्हला गुपचूप मोकळं करण्यात आलं आहे. ज्यावेळी मॉस्कोमध्ये मानवी हक्कांसाठी मोहीम चालवणारे लोक तिथे स्पंदनं निर्माण करत होते, त्याचवेळी बाश्किरिया येथे हा प्रकार घडत होता.

आता सगळी जनावरं मोकाट सुटली आहेत. एका मुलाच्या पायाचं गुंतागुंतीचं फ्रॅक्चर झाल्याने तो पाय फ्रेममध्ये असलेल्या, पूर्ण असहाय अशा त्या मुलावर त्याने व्यक्तिश: हल्ला चढवला होता. असं असूनदेखील युफाच्या जिल्हा न्यायालयाने गिल्वानॉव्ह समाजाला धोकादायक नसल्याचा निर्वाळा दिला. गिल्वानॉव्हला मिलिशियामन म्हणून कामावर परत जाण्याची इंटिरिअर मिनिस्ट्रीने दिलेली परवानगी, ही तर

त्याहूनही अधिक घृणास्पद वस्तुस्थिती आहे.

या अत्याचारानंतर उठलेल्या गदारोळानंतर सावरण्याचा आता सत्ताधिकारी विचार करत आहेत.

प्रजासत्ताक प्रोक्युरेटर-जनरल्स कार्यालयाच्या 'इन्व्हेस्टिगेशन ऑफ सीरियस क्राइम्स' खात्यात तथाकथित सुरक्षितता पाळून गुन्हेगारी प्रकरणांचे दस्तऐवज सुपूर्द करण्यात आले होते. आता असं दिसतंय की, फिल्ट्रेशन पॉईंट्सना बेकायदेशीरपणे डांबून ठेवल्याने मुख्य असलेली वकिलांच्या अर्जांची कागदपत्रंच गहाळ झाली आहेत! सध्याचे आरोप फक्त 'अधिकारांच्या मर्यादा ओलांडणे' एवढेच आहेत.

त्यांचे जबाब मागे घेण्यासाठी दिलेल्या नकारामुळे नोकरीवरून काढून टाकले जाणे, प्रशासकीय अभूतपूर्व छळवाद अशा प्रकारांना या 'धुलाई मोहिमेचे' बळी ठरलेल्यांना तोंड द्यावं लागत आहे. पराकोटीचा हिंसाचार माजवणारे स्थानिक मिलिशिया आणि ओमोन (OMON) यांच्याविरुद्ध मॉस्को येथील पत्रकारांना आणि मानवी हक्क मोहीम चालवणाऱ्यांना तक्रार करणाऱ्या बळींना आणि त्यांच्या पालकांना या अमानुष गैरवर्तणुकीला सामोरं जावं लागत आहे. या बळींचे हितसंबंध कोर्टात प्रातिनिधिक स्वरूपात मांडण्याचे मान्य केलेले वकीलही आरामात आहेत.

मॉस्को मानवी हक्क संस्थेने विनंती केल्यावरून, ब्लागोवेश्चेन्स्क येथे स्टानिलाव्ह मार्केलॉव्ह हे मॉस्कोहून आणि बासिली सिझगानॉव्ह लादिमीरहून येऊन जेव्हा त्यांच्या अशिलांना भेटले, तेव्हा एक झिंगलेला गुंड हातात सुरा घेऊन त्यांच्या घरात घुसला. विटाली कोझाकॉव्हने, त्या अपार्टमेंटच्या मालकाने त्याचे वार स्वत:च्या अंगावर झेलले, म्हणूनच ते दोघे वकील वाचले. सगळ्या फ्लॅटमध्ये आणि जिन्यात काझाकॉव्हचं रक्त सांडलेलं होतं; पण जेव्हा मिलिशियांना बोलावण्यात आलं, तेव्हा ते वळून गाडीत बसून निघून गेले. त्या सुराधारी व्यक्तीला साधी अटकदेखील करायला त्यांनी नकार दिला. त्यावेळीच हल्लेखोराने रहस्यभेद केला; दारू पिऊन धिंगाणा घालण्यासाठी खुद्द मिलिशियानेच त्याला प्रवृत्त केलं होतं.

मिलिशियाने पूर्वी केलेल्या अत्याचारांच्या बळींना वाचवण्यासाठी आलेल्या वकिलांना अटक करण्यासाठी त्यांना काहीतरी बहाणा हवा होता.

ब्लागोवेश्चेन्स्कच्या बळींनी 'सोसायटी ऑफ व्हिक्टिम्स ऑफ फिल्ट्रेशन क्लिन्सिंग अँड मिलिशिया व्हायोलन्स' अशी एक संस्था स्थापन केली आहे. ज्या कोणाला अशा प्रकारचे अनुभव आले असतील, त्या सर्वांना त्यांनी आवाहन केलं आहे.

> "तुमच्यासारखेच आम्हालाही काही हक्क नाहीत. आम्ही स्वत:च अनुभव घेतल्यामुळे, चेचन्याच्या नागरी जनतेला काळ्या डिसेंबर दिवसांत कोणत्या परिस्थितीतून जावं लागलं, याची आम्हाला जाणीव

आहे. रशियाच्या बऱ्याच भागांत आमच्या शहरात आततायी कृत्यांची सुरुवात मिलिशियाच्या हिंसाचाराने झाली. ही सुरुवात आधी छोट्या गावात झालेली असली तरी अल्पावधीतच हे लोण मोठ्या शहरात पसरायला वेळ लागणार नाही. आम्ही फक्त स्वत:वर आणि आमच्यासारख्याच परिस्थितीत असलेल्या इतरांच्या परस्पर मदतीवर अवलंबून राहू शकतो. आम्ही तुम्हाला विनवतोय, तुम्ही कोणीही असा, कुठेही राहत असा, तुमचं राष्ट्रीयत्व काहीही असेल, आमच्याशी संपर्क साधा. आपण सगळे विनाश पावण्यापूर्वी आपल्याला या गोष्टींना आळा घातला पाहिजे.''

सहा जुलैला सुरू झालेलं हिरोजचं उपोषण अजूनही चालू आहे. बारा जुलैला ओमबड्समान व्लादिमीर ल्युकिन स्वत:च हजर झाला. हे म्हणजे अधिकृतपणे व्यक्तिश: दखल घेतल्यासारखं होतं. त्या वेळेपर्यंत उपोषणाची साखळी चालू ठेवावी लागली होती. पत्रकारांना जायला सांगणं ही त्याची पहिली कृती होती. आम्ही बाहेर पडलो. हिरोजच्या विधवांचं एक शिष्टमंडळ त्यांची एकजूट दर्शवण्यासाठी ल्युकिनच्या भेटीच्या वेळीच आलं होतं.

दिमित्री गोलूबेव्ह, लारिसा गोलूबेव्हाचा नवरा, एक प्रथितयश सबमरिन कॅप्टन आणि सोव्हिएत युनियनचा हिरो होता. यूएसएसआरमध्ये बांधल्या गेलेल्या दुसऱ्या आण्विक सबमरिनचा तो कमांडर होता. मृत्यूच्या वेळी तो मला सांगत राहिला, ''तू कशासाठी रडते आहेस? तुला सगळं काही मिळेल. तुझी नीट काळजी घेतली जाईल. तू एका हिरोची पत्नी आहेस.'' अर्थात, मी त्या गोष्टीसाठी रडत नव्हते; पण त्याला कल्पनाही करता आली नसती की, गोष्टी कोणत्या थराला जाणार आहेत.

त्या आण्विक सबमरिनवर काम करणाऱ्या कमांडरवर प्रयोग केले जात होते आणि त्यामुळे दुसऱ्या रशियन आण्विक सबमरिनची बांधणी होणं ही गोष्ट प्रकृतीसाठी चांगली नव्हती. लारिसाने तिचं आयुष्य गॅरिसन्समध्ये घालवलं. कामचॅटका, सेवेरोमोरस्क, सेबास्टोपोल... त्या आयुष्यात वाट पाहाणं होतं आणि त्या सगळ्या व्यापातून तिचा नवरा जिवंत परत येईल, अशी आशा करत राहणं.

आज लारिसाचा कशावर हक्क आहे? आपल्या शूर नवऱ्याबरोबर जिने सर्व काही वाटून घेतलं त्या लारिसाचा? वेल, नथिंग. नवीन कायद्याप्रमाणे एका हिरोच्या विधवेला तिच्या निवृत्तिवेतनाबरोबर काहीही पूरक रक्कम मिळत नाही. भ्रष्टाचारात खोलवर बुडालेलं हे राज्य अंदाजपत्रकात कपात करतं आहे. हा भ्रष्टाचार विश्वास बसणार नाही एवढा बोकाळलेला आहे. राज्याच्या उच्च पदाधिकाऱ्यांना अविश्वासार्ह संपत्ती मिळते आहे. एका हिरोच्या विधवेला मिळणारा फायदा एवढा मामुली आहे,

की त्याच्यावर पाणी सोडून जे नेहमीचं वृद्धापकाळाचं निवृत्तिवेतन आहे, तेच मुकाट्याने स्वीकारणं, हेच ठीक ठरतं. कारण तुम्हाला दोन्ही गोष्टी घेता येत नाहीत. लारिसाने तेच केलंय. तिला तिचं ओल्ड एज पेन्शन मिळतंय आणि लेनिनग्राडच्या धरपकडीतून वाचलेली म्हणून दरमहा अध्यक्षांकडून पाचशे रूबल्सदेखील! एकूण तिला प्रत्येक महिन्याला ३२०० रूबल्स मिळतात. हिरोचा हा वारसा आहे.

उपोषणाला बसलेल्यांना त्यांच्या भूतकाळाविषयी कोणताही पश्चात्ताप नाही, पण त्यांच्या वर्तमान आणि भविष्याविषयी मात्र दु:ख होतंय. रशियन नागरिक आणि राज्य सत्ताधिकाऱ्यांत खराखुरा संवाद सुरू होऊन त्यांच्या निषेधाचा शेवट होईल असं त्यांना निश्चितपणे वाटतं.

सामारा प्रॉव्हिसच्या किनेल येथील सोव्हिएत युनियनचा गेन्नाडि कुचकिन हा एक एकावन्न वर्षांचा हिरो आहे. टँक कॉर्पसबरोबर अफगाणिस्तानमध्ये त्याला एक वरिष्ठ लेफ्टनंट म्हणून लढावं लागलं. त्याने एकशेसत्तेचाळीस लढायांत भाग घेतला आणि १९८३ मध्ये त्याला 'हिरो ऑफ द सोव्हिएत युनियन' हे बिरुद बहाल करण्यात आलं. त्याच्या कॉम्रेड्सच्या संपात भाग घेण्यासाठी तो कालच सामाराहून विमानाने आला.

"मला समजतंय त्याप्रमाणे आपलं उद्दिष्ट आहे, राज्य सत्ताधिकाऱ्यांना सन्मानाने वागायला भाग पाडणं." एवढ्या एकशेसत्तेचाळीस लढाया लढूनदेखील तो अजून अनभिज्ञच राहिला आहे. तो रोमँटिक आहे आणि तसंच राहण्याची त्याला गरज आहे, कारण त्याच्या शौर्यावर देशाने थुंकूनदेखील त्याला हिरो असल्याचंच वाटायला हवं. एक फ्लॅट मिळवण्यासाठी गेन्नाडिला त्याचं बिरुद मिळाल्यानंतरदेखील दहा वर्षं थांबावं लागलं. कुटुंबाबरोबर दुसऱ्यांच्या जागेत राहण्याची पाळी आली आणि झालेल्या जखमा सांभाळाव्या लागल्या. एक दूरध्वनी जोडून मिळायला त्याला बारा वर्षं लागली.

"खोटं बोलण्याने कडवटपणा येतो." तो म्हणतो. "मी कधीकधी शाळेत व्याख्यानं देतो. आज मुलांना कशात रस आहे? मुख्यत्वे पैसा! मी क्रांतिकारी लढवय्या आहे का हे त्यांना जाणून घ्यायचं असतं. मला सर्वसाधारणपणे ते दोन प्रश्न विचारतात, 'किती लोकांना मी ठार मारलंय आणि त्याबद्दल मला किती पैसे मिळतात?' मला किती रक्कम मिळते हे जेव्हा त्यांना कळतं, तेव्हा त्यांच्या लेखी मी हिरो राहत नाही. त्यांचा इंटरेस्ट संपतो. रशियातला आजचा उच्चभ्रू समाज कोणापासून बनला आहे, अर्थातच एक मूलभूत प्रश्न आहे. हे उच्चभ्रू लोक ज्यांच्याकडे पैसे किंवा सत्ता आहे, त्यापैकी कोणीही असू शकतात. एक जिल्ह्याचा म्होरक्या, ते, आम्ही किंवा आपला प्रथम नागरिक."

युनियन ऑफ राईट फोर्सेसच्या बोरिस नेमत्सोव्हला मी उपोषणाला बसलेल्या लोकांकडे जाऊन त्यांना व्यक्तिश: भेटायला सांगितलं. 'तिथे जा आणि त्यांना थोडे

नैतिक बळ द्या.' त्याला काही ही कल्पना फारशी रुचली नाही आणि तो चमत्कारिकपणे म्हणाला, "मी त्यांच्यासाठी काहीतरी घेऊन जावं, अशी ते अपेक्षा करतील. रिक्त हस्ताने मी तिथे जाऊ शकत नाही."

नेमत्सोव्हने असं गृहीत धरलं, की शासनाकडून काहीतरी चांगली बातमी घेऊन तो येईल, अशी त्यांची अपेक्षा असेल. पण तो नुसता जरी त्यांना भेटायला गेला असता, तरीही त्यांना आनंद झाला असता. खरं म्हणजे त्याची तिथे जाण्याची इच्छा होती.

आपला समाज हा आता समाज राहिलेला नाही. तो एक बिनखिडक्यांचा, एकाकी, सिमेंटच्या कोठड्यांचं एकत्रीकरण झालेला आहे. एकात आहेत हिरोज, दुसऱ्यात आहेत याब्लोकोचे राजकारणी आणि तिसऱ्यात कम्युनिस्टांचा नेता झुगानॉव्ह आहे आणि असेच इतर. असे हजारो लोक मिळून रशियन लोक होऊ शकतील, पण आमच्या कोठड्यांच्या भिंती अभेद्य आहेत. दुसऱ्या कोणाला पर्वा नाही, म्हणून त्रास सोसणाऱ्या व्यक्तीला दुखावल्यासारखं वाटतं. त्या व्यक्तीविषयी अगदी शेजारच्याच कोठडीत दुसरी व्यक्ती तिचा विचार करत असली, तरी त्यातून कोणतीही कृती निष्पन्न होत नाही. त्यांच्या खरं म्हणजे एवढंच लक्षात राहतं, की दुसऱ्याला काहीतरी अडचण होती. त्यांची स्वत:ची परिस्थिती पूर्णपणे असह्य झालेली आहे, ही जाणीव तीव्र होते.

सत्ताधिकारी तर या माणसामाणसांमधल्या बंदिस्त कोठड्या अभेद्य करण्यासाठी अधिकच हातभार लावतात. त्यांच्यात असमाधानाची बीजं पेरून, एकमेकांविरुद्ध वागण्यासाठी त्यांना चालना देऊन, ते त्यांना फोडतात. म्हणजे त्यांच्यावर सत्ता गाजवणं त्यांना शक्य होतं. आणि लोक त्यांच्या या तंत्राला बळी पडतात. तोच खरा प्रश्न आहे. म्हणूनच रशियात जेव्हा क्रांती घडते, तेव्हा ती नेहमीच एवढी टोकाची असते. त्यांच्यातल्या नकारात्मक भावना जेव्हा अनियंत्रित होतात, तेव्हाच या कोठड्यातले अडसर कोसळून पडतात.

तेरा जुलै

सोव्हिएत ऑफ द फेडरेशनच्या सत्रासाठी 'हिरोज'ना अचानक आमंत्रित करण्यात आलं आहे. त्यांच्यासंबंधीच्या कायद्यांवर तिथे चर्चा होणार आहे. बराच काळ प्रतीक्षा केल्यावर मुलांना अपेक्षित असलेली सायकल घेऊन दिल्यावर त्यांना जसा आनंद होईल, तसेच 'हिरोज' आनंदित झाले आहेत. बुरकॉव्ह म्हणत राहिला, "एकदाची दोघांमधली थंड प्रतिक्रिया शेवटी बदलतेय. मी सांगतच होतो, सत्ताधिकाऱ्यांनी आमच्याबरोबर संवाद करायला सुरुवात केलीय. एक्सलंट!"

त्यांचं शिष्टमंडळ सोव्हिएत ऑफ द फेडरेशनमध्ये बरेच तास बसून राहिलं.

काहीतरी चुकतंय, याची त्यांना हळूहळू जाणीव व्हायला लागली. कायदा मतदानासाठी मांडण्यात आला. बुरकॉव्ह उडी मारूनच उभा राहिला आणि सगळ्या चेंबरला ओरडून म्हणाला, "आणि आमच्याबद्दल काय? आम्हाला काय म्हणायचंय हे कोणी ऐकून घेणार आहे की नाही?"

त्यांना नाईलाजानेच बोलण्याची परवानगी देण्यात आली. खरं म्हणजे त्यांचं म्हणणं ऐकावं लागेल अशी कोणाचीच अपेक्षा नव्हती. त्यांनी त्यांचं उपोषण सोडावं, म्हणूनच केवळ त्यांना बोलावलं गेलं होतं.

बुरकॉव्हने बोलायला सुरुवात केली, पण त्याला उद्धटपणे मध्येच थांबवण्यात आलं. सोव्हिएत ऑफ द फेडरेशनचे अध्यक्ष सर्गी मिरोनॉव्हनी चिडूनच कायदा मतदानासाठी मांडला आणि सिनेटर्सनी तो संमत केला.

मिरोनॉव्हने 'हिरोज'ना त्यांच्या ऑफिसमध्ये बोलावलं आणि दिलासा दिला की, त्यांच्या प्रश्नांची सोव्हिएतला जाणीव आहे, पण वर बसलेल्या लोकांचा दृष्टिकोन वेगळाच आहे. त्याने वारंवार त्यांना उपोषण सोडून द्यायला सांगितलं आणि ते सोडल्यानंतरच प्रशासनाशी संवाद होऊ शकेल, असं सुचवलं. अपमानित केलं गेल्याची भावना मनात घेऊन ते तिथून निघाले आणि त्यांच्या छोट्या कोठड्यांत परतले.

चौदा जुलै

प्रोक्युरेटरने नॅशनल बोल्शेविक्सची सुनावणी चालू असतानाच निकाल वाचून दाखवला. स्टालिनच्या शो ट्रायलच्या जमान्यानंतर कधी ऐकली नव्हती, अशी 'सामूहिक अपराधा'ची मूलभूत संकल्पना या खटल्याच्या माध्यमातून रुजवण्याचा राज्याने निर्णय घेतला. सोव्हिएत आणि रशियन प्रोक्युरेटर्सना, जज्जना जेवढे शक्य होईल तेवढे व्यक्तिगत स्वरूपाचे गुन्हे शाबीत करणे नेहमीच कठीण गेलंय. टोटॅलिटेरियन प्रॅक्टिसेसपासून त्यांनी दूरत्व स्वीकारलं होतं; पण २००५ मध्ये ते आता पुन्हा आपल्याबरोबर आहेत.

प्रोक्युरेटर स्मिरनॉव्हने नॅशनल बोल्शेविक्सची नावं घडाघडा वाचली आणि असा दावा केला की, त्यांनी "मोठ्या प्रमाणावर गोंधळ माजवण्यात आणि हडेलहप्पीपणे वागण्यात मिळून भाग घेतला. आत घुसण्यासाठी एका गुन्हेगारी योजनेची आखणीही करण्यात आली होती... फेडरल सिक्युरिटी सर्व्हिसेसच्या हस्तकांना अडवणे... अध्यक्षांच्या विरोधात भावना व्यक्त करणारी पत्रकं... समाजाबद्दल उघड अनादर व्यक्त करणे... कार्यालयातून काढल्याबद्दल बेकायदेशीर घोषणांचा उच्चार..."

दिमित्री ॲग्रानोव्हस्की, बचाव पक्षाच्या वकिलांनी सुनावणीच्या मध्यंतरात भाष्य केलं, "मी पुष्कळ खटल्यांत भाग घेतलाय आणि बव्हंशी विशिष्ट व्यक्तींवर दोषारोप करण्यात आलेले होते ते वरून आलेल्या राजकीय दबावामुळे. या प्रकरणात मात्र ते एक प्रथा पाडणारा, 'कायद्यापासून ढळलेला सामूहिक अपराध' आधारावरचा निकाल देऊ इच्छितात, हे उघडच दिसतंय."

आम्हाला कधीकधी 'लाखो गुलामांची आणि मूठभर मालकांची सामाजिक व्यवस्था' असं संबोधलं जातं. पुढे असंही सांगण्यात येतं की, येणाऱ्या शतकांत ही मालकी हक्काची व्यवस्था अशीच पुढे चालू राहील. आमच्याबद्दल आम्ही त्याचप्रकारे बोलतो, पण मी मात्र तसं कधीच करत नाही.

आज जेव्हा जमाव 'वुई लव्ह पुतिन!' चा मंत्र जपतात, तेव्हादेखील त्यांच्यात अशा काही व्यक्ती असतात, ज्या त्यांच्या दृष्टिकोनातून विचार करतात आणि रशियात अस्तित्वात असलेल्या संधींचा उपयोग करून घेऊन रशियात काय घडतंय, याबद्दल त्यांचे विचार व्यक्त करतात. त्यांचे प्रयत्न निष्फळ भासले तरीदेखील! कारण सोव्हिएत फुटिरांच्या धैर्यामुळेच सोव्हिएत व्यवस्थेचा पाडाव होऊ शकला.

ट्युमेन येथील मानवी हक्क संस्थेच्या एका पुरस्कर्त्याकडून एक तपशीलवार, बुद्धिवान, नेमकं, विरोधी मागणी करण्याचं दुर्मीळ उदाहरण पुढे आलं आहे. विभागीय नेत्यांना नेमण्याबद्दलच्या अवैधानिक स्वरूपाच्या कायद्याबद्दलची तक्रार घटनात्मक न्यायालयाकडे पाठवण्यात आली आहे. व्लादिमीर ग्रिश्केविचने त्याला जोड देणारं विधानही पाठवलं आहे. ड्युमाचे स्वतंत्र डेप्युटी, याब्लोको आणि २००८ समिती यांनी केलेल्या तक्रारींबरोबर संयुक्तपणे त्याचा विचार केला जातो आहे, हे व्लादिमीरने मान्य केलं आहे.

जरी क्रांती झालेली नसली, तरी २००५ मध्ये कोणीही मूग गिळून गप्प बसलेले नव्हते, हे आपल्या इतिहासातलं सत्य दर्शवण्याच्या दृष्टीने त्याच्या विधानाला फार महत्त्व आहे. दुसरं म्हणजे ज्यांनी आवाज उठवला, ते लोक काही फक्त मॉस्कोतच आढळले नव्हते. पुतिन यांच्या गव्हर्नरची नावं सुचवण्याच्या बेकायदेशीर कृतींचं तपशीलवार आणि दीर्घ स्वरूपाचं विश्लेषण केल्यानंतर तो समारोप करतो.

> " 'फेडरल लॉ' ज्या परिस्थितीत सह्या करून स्वीकारला गेला, त्याचं अधिकृत मूल्यमापन करण्याची मी वरील पार्श्वभूमीवर रशियन फेडरेशनच्या घटनात्मक न्यायालयाला विनंती करतो. 'फेडरल लॉमध्ये बदल आणि जोडणी' करण्याच्या कायद्याचा मी संदर्भ देऊ इच्छितो. हा संदर्भ पुढीलप्रमाणे – 'ऑन द इंट्रोडक्शन ऑफ चेंजेस

अँड ॲडिशन्स टू द फेडरल लॉ, ऑन द जनरल प्रिन्सिपल्स ऑफ ऑर्गनायझेशन ऑफ लेजिस्लेटिव्ह (रिप्रेझेंटेटिव्ह) अँड एक्झिक्युटिव्ह ऑर्गन्स ऑफ स्टेट पॉवर ऑफ कॉन्स्टिट्युटन्ट टेरिटरीज ऑफ द रशियन फेडरेशन' आणि फेडरल लॉप्रमाणे 'ऑन द बेसिक गॅरेंटीज ऑफ इलेक्टोरल राईट्स अँड द राईट टू पार्टीसिपेट इन रेफरेंडा ऑफ सिटिझन्स ऑफ द रशियन फेडरेशन.''

प्रतिक्रिया देण्यात कोर्ट अपयशी ठरलं, निषेध नोंदवण्यात सोसायटी!

पंधरा जुलै

दुखऱ्या भागावर जेव्हा मार बसतो, तेव्हाच आपले लोक खडबडून उठतात, असं दिसतं. हा मार बसतो त्यांच्या खिशांवर. जिथे पैशाचा सवाल असतो, तिथे क्रांतिकारी भावना अत्युच्च असतात.

खिमनवोलोकनो कारखान्याच्या उद्योग संघटनेने ऱ्याझान येथे विभागीय शासकीय कार्यालयाच्या बाहेर संपाचा प्रचार करणाऱ्या कामगारांचा गट उभा केला. त्यांचा उद्योग बंद होऊ नये, अशी ट्रेड युनियनच्या लोकांची इच्छा आहे. स्वस्तात खरेदी करता येण्यासाठी कोणालातरी शक्य व्हावं म्हणून कृत्रिम धागा उत्पादन प्लांट जाणुनबुजून तोट्यात काढण्यात येत आहे, असं त्यांना निश्चितपणे वाटतंय. नुकसानीत चाललंय, या भूमिकेतून प्रथम तीन महिन्यांसाठी उत्पादन थांबवण्याचा निर्देश देण्यात आला, नंतर उत्पादन पूर्णपणे थांबवण्यास सांगण्यात आलं.

या वेळी कामगारांना जाग आली. शहरात फार कमी नोकऱ्या उपलब्ध होत्या. पंचवीस कामगारांना कारखान्याच्या व्यवस्थापनाने असं सांगितलं, की त्यांना दरमहा आठशे रूबल्सच्या कमीत कमी वेतनावर ठेवण्यात येत आहे. या कामगारांत ट्रेड युनियनच्या कमिटीच्या सभासदांचा समावेश होता. खिमवोलोकनोच्या कामगारांना कोणताही पाठिंबा मिळाला नाही; ऱ्याझानमध्येदेखील नाही. कारण त्यांनी भूतकाळात कधीही कोणाची मदत केली नव्हती. शासकीय कार्यालयाच्या बाहेर संपाचा प्रचार करणाऱ्या कामगारांना जमवून ते फक्त तिथे उभे राहिले. त्यांच्याकडे कोणीही लक्ष दिलं नाही.

युलियानोव्स्क हे एक लढाऊ शहर आहे. तिथे स्टीकर लावण्याची मोहीम सुरू झाली आहे. 'नो मोअर ब्युरॉक्रसी, नो मोअर पुतिन!'

'डिफेन्स' नावाच्या यूथ मूव्हमेंटतर्फे ही मोहीम आयोजित करण्यात आली. त्यांनी स्थानिक पर्यावरण आणि युवा संस्थांनापण बरोबर घेतलं आहे. 'नो मोअर

लाईज! से नो अँड फाईट बॅक!' अशी छोटी लेबल्स या चळवळ करणाऱ्यांनी सगळ्या शहरात लावली. त्यांच्या समूहाला आणि विभागाला विनाशाकडे नेणाऱ्या नोकरशाहीच्या विरोधात अहिंसात्मक नागरी निषेध करण्याचं त्यांनी आवाहन केलंय. त्यांचा पगार वाचवण्याचा ते प्रयत्न करत नाहीत, पण ही एका क्रांतीची प्रस्तावना आहे.

युलिआनोव्स्क का? फुकट गेलेल्या साहित्याच्या ढिगाऱ्याचं ते एक घाणेरडं टोक आहे. हा विभाग सर्वांत दरिद्री आहे. दुसऱ्या ठिकाणी असलेल्या मोठ्या कंपन्यांना कच्चा माल पुरवण्यासाठी त्याचा साठा करण्याचं ते फक्त एक ठिकाण झालंय, ही तर अधिकच वाईट गोष्ट आहे. अध्यक्षीय प्रशासनाने प्रभावीपणे मतदारांवर लादलेल्या गव्हर्नरच्या प्रयत्नांची ही कृपा आहे, म्हणजेच त्या चेचन्याच्या 'ग्रेट हिरो'ची, जनरल लादिमीर शामानॉव्हची. त्याच्या कृपाछत्राखाली युलिआनोव्स्कचे गुन्हेगार 'बॉसेस' भूमिगत अवस्थेतून बाहेर आले. रशियातली एक किरकोळ दुय्यम चळवळ माजी सैनिकांनी सुरू केली आहे. शामानॉव्ह त्यांच्यावर खुलेपणाने अवलंबून आहे आणि या माजी सैनिकांना 'गँगस्टर' म्हणून प्रशिक्षित करण्यात आलंय. नागरी लोकांना सांभाळण्यात स्वत: शामानॉव्ह पूर्णपणे मूर्ख आणि असमर्थ होता.

शामानॉव्हची जरी अध्यक्षीय प्रशासनात बदली झालेली असली, तरी पुतिन यांचा पाठिंबा मिरवत राज्याचे हे तथाकथित मदतनीस लोकशाहीच्या घोषणांमध्ये स्वत:ला गुंडाळून, उघडउघड प्रॉव्हिन्सची लुटालूट करत होते आणि अजूनही करत आहेत.

युक्रेनिअन निषेध मोहिमेची, युलिआनोव्स्क येथील संरक्षणाची चळवळ ही एक स्थानिक छोटी आवृत्ती आहे. कायद्याच्या चौकटीत राहून अहिंसात्मक निदर्शनं, विरोध दर्शवणाऱ्या सभा, जमाव, पत्रकांचे वाटप आणि आता लेबलं हे सगळं करता येईल, असा संरक्षण विभागाच्या सभासदांना विश्वास वाटतो. याब्लोकोची स्थानिक तरुण आघाडी, तसंच युनियन ऑफ राईट फोर्सेस आणि 'ग्रीन याब्लोको' ही पर्यावरणवादी संस्था, यांची युलिआनोव्स्कच्या संरक्षण विभागाने एक फेरी आयोजित केली. मॉस्को येथे इंटिरिअर मिनिस्ट्रीच्या बाहेर एक निदर्शन आयोजित करण्यात आलं. कायद्याची अंमलबजावणी करणाऱ्या संस्थांच्या अमानुष वागणुकीबद्दल निषेध व्यक्त करण्यासाठी ते करण्यात आलं होतं.

सुमारे वीस लोक जमले. 'नो मोअर सिक्रेट ऑर्डर्स!' असं त्यांच्या बॅनर्सवर लिहिलेलं होतं. ब्लागोवेश्चेन्स्क येथे झालेल्या हिंसाचाराचे अपराधी असलेल्यांवर आरोप ठेवा, अशी मागणी करत निदर्शकांनी रशीद नुर्गालिएव्हच्या राजीनाम्याचीही मागणी केली. तो रशियाचा 'मिनिस्टर ऑफ द इंटिरिअर' आहे. निदर्शकांच्या दुसऱ्या मागण्या होत्या, बाश्किरियाचा मिनिस्टर ऑफ द इंटिरिअर, राफैल दिवाएव्ह

विरुद्ध गुन्हेगारी स्वरूपाचे आरोप ठेवून चौकशी सुरू करणं, तसंच सगळ्या हिंसाचार करणाऱ्या अधिकाऱ्यांविरुद्ध आणि कायद्याची अंमलबजावणी करणाऱ्या संस्थांविरुद्ध फौजदारी खटले भरून चौकशी सुरू करणं.

मिलिशियाने रशियन लोकांना धमकावण्याचा प्रयत्न केला, तरीही निषेध व्यक्त झाला. पण रशियन लोक उपस्थितच राहिले नाहीत. दोन तास हे चाललं. फक्त मोठ्या प्रमाणावर होणाऱ्या निदर्शनांचीच त्यांना धास्ती वाटते, म्हणून इंटिरिअर मिनिस्ट्रीतून निदर्शकांशी बोलण्यासाठी कोणीच बाहेर आलं नाही. जर संख्याबळच नसेल, तर ते आमची थट्टा करतात आणि त्यांचं काम चालू ठेवतात.

सोळा जुलै

उपोषणाचा आज अकरावा दिवस. उपोषणाला बसलेले लोक फारच अशक्त झाले आहेत. पुढे काय वाढून ठेवलंय? राजवट मूग गिळून बसलीय. त्यांना या लोकांपैकी काही लोक मरावेत, असं तर वाटत नाही? उपोषणाला बसलेल्यांपैकी बहुसंख्य लोक वृद्ध, अपंग किंवा आजारी आहेत. तरीही एकही राजकारणी त्यांच्याशी बोलायला आला नाही.

अठरा जुलै

उपोषणाला बसलेल्या 'हिरोज'ना 'स्टेलमेट' परिस्थितीला सामोरं जावं लागत आहे. ॲथॉरिटीज त्यांच्या सगळ्या सूचनांकडे दुष्टपणाने दुर्लक्ष करत आहेत.

"ह्याचा काय अर्थ आहे?" मी गोंधळून जाऊन स्वेतलाना गन्नुश्किनाला विचारते. पुतिन उपस्थित राहिलेल्या एका सभेच्या आधी आम्ही बोलत होतो. ही सभा आयोजित करण्यात आली होती, अयोग्यपणे नाव दिलेल्या 'नागरी समाज आणि मानवी हक्क विकासार्थ अध्यक्षीय आयोग' या संस्थेतर्फे. स्वेतलाना त्याची सभासद आहे. "ते ऐकून का घेत नाहीत? जेवढं शक्य आहे, तेवढं वाईट पद्धतीने करण्याचाच त्यांचा आग्रह का असतो? एकामागून एक कोंडी निर्माण करण्याची बळजबरी ते का करतात?"

"का? कारण त्यांना अशा एका देशाची निर्मिती करायची आहे, जिथे राहणं कठीण व्हावं." स्वेतलाना दुःखाने उत्तरते. पुतिन यांच्या हातात 'हिरों'चं अपील देण्याइतकी मानवी हक्क आयोगाची ती एकमेव निडर सभासद आहे. कदाचित 'बरीन' शेवटी एक चांगला माणूस असावा.

१९९२ मध्ये मॉस्कोच्या एका उपाहारगृहात दोन टर्किश नागरिकांना गोळ्या घालून ठार करणारा व्याचेस्लाव, ज्याला 'यापोनचिक' म्हणूनही ओळखण्यात येतं,

त्याला मॉस्को शहर न्यायालयातील ज्युरी आज दुपारी सोडून देणार आहेत. सगळ्या दूरदर्शन केंद्रांनी न्यायालयाशी 'लाइव्ह लिंक-अप' करून ही प्रमुख बातमी म्हणून प्रसारित केली आहे. मि. इव्हानकॉव्हचा एक पुस्तक लिहायचा विचार आहे, हीदेखील माहिती त्यांनी दिली आहे. उपोषणाचा उल्लेखदेखील नाही आणि नॅशनल बोल्शेविक्सच्या खटल्याच्या सुनावणीबद्दल फक्त एखाददुसऱ्या शब्दात गुंडाळण्यात येतं. जर तुरुंगातून बाहेर पडले, तर त्यांनी काय करायचं ठरवलंय, याबद्दल आम्हाला काहीही ऐकायला मिळत नाही.

अशा धडधडीत असत्याबरोबर कसं जगायचं?

यापोनचिकच्या बाबतीत न्याय करण्यात आलाय, असं आम्ही भासवतो. खोडोरकोव्हस्कीच्या बाबतीत न्याय झाला नाही, म्हणून आम्ही नंतर आनंदही व्यक्त करतो. दोन्ही गोष्टींना आम्ही दाद देतो. हा रहस्यमय रशियन आत्मा नाही. ही काही पूर्वापार चालत आलेली प्रथा नाही, जी सोल्झेनीत्सीनने फार पूर्वी लिहून ठेवली होती. गोष्ट अशी होती की, तुम्ही जर एका उबदार स्वयंपाकघरात तुमच्या खुर्चीला टेकवलेली पाठ सोडत नसाल, तर ते लोक ते उबदार स्वयंपाकघरच तुमच्यापासून दूर घेऊन जातील. बहुतेक त्यावेळेला तुम्ही क्रांतीत सहभागी व्हाल, पण त्याच्या आधी नाही.

एकोणीस जुलै

उपोषणाचा चौदावा दिवस. पुतिन यांचा मुख्य प्रवक्ता सुरकॉव्ह त्यांना 'ब्लॅकमेलर्स' म्हणतो.

''आम्ही कोणालाही आमचे दंड पिरगळायला संधी देणार नाही.''

खरं म्हणजे सुरकॉव्हचा कशाशी काय संबंध आहे? देशाच्या दोनशेचार 'हिरोज'चं म्हणणं ऐकून घेतलं जातंय की नाही, हे त्याच्यावर का अवलंबून असावं? सुरकॉव्ह, एक मतलबी राजकारणी, ज्याच्या खात्यावर फक्त युनायटेड रशियाच्या डोळ्यांना दिसणाऱ्या वरवरच्याच सुधारणा आहेत, त्याच्या नावावर चेचन्याचं रक्तरंजित चेचनीकरण आहे. हाच तो सुरकॉव्ह, ज्याची असा विचार करण्याची हिंमत होते की, चेचन्यामुळेच तो राजकारणातलं एक वजनदार व्यक्तिमत्त्व ठरला आहे.

*

महत्त्वाच्या व्यक्तींच्या कार्यालयात, उपोषणाच्या काळात त्या लोकांनी पुष्कळ पत्रं लिहिली आणि ती फॅक्सने, ई-मेलने, अगदी हातीदेखील पाठवली. या पत्रांचा

उल्लेख करणाऱ्या बऱ्याच मुलाखती त्यांनी दिल्या आहेत, पण त्यापैकी फारच थोड्या प्रसारित झाल्या.

असं दिसतंय की, सर्गी मिरोनॉव्हला स्वत:लादेखील या उपोषणाला बसलेल्या लोकांबद्दल सहानुभूती आहे. तसंच त्यांच्या मागण्या, त्यांच्या भावना आणि त्यांची देशाची सेवा करण्याची इच्छादेखील तो समजू शकतो.

या गोष्टीवरून हे स्पष्ट होतं, की आपले बरेचसे मान्यवर लोक, नेते, ड्युमाच्या अंतर्गत असलेल्या पक्षांचे उपनेते, चळवळींचे आणि सामायिक संस्थांचे कार्यकर्ते यांना उपोषण करणाऱ्यांबद्दल आस्था वाटते. देशाच्या घटनेप्रमाणे आज सर्गी मिरोनॉव्ह ही देशातली तिसऱ्या क्रमांकाची प्रभावी व्यक्ती आहे.

पण हे सर्व फक्त खासगीपणेच ही सहानुभूती दर्शवतात. जाहीररीत्या मात्र दूरदर्शनच्या कॅमेऱ्यांसाठी, माहिती देणाऱ्या संस्थांसाठी आणि अध्यक्षांसाठी ते त्यांना विरोध करायला एकत्र येतात. या संवादाचा समारोप होण्याची कोणतीही चिन्हं न दर्शवणारी ही समोरासमोर येण्याची परिस्थिती त्यांनी अपमानास्पद अशा कायद्याच्या सुधारणांच्या बाजूने मतदान केल्यामुळे निर्माण झाली.

आपल्या राजकीय व्यवस्थेचे स्वतंत्र वृत्तीचे लोक एवढ्या दुहेरी व्यक्तिमत्त्वाचे का असावेत? हाच एक मोठा प्रश्न आहे. प्रशासनाने सरळसरळ ब्लॅकमेल करण्याची ही गोष्ट नाही. आम्हाला जसं पाहिजे तसं तुम्ही बोलत नसाल, तर तुम्ही आमचे फायदे हिरावून घेणार?

हल्लीच्या काळात असे फायदे नसतील, तर कोणीच पुढे सरकणार नाही. सत्ता गमावून बसण्याच्या भीतीने आमचे राजकीय उच्च वर्तुळातले लोक फार मोठ्या प्रमाणावर भयगंडाने पछाडलेले आहेत. त्यांच्या खुर्चीचीच फक्त त्यांना काळजी आहे. लोकांचा आदर घालवून बसण्याची नव्हे. त्यांच्यामध्ये यापेक्षा अधिक काही नाही.

*

नामेनस्कोय या चेचेनच्या गावात एक दहशतवादी घटना घडली. मध्यवर्ती ठिकाणी जिथे रस्ते एकमेकांना छेदून पुढे जातात, त्या ठिकाणी एक वाहन आढळून आलं. त्या गाडीच्या पुढच्या प्रवासी सीटवर एक प्रेत होतं. मिलिशियाला बोलावण्यात आलं, पण जेव्हा ते गाडीच्या जवळ गेले, त्यावेळी गाडी उडवून देण्यात आली आणि चौदा लोक जागीच ठार झाले. एक मूलदेखील मरण पावलं आणि बरीचशी मुलं, इतर लोक जखमी झाले.

नंतर समजलं की, नोवोश्चेड्रीन्स्काया या डोंगरावरच्या गावातून तेरा जुलैच्या संध्याकाळी, ॲलेक्सी समेनेनको या तेवीस वर्षांच्या तरुणाचं अपहरण करण्यात

आलं. त्याच्या धाकट्या बहिणींच्या समोरच हे अपहरण झालं. चेचन्यामधून सुटका करून घेण्यासाठी ॲलेक्सी आणि त्याची पत्नी पैसे साठवत होते. ते एक मोठं कुटुंब होतं. संघटित आणि कष्टाळू, पण ते काय करू शकत होते?

नोवोश्चेड्रीन्स्कायाला त्याचे नातेवाईक शंभर वर्षं तरी राहत होते. आयुष्याची घडी नीट बसवण्यासाठी ॲलेक्सीने पिकांची कापणी करण्याचं मोसमी काम करायचं ठरवलं. कारण कादिरॉव्ह जेवढा प्रबळ होईल, तेवढाच गैरकानूनी प्रकारांचा प्रसार वाढेल, आणि आयुष्य चांगलं व्यतीत होण्याची आशाही मावळत जाईल, असा त्याने विचार केला. पिकं कापणीच्या कामातून त्याला कमी वेळात चांगले पैसे मिळू शकत होते. तेरा जुलैला संध्याकाळी जेव्हा ॲलेक्सी शेतातून घरी परतला, तेव्हा लढतानाचे 'फटिंग्ज' अंगावर असलेले चार शस्त्रधारी लोक त्याच्या घरात त्याचीच वाट बघत थांबलेले त्याला आढळले. दोन चंदेरी रंगाच्या यूएझेड गाड्यांतून आलेले ते चेचेन होते. ते कादिरॉव्हच्या सैन्यापैकी होते, याची नोवोश्चेड्रीन्स्कायाच्या जवळजवळ प्रत्येकालाच खात्री होती. त्यांच्या गाड्यांवरून आणि शस्त्रांवरून लोक कादिरॉव्हच्या आणि यामाडेव्हच्या, ओमोन आणि बैसारॉव्हच्या किंवा कोकिएव्हच्या सैनिकांतला फरक ओळखू शकतात. त्या सर्वांना 'चेचेन फेडरल सिक्युरिटी युनिट्स' असं संबोधलं जातं. या पॅरामिलिटरीजनी ॲलेक्सीशी बोलणं केलं, त्याला एका गाडीत कोंबलं आणि ते निघून गेले. शेजाऱ्यांनी नंबरप्लेट्स लक्षात ठेवल्या होत्या, पण त्या खोट्या निघाल्या.

दुसऱ्या दिवशी सकाळी कुटुंबीयांनी सत्ताधिकाऱ्यांना अपहरणाची बातमी दिली आणि ॲलेस्कीला त्याच्या बालपणापासून ओळखणाऱ्या स्थानिक मिलिशियांनी दोन दिवस सतत सगळ्या सिक्युरिटी डिव्हिजनमध्ये त्याचा शोध घेतला. त्यांना तो मिळाला नाही. लोकल प्रोक्युरेटर्सच्या ऑफिसला धोक्याची चाहूल लागली आणि ते त्यांच्या नेहमीच्या मूढ अवस्थेत परत गेले.

एकोणीस जुलैला गाडीकडे जाणारा पहिला माणूस होता एक जवळचाच मिलिशियामन. त्याने गाडीचा दरवाजा उघडला आणि पॅसेंजर सीटवर त्याला एक प्रेत दिसलं. त्या प्रेताच्या दुर्गंधीवरून आणि सडलेल्या अवस्थेवरून ती व्यक्ती मृत होऊन बराच काळ लोटला असावा, असं कळून येत होतं. मृत व्यक्तीच्या चेहऱ्यावर गोळ्या झाडल्याच्या जखमादेखील त्याच्या ध्यानात आल्या.

स्वत:चं आयुष्य वाचवण्यासाठी तो मदत बोलावण्यासाठी गेला. त्याचे सहकारी जेव्हा गाडीची तपासणी करण्यासाठी तिथे येऊन पोहोचले, तेव्हा ती गाडी उडवून देण्यात आली होती. शक्य तेवढे अधिकाधिक मिलिशियामेन मारले जावेत, अशी इच्छा असणाऱ्या कोणीतरी ते बटण दाबलं होतं. स्फोटानंतर सर्गी अब्रामॉव्ह स्वत: त्या घटनेच्या ठिकाणी गेला नाही, पण त्याने बासेव्ह आणि उमारॉव्हबद्दल काही

कटू वक्तव्यं केली. तो मॉस्कोने नेमलेला चेचेन पंतप्रधान आहे. नंतर दुखवटा जाहीर करण्यात आला.

मध्यंतरीच्या काळात सेमेनेनको कुटुंब चेचन्यामध्ये ॲलेक्सीचा शोध घेत होतं. दोन दिवसांनंतर त्यांना मॉझडॉक नॉर्थ ऑसेटियाजवळच्या ठिकाणी जाऊन एका मृत शरीराची ओळख पटवायला सांगण्यात आलं. चेचन्याला स्वत:चं फोरेन्सिक मेडिकल सेंटर नसल्याने सगळ्या खून पाडलेल्या बळींची प्रेतं त्या ठिकाणी नेली जातात.

ॲलेक्सीच्या आईला, तात्याना सेमेनेनकोला अजूनही नामेनस्कोयेच्या बॉम्बशी या गोष्टीचा काही संबंध असेल, असा संशय आलेला नव्हता. शवागारात तिला बॉम्बस्फोटाचे बळी शवपेट्यांत ठेवलेले आढळले. फक्त एकच मुडदा जमिनीवर साचलेल्या पाण्याच्या थारोळ्यात थैलीत भरून फेकलेला दिसला.

एखाद्या दहशतवाद्याला वागवावं तशा प्रकारे वागवण्यात आलेल्या तिच्या मुलाच्या मृत शरीराचे अवशेष तिला एका बॅगेत दिसले. फक्त दंडावर टॅटू केलेल्या एका 'एल' या अक्षरावरून ती प्रेताची ओळख पटवू शकली. प्रेताचा चेहराच उरला नव्हता. कुटुंबाने त्याचं ते शीर आणि दंड नंतर दफन केला. जो मिलिशियामन प्रथम गाडीजवळ पोहोचला होता आणि ज्याने ॲलेक्सीचं शरीर चांगल्या स्थितीत असलेलं पाहिलं होतं, त्याने सांगितलं की, त्या मृत शरीरावर धुमश्चक्रीच्या वेळी घालतात तसे चित्रविचित्र डिझाईनचे 'फटिंग्ज' घातलेले होते. त्याच्या अपहरणकर्त्यांनी उघडच त्याला स्फोटात बेचिराख झालेल्या गाडीत ढकलण्याआधी त्याच्या अंगावर ते कपडे चढवले असावेत.

गोष्ट इथेच संपते. सेमेनेनकोजना कोणाचाही आधार नाही.

लोकांतर्फे कोणतीही प्रतिक्रिया व्यक्त झाली नाही. त्या कुटुंबाला सहानुभूती दर्शवण्याची कादिरॉव्ह, अल्खानॉव्ह किंवा कोझॅक यांपैकी कोणीही तसदी घेतली नाही. त्यांच्या मुलाच्या मृत्यूबद्दल नुकसान भरपाई देण्याचाही कोणी प्रस्ताव दिला नाही. गप्प राहण्यासाठीही कोणी त्यांना पैसे दिले नाहीत. ॲलेक्सीच्या अपहरणाचा मामला उघडून बंद करण्यात आला, पण त्याच्या खुनाबद्दलची क्रिमिनल केस उघडण्याची कोणीही तसदी घेतली नाही. मिलिशियामेनला मारलं म्हणून सेमेनेनकोला अधिकृतपणे दहशतवादी म्हणून वेगळं काढण्यात आलं. त्याने हा कथित गुन्हा केला, तेव्हा तो आधीच मेलेला होता!

काय घडलं असावं, याच्या खरं म्हणजे फक्त दोनच शक्यता आहेत. कादिरॉव्हच्या सैनिकांनी स्वत:च हा दहशतवादी कृत्याचा देखावा उभा केला असावा, कारण त्या गावातल्या लोकांचा ॲलेक्सीचे अपहरण कादिरॉव्हच्या सैनिकांपैकीच कोणी तरी केले असल्याची खात्री होती. त्या सैनिकांना माहीत होतं की, पॅरामिलिटरीजच्या कारवाया सक्रिय आहेत, त्याचाच त्यांनी फायदा घेतला असावा. शांतता प्रस्थापित करायची असेल तर त्या सगळ्यांनाच सरळ तुरुंगात टाकावं लागेल.

दुसरी शक्यता अशी की, ॲलेक्सीचं शरीर पॅरामिलिटरीज्नी हल्लेखोरांना, बासेव्हला किंवा इतरांना विकून टाकलं. हे अशासाठी संयुक्तिक वाटतं की, कादिरॉव्ह आणि बासेव्हमधली विभागणारी रेषा अधिकाधिक धूसर होत चालली आहे. हे तर बऱ्याच कालावधीपासून माहीत झालंय. बासेव्हला गोळी घालण्याच्या कादिरॉव्ह ज्युनिअरच्या न संपणाऱ्या बाष्कळ बडबडीला आणि त्याच्या भ्रामक स्वप्नांना काहीच अर्थ नाही. या भूमीवर पुतिन यांच्या राजवटीत प्राधान्य असलेले लोक सर्वाधिक धूर्त, कावेबाज, कडवट, गुन्हेगारी घटकांनी बनलेले आहेत.

ॲलेक्सी सेमेनेनकोच्या कहाणीबद्दल चेचन्यामध्ये आता कोण निषेध दर्शवतोय? कोणीही नाही. ॲलेक्सीच्या दोन धाकट्या बहिणींनी अपहरणकर्त्यांचे चेहरे पाहिलेले असल्याने त्याचं कुटुंब आता कादिरॉव्हच्या पॅरामिलिटरीज्ची भीती बाळगून आहे. खळबळ माजवण्यापेक्षा स्वत:च्या मुलाला विसरून जाणंच त्यांच्यालेखी अधिक सुज्ञपणाचं ठरेल. चेचन्यामध्ये लोक कसा विचार करतात त्यावर होणारा पुतिन यांच्या युद्धाचा हा प्रभाव आहे. बाकीच्या रशियातदेखील हीच विचार करण्याची पद्धती वेगाने फैलावत आहे. चेचन्याच्या पद्धतीवर ज्या ठिकाणी मोठ्या प्रमाणावर 'धुलाई-मोहीम' घेण्यात आली, त्या उत्तर कॉकाससच्या संपूर्ण भागात, ज्यांच्या कुटुंबीयांचं अपहरण झालंय, ते लोक एका आंधळ्या संभ्रमाने ग्रासून गेले आहेत.

संरक्षण सेवा संस्था जेवढा अधिक धुमाकूळ घालतात, पुतिन यांच्या लेखी त्यांना तेवढीच उच्च मान्यता मिळते आणि त्याचं साधं कारण म्हणजे पुतिन यांचा विरोध करून स्वत:चा जीव धोक्यात घालण्याची फार थोड्या लोकांची तयारी आहे.

रशियातलं दैनंदिन जीवन हे असं आहे. गुन्हेगारी, प्रामाणिक चौकशीचा अभाव आणि तसा प्रयत्न करण्याचीदेखील कोणाची तयारी नाही. शोकांतिकांची न संपणारी मालिका आणि दहशतवाद हे त्याचं फलित!

अलीकडच्या काही वर्षांत प्रथमच *'नोव्हाया गॅझेटा'*ने, माझ्या वृत्तपत्राने, ॲलेक्सी सेमेनेनकोची कथा छापायचं नाकारलं. त्यांना या भानगडीपासून दूर राहायचंय, म्हणून अध्यक्षांच्या बाजूचा असणाऱ्या रमझान कादिरॉव्हला फार त्रास न देणंच श्रेयस्कर!

वीस जुलै

क्रेमलिनमध्ये आज पुतिन यांनी त्यांच्या अध्यक्षीय आयोगाच्या सभासदांची आणि मानवी हक्क पुरस्कर्त्यांची भेट घेतली. स्वेतलाना गन्नूश्कीनाला बोलण्याची परवानगी देण्यात आली नाही, पण तिने उपोषणाला बसलेल्या 'हिरोज'चं निवेदन पुतिन यांच्या हातात सुपूर्द केलं. तिथे उपस्थित असलेल्या, दुसऱ्या एका चळवळीत

भाग घेणाऱ्या अलेक्झांडर औझान या कार्यकर्त्याने त्या विषयाला उघडच तोंड फोडलं. पुतिन यांना ते आवडलं नाही.

'तिथे आता सगळं काही सुरळीत चाललंय, माझ्याकडे तसा अहवाल आलाय.' त्याने विधान केलं. तरीदेखील औझान त्याच्या मुद्यावर आग्रही होता आणि अध्यक्षांना काय सांगितलं गेलं पाहिजे, याचा त्याने पुनरुच्चार केला. एला पामफिलोव्हा, अध्यक्षा, अस्वस्थ झाली आणि तिने बजावलं की, या विषयावर अधिक वेळ खर्च करता येणार नाही. वादविवाद संपुष्टात आला. 'हिरोज'ना विरोधी पक्षातले शत्रू असंच मानण्याचं पुतिन यांनी पुढे चालू ठेवलं.

नंतर चर्चा पर्यावरणाच्या विषयाकडे वळली. पुतिन यांच्याशी उघडपणे बोलण्याची एकमेव संधी मानवी हक्क पुरस्कर्त्यांनी गमावली. त्यातल्या बऱ्याच जणांना तर अशी भीती वाटते की, त्यांना पुन्हा बोलावण्यातदेखील येणार नाही.

सामाजिक-आर्थिक परस्परसंबंध संघटनेचे उपाध्यक्ष स्व्यातोस्लाव झाबेलिनच्या म्हणण्याप्रमाणे–

> "पुतिन यांनी तीन प्रश्न उपस्थित केले : सुधारणांची अंमलबजावणी कशी होतेय त्याची माहिती नागरिकांना सर्वांत चांगल्याप्रकारे कशी करून देता येईल, दुसरं – लोकांचं मत अधिक प्रभावी करण्यासाठी 'सोशल चेंबर' या माध्यमाचा उपयोग कसा करता येईल, तिसरं – पाश्चिमात्य साधनसंपत्तीवर अधिक अवलंबून न राहता रशियातला स्वयंस्फूर्त विभाग विकसित कसा करता येईल?"
>
> सोशल चेंबरच्या दुसऱ्या प्रश्नावर पुरस्कर्त्यांनी सामूहिक मौन पाळलं. तिसऱ्या प्रश्नावर पुतिन यांनी अनपेक्षितपणे जाहीर केलं की, ते व्यक्तिश: स्वयंसेवी संस्थांच्या सबलीकरणासाठी शासनाला मदत करायला तयार आहेत. त्यासाठी मार्ग शोधून काढण्यासाठी राज्य आणि खासगी क्षेत्रातील साधनसंपत्ती त्या दिशेने कधी वळवता येईल याबद्दल शासनाला मदत करतील. त्यांचा हा प्रयत्न नागरी समाजाला आणि सार्वजनिक संस्थांना अंकित करण्यासाठी भासू नये, यासाठी त्यांना खरीखुरी आस्था असल्याचं मला जाणवलं. ते अतिशय वास्तववादीपणे वागत होते.
>
> पर्यावरण संतुलनाच्या विषयावर मी पुतिनना सांगितलं, "लोकांना विश्वासार्ह वाटेल अशी पर्यावरण व्यवस्था आणि लोकांनीच पर्यावरणाचा लेखाजोखा घेण्याची तरतूद, याची आपल्याला आवश्यकता आहे.

सद्य:स्थितीत यापैकी एकही गोष्ट आपल्याकडे नाही आणि त्यामुळे राज्य विभागामध्ये बऱ्याच विचित्र गोष्टी चालू आहेत. २००२ साली सार्वजनिक विभागात प्रत्येक जिल्ह्यामागे चार पर्यावरणविषयक पर्यवेक्षक होते, पण २००५ मध्ये एका पर्यवेक्षकाला चार जिल्हे बघावे लागतात. लोकांचा सहभाग नसेल, तर आपण पर्यावरणाच्या मार्गदर्शक तत्त्वांचे उल्लंघन टाळण्याची आशा कशी काय करू शकतो?''

''इकॉलॉजिकल ऑडिटच्या संदर्भातदेखील अनिर्बंध सूट घेतल्याचं आढळतं. अडचण अशी आहे की, उद्योगव्यवसायांनी कायद्यानुसार औद्योगिक प्रकल्प जनतेबरोबर चर्चेला घेतले जातील, यासाठी योग्य ती पावलं उचलण्याची त्यांच्यावर जबाबदारी आहे. म्हणजे समाजाचे आणि राज्याचे सर्वसाधारण हितसंबंध व्यवस्थितपणे विचारात घेण्यात येतील. हे बिलकुल घडतच नाही. चिंतेची बाब तर ही आहे की, ज्यांच्यात राज्याने मोठ्या प्रमाणावर आर्थिक गुंतवणूक केलेली आहे, त्या सर्वांत वाईट अपराधी कंपन्या आहेत.

ईस्ट सायबेरिया ते पॅसिफिकपर्यंत पाइपलाइनच्या कामात गुंतलेली एक प्रसिद्ध कंपनी पूर्णपणे गैरप्रकारे वागत असल्याचे ऐकिवात आहे. पब्लिक इकॉलॉजिकल ऑडिटच्या मार्गदर्शक तत्त्वांनुसार वागत असल्याचं दाखवण्यासाठी त्या कंपनीने स्वत:चीच एक सार्वजनिक संस्था स्थापन केली आहे. आम्ही मॉस्कोत तिची नोंदणी केली आहे. या 'तथाकथित' संस्थेने किनाऱ्यावरच्या, इर्कुट्टक येथील बुऱ्याट्सच्या वगैरे लोकांसाठी काय करायला पाहिजे, याचे निर्णय स्वत:च घेतले आहेत आणि पाइपलाइन कोणत्या भागातून जाणं त्यांच्या हिताचं आहे, हेदेखील ठरवून टाकलं आहे. अशाप्रकारचा प्रकल्प जेव्हा रशियात आकार घेत असतो, तेव्हा त्याचे आंतरराष्ट्रीय स्तरावर पडसाद उमटत असतात. त्यांची वागणूक आता सर्वदूर माहीत झालीय. बराचसा गदरोळ उठलाय आणि त्यामुळे आपला फक्त तोटाच होणार आहे.

राज्याचं बरंच मोठं अस्तित्व असलेल्या या कंपन्यांना सभ्यपणे सांगण्याची वेळ आली आहे की, या प्रकारचं वर्तन अजिबात स्वीकारार्ह नाही.

पर्यावरणावर येणाऱ्या खर्चाचा ठोकताळा घेण्याची आपल्याकडे एक पद्धती आहे. ज्या कंपन्यांकडे आम्ही गेलो, त्यापैकी पंच्याऐंशी

टक्के कंपन्यांनी त्यांच्या स्वत:च्या पर्यावरण खात्याची माहिती आम्हाला आणि जनतेला उपलब्ध करून देण्याची तयारी दाखवली; पण एकाही राज्य कंपनीने तसं केलं नाही.

पुतिन यांनी उत्तर दिलं, ''इकॉलॉजिकल ऑडिटच्या संदर्भात राज्य संस्था त्यांना कोणत्या परिस्थितीत पाहतात, त्याचं तर्कशास्त्र तुम्ही समजून घ्यावं, असं मला वाटतं. जे बांधायला काही दशकं लागली, अशा बैकुल-अमूर हायवे प्रकल्पाच्या महत्तेशी तुलना करता येईल, अशा आमच्या एका सर्वांत महत्त्वाच्या प्रोजेक्टचा तुम्ही आत्ता उल्लेख केलात, ते एवढे जरी मेगा-प्रॉजेक्ट होणार नसले, तरी बीएएचपेक्षाही ज्याचं महत्त्व शेवटी राज्याला अधिक असणार आहे, असे हे प्रोजेक्ट त्याच्यावरच्या मागण्यांना तोंड द्यायला धडपडत आहेत. एशिया-पॅसिफिक रिजन, चायनीय मार्केट, इथल्या वेगाने विकसित पावणाऱ्या देशांत या पाइपलाइनमुळे आमच्या ऊर्जेच्या साधनसंपत्तीला वाव मिळतो आहे. त्या ठिकाणी आम्ही ग्राहक आणि विक्रेते, दोन्ही आहोत. ते देश आहेत, साऊथ एशिया, जपान आणि असेच इतरही!

''सोव्हिएत युनियनच्या पाडावानंतर आपल्या देशाने पश्चिमेकडची पाच मुख्य बंदरं घालवली, या बाबीकडे मला तुमचं लक्ष वेधायचंय. पर्यायाने, ज्या देशातून आपले ऊर्जास्त्रोत मार्गस्थ होतात, त्या देशांवर आपल्याला अवलंबून राहावं लागलं. ते देश त्यांच्या भौगोलिक-राजकीय स्थानाचा गैरफायदा घेतात. आम्ही याच्या विरोधात नेहमीच उभे ठाकतो. इतर मार्केटमध्ये प्रत्यक्ष शिरकाव मिळावा, हे रशियासाठी अतिशय महत्त्वाचं आहे. ईस्ट सायबेरियापासून सरळ डाट्‌सिनला, चीनमध्ये लेक बैकुलच्या दक्षिण टोकाकडे, या ठिकाणी जाणाऱ्या पाइपलाइनबद्दल जेव्हा आम्ही बोलत होतो, तेव्हा पर्यावरणविषयक संस्थांच्या मतांप्रमाणे त्या मार्गात बदल करायचं आम्ही ठरवलं. पर्यावरणतज्ज्ञ आणि पर्यवेक्षकांचाही आम्ही सल्ला घेतला. येणारा खर्च मिलियन्स ऑफ डॉलर्सच्या घरात पोहोचला. लेक बैकुलच्या उत्तरेकडच्या किनाऱ्याला सामावून घ्यायचं ठरवण्यात आलं आणि पुढे पूर्वेकडे जाण्याचंही ठरलं.''

''देशाची आणि अर्थव्यवस्थेची प्रगती रोखण्यासाठी या इकॉलॉजिकल ऑडिट्‌सना परवानगी देण्यात येऊ नये. तुम्ही आत्ता जे म्हणालात, त्याबद्दल मी तुम्हाला क्षणभरदेखील प्रतिप्रश्न करणार

नाही. या परिस्थितीचं जवळून निरीक्षण करायला पाहिजे, हे नि:संशय; पण आमच्यावर हल्ला करण्यासाठी अवलंबण्यात येणाऱ्या मार्गांपैकी फिरून फिरून येणारा मार्ग म्हणजे पर्यावरणाचे मुद्दे. बाल्टिकमध्ये त्यांना स्पर्धा निर्माण होईल, म्हणून शेजारच्या देशांनी पर्यावरणविषयक संस्थांना पैसे चारले. आम्ही जेव्हा फिनलँडशेजारी बंदर बांधायला सुरुवात केली, तेव्हा आम्हाला खात्रीशीर ठिकाणांकडून ही माहिती कळली. हे त्यांनी एवढ्याचसाठी केलं, कारण त्यांना आमच्या प्रकल्पाला खीळ घालायची होती. आमचे भागीदार, ज्यांच्यात फिनलँडच्याही भागीदारांचा समावेश होता, दहावेळा येऊन तपासणी करून गेले, पण शेवटी आक्षेप घेण्यासारखं असं त्यांना काही आढळलं नाही.

"आता आम्ही जी जहाजं वापरतोय, त्याबद्दल काहीतरी अडचण निर्माण झालीय आणि हे 'तथाकथित पर्यावरणविषयक प्रश्न' डॅनिश लक्षणांकडे सरकले आहेत. ही जहाजं रशियनदेखील नाहीत. त्यांना आंतरराष्ट्रीय कंपन्यांकडून लीझवर घेण्यात आलं आहे. टर्किश स्टेट्समध्ये, द बोस्फोरस येथेदेखील पर्यावरणाचे प्रश्न आहेतच.''

"मी याचा का उल्लेख करतोय? कारण, अर्थातच आम्हाला अधिक संपर्क आणि विश्वासाची गरज आहे. आमच्या देशाच्या हितासाठी काम करणाऱ्या राष्ट्रीय पर्यावरण संस्थांशी अधिक योग्य तऱ्हेने सुसंवाद साधण्यासाठी एक हस्तक म्हणून नव्हे; अशा हस्तकांना आमचे प्रतिस्पर्धी देशाच्या विकासात खीळ घालण्यासाठी वापरू शकतील. म्हणूनच जेव्हा अशा प्रकारचं पर्यावरणाचं काम विदेशी अर्थसाहाय्यावर केलं जातं, तेव्हा संशयाला जागा मिळते. मला नेमकं हेच सांगायचंय की, त्यामुळे स्वयंसेवी संस्थांना सामंजस्याने गप्प बसवलं जातं. मी याबद्दलच बोलतोय. आदर्शपणे महत्त्वाचे निर्णय घ्यायचे असतील, तर आम्हाला आमचे प्रश्न सोडवण्यासाठी मदत करणाऱ्या संस्थांची गरज आहे. त्यासाठी अशा संस्थांचे राज्य संस्थांशीदेखील अधिक संबंध असण्याची आवश्यकता आहे.''

झाबेलिन : "निश्चितच! सर्वांत महत्त्वाची गोष्ट आहे ती संपर्क प्रस्थापित करणं आणि देशाचे हितसंबंध सांभाळणं. त्या ग्रेट पाइपलाइनबद्दल बोलायचं झालं, तर मुख्य गोष्ट म्हणजे ती बांधली गेली पाहिजे. कोणतीही मान्यवर पर्यावरणविषयक संस्था असं म्हणत

नाही की, ही पाइपलाइन गरजेची नाही. आपण बोलतोय ते विशिष्ट मार्गांबद्दल आणि टर्मिनल कोणत्या ठिकाणी असावं, याबद्दल. पर्यावरणाची कमीत कमी हानी व्हावी, याच दृष्टिकोनातून पूर्णपणे देण्यात आलेला सध्याचा पर्याय, एक सर्वांत वाईट पर्याय आहे. दुसरे बरेच पर्याय उपलब्ध आहेत. शास्त्रज्ञांनी केलेल्या विश्लेषणांसह मी तुम्हाला ते द्यायला तयार आहे. हे शास्त्रज्ञ अतिपूर्वेचे आहेत आणि त्यांच्या म्हणण्यानुसार हे पर्याय आर्थिक, सामाजिक, तसंच पर्यावरणाच्या दृष्टिकोनातून अधिक लाभदायक आहेत. पर्यावरणावर सार्वजनिक देखरेखीप्रमाणेच या संदर्भातदेखील आम्ही भागीदार आहोत. इकॉलॉजिकल ऑडिट्सच्या संदर्भात बोलायचं झालं, तर लोकांनी फक्त कायद्याचं पालन करावं. १९९५पासून अस्तित्वात असलेला इकॉलॉजिकल ऑडिटिंगवरचा एक उत्तम कायदा आपल्याकडे आहे, तो पाळण्याची गरज आहे.''

पुतिन : ''मी भविष्यकाळात या गोष्टीकडे वळेन. आपल्या राष्ट्रीय पर्यावरणविषयक संस्थांबरोबर संवाद साधताना एक संवेदनशील यंत्रणा प्रस्थापित करणं योग्य ठरेल, असं मला वाटतं; कारण आपल्याला चुका करून चालणार नाही. त्याचवेळी आपण आपल्या प्रतिस्पर्ध्यांना या विषयाचा कळीचा मुद्दा म्हणून उपयोग करू देता उपयोगी नाही, हे मी आधीच सांगितलं आहे.''

''कास्पिअनमध्ये काय चाललंय जरा नजर टाका. लुकोईलला फक्त एक ऑईल रिग त्या ठिकाणी उभारायची होती आणि इकॉलॉजीप्रमाणे तसं करता येणार नाही, असं सांगण्यात आलं. आपल्याएवढं स्वच्छ तंत्रज्ञान इतर कोणत्याही कंपनीकडे नाही. ते जरी अधिक खर्चिक असलं, तरी आपण तेच स्वीकारलंय. बाल्टिक समुद्रामध्येदेखील तीच गोष्ट सध्या चालू आहे.''

एकवीस जुलै

पैसा आणि मालमत्तेसाठी अस्ट्राखान येथे आणि संपूर्ण देशात सत्ताधिकाऱ्यांनी लोकांबरोबर युद्ध छेडलंय.

तिथे मुख्य हत्यार आहे लुटालूट. हे एक असं युद्ध आहे, ज्याच्यात लोक मरण पावतात, लुटारू सगळं धुवून नेतात आणि सामान्य लोक बेघर; निर्वासित होतात.

माक्साकोव्हा रस्ता असलेल्या एका सुप्रसिद्ध जुन्या शहरात एक भव्य प्रासादतुल्य घर बांधण्यात येतंय. ऑस्ट्राऊमॉव्हज् हे शेवटचेच लोक आहेत, ज्यांना त्यांच्या घरादाराची जाळपोळ करून हुसकावून लावण्यात आलेलं नाही.

अर्थात, आता सगळ्याच शहरांत बांधकामासाठी जागा मिळायला लागल्या आहेत. श्रीमंत लोक तिथे जवळपासच असतात. नियम आता अशा पद्धतीने बनवलेत की जमीन विकसित करणाऱ्या बांधकाम व्यावसायिकांना स्थानिक अधिकारी जागा देऊ करतात आणि त्या जागेत जर कोणी राहत असेल, तर त्यांना दुसरीकडे हलवण्यात येतं. त्यानंतर बांधकामाच्या त्या साइटला कुंपण घालण्यात येतं आणि बांधकाम सुरू होतं.

अस्ट्राखानमध्ये मात्र अशा पद्धतीने कामं केली जात नाहीत. माक्साकोव्हा रस्त्यावर ॲस्तीस् प्रॉम नावाच्या एका कंपनीने विकसित करावयाच्या एका भूखंडाचे हक्क मिळवले. दुर्दैवाने त्या ठिकाणी लोक त्यांच्या नुकत्याच खासगीकरण केलेल्या फ्लॅट्समध्ये राहत होते. 'ॲस्तीस् प्रॉमने' एका दुय्यम कंत्राटदाराला आणलं. त्याचं नाव नुरस्ट्रॉय आणि त्याला सध्याचे मालक तिथून हलवणं आणि नवीन घराचं बांधकाम करणं, ही दोन्ही कामं दिली. सुरुवातीला नुरस्ट्रायने काही लोकांशी बोलणी करून त्यांची घरं विकत घेतली, पण नंतर त्याची वागण्याची पद्धत अचानक बदलली. त्याने असे फ्लॅट्स बदल्यात देण्याचे प्रस्ताव दिले, जे फ्लॅट्स उघडच अस्वीकारार्ह होते. ऑस्ट्राऊमॉव्ह फॅमिलीला एका वनरूम फ्लॅटची ऑफर देण्यात आली आणि त्यांचं कुटुंब पाच जणांचं होतं!

तिथले रहिवासी जेव्हा ठामपणे त्यांचे पाय रोवून मागण्या करायला लागले, तेव्हा त्यांना मिळालेला प्रतिसाद होता निर्वाणीची सूचना आणि त्यानंतर मिलिटरी पद्धतीची कृती. नुरस्ट्रॉयच्या संचालकाने, मि. टिमोफेयेव्हने अलेक्झांडर मर्झुएव्हला सरळ तोंडावरच सांगितलं, ''मी तुला जाळून टाकेन.'' आणि त्याचं घर खरोखरच त्यानंतर अल्पावधीतच आगीच्या भक्ष्यस्थानी पडलं. फायर डिपार्टमेंटच्या तपासणी पथकाने आगीची चौकशी केली. त्यांचा निष्कर्ष होता, ॲक्सिलरेंटचा उपयोग करून घातपात; पण सकृद्दर्शनी आढळलेला पुरावा खटला भरण्यासाठी अपुरा होता. नुरस्ट्रॉयच्या बांधकामाच्या प्लॉटच्या डाव्या बाजूची मालकी असलेल्याचा प्रश्न निकालात निघाला होता. ऑस्ट्राऊमॉव्ह लोक त्या साइटच्या उजव्या बाजूला राहतात.

ज्या व्होल्गा नदीत सतराव्या शतकात लोकल ब्रिगँड स्टेन्का रेझिनने त्याच्या दुर्दैवी वधूला बुडवलं होतं, तीच व्होल्गा तुम्हाला अस्ट्राखान क्रेमलिनच्या जवळ, कोसा जिल्ह्यात दिसू शकते. त्या ठिकाणी रांगेने असलेल्या ऐतिहासिक घरांतून तुम्ही ती बघू शकता. मार्चमध्ये लागलेल्या आगीनंतर अजूनही नजरेत भरणारा एका

मोठ्या व्यापाराचा व्हिला, मॅक्झिम गॉर्की रस्त्यावर त्रेपन्न नंबरवर आहे.

गेल्या हिवाळ्यात जे स्वत:ला गुंतवणूकदार असं म्हणवतात, त्यांनी येथील लोकांना भेटायला सुरुवात केली. त्यांनी लोकांना सांगितलं, "आम्ही तुम्हाला नवीन घरात हलवतो." लोक म्हणाले, "धन्यवाद! पण आम्हाला फक्त याच भागात राहायचंय. आम्हाला इथे राहायची सवय झालीय."

वीस मार्च रोजी अठ्ठ्याहत्तर वर्षांच्या ल्युडमिला रोझिनाला गुंतवणूकदारांनी शेवटची भेट दिली. "त्या म्हातारीने आम्हाला धिक्कारलं." ॲलेक्सी ग्लाझुनॉव्हने, एका सेवानिवृत्ताने मला सांगितलं. तो फ्लॅट क्रमांक सातमध्ये राहत होता, जो फ्लॅट आता अस्तित्वातच नाही. 'ती म्हणाली की ती इथून निघेल, पण फक्त त्या नवीन आधुनिक अपार्टमेंट ब्लॉकमध्ये, जे तो पलीकडेच बांधतायत.'

त्या रात्री चहूबाजूंनी त्या व्हिलाला आग लावण्यात आली. दोन-तीन दिवसांतच ते ठिकाण एखाद्या भट्टीप्रमाणे धगधगायला लागलं होतं. काही वृद्ध स्त्रियांनी खिडक्यांतून उड्या घेतल्या, स्वत:चे हातपाय मोडून घेतले, पण इतर काहींना तेही जमू शकलं नाही. ल्युडमिला तिच्या बिछान्यात जळून मेली. नंतर करण्यात आलेल्या चौकशीत आढळून आल्याप्रमाणे तिच्या फ्लॅटच्या भिंतीवर ॲक्सिलेरंट ओतण्यात आलं होतं.

पंचावन्न वर्षांचा अलेक्झांडर रोझिन, ल्युडमिलाचा मुलगा त्या आगीतून वाचला, पण त्याला तीव्र भाजल्यामुळे हॉस्पिटलमध्ये नेण्यात आलं. तीन दिवसांनंतर महापौरांच्या कार्यालयातून मानवतावादी नात्याने मदतीसाठी आल्याची बतावणी करून एक अपरिचित गुन्हेगार हॉस्पिटलमध्ये आला. नंतर झालेल्या चौकशीत दिसून आल्याप्रमाणे त्याने आणलेल्या अन्नात विष कालवलेलं होतं. बारा एप्रिलला रोझिन मरण पावला. जळणाऱ्या इमारतीतून जिवंत बाहेर काढण्यात आलेली ॲना कुरियानोव्हा ही शहाऐंशी वर्षांची स्त्री त्या धक्क्याने नंतर अल्पावधीतच मृत्यू पावली.

थक्क करून टाकणारं सत्य हे आहे की, अलीकडच्या काही महिन्यांत सहा लोक आगीत जळून मेले आणि सतरा घरांत लुटालुटीच्या प्रकारात विध्वंस करण्यात आला. एकूण त्रेचाळीस आगी लागल्या, पण त्यामुळे त्या आगी लावणाऱ्यांवर गुन्हेगारी खटले भरता येतील, अशी कठोर चौकशी घडवून आणणं सोपं नाही.

पुराव्याचा रहस्यमय, पूर्ण अभाव असल्याने ती प्रकरणं उघडण्यातच आली नाहीत असं समजून या संदर्भातली बहुतेक प्रकरणं ताबडतोब बंद करण्यात आली. या मध्यंतरीच्या काळात आगीने मोकळं मैदान करून दिलेल्या साईट्सवर प्रतिष्ठित घरांचं, कॅसिनोंचं, रेस्टॉरंट्सचं आणि व्यावसायिक व्यापारी कार्यालयांचं बांधकाम जोरात चालू आहे.

ॲस्ट्राखान भागात 'व्यापारी लुटालूट' म्हणून लोकांना माहीत झालेली उदाहरणं

किरॉव्ह जिल्हा अंतर्गत मंत्रालयाचा प्रमुख विक्टॉर श्मेड्कॉव्ह याच्या विभागामध्ये घडली आहेत.

रात्री घालावयाच्या कपड्यांतच रस्त्यावर यावं लागलेल्या वृद्ध स्त्रियांच्या डोळ्यांतच बघत तो त्याचं मत देतो, ''हा प्रश्न फार गंभीर आहे असं मी म्हणणार नाही.'' तो पुढे सांगतो, ''लुटालुटीच्या पाच प्रकरणांचा किरॉव्ह जिल्हा कार्यालय पाठपुरावा करत आहे. मिलिशिया जे काही करू शकतील, ते सर्व काही करत नाही, असंही मी म्हणणार नाही. कारणांचा शोध चालू आहे आणि सगळ्या शक्यता पडताळून बघण्यात येत आहेत.'' मिलिशियामनचे डोळे अचानक विस्फारतात आणि आवाज खालच्या पट्टीत आणून तो म्हणतो, ''काही सर्वांत बिनधास्तदेखील....''

त्याचा हा 'बिनधास्त' उल्लेख मेयर बॉझेनॉव्हच्या कबिल्याच्या लुटालुटीत भाग असल्याबद्दल आहे. शहरातले भाग 'क्लिअर' करण्यात मेयरच्या काफिल्याला व्यापारी प्रकारचा अंतस्थ हेतू – आमची रिअल इस्टेट मेयरचे डेप्युटी आणि व्यापारी संस्थांमध्ये विभागून त्यांनी दिलेल्या पाठिंब्यासाठी 'इलेक्शनचं ऋण' चुकतं करायचं. मेयरच्या निवडणूक प्रचार मोहिमेसाठी शेवटी कोणीतरी पैसे पुरवलेच असणार. ती एक गुंतवणूक होती. आता त्याचा फायदा वसूल करण्याची वेळ आली आहे.

शहर प्रशासनाबरोबर गोत्रगामी नात्याचा आनंद लुटणारे ॲस्ट्राखानचे धनवान ब्रिगॅन्डस् यांच्या बाबतीत काहीच करता येत नाही, हे मिलिशियाचे म्होरके मान्य करतात. शासनाच्या उच्चस्तरीय पूर्ण गुन्हेगारीकरणाच्या तोंडावर ते शक्तिहीन आहेत. कायदे अमलात येत नाहीत. एक वेळ अशी होती, जेव्हा मिलिशिया या ब्रिगॅन्डस्ना पकडत असत आणि त्यांचं काम ते करतायत हे त्यांना ठाऊक होतं. आता कायद्याची प्रभावी अंमलबजावणी होतेय की नाही, हे बघण्यासाठी नेमलेला माणूसच ब्रिगॅन्ड आहे!

लुटालुटीचे प्रकार अर्धं वर्ष उलटत आलं तरी चालू आहेत आणि अद्याप त्या अकस्मात न लागलेल्या आगींच्या कारणांची चौकशी करण्यासाठी कोणतीही पावलं उचलली गेलेली नाहीत. एकामागून एक घडणाऱ्या व्यापारी लुटालुटीचे ठोकळे एकत्र जुळवून त्याचं एक संपूर्ण चित्र तयार करायची कोणाचीच इच्छा नाही.

''त्या आगीनंतर काय झालं?'' ॲलेक्सी ग्लाझुनोव्ह 'ॲस्ट्राखानच्या आगीच्या बळी'च्या सामाजिक संस्थेचा सभासद आहे. घटनांचा क्रम आहे : 'पहाटे साडेतीन वाजता त्रेपन्न मॅक्झिम गार्की स्ट्रीट येथे आगीला सुरुवात झाली.' ग्लाझुनॉव्ह सांगतो : ''सुमारे नऊ वाजता हातोडे घेऊन कामगार आले आणि सगळं पाडून टाकायला लागले. आगीमुळे जे उद्ध्वस्त झालं नव्हतं, तेदेखील आणि हे सगळं मिलिशियाच्या देखत! ॲस्ट्राखानच्या निवासस्थानांची अनभिषिक्त सम्राज्ञी मादाम स्वेतलाना कुद्र्यावत्सेवाला दिवसा भेटायला काही लोक गेले. ते लोक रुग्णालयात भरती

झालेले नव्हते. ती महापौरांची बांधकाम आणि स्थापत्य विभागाची उपमुख्य आहे. घर पाडलं जातंय, याचा तिला आनंदच आहे असं तिने स्पष्ट केलं. शहरातून अशा पुरातन इमारतींचं उच्चाटन होण्याची गरज आहे, असं ती म्हणाली. बळींच्या निवासाची हॉटेलमध्ये व्यवस्था करण्यात येईल, असंही ती म्हणाली.''

या गोष्टीचं तात्पर्य? उच्चभ्रू लोकांना फक्त पैसा आणि जमीनजुमल्यावर डल्ला मारण्यातच रस आहे आणि हे करण्यासाठी त्यांना आधी त्यांच्या हातात राजकीय सत्ता यायला हवी; तरच त्यांना तसं करता येईल. त्यांना संधी दिसली, की तो नागरिक लक्षातदेखील यायचा बंद होतो. तुमच्या मार्गात आडवे आले तर तुम्ही त्या नागरिकांना जाळून टाकू शकता. ते जर मेले नाहीत, तर त्यांना तुम्ही झोपडपट्टीतल्या एखाद्या घाणेरड्या हॉटेलात फेकू शकता. तिथे त्यांनी मेलं तरी चालेल. रशियाच्या सध्याच्या राजकीय व्यवस्थेच्या हृदयात नैतिकतेची एक पोकळी आहे आणि ॲस्ट्राखानमध्ये ती एका अटीतटीच्या बिंदूला पोहोचली आहे.

सत्तावीस जुलै

साक्षीदारांची उलटतपासणी आणि नॅशनल बोल्शेविक्सची दुसरी सुनावणी सुरू झाली आहे. नतालिया कुझनेत्सोवाला न्यायमूर्ती बोलवतात. चौदा डिसेंबरला नॅशनल बोल्शेविक्स कसे वागले ते तिला सांगायचं आहे. अध्यक्षीय प्रशासन इमारतीच्या शेजारच्या किटाई-गोरोड 'इंटर्नल अफेअर्स' कार्यालयात ती काम करते. तिथून काय चाललंय ते तिने बघितलं होतं. नतालिया फसवाफसवी करणारी स्त्री नसल्याचं सिद्ध करते. टेलिव्हिजनवर चाललेल्या गोंधळाचं फक्त चित्रणच बघितल्याचं ती कबूल करते. अर्थात तिच्याकडे मेटल डिटेक्टरसंबंधी प्रत्यक्षदर्शी पुरावा आहे. नॅशनल बोल्शेविक्सवर ठेवलेल्या आरोपांप्रमाणे त्यांनी तो नष्ट केला. अध्यक्षीय निवासी सेवा कार्यालयाकडून मागण्यात आलेल्या नुकसान भरपाईपैकी ती एक मुख्य वस्तू आहे. वेल, एनी वे, नतालिया शपथेवर सांगते की, पंधरा डिसेंबरच्या सकाळपर्यंत हा मेटल डिटेक्टर दुरुस्त करण्यात आला होता आणि त्यानंतर त्याचं काम व्यवस्थित चालू आहे. जज्ज शिखानॉव्हने या बाबीची नोंद केली आहे का?

मुख्य आरोप आपोआपच रद्द झाला आहे का? सगळे आरोपी सुटू शकतील का? नाही! तुरुंगात जाण्याच्या अधिकारासंबंधीच्या प्रश्नाच्या सच्चेपणाबद्दल प्रश्न विचारण्याचा हक्क तुम्ही तरुण रशियन लोकांकडून हिरावून घेऊ शकत नाही. विशेष करून जर राजकारणासंबंधी काही कल्पना त्यांच्या डोक्यात यायला लागल्या असतील, तर या बाबतीत त्यांना पूर्णपणे दिलासा देण्यात आला पाहिजे.

अठ्ठावीस जुलै

सर्गी मेलनिकॉव्हला शेवटी पकडण्यात यश आलंय. तोगलिआट्टी माफियाच्या प्रमुखाचा उजवा हात आणि खंडणी उकळणारा सर्गी तब्बल एक वर्ष शोधाशोध केल्यावर मिलिशियाच्या हाती लागला. अन्यथा प्रत्येकजण मिलिशियाबद्दल न्याय्य तक्रारी करतच असतो. विजयाच्या आनंदात मिलिशियामन प्रोक्युरेटर जनरलच्या ऑफिसात गेले. तिथे त्यांनी त्याच्या स्थानबद्धतेच्या हुकमांची मागणी केली; पण व्लादिमीर युदिनने, मॉस्कोच्या डेप्युटी-प्रोक्युरेटरने त्यांना धुडकावून लावलं. वॉरंट जारी करायला त्याने नकार दिला, कारण त्याच्या मते खंडणीबहाद्दर मेलनिकॉव्ह हा समाजाला घातक नव्हता. नाकारलेल्या अर्जावर युदिनने जी कारणं दाखवली, ती होती, 'बदलता न येणारा अपराधाचा पुरावा नाही.'

त्या गँगस्टरला राजरोसपणे मुक्त करण्यात आलं. हाच तो युदिन, ज्याने नॅशनल बोल्शेविक्सविरुद्ध कुभांड रचून त्यांना महिनोनमहिने तुरुंगात खितपत पडायला आणि कोर्टाच्या चकरा मारायला आग्रहीपणे भाग पाडलं. त्याच्या मते ते लोक समाजाला एक फार मोठा धोका निर्माण करत होते. मर्जीप्रमाणे न्यायाला निवडण्याचं हे वास्तव आहे. गुन्हेगारांना सोडून देण्यात येतं आणि राजकीय कैद्यांना साखळदंडांनी बांधून, तुरुंगात फेकून पिंजऱ्यात बंद ठेवलं जातं. गुन्हेगारी तत्त्वांवर सत्ताधिकारी अवलंबून राहतात, कारण त्यामुळे राज्याच्या सत्ताव्यवस्थेला उभारी मिळते.

अध्यक्षीय प्रशासनाने नॅशनल बोल्शेविक्सना विरोध करण्यासाठी एक नकली संस्था उभी केली. यावरून हेच सिद्ध होतं की, गुन्हेगारी तत्त्वांवर त्यांचा भरवसा असतो. हा क्लोन आहे 'नाशी' किंवा 'अवर पीपल'. फेब्रुवारी महिन्यात त्याची रचना करण्यात आली. एका सभेत वासिली याकेमेन्को, आधीच्या क्लोनचा नेता, मार्चिंग टुगेदर आणि लाडिस्लाव सुरकॉव्ह यांनी ही रचना केली. याकेमेन्को हा 'नाशी'चा 'फेडरल कॉमिसार' आहे. अध्यक्षीय प्रशासनाची ही स्वतःच्या क्रांतीच्या विरोधातील रस्त्यावर उतरून केलेली चळवळ आहे.

पंज्यांना नकूल डस्टर्स आणि साखळ्या अडकवणारे फुटबॉल खेळणारे गुंड, हे या 'नाशी' तरुण चळवळीचे वादळी सैनिक आहेत. आत्तापर्यंत त्यांनी फक्त नॅशनल बोल्शेविक्सवर हल्ले करणं, हेच त्यांचं एकमेव काम ठरवलेलं आहे आणि त्यांच्याविरुद्ध गुन्हेगारी स्वरूपाचे खटले दाखल करण्यापासून चौकशी करणाऱ्या यंत्रणेला सत्ताधिकाऱ्यांनी थोपवून धरलं आहे. त्यांची दोन युनिट्स आहेत. एकात आर्मी फुटबॉल टीमच्या सेंट्रल स्पोर्ट्स क्लबला मदत करणारे 'ठग' आहेत आणि दुसऱ्या युनिटमध्ये स्पार्टाक टीमला मदत करणारे 'ठग'. रस्त्यावरच्या मारामाऱ्यांचं त्यांचं अचूक रेकॉर्ड आहे. 'नाशी'ने एक

खासगी संरक्षण संस्थापण स्थापन केली आहे, जिचं नाव आहे, 'व्हाईट शील्ड'. या संस्थेचे नेते आहेत 'वास्या द हिटमॅन' आणि 'रोमा द स्टिकलर'. दोन ठग, जे स्पार्टाकिला मदत करतात.

'वास्या द हिटमॅन' हा एक अतिशय आक्रमक फुटबॉलपटू गुंड आहे आणि त्याचे शिष्य नॅशनल बोल्शेविक्सवरचे हल्ले घडवून आणतात. दोनदा त्यांनी नॅशनल बोल्शेविक्सचे बंकर बळकावले, जिथे वास्याने एक प्रेस कॉन्फरन्स घेतली. पासपोर्टवर वासिली स्टेपानॉव्ह हे नाव असलेला वास्या आणि रोमा यांच्यावर बरेचसे गुन्हेगारी खटले प्रलंबित आहेत, जे प्रथम रेंगाळत ठेवण्यात आले आणि नंतर त्यांना उंच वाढलेल्या गवतात लुप्त करण्यात आलं.

पुतिन जेव्हा आजची तरुण पिढी म्हणजे रशियाचा नागरी समाज कसा आहे, यावर त्याच्या नाशिस्टबरोबर झालेल्या प्रसिद्ध 'शीश-कबाब' मीटिंगच्या वेळी भाषण देत होते, तेव्हा रोमादेखील तिथे दिसला होता. हा घृणास्पद प्रकार सुरकॉव्हने कल्पना केली होती तसा टेलिव्हिजनवर जेव्हा दाखवण्यात आला, तेव्हा 'रोमा द स्टिकलरला' म्हणजेच त्याच्या निधर्मी आयुष्यात रोमन व्हर्बिट्स्की म्हणून ओळखण्यात येणाऱ्या हल्लेखोराला, एका नॅशनल बोल्शेविकने ओळखलं. त्याला जेव्हा मारहाण झाली होती, तेव्हा त्या लोकांची 'अनोळखी लोक' म्हणून नोंद झाली होती.

खोडोरकोव्हस्कीला दुःख का झालं? कमीत कमी वेळात प्रचंड संपत्ती गोळा करणाऱ्या इतरांपेक्षा तो काही वेगळा नव्हता आणि ज्यांना इच्छा होती आणि संधीही मिळाली, त्यांच्यापेक्षाही तो वेगळा नव्हता. जेव्हा तो करोडपती झाला, तेव्हा मात्र तो म्हणाला, "स्टॉप! युकोस ही रशियातली सर्वाधिक पारदर्शी कारभार करणारी आणि गुन्हेगारी नसलेली कंपनी होईल आणि पाश्चिमात्य पद्धतींचा उपयोग करेल." त्याने एका नवीन युकोसची निर्मिती करायला सुरुवात केली, पण त्याच्या आजूबाजूचे लोक मात्र पारदर्शीपणाची बिलकुल इच्छा नसलेले होते. प्रकाशापासून दूर, सावल्यातच काम करायला ज्यांना आवडतं, अशा स्वभावाचे लोक. अंधाराच्या साम्राज्यात प्रकाश नकोसा असल्याने त्यांनी युकोसला गिळंकृत करायला सुरुवात केली.

रशियन राजकारण आणि रशियन न्यायव्यवस्थेत वाईट राजकीय कैदी आणि चांगले गुन्हेगार, यांच्यात गुन्हेगारांच्या बाजूने झुकतं माप देण्याची एक खोलवर रुजलेली ऐतिहासिक प्रवृत्ती आहे. तिचं समूळ उच्चाटन करणं शक्य नसलं, तरी तिच्यापुढे मान झुकवणं, हे मात्र अशोभनीय ठरेल. प्रश्न एवढाच आहे की, तक्रार कोण करणार? निकुलिन न्यायालयाच्या बाहेर कोणत्याही सभा चालू नाहीत. बरेचसे मिलिशिया आहेत, पुष्कळसे पोलिसी कुत्रे आहेत, पण बेकायदेशीरपणे डांबून ठेवण्यात आलेल्या राजकीय कैद्यांबरोबर मात्र कोणीच आत्मीयता दाखवत नाही. फक्त मूठभर नॅशनल बोल्शेविक्स आणि कधीतरी लिमोनॉव्ह! अलिप्ततेचं एक ढळढळीत उदाहरण!

खोडारकोव्हस्कीने देशातल्या सर्वोत्तम वकिलांना हाताशी धरलं होतं आणि त्यांनी त्रासात असलेल्या या स्वत:च्या हातानं सत्ता एकवटून ठेवणाऱ्या हुकूमशहांसाठी पाठीराखे मिळवण्यात त्यांना यशही आलं होतं, पण गरिबांचा वाली कोण आहे? नॅशनल बोल्शेविक्स कमी उत्पन्न गटातले, रीसर्च वर्कर्सची मुलं, इंजिनिअर्स आणि सर्वसाधारणपणे दरिद्री झालेले रशियन बुद्धिवादी लोक आहेत. त्यांच्यामध्ये विद्यार्थी, शालेय विद्यार्थीदेखील आहेत. चुकूनमाकून एखाद-दुसरा मानवी हक्क पुरस्कर्तादेखील येतो, पण त्यांच्या पाठिंब्याची मर्यादा तेवढीच आहे.

तीन ऑगस्ट

'कुरिअर प्लस' या लोकशाहीवादी विरोधी गटाच्या वृत्तपत्राची संपादकीय कार्यालये आज पहाटे चार वाजता नॉर्दन रिपब्लिक ऑफ कोमीच्या सिक्तीवकार या राजधानीत जाळून टाकण्यात आली. 'टेलि-कुरिअर' आणि 'द गोल्डन मिन' ही दोन विरोधी टेलिव्हिजन कार्यक्रमांची कार्यालयंदेखील त्याच इमारतीत होती. हे टेलिव्हिजनवरचे कार्यक्रम स्थानिक याब्लोको पक्षाचा सभासद आणि सिटी कौन्सिलचा डेप्युटी निकोलाय मॉईसेयेव्ह याने निर्माण केले होते.

सिक्तीवकारचा महापौर, सर्गी काटुनिन, याच्यावर मोईसेयेव्हने कडाडून टीका केली होती आणि चौदा जुलै रोजी त्याने आणि इतर डेप्युटींनी एकत्र येऊन महापौरांच्या हातातून सत्ता काढून घेण्याचा प्रयत्न केला होता, पण मेयरने त्यांच्याशी झुंज दिली होती. प्रोक्युरेटरच्या कार्यालयात आग म्हणजे घातपाताचा प्रकार होता, याबद्दल कोणालाही शंका नाही. मोईसेयेव्हच्या फ्लॅटच्या दरवाजाला आणि गाडीला अलीकडेच आग लावण्यात आली. 'स्टेफानॉव्ह बुलेवार्ड' हे पूर्वीचं सिक्तीवकारच्या विरोधातलं वर्तमानपत्र ऑगस्ट २००२ मध्ये बंद पडलं, कारण त्याचंही कार्यालय जाळण्यात आलं.

चार ऑगस्ट

रशियामध्ये पुन्हा जिहाद. चेचन्यामध्ये दहशतवादविरोधी मोहिमेचं सप्टेंबरच्या सुरुवातीला सहावं वर्ष सुरू होईल. फेडरल शक्तींच्या बाजूने असणाऱ्या लढवय्यांना निष्प्रभ केलं आहे. क्रेमलिनने पिटलेल्या डंक्याप्रमाणे शहरांत आणि गावांत पुन्हा एकदा शांततामय जीवन दीर्घ काळानंतर परत आलंय. पण हे काय आहे? जिहाद? कोणाच्या विरोधात? पहिलं चेचेन युद्ध सुरू झालं तेव्हापासून अकरा वर्षांत हा काही जाहीर केलेला पहिला जिहाद नव्हे. असे जिहाद जाहीर व्हायचे आणि मागे घेतले जायचे.

मॉस्को धार्जिणा रिपब्लिकच्या मुस्लिमांचा बॉस, मुक्ती सुलतान मिर्झेव्ह, याने हा जिहाद यावेळी वाहाबीज आणि दहशतवाद्यांच्या विरोधात पुकारलाय, अशी अधिकृत खबर आहे.

चेचेनच्या सगळ्या सिक्युटिरी युनिटच्या कमांडरांच्या उपस्थितीत त्याने मार्गदर्शक धोरणं वाचून दाखवली. हे कमांडर आहेत यामाडोव्ह, कादिरॉव्ह, अल्खानॉव्ह रुसलान वगैरे. मिर्झेव्हने सगळ्या जिल्ह्यांच्या मुल्लांना त्याच्या उत्साह जागृत करणाऱ्या भाषणासाठी यायला फर्मावलं होतं. याचाच अर्थ आता यामाडेव्ह, कादिरॉव्ह, कोकीएव्ह आणि बाकीचे, तसेच चेचेन मिलिशियामेन, त्यांची सद्सद्विवेकबुद्धी स्पष्ट ठेवून इतर चेचेनना आणि सांगण्याची गरज नाही, चेचेन नसलेल्यांनादेखील ठार करू शकतील. जर त्यांना ते लोक वाहाबीझम किंवा टेररिझमचा पुरस्कार करतायत असा संशय आला तर! न्यायालयात खटला चालवण्याची किंवा तपास करण्याचीदेखील गरज नाही. एक मुस्लीम म्हणून ते योग्यच गोष्ट करतायत, अशीही त्यांना खात्री असते. तो स्वत:च शस्त्रं धारण करेल, एवढं जाहीर करण्यापर्यंत मिर्झेव्हची मजल गेली.

युद्धानं चेचेनीकरण करण्याची ही एक पुढची पायरी दिसते, कारण सगळे चेचेन, पॅरामिलिटरीज् आणि त्यांचे कमांडर्स हे तांत्रिकदृष्ट्या रशियाच्या कायद्यानुसार फेडरल सोल्जर्स आहेत आणि हा कायदा जिहाद मान्य करत नाही.

मग आज जिहाद का जाहीर करण्यात आलाय? चेचन्या आणि डागेस्तानच्या सीमारेषेवर, बोरोझ्डिनोव्हस्काया या डोंगराळ भागातल्या एका खेडेगावात काही घटना घडल्या. चार जूनला एक अमानुष 'धुलाई' मोहीम अमलात आणली गेली. ज्यावेळी यामाडेव्हच्या सैनिकांनी अकरा लोकांचं अपहरण केलं, मोठ्या प्रमाणावर दरोडे घातले, लुटालूट केली, त्यावेळी तिथे राहणारे शेकडो लोक डागेस्तानला पळून गेले. या राज्याच्या गळेकापूंमध्ये एक मोठी आश्चर्याची आणि भीतीची भावना आहे. चेचन्यामध्ये रशियन लोकांनी लादलेली, कायदेशीर मार्गाव्यतिरिक्त कायदेबाह्य धसमुसळ्या न्यायाची पद्धती आणि अंमलबजावणी, एका धमकीखाली घडत असल्याचं भासत होतं.

'आम्ही तुम्ही सांगाल त्यांना ठार मारतो आणि त्याच्या बदल्यात तुम्ही आमचे हितसंबंध सांभाळा.' असंच ठरवून बराच काळ घडत होतं. यात 'आम्ही' म्हणजे पायदळातले सैनिक आणि 'तुम्ही'चा रोख आहे मुख्यपणे यामाडेव्हज्, रमझान कादिरोव्हवर. हे आहेत चेचेनीकरण करणारे फील्ड कमांडर्स, सिव्हिल वॉरचे पुरस्कर्ते, ज्यामुळे चेचेनना चेचेनच्या विरोधात उभं करण्यात आलं. या यशाबद्दल त्यांना शस्त्रं आणि चौकशी होण्यापासून संरक्षण देण्यात आलं.

सुपारी देऊन भाडोत्री मारेकऱ्यांचं काम करण्यासाठी बोरोझ्डनोव्हस्काया प्रकारानंतर 'रँक-अँड-फाइल' पद्धतीने चेचेनीकरण करणाऱ्या सैनिकांनी पैसे अधिक वाढवून

मागितले. रमझान कादिरॉव्हने जिहाद जाहीर करणाऱ्या मुफ्तीबरोबर जमवलं. काही रशियन राज्याच्या चेचेन मारेकऱ्यांसाठी हे फार महत्त्वाचं आहे. जिहाद पाठीशी असेल, तर त्यांना अधिक बरं वाटतं. अधिक बरं म्हणजेच मनात काही किंतु न बाळगता. याचं प्रत्यंतर यायला फार वेळ लागला नाही. ज्या संध्याकाळी जिहाद जाहीर झाला, त्याच संध्याकाळी या मारेकऱ्यांनी तो एक खून करून साजरा केला. हा खून शेल्कोवास्काया या टेकडीवरच्या गावात, यामाडेव्हच्या भागात घडला. अतिशय निर्लज्जपणे आणि क्रूरतेने केलेला खून होता तो.

रात्री दहा वाजता बरेचसे लोक सिल्व्हर निवा गाड्यांतून वाखांबी सातिखानोव्हच्या घरी गेले. तो अरेबिकचा शिक्षक आहे. इस्लामची मूलतत्त्वंपण तो स्थानिक शाळेत शिकवतो. तो चाळीस वर्षांचा आहे आणि त्याचं एक मोठं कुटुंब आहे.

त्यांचं खरं रूप लपवणाऱ्या, चित्रविचित्र डिझाईनचे कपडे घातलेल्या शस्त्रधारी चेचेननी त्याला त्याच्या घरापासून अंदाजे शंभर मीटर्स अंतरावर नेलं. मग त्यांनी त्यांच्या निवा गाड्या त्याच्याजवळ चालवत आणून एका छोट्या गोलाकृती पद्धतीने उभ्या केल्या. त्याच्या शेजाऱ्यांनी आणि इतर गावकऱ्यांनी मध्ये पडण्याचा प्रयत्न केला, पण पॅरामिलिटरीज्नी त्यांना गोळ्या घालण्याची धमकी दिली. रात्रभर लोक गाड्या जाताना आणि अंधारातून इतर लोक येताना बघत होते. त्यांना ओरडण्याचा आणि गोळीबाराचा आवाजदेखील ऐकू आला, पण ते खुनशी मारेकरी पहाटेच्या सुमाराला त्यांचं कडं मोडून गाड्यांतून निघून गेले.

जिथे त्यांनी गोल केला होता, त्या ठिकाणी त्यांना वाखांबीचं शरीर आढळलं. त्याच्या अंगावर सुऱ्याने भोसकल्याच्या डझनावारी खुणा होत्या, त्याची बोटं मोडली होती आणि नखं सोलून काढलेली होती. जी.एच.क्यू. संचालनालयाच्या मध्यवर्ती गुन्हा अन्वेषण वोस्टोक बटालियनच्या माणसांनीच वाखांबीचा खून केला, याची त्याच्या शेजाऱ्यांना खात्री आहे. पुतिन यांनी जी.एच.क्यू.चा कमांडर सुलिम यामादेव्हला 'हिरो ऑफ रशिया' हे बिरुद बहाल केलं. त्याने त्याच्या आधी बोरोझ्दिनोव्हस्काया येथे अनन्वित अत्याचार केले होते. यामादेव्हच्या पॅरामिलिटरीज्नी केलेल्या त्या कृत्यांना एक प्रकारे पुतिन यांनी सर्वाधिक शक्य अशी पसंतीची पावतीच देऊन टाकली.

रशियन कायद्याच्या विरोधात प्रचलित कायद्यानुसार पाऊल टाकून प्रजासत्ताकाला जगण्याची मुभा आहे, हेच चेचन्यामध्ये जाहीर करण्यात आलेल्या जिहादवरून सिद्ध होतं. एकप्रकारे त्या समजाला पुष्टीच मिळते. मास्खाडोव्हच्या कारकीर्दीच्या बेकायदेशीर हत्येपेक्षा हे काय वेगळं आहे?

जिहादला पुतिन यांचा छुपा आशीर्वादच आहे, ही गोष्ट एकंदरीत परिस्थितीत साधलेलं मौन आणि परिणामकारक उपाययोजना योजण्यातलं अपयश, हेच निःसंशय दर्शवते.

पुतिन ज्या 'डेड-एंड' चेचनीकरणाच्या रस्त्यावरून वाटचाल करत आहेत, त्या दिशेने टाकलेलं हे आणखी एक पाऊल आहे.

एक वेळ अशी होती, जेव्हा रशियन कर्मठ चर्च, स्टालिन आणि ख्रुश्चेव्हच्या कारकीर्दीला प्रमाणित करण्यात अग्रेसर होतं. तसाच आता चेचन्याचा सगळाच भाग या प्रक्रियेत सामील झाला आहे.

सोव्हिएत काळापेक्षाही आता आयुष्य भयानक झालं आहे; पण रशियन लोकांना त्याची काही क्षिती असल्याचं दिसत नाही. जिहाद बेकायदेशीर आहे, हे सांगण्यासाठी कोणीही प्रोक्युरेटर-जनरलला सांगितलेलं नाही.

नऊ ऑगस्ट

राज्य सत्ताधिकाऱ्यांच्या नाकाखालीच लोकांचे रहस्यमय मृत्यू होणं चालू आहे. मोची येथील व्हाईट नाईट्स हॉटेलच्या पंधराव्या मजल्याच्या खिडकीतून प्यॉट सेमेनेनको खाली पडला. किरॉव्ह या रशियाच्या सर्वांत मोठ्या मशीन टूल्स कारखान्याचा तो गेली अठरा वर्षं मुख्य कार्यकारी अधिकारी होता. किरॉव्हमध्ये सॅनिटरी वेअरपासून ते न्यूक्लिअर सबमरिन्ससाठी लागणाऱ्या टर्बाइन्सपर्यंत सगळ्याचं उत्पादन होतं.

सेमेनेनको हा एक अग्रगण्य उद्योगपती होता आणि सेंट पीटर्सबर्ग त्याच्या हाडीमासी मुरलेलं होतं. पुतिन यांच्या राज्य साम्राज्यवादी पद्धतीनुसार उद्योगधंद्याचे प्रमुख फायद्याचे हिस्से विभागण्यावरून झालेल्या मतभेदांमुळे सेमेनेनकोचा खून झाला, असा बहुतेक लोकांचा तर्क आहे. पंधराव्या मजल्यावरून त्याच्या खाली पडण्यामागे कोणाचा तरी हात असणार, याबद्दल कोणालाही संदेह नाही.

चार क्रमांकाच्या कोठडीमधून, मात्रोसस्काया तिशिना तुरुंगातून या मध्यंतरीच्या काळात मिखैल खोडोरकोव्हस्कीला चौकशीसाठी स्थानबद्धता कोठडी क्रमांक एकमध्ये हलवण्यात आलं आहे. या कोठडीत अकरा कैदी आहेत. त्याला आता इथून पुढे वर्तमानपत्र मिळवणं किंवा टेलिव्हिजन बघणं, याची परवानगी राहिलेली नाही. तुरुंगात त्याने लिहिलेला लेख 'लेफ्ट टर्न', जो वेरोमोस्नी या वर्तमानपत्रात प्रकाशित झाला होता, हेच कारण निःसंशय या सर्व गोष्टींसाठी कारणीभूत आहे. त्या लेखातल्या काही महत्त्वाच्या कल्पना अशा :

> "अंतिम विजय डाव्यांचाच होणार, राज्याच्या सगळ्या कपटीपणाच्या व्यतिरिक्त! शिवाय ते मतदारांनी दर्शवलेल्या मताधिक्याच्या इच्छेप्रमाणे, पूर्णपणे लोकशाहीच्या मार्गाने विजयी होतील. राजकारणाला डावीकडे वळण मिळेल आणि आजच्या सत्ताधिकाऱ्यांच्या राजकारणाचा

अनुनय करण्याचं जे पुढे चालू ठेवतील, त्यांचा अधिकृतपणा नाहीसा होईल.''

दहा वर्षांपूर्वी होते, त्यापेक्षा आता आपले देशभक्त सहकारी जास्त चलाख झाले आहेत, या गोष्टीकडे आपल्याला दुर्लक्ष करता येणार नाही. जे लोक एकापेक्षा अधिक वेळा फसवले गेले होते, ते आता दुसऱ्या थापेला बळी पडणार नाहीत, अगदी कितीही डोकेबाजपणाने किंवा वाक्चातुर्याचा प्रयोग करून जरी ते असत्य त्यांच्यापुढे सादर केलं, तरीही. २००८ नंतरचा प्रकल्प संमत करून घेणं, हे सहजसाध्य असणार नाही. सोव्हिएत ॲथॉरिटीअन प्रकल्पाच्या नंतरची रशियातली साधनसामग्री संपुष्टात आली आहे. मला भीती वाटतेय, की ती पूर्णपणे संपून गेलेली नसावी.

*'नोवाया गॅझेटा'*ने आमच्या वाचकांना खोडोरस्कोव्हस्कीला ई-मेलने प्रश्न विचारायला आमंत्रित केलं आणि त्याने तुरुंगातून पाठवलेली उत्तरं वर्तमानपत्रात प्रकाशित करण्यात आली.

सर्गी पॅन्टेलेयेव्ह, मॉस्कोचा एक विद्यार्थी : ''नोकरशाहीने राज्यावर हक्क प्रस्थापित करण्याचं ठरवलंय, राज्याचे पगारी नोकर म्हणून नव्हे. युकोसला ताब्यात घेतलं जाण्याचं खरं कारण हेच आहे, असं मी मानणं बरोबर आहे का?''

खोडोरकोव्हस्की : ''प्रिय सर्गी, त्यांना राज्य ताब्यात घ्यायचं नाही, पण दृश्य स्वरूपातले ॲसेट्स बळकावयाचेत. विशेषकरून देशातली सर्वाधिक यशस्वी कंपनी, युकोस. स्पष्टच बोलायचं तर, कंपनीच्या उत्पन्नावर त्यांना डल्ला मारायचाय. तुझं बरोबर आहे. युकोसवर स्वामित्व गाजवणं आणि तिचं उत्पन्न लुबाडून ते राज्याच्या हितसंबंधांच्या धूसर पडद्याआड करण्यात येतंय, पण राज्याचे हितसंबंध हे वास्तव नाही. रशियाच्या हिताला युकोसच्या विनाशामुळे प्रचंड नुकसान पोहोचणार आहे. स्वत:चं हित हेच राज्याचे हितसंबंध असल्याचं भासवण्यात येतं. हे नोकरशहा समाजाला सपशेल फसवण्याच्या प्रयत्नात आहेत.''

गॉब्लिनकडून एक प्रश्न : (बहुतेक त्याने हे टोपणनाव धारण केलंय.)

''परत येऊन आणि सगळ्या धोक्यांकडे दुर्लक्ष करून तुमच्या आणि प्लॅटॉन लेबाडेव्हच्या बरोबर राहण्याच्या ऐवजी तुमचे मित्र

परदेशात पळून गेले, याने तुम्ही व्यथित झाला नाहीत काय?''

खोडोरकोव्हस्की : ''प्रिय गॉब्लिन, माझ्या मित्रांवर तर नव्हेच, पण सर्वांत वाईट शत्रूंवरदेखील तुरुंगात टाकलं जाण्याची वेळ येऊ नये, अशीच माझी इच्छा असेल. अटक टाळण्यात यशस्वी झालेल्या माझ्या सगळ्या मित्रांबद्दल मला आनंदच आहे, पण मला सर्वांत वाईट या गोष्टीचं वाटतंय की, माझे काही कॉम्रेड्स आणि सहकारी, यांना युकोस प्रकरणात अटक करण्यात आली आहे. विशेषत: दोन लहान मुलांची आई असलेल्या स्वेतलाना बाख्मिना हिला झालेली अटक.''

व्हेरा टॉम्स्क हिच्याकडून एक प्रश्न : ''आयुष्य पुन्हा एकदा सुरू करण्यासाठी तुमच्यावर दबाव आणण्यात येतोय; तुमची शक्ती तुम्हाला पुन्हा मिळेल की तुमच्या आयुष्याचं इतिकर्तव्य संपल्यातच जमा आहे?''

खोडोरकोव्हस्की : ''प्रिय व्हेरा, मी एक साधं, पण कठीण सत्य तुरुंगात शिकलोय. तुम्ही असणं, हे तुमच्याकडे काही असण्यापेक्षा महत्त्वाचं आहे. ज्या परिस्थितीत तो स्वत:ला बघतो, त्यापेक्षा तो माणूस महत्त्वाचा आहे. माझ्यासाठी आता व्यवसाय ही एक भूतकाळातली गोष्ट झाली आहे, पण माझं आयुष्य मी काही शून्यापासून सुरू करणार नाही, कारण माझ्या गाठीशी भरपूर अनुभव आहे. मी माझ्या नशिबालादेखील धन्यवाद देतो या अनुभवाबद्दल, ज्यामुळे मला दोन आयुष्यं जगण्याची संधी मिळाली. अर्थात त्यासाठी मला फार मोठी किंमत मोजावी लागली, तरीही....''

कोर्टाच्या सुनावणीच्या रेकॉर्ड्‌सचा अभ्यास पूर्ण करण्यासाठी त्याच दिवशी, नऊ ऑगस्टला खोडोरकोव्हस्की आणि लेबाडेव्हच्या वकिलांना ते काम ठरावीक मुदतीत झाले पाहिजे, याची अंतिम तारीख ठरवण्याची ऑर्डर मिळाली. सत्तावीस जुलैपासून त्या दोघांना भेटण्याची परवानगी देण्यात आली होती, पण आता सगळ्या प्रकारच्या अडचणी निर्माण व्हायला लागल्या. तांत्रिक कारणांचा मुद्दा उपस्थित करून अठ्ठावीस जुलैला क्रासनॉव्ह वकिलांना रेकॉर्ड वाचायला देण्यात आलं नाही. त्याच दिवशी लिपस्टर वकिलांनापण रेकॉर्ड वाचायला देण्याचं नामंजूर करण्यात आलं. देण्यात आलेलं कारण होतं, 'सध्या स्टेट प्रॉसिक्युटर यांचा त्या रेकॉर्डच्या काही भागांचा अभ्यास चालू आहे.'

एकोणतीस जुलै आणि आठ ऑगस्टच्या दरम्यान दोन्ही वकिलांना फक्त

२००४ सालची रेकॉर्ड्स वाचता आली, कारण २००५ सालची रेकॉर्डस स्टेट प्रॉसिक्युटरकडे आहेत असं सांगण्यात आलं. पाच ऑगस्ट रोजी दोन्ही वकिलांना 'दुसरी' सूचना टपालाने मिळाली. (जरी 'पहिली' सूचना देण्यातच आली नव्हती!) त्या नोटीसप्रमाणे त्यांनी पाच ऑगस्टला, म्हणजे त्याच दिवशी, कोर्टात हजर व्हायचं होतं. जेव्हा त्यांना 'कोर्ट सुनावणीच्या रेकॉर्ड्सच्या प्रती देण्यात येणार होत्या.'

त्यांनी जेव्हा ते वाचलं, तेव्हा त्यांच्या असं लक्षात आलं की, मूळ प्रतीपेक्षा त्या प्रती वेगळ्या होत्या. तसंच कोर्टाच्या सुनावणीच्या ध्वनिमुद्रणापेक्षा वेगळ्या होत्या. शिवाय त्या 'तथाकथित' प्रती अधिकृतपणे प्रमाणित करण्यात तर आल्या नव्हत्याच, खंडांवर क्रमांकदेखील टाकण्यात आलेले नव्हते, पानांवरपण नव्हते किंवा अनुक्रमही नव्हता. वकील हैराण झाले आणि त्यांनी अधिकृतपणे त्या प्रती स्वीकारायला नकार देऊन त्या मूळ प्रतिबरहुकूम नसल्याची तक्रार नोंदवली. याचं उत्तर म्हणून त्यांच्या चेंबरमध्ये त्या असमाधानकारक 'कॉपीज्' जबरदस्तीने टाकण्यात आल्या.

नऊ ऑगस्टला मूळ दस्तऐवज बघायला मिळण्याची त्यांची विनंती पॉईंट-ब्लँक फेटाळून लावण्यात आली. स्ट्रासबोर्ग यांच्याकडे तक्रार नोंदवण्यापासून दोन्ही वकिलांना रोखण्यासाठी कोर्टाचा प्रभारी अध्यक्ष कुर्डिकोव्हने त्यांना लेखी काहीही देण्यास नकार दिला. कोर्टाच्या सुनावणीचे अधिकृत रेकॉर्ड्स वाचण्याची त्यांना संधी दिली जात नाही, हे त्यांनी वकिलांना लेखी दिलं नाही. पूर्णपणे प्रतींच्याच आधारे त्यांनी त्यांचं काम करावं, असं त्यांना सांगितलं गेलं. पंचवीस ऑगस्टपर्यंत त्याच्यावर भाष्य करण्याची मुदत त्यांना देण्यात आली.

खोडोरकोव्हस्कीने त्याच्या एका उत्तरात उल्लेख केलेली स्वेतलाना बाख्मिना हिला तुरुंगात का डांबून ठेवण्यात आलंय?

त्यांच्या सहकाऱ्याला झालेली अटक म्हणजे एक धोक्याची सूचना असल्याचं युकोसच्या कर्मचाऱ्यांना जाणवलं. प्रोक्युरेटर-जनरल युकोसच्या विरोधातल्या मोहिमेचा एक भाग म्हणून रँक-अँड-फाईल कर्मचाऱ्यांना त्याचं लक्ष्य बनवतोय, हे कंपनीच्या जवळजवळ प्रत्येकाला कळून चुकलं होतं. वस्तुत: खोडोरकोव्हस्कीवर करण्यात आलेले आरोप जर रशियातल्या प्रथितयश उद्योगपतींना लावण्यात आले, तर बाख्मिनावर लावण्यात आलेले आरोप जवळजवळ सगळ्या सामान्य नागरिकांना लागू होतील!

सात वर्षं युकोसमध्ये काम करत असताना स्वेतलाना बाख्मिनाला काही रक्कम पगार म्हणून देण्यात येत होती. प्रोक्युरेटर-जनरलने केलेल्या खोट्यानाट्या आरोपांप्रमाणे त्या सात वर्षांत तिने कर भरला नाही, हे कारण दाखवण्यात आलं. लावण्यात आलेलं कलम होतं, आर्टिकल एकशे अठ्ठ्याण्णव, भाग दोन. 'खासगी व्यक्तींनी मोठ्या प्रमाणावर कराची रक्कम न भरणं.' तिने कोणत्याही कायद्याचं

उल्लंघन केलेलं नसलं, तरीदेखील बाखमिनाला तीन वर्षांचा तुरुंगास भोगावा लागेल. उलट युकोसनेच तिला एका तथाकथित 'विमा योजने'खाली पगार देऊन कायदा मोडला होता.

रशियामध्ये प्राप्तिकर जेव्हा शिक्षेच्या पातळीवर पस्तीस टक्के आकारला जात होता, त्या काळात अशा विमा योजनांचा रशियात सुळसुळाट झाला होता आणि इन्कमटॅक्सपेक्षाही अधिक जाचक अशा समाजकल्याण निधीसाठी पैसे द्यावे लागत होते. या योजनेची मेख अशी होती की, कंपनीच्या पैशाने कर्मचाऱ्याची आयुर्विमा पॉलिसी निघायची आणि नंतर त्यांना करारबद्धतेनुसार इन्शुरन्सचे पैसे मिळायचे, जो खरं म्हणजे त्याच्या कामाचा पगारच असायचा.

बऱ्याचशा खासगी कंपन्या या इन्शुरन्स पद्धतीचा अवलंब करायच्या, कारण इन्शुरन्सचे पैसे देताना प्राप्तिकर लागू होत नव्हता आणि त्या काळात प्रचलित असलेल्या करविषयक कायद्यांप्रमाणे तशा पेमेंट्सना मान्यतादेखील होती. त्यामुळे राज्य संस्था मंत्रालयं, विशेषत: टॅक्सेशन आणि एक्साईज रेव्हेन्यू मंत्रालयंदेखील त्याच पद्धतीचा अवलंब करत होती.

आता असं ऐकिवात आलंय, की तुम्हाला त्यासाठी तुरुंगात टाकलं जाऊ शकतं. याच गुन्ह्यासाठी तुम्ही प्रचंड संख्येच्या प्रौढ कामगारवर्गाला तुरुंगात टाकू शकता. कोर्टाने जर बाखमिनाला गुन्हेगार ठरवलं, तर या देशातले इतर कामगारदेखील गंभीर अडचणीत सापडतील. त्यांच्या इच्छेनुसार सत्ताधिकारी मोठ्या संख्येने लोकांवर गुन्हेगारी स्वरूपाचे आरोप ठेवू शकतील. तुम्ही जरी तुमच्या मालकाच्या करविषयक धोरणांबद्दल पूर्णपणे अनभिज्ञ असाल किंवा कायद्याचे पालन करणारेही असाल, तरी त्याचा काहीही उपयोग होणार नाही.

'सोशल चेंबरचे पथदर्शक दिवे' म्हणून पुतिन ज्या बेचाळीस नागरिकांची निवड आज करणार होते, ती त्याला करता आली नाही, कारण स्वतंत्र विचार आणि वृत्तीचे म्हणून प्रसिद्ध असलेले जे लोक त्याला पाहिजे होते, ते या प्रकारात गुंतू इच्छित नाहीत आणि ज्यांची इच्छा आहे, ते वयाने लहान आहेत. तसंच पुतिन यांच्या लोकशाहीवादी गुणविशेषांच्या निकषांवर ते उतरू शकत नाहीत आणि इतके नगण्य आहेत, की चेंबर म्हणजे एक हास्यविषय होऊन जाईल.

अकरा ऑगस्ट

चेचेन फील्ड कमांडर डोकू उमारोव्हच्या बहिणीला, पंचेचाळीस वर्षांच्या नताशा खुमाडोव्हाला, उरुस-मार्टन येथे सहा अनोळखी पॅरामिलिटरीज्नी पळवून नेलं आहे. बासेव्हनंतर उमारॉव्ह हा दुसरा सर्वांत मोठा सीनियर फील्ड कमांडर आहे. तिचं पुढे काय होणार, याबद्दल काहीच कळलेलं नाही. उरुस-मार्टनमध्ये हे काम

कादिरॉव्हच्या सैनिकांनी केलंय, असाच विचार केला जातोय.

ओलिसांच्या बदल्यात दुसऱ्या लोकांना ओलीस म्हणून पकडणे हे आता वाढत्या प्रमाणावर घडायला लागलंय आणि हा प्रयत्न अशापैकीच एक होता. उमारॉव्हने फेडरल फोर्सेसना शरण यावं, या हेतूने त्याला नाक घासायला लावण्याच्या विचाराने केलेला. काही चेचेनचा असा विचार आहे की, पूर्वीच्या पद्धतींचा कायदेशीर मार्गापेक्षा अधिक चांगला उपयोग होतो. बाकीचे लोक फक्त रशियावर सूड उगवण्यासाठी योग्य क्षणाची वाट बघतायत.

बारा ऑगस्ट

स्वातंत्र्य आणि लोकशाहीच्या पुरस्कारासाठी कम्युनिस्ट तरुणांच्या संघटनेच्या पंचेचाळीस सभासदांनी क्रास नोयारस्क, सैबेरिया येथे एक मोर्चा काढला. पुतिन यांच्या विरोधातल्या घोषणांचे फलक घेऊन ते शहराच्या मध्यभागातून फिरले. लोकांनी त्यांना आवाज दिला, "व्हेरी गुड! टू हेल विथ देअर पुतिन!" पण त्या मोर्चात सामील मात्र झाले नाहीत. सगळ्यांना काही कम्युनिस्ट तरुणांबद्दल आस्था नाही. लोक जरा त्यांना बिचकूनच आहेत. त्यांच्या चे गुवाराच्या चित्रांनाही! ही चित्रं घेऊन मी मोर्चात भाग घेणार नाही. क्रांतीच्या परिणामांचा या तरुण लोकांना काहीच अनुभव नाही आणि 'पीरिअड ऑफ स्टॅगनेशन'च्या शेवटी ते जन्माला आलेले आहेत किंवा गोर्बाचोव्ह, येल्त्सिनच्या अलीकडच्या काळात. कम्युनिझमच्या कल्पनांची त्यांच्यावर छाप पडते.

कास्पारॉव्हची 'युनायटेड सिटिझन्स फ्रंट' सर्वांना एकत्र आणण्याच्या उद्देशाने काम करते. म्हणजेच तरुण कम्युनिस्ट लोक, रोदिनाचे विभागवार पाठीराखे, डेमोक्रॅटिक राइटचे उरलेले लोक, विभागातले याब्लोको पाठीराखे, ज्यांनी यावूलिन्स्कीची साथ सोडून दिली आहे. नॅशनल बोल्शेविक्स आणि गोंधळ माजवणारे, सगळ्यांनीच राजवटीविरुद्ध एकजूट केलीय. एकदा जिंकल्यानंतर पुढे काय करायचं, त्याचा निर्णय घेता येईल. डेमोक्रॅट्स जुळवून आणू शकतील, असा तो एक सर्वांत चांगला कार्यक्रम आहे.

न्यायमूर्ती येलेना पोटापोव्हाच्या अध्यक्षतेखाली, झामोक्वोरेचिये न्यायालयात, आमचं डेप्युटी प्रोक्युरेटर युदिन यांच्या विरोधातलं अपील सुनावणीसाठी घेण्यात आलं. हे अपील युदिनने बावीस जुलैला, सर्गी मेलनिकॉव्हला अटक करण्यासाठी मिलिशियाला वॉरंट जारी करण्यास दिलेल्या नकाराच्या विरोधात होतं. मेलनिकॉव्हचं वर्णन 'एक साधासुधा रशियन व्यावसायिक' असं करण्यात आलं.

प्रोक्युरेटरच्या कार्यालयाच्या कृतींच्या विरोधात आव्हानात्मक भूमिका घेण्याचा प्रयत्न करणं, हे फारच असाधारण असलं, तरी अशक्य मात्र नाही. माफिओसीच्या

विरोधात रशियन लोकांनी साक्षीदार होण्यास राजी होणं, हेदेखील दुर्मीळच आहे, कारण त्याची प्रतिक्रिया म्हणून अमानुष प्रकार घडू शकतात आणि राज्य सत्ताधिकाऱ्यांकडून कोणताही पाठिंबा मिळत नाही. सर्वदूर पसरलेल्या भ्रष्टाचारामुळे हे निश्चितच असतं, की ज्यांना पैसे देता येत नाहीत, त्यांना संरक्षण मिळत नाही. त्यामुळेच जेव्हा डेप्युटी प्रोक्युरेटरने त्यांचे अधिकार ज्यांचा छळ झालाय, त्यांच्या बाजूने वापरण्याऐवजी छळ करणाऱ्या मेलनिकॉव्हच्या बाजूने वापरायचं ठरवलं तेव्हा या युदिनने मेलनिकॉव्हच्या अटकेसाठी वॉरंट देण्यासाठी दिलेल्या नकाराच्या विरोधात ज्या पीडितांनी साक्षीपुरावे दिले होते, ते धर्मसंकटातच सापडल्यासारखे झाले.

न्यायमूर्ती पोटापोव्हा अस्वस्थ आणि चिडचिडी झाली होती, पण ॲलेक्सी झावगोरोड्नी वकिलांनी तिला मेलनिकॉव्हने छळ केलेल्या पीडितांच्या दृष्टिकोनातून विचार करण्याचं अपील केलं; मेलनिकॉव्ह त्यांच्याकडून प्रोटेक्शन मनीच्या नावाखाली पैसे उकळत होता. मेलनिकॉव्ह स्वत: तिथे अर्थातच हजर नव्हता, पण त्याची वकील आणि जवळची सल्लागार, नतालिया डावीडोव्हा उपस्थित होती.

मिस डावीडोव्हा ही एक कुत्सितपणे बोलणारी आणि बडबडी बाई आहे. कित्येक वर्षं ती टोगलिट्टी माफियाच्या चाळीसएक सभासदांचं प्रतिनिधित्व करून त्यांना सल्ला देण्याचं काम करते आहे. मॉस्को शहराचं प्रोक्युरेटरचं कार्यालय अशा प्रकारची अशीलं असलेल्या वकिलाकडून कोणताही मूर्खपणा स्वीकारणार नाही, पण आज त्यांची कोर्टात प्रतिनिधी आहे येलेना लेव्हशिना. डावीडोव्हाने जे आधीच सांगितलं आहे, त्याची लेव्हशिना पुनरुक्ती करते. आता लवकरच आपल्याला एक चांगली पूर्वतयारी केलेलं, आक्रमक द्वंद्व ऐकायला मिळणार आहे. प्रोक्युरेटर योग्य करतायत असं आढळत नसेल, अशी पूर्वपीठिका निर्माण करणं कठीण असल्याचं, या दोन्ही स्त्रिया न्यायमूर्तींना अटीतटीने ऐकवतील, पण प्रोक्युरेटर तर नेहमीच बरोबर असतात! प्रोक्युरेटरने कोर्टाच्या कक्षेच्या बाहेर स्वतंत्रपणे काम करावं, या मूर्खपणाच्या तत्त्वाकडे आपण घसरत आहोत.

डावीडोव्हा कारुण्य निर्माण करते आणि सभ्य, कायद्याने चालणाऱ्या गँगस्टर्सचं हेलावणारं चित्र रंगवते. मेलनिकॉव्हने मिलिशियाला आत्मसमर्पण केलं. त्यांनी त्याला काय म्हणायचंय ते ऐकलं, त्यांना सहानुभूती वाटली आणि त्याला त्याच्या वाटेनं त्यांनी जाऊ दिलं. त्यानुसार मेलनिकॉव्हने त्याचं फेडरल सर्च वॉरंट 'डि फॅक्टो' निष्फळ ठरवलं होतं आणि तेवीस जुलैला त्याला स्थानबद्ध करण्यात येणं बेकायदेशीर होतं. कायद्याच्या नियमांप्रमाणे डेप्युटी प्रोक्युरेटर युदिन यांनी फक्त त्याचं झालेलं उल्लंघन थांबवून पुन्हा तो प्रस्थापित करण्याचं काम केलं होतं. अर्थात हे सगळं पूर्णपणे मूर्खपणाचं होतं. मेलनिकॉव्हने कोणाकडे स्वत:हून आत्मसमर्पण

केलं होतं, असा त्याच्या फायलीत कुठेही उल्लेख नाही.

संपूर्ण देशभर मेलनिकॉव्हला शोधण्यासाठी मोहीम घेण्यात आलेली असली आणि प्रोक्युरेटरने त्याच्या अटकेसाठी मान्यता दिलेली नसली, तरीदेखील न्यायमूर्ती पोटापोव्हाने तिचा निर्णय घेण्यासाठी एक मध्यंतर घेऊन, परत आल्यावर जाहीर केलं की, प्रोक्युरेटर नेहमीच बरोबर असतो आणि या प्रकरणातदेखील त्याने योग्य तोच निर्णय दिलाय. त्याने तक्रार फेटाळून लावली आणि असं आढळून आल्याचं नोंदवलं, की मेलनिकॉव्हमुळे पीडित झालेल्या लोकांच्या वैधानिक हक्कांची, डेप्युटी प्रोक्युरेटरच्या कृतींमुळे, कोणत्याही प्रकारची पायमल्ली झालेली नाही. अर्थात, जगण्याचा सर्वांत महत्त्वाचा हक्क तेवढा हिरावला गेला होता!

व्लादिमीर रिझकॉव्ह प्रत्येकाला सांगतो, ''रशियाच्या सामाजिक आणि राजकीय व्यवस्था कमालीच्या अन्याय्य आहेत.'' लोकांना रुचेल, अशा प्रकारचा तो आहे. त्याचं तरुण वय, त्यांच्याच विभागातून आलेलं असणं, यामुळे लोकांना लोकशाहीच्या पुनरुज्जीवनाची त्याच्याकडून आशा वाटते.

रशियात अशा प्रकारच्या अन्याय्य व्यवस्था प्रचलित असल्याने लोकांच्या माना उंचावून बोलण्याच्या आड नेमकी हीच गोष्ट येते. त्यामुळेच एक प्रकारची सामाजिक उदासीनता अधिकच प्रबळ होऊन लोक त्यांचा आवाज उठवायला नाखूश असतात. अध्यक्षांच्या आण्विक सूटकेसचं ते जणू काही एक 'रेड बटण' आहे. त्याने फक्त ते दाबायची खोटी, सगळा देश त्यांच्या हातात अलगद! तुम्ही एक 'नगण्य व्यक्ती' आहात, असा विचार करण्याची सवयच या परिस्थितीच्या मुळाशी आहे.

मला खात्री आहे की, पुतिन आणि त्यांचा काफिला भ्रष्टाचाराचा सामना करण्याचं नाटक मुख्यत: जनसंपर्काच्या उद्देशाने करतात. वस्तुत: भ्रष्टाचार त्यांच्या चांगलाच पथ्यावर पडतो. लोकांची तोंडं बंद करण्यासाठी, त्यांची मानसिकता तयार करण्यात भ्रष्टाचार एक महत्त्वाची भूमिका बजावतो.

गुन्हेगार आणि राजकारण्यांकडून कोर्टाच्या कामकाजात हस्तक्षेप होत असताना पुतिन यांना कशाचीही भीती नसते.

मॉस्कोमध्ये आज तिसऱ्या खेपेला पोलिश लोकांना ठोकून काढण्यात आलं आणि हे नक्कीच नैमित्तिक नव्हतं. गेल्या काही दिवसांतच पोलिश एम्बॅसीचा कर्मचारीवर्ग आणि एक पोलिश पत्रकार यांच्यावर हल्ला करण्यात आला.

वॉर्सामध्ये एका डिस्कोनंतर रशियन राजदूतांच्या मुलांना एकतीस जुलै रोजी मारहाण करण्यात आली होती, त्याबद्दलची नाशीची ही प्रतिक्रिया आहे. पुतिन यांच्या रशियाच्या पद्धतीनुसार हा एक राजकीय संदर्भ असलेला 'ब्रदरली स्लाव्होनिक झेनोफोबिया'चा उद्रेक आहे. काही अगदी सभ्य आणि सुशिक्षित लोकांकडूनही अशी वक्तव्यं केली जात आहेत, की पोलिश लोक अलीकडे काहीसे डोईजडच व्हायला

लागले आहेत. लेनिनने ज्याचा उल्लेख 'अश्लाघ्य सत्ता हव्यासाचा चढेलपणा' असा केला होता आणि ज्याची पुतिन यांना बाधा झालेली आहे, तो आता पुन्हा एकदा 'फॅशन'मध्ये आलेला आहे. म्हणून तुम्ही आमच्या तिघांना मारलंत, तर आम्ही तुमच्या तिघांना मारू. अधिकृत राज्य शासनाचा तो प्रतिसाद अतिशय संथ आणि औपचारिक आहे. तो याच गोष्टीकडे निर्देश करतो, की त्यांना या गोष्टी मान्य आहेत.

याब्लोकोने मागणी केलीय, की पुतिन यांनी पोलिश दूतावासाला विशेष संरक्षण देण्यासाठी वैयक्तिक हस्तक्षेप करावा. पुतिन यांना एकाचवेळी, त्यांचा राजीनामाही मागणं आणि आवाहनही करणं, हे सूज्ञपणाचं नाही आणि सगळे लिबरल्स आणि डेमोक्रॅट्स हल्ली पुतिनना आवाहन करतायत, हा एक प्रश्नच झालाय.

''बऱ्याच रशियन लोकांच्या मनात लोकांची परिस्थिती सुधारण्याची ऊर्मी आहे आणि आमचं काम आहे, त्यांच्यापुढे हे स्पष्ट करणं.'' असं निकिता बेलिख, या 'युनियन ऑफ राईट फोर्सेस'च्या नेत्याने जाहीर केलंय.

दुर्दैवाने बऱ्याच रशियन लोकांच्या मनात आहे ते त्यांचं लक्षात न येणं, जे आज विशेषत्वाने सिद्ध होतंय. ज्या संस्था दाबून टाकण्याचं काम करतात, त्यांच्या वाईट नजरांना आम्हाला आमच्याकडे खेचून घ्यायचं नाही. आम्हाला अंधारात राहायचंय आणि त्या सावल्यांत तुमचं काय काम होतं, हे तुमच्या व्यक्तिमत्त्वावर अवलंबून आहे. काही लोक कोणत्याही परिस्थितीत पुढे येणार नाहीत. स्वतःमध्ये सुधारणा घडवून आणण्यासाठी प्रयत्न जरूर आहे, पण सावल्यांत दडणं, हे प्रत्येक रशियन व्यक्तीच्या हृदयात खोलवर दडलंय. फक्त विसाच्या शतकातच इथे जे काही घडलंय, त्यामुळे कदाचित याबद्दल फार आश्चर्य वाटायला नको.

मनुष्यबळाचा वापर करण्याच्या बाबतीत, एका अधिकृत पाहणीनुसार, रशियाला जगामध्ये सत्तरावं स्थान देण्यात आलं आहे.

तेरा ऑगस्ट

एक प्रसिद्ध राजकीय, लाळघोट्या आणि प्रिमोरस्की विभागाच्या कायदेविषयक विधानसभेचा उपमुख्य ॲडॅम इमाडेव्ह, याच्याकडून पुतिन यांना तिसरं सत्र देण्यात यावं, असा तळागाळातला आग्रह अलीकडेच धरण्यात आला आहे. पुतिन यांना तिसऱ्यांदा निवडून येता येईल, अशी कायद्यातली त्रुटी शोधल्याचा त्याचा दावा त्याने जाहीर केलाय. सप्टेंबरमध्ये या गोष्टीची छाननी ताबडतोब करण्याची प्रिमोरस्की संसदेच्या कायदेविषयक समितीने ग्वाही दिली आहे.

सोळा ऑगस्ट

नॅशनल बोल्शेविक पार्टीवर मॉस्को प्रॉव्हिन्शियल कोर्टाने घातलेली बंदी उठवून सुप्रीम कोर्टाने खळबळ माजवली आहे. रशियामधला विश्वास जवळजवळ परत आल्याचं 'ओल्ड-मॅन' लिमोनोव्हने कोर्टाच्या इमारतीच्या बाहेर व्यक्त केलं, इतका तो भारावून गेला होता. प्रोक्युरेटर-जनरल फारच अस्वस्थ झाले आहेत आणि या निर्णयाविरुद्ध 'प्रेसिडियम ऑफ द सुप्रीम कोर्टा'कडे अपील करण्याचा त्यांनी विडा उचललाय. मॉस्को एरोस्पेस शो २००५ या प्रतिष्ठित आणि पुतिन यांच्या अभिमानाचं आनंदाचं निधान असलेल्या कार्यक्रमाच्या उद्घाटनाच्या दिवशीच तिथे घुसून नॅशनल बोल्शेविक्सनी त्यांचा आनंद साजरा केला.

सगळ्या प्रकारचे अरब शेख विमानाने आले होते. इंडियन सैनिकी उद्योग संकुलाचे प्रतिनिधी, जॉर्डनचे राजे अब्दुल्ला दुसरे, प्रेषितांचा वारस, हेपण उपस्थित होते. अतिशय कडक सुरक्षा व्यवस्थेला भेदून पुतिन यांनी कार्यक्रमाचं उद्घाटन करण्यासाठी त्याचं भाषण सुरू करताच नॅशनल बोल्शेविक्सनी (ते आत कसे काय आले, हे देवालाच ठाऊक!) त्यांच्यापासून फक्त तीस मीटर्सच्या अंतरावर ओरडायला सुरुवात केली, ''डाऊन विथ पुतिन!'' तसंच बेसलानबद्दल ते जबाबदार असल्याचंही ते काहीतरी ओरडत होते. त्यांना ताबडतोब थोपवण्यात आलं आणि जवळच्या झुकोव्हस्कोये शहरातल्या मिलिशिया स्टेशनला गडबडीतच नेण्यात आलं.

तीन तासांनंतर त्यांची काही दंडदेखील न भरता सुटका करण्यात आली. बहुतेक तुरुंगातच रवानगी होण्याची अपेक्षा त्यांनी केलेली असल्याने ते पूर्णपणे आश्चर्यचकित झाले. झुकोव्हस्कोयेच्या मिलिशियामेनना पुतिन यांच्यासाठी वेळ नाही, हेदेखील शक्य आहे. विचित्र गोष्टी घडतातच!

एरोस्पेस शोच्या जवळच्या एका एअरफील्डमध्ये बॉम्बर विमानात बसून टाळ्यांच्या कडकडाटात पुतिन यांनी मुरमान्स्क विभागाकडे उड्डाण केलं. संरक्षण खात्याचे लोक ओठ घट्ट दाबून त्यांचे दात रगडत होते. पुतिन यांच्यासाठी हा एक जनसंपर्काचा चांगला 'स्टंट' असेल, पण त्यांच्यासाठी मात्र ही संरक्षणविषयक डोकेदुखी ठरली होती.

आमचे जनरल्स चांगलेच मुरलेले आहेत आणि उलट उत्तर केव्हा द्यायचं नसतं, हे त्यांना ठाऊक आहे. नियमांच्या स्पष्टपणे विरोधात असूनदेखील त्यांनी पुतिन यांना कॉकपिटमध्ये बसवण्याचे आदेश दिले. त्यांनी विमान फिरत असताना काही काळासाठी ते चालवलंदेखील. राज्य शासनाच्या सूत्रांनुसार चालणारा मास-मीडिया आनंदाश्रू ढाळत होता. पुतिन आमचं सैनिकी अंतराळभ्रमण स्वत: तपासत होते! पण का? बहुतेक त्यांच्या प्रसिद्धीचा आलेख उंचावण्यासाठी?

त्या संध्याकाळी नाशीस्टनी पुन्हा एकदा नॅशनल बोल्शेविक्सना चोपलं. कोणत्याही नाशीशी बोलण्यात काहीच अर्थ नाही, कारण ते या संस्थेत का सामील झाले आहेत, हे त्यापैकी एकाही नाशीला समजू शकेल अशाप्रकारे सांगता येत नाही.

नॅशनल बोल्शेविक आणि इतर डाव्या बाजूचा तरुण वर्ग नाशींच्यापेक्षा पूर्णपणे वेगळा आहे. ते फारच प्रभावितदेखील झालेले आहेत. रशियातील डाव्या पक्षाचे गरीब लोक ही एक रशियातील ज्वलंत क्रांतिकारी शक्ती आहे. मध्यमवर्ग नेभळट आणि एका 'बूझ्वी' जीवनपद्धतीने जगण्याचीच फक्त आकांक्षा बाळगणारा आहे; पण जीवनपद्धतीशी सुसंगत अशा पातळीवरच्या सामग्रीच्या वापरासाठी आवश्यक ती साधनं त्यांच्याकडे नाहीत, याच गोष्टीबद्दल फक्त त्यांना पश्चात्ताप होतोय.

'युक्रेनिअन ऑरेंज रेव्हॉल्यूशन'च्या यशात महत्त्वपूर्ण भूमिका बजावणारी चळवळ म्हणजे रशियन पोरा मूव्हमेंट, याब्लोकोची तरुण आघाडी आता डाव्या आघाडीची सक्रिय संघटना झाली आहे. तो संरक्षण विभागाचादेखील कणा आहे. युनियन ऑफ राईट फोर्सेसच्या तरुण आघाडीचादेखील संरक्षण विभागात अंतर्भाव आहे. पुतिन यांच्याव्यतिरिक्त ते 'सामूहिक कृती आणि आमची निवड' बॅनरखाली संचालनही करतात. सुमारे दोन हजार सभासद असलेल्या याब्लोकोच्या तरुण आघाडीची लीडर इलिया याशिन ही चळवळीची समन्वयकदेखील आहे. संरक्षण विभागाचा डाव्या बाजूकडे कल वाढतोच आहे आणि त्यांचा निषेध अधिकाधिक नॅशनल बोल्शेविक्ससारखा भासतोय. नॅशनल बोल्शेविक्स त्यांच्या परीने मुख्य प्रवाहाच्या लोकशाहीवादी धोरणांकडे वाटचाल करत आहेत.

सर्वाधिक उठून दिसणारा गट नॅशनल बोल्शेविक्सचा आहे, पण *'अवंत-गार्डे ऑफ रेड यूथ'* आणि *'युनियन ऑफ कम्युनिस्ट यूथ'* या संघटनांच्या धरपकडीमुळे त्यांच्या गाभ्यालाच धक्का पोहोचला आहे. त्यांनी प्रोक्युरेटर-जनरलच्या कार्यालयाच्या कठड्याशी स्वत:ला हातकड्यांनी जखडून घेतलं आणि त्यांच्याबरोबर बैठक घेण्याची मागणी केली, पण ती मंजूर झाली नाही.

सर्गी मारकॉव्हसारख्या अधिकृत 'स्पिन-डॉक्टर्स'नी नाशीची आदर्श उद्दिष्टं तयार केली. त्याने जाहीर केलं, ''ऑरेंज फ्लॅगच्या विरोधात नाशीसारख्या रशियन सार्वभौमत्वाची आदर्श उद्दिष्टं असलेल्या तरुणांच्या संघटनांची सगळ्या जगाला सुधारण्याची कुवत आहे.''

कोणतीही ऑरेंज-मूव्हमेंटच्या विरोधातली चळवळ उत्स्फूर्तपणे अस्तित्वात आली नाही, ही एक विचार करण्यासारखी गोष्ट आहे. बऱ्याच लोकांना नाशीची भीती वाटते, पण मला वाटतं, काही काळातच ते विखरून जातील.

अठरा ऑगस्ट

या राजवटीचा अंत कसा होणार, हा अजूनही एक विवाद्य मुद्दा आहे. ही राजवट कशी कोलमडून पडेल? ती खाली आणण्यासाठी सध्याच्या विरोधी पक्षात तेवढं सबळ कारणही नाही आणि ती आघाडी फारच कमकुवत आहे. रशियन लोकांकडून उत्स्फूर्तपणे काही विरोध व्यक्त होण्याची शक्यताही कमीच दिसते.

पुतिन यांनी जर एखादी निओ-सोव्हिएत सिस्टिम उभारली, तर पूर्वीप्रमाणेच, आर्थिक कमकुवतपणामुळे ती कोसळण्याची एक शक्यता आहे.

राज्यात साम्राज्यवाद उभारणे, निष्ठावान नोकरशहांची फळी तयार करणे आणि त्यासाठी सगळ्या मुख्य राष्ट्रीय संपत्तीचा ताबा मिळवणे, हा पुतिन यांच्या शासनाचा 'ट्रेडमार्क' आहे. राष्ट्रीय साधनसंपत्ती अधिकाधिक अध्यक्षीय प्रशासनाच्या उपमुख्याधिकारी आणि इतरांकडे वळवणे, ही पद्धत स्वीकारून ते करण्यात येतं. या कामासाठी यशस्वी रीतीने चालणाऱ्या व्यवसाय-धंद्यांचं ते पुन्हा राष्ट्रीयीकरण करतात आणि त्यांना उद्योगातल्या आर्थिक विभिन्न गोष्टींच्या एकत्र बांधलेल्या मोटेचं स्वरूप देतात.

अशा एकत्र आणलेल्या 'तथाकथित' रशियन, महत्त्वाच्या, आर्थिकदृष्ट्या विभिन्न, पण एकत्र आणलेल्या कंपन्या आहेत – नेशेकोनोमबँक, नेशतोर्गबँक आणि मेझाप्रोमबँक. हे जग वेगाने पुढे जातंय, अधिक पाश्चिमात्य धर्तीच्या अल्फा ग्रुपला टक्कर देण्यासाठी. या कंपन्या, इतर यशस्वी कंपन्यांचे फायदे मोठे घास घेऊन गिळंकृत करत आहेत. सोव्हिएतचा पाडाव झाल्यावर या इतर कंपन्या त्यांच्या पायावर स्वतंत्रपणे उभं राहण्याचा प्रयत्न करत होत्या.

प्रशासनाची अर्थातच या गोष्टीला साथ आहे, पण खाल्लेलं पचवण्याची ताकद मात्र त्यांच्यात नाही, कारण त्यांच्याकडे तेवढे उच्च प्रतीचे नैपुण्य असलेले व्यवस्थापक पुरेशा प्रमाणात नाहीत. अशा उद्योगांना 'टेक-ओव्हर' केल्यानंतर त्यांचं व्यवस्थापन प्रभावीपणे या खिचडी उद्योगांना करता न आल्याने त्या अयशस्वी होत आहेत. त्यामुळे गेल्या अर्ध्या वर्षात आर्थिक प्रगतीचा वेग ५.३ टक्क्यांवर घसरला आहे. निर्यात नऊशे बिलिअन रूबल्सच्या घरात होती आणि उत्पन्नाची वाढ निम्म्यावर आली. पीपल्स गव्हर्नमेंटने ही आकडेवारी उपलब्ध करून दिली आहे. स्वतंत्र अशा ड्युमा डेप्युटीच्या, गेन्नाडि सेमिजिनच्या आकडेवारीला पर्याय म्हणून ती देण्यात आली आहे.

ओलेग शूल्याकोवूस्की राजीनामा देतोय. नॉर्थ-वेस्ट रशियातली सर्वांत महत्त्वाची सरफेस शिपयार्ड बाल्टिक फॅक्टरी ओलेगने सांभाळली होती. १९९१ पासून तो ही धुरा वाहात होता. शूल्याकोव्स्की हा एवढा महत्त्वाचा माणूस होता, की त्याच्या कंपनीचं खासगीकरण झाल्यावर वेगवेगळ्या मालकांनी त्याला तरीही कामावर ठेवलं. १९९०च्या सुरुवातीला खासगीकरण करण्यात आलं. तो शेवटी कंपनी

सोडून चाललाय, कारण आता ती फॅक्टरी युनायटेड इंडस्ट्रीयल कॉर्पोरेशनने विकत घेतली आहे. कॉर्पोरेशनची मालकी मेझोप्रोम बँकेकडे आहे. कामातली सफाई तर नष्ट होणारच आहे, पण दुसऱ्या तीन कंपन्यांबरोबर ती एकत्र केली जाणार आहे.

शूल्याकोव्स्कीशिवाय अध्यक्षीय प्रशासनाचं घोडं अडतंय का, हेच बघायचं आहे आता!

जहाज बांधणी उद्योगाचा शूल्याकोव्स्की एक आधारस्तंभ होता. अलीकडेच अल्याझ-अंतेई आणि मिल्या हेलिकॉप्टर्स यांचं खासगीकरण रद्द करण्यात आलं. सर्गी पुगाचेव्ह हा एक सिनेटर आहे आणि खरं म्हणजे तो बँक चालवायला अपात्र असला तरीही मेझोप्रोम बँक त्याच्याच अंगठ्याखाली आहे. ते काम तो 'डी फॅक्टो' पाहतो. राज्य हुकूमशहांची फळी निर्माण करण्यासाठी तो पुतिन यांचा एक सच्चा साथीदार आहे. सगळ्या संथपणामुळे पुतिन यांची व्यवस्था कोसळून पडायला काही दशकं तरी जावी लागतील. बाल्टिक कारखान्याचं भवितव्यही हेच असेल. रशियन विभागात आणखी एक इंचदेखील सरकायला विदेशी लोकांना पुतिन वाव देणार नाहीत. एका निष्क्रिय अध्यक्षाकडून दुसऱ्याकडे, अशी ही साखळी चालूच राहील. निवडणुकीचे स्वत:ला हवे तसे फेरबदल करून निकाल लावल्यावर हे लोक बिनचेहऱ्याचे असतील, सोव्हिएत फॅशनप्रमाणे, हेच त्यांचं वैशिष्ट्य! पण ते कोसळणं अटळ असलं, तरी आपल्या आयुष्यात ते घडणार नाही. दुर्दैव!

एकोणीस ऑगस्ट

आजची नॅशनल बोल्शेविक्सची सुनावणी म्हणजे एक फार्स झाला.

येवजेनी पोसाडेनेव्ह साक्षीदाराच्या पिंजऱ्यात उभं राहून त्याची साक्ष देतो. तो कोणत्यातरी सोव्हिएत करेक्टिव्ह लेबर इन्स्टिट्यूशनचा डायरेक्टर होता आणि आता अध्यक्षीय प्रशासनाचा 'रिसेप्शन ॲडव्हायझर' आहे. म्हणजेच तो पुतिन आणि लोकांमध्ये मध्यस्थाची भूमिका वठवतो. तो गंभीर दिसतो आणि शत्रूंचा धिक्कार करतो.

चौदा डिसेंबरला खोली क्रमांक चौदामध्ये त्याला आढळलेल्या मेटल डिटेक्टरबद्दल तो वर्णन करतो. तरुणांनी ठोकरून दिल्यावर त्या मेटल डिटेक्टरची स्थिती कशी होती, हे विचारण्यात आल्यावर ते 'एल' अक्षरासारखं जमिनीवर पडलं होतं, असं तो सांगतो. पण ते 'एच' अक्षरासारखं उभं राहायला हवं होतं, असं त्याने सांगितल्यावर जज्ज शिखानॉव्हलापण हसू आवरलं नाही!

आमच्या सिक्युरिटी युनिटच्या मुलांनी त्यांचा मार्ग रोखून धरला, म्हणजे ते सगळ्या प्रशासकीय इमारतीत विखुरणार नाहीत, या उद्देशाने त्यांनी ते केलं.

त्यासाठी त्यांनी त्या 'एल' शेपच्या मेटल डिटेक्टरचा उपयोग केला.

सरकारी वकिलांचे डोळे भीतीने विस्फारतात – *"काय सांगतोय हा साक्षीदार?"*

बचाव पक्षाचे वकील ताबडतोब आक्षेप घेऊन म्हणाले, "याचा अर्थ त्या जमावाला खोली क्रमांक चौदामध्ये वळवण्यात आलं, ते स्वतःच तिथे घुसले नाहीत?"

साक्षीदार पुन्हा ठासून तेच सांगतो. त्याला वाटतं की, तो फेडरल सिक्युरिटी सर्व्हिसने किती शूरपणाने कृती केली, हे स्पष्ट करतोय आणि घेराव घालणाऱ्यांचा गुन्हा किती गंभीर होता, ते स्पष्ट करतोय. *"त्यांना प्रशासनाच्या इमारतीत सगळीकडे पळत सुटायचं होतं, पण त्या एल-शेप्ड मेटल डिटेक्टरमुळे त्यांना एका खोलीतच थांबायला भाग पाडलं गेलं."*

बचाव पक्षाने प्रश्न केला की, खोलीच्या दरवाजांना कड्या घालण्यात आल्या होत्या का? तेव्हा साक्षीदार म्हणाला, "नाही, दरवाजे उघडे होते." पण मग मुख्य दरवाजा तुटलेला का होता? यापुढील प्रश्नाला साक्षीदाराला नीट उत्तर देता आलं नाही. त्या तरुणांनी स्वतःभोवती तिजोरीच्या साहाय्याने अडथळा निर्माण केल्याचं मी पाहिलं, असं त्याने सांगितलं.

बचाव पक्षाने पुन्हा मुख्य दरवाजा कसा तुटला या प्रश्नावर भर दिला. तसंच तो दरवाजा आता कुठे आहे हेदेखील विचारलं.

साक्षीदाराने सांगितलं की, दरवाजा दुरुस्त केला आहे, त्याच्यावर चरे पडले होते. साक्षीदाराच्या नावाने सरकारी वकील अक्षरशः शिव्या उच्चारत असावेत, असं त्यांच्या ओठांच्या हालचालींवरून वाटत होतं. त्यांच्या साक्षीदारांची पातळी एवढी खालावलेली वाटते, की ते अक्षरशः हास्यास्पद ठरतात!

"त्या लोकांनी खरोखरच दंगाधोपा केल्याचं तुम्ही पाहिलं का?" या बचाव पक्षाने गंभीरपणे विचारलेल्या प्रश्नाला साक्षीदाराने पडलेल्या आवाजात पुटपुटत सांगितलं *"कोणताही दंगा झाला नव्हता."* तो त्याची मान खाली घालतो. *शेवटी किती बनाव करणार?*

या सुनावणीला कायदेशीर अधिष्ठान काहीच नाही, पण आमच्या बाजूचे कोण आहेत आणि कोण नाहीत, याची सीमारेषा मात्र स्पष्ट होते. ही एक मोठी राष्ट्रीय प्रक्रियाच आहे, 'तळ्यात की मळ्यात' ठरवण्याची. अध्यक्षांच्या फ्रेंच भाषेच्या वापराबद्दल मला क्षमा करा, पण त्यांच्याच शब्दांत सांगायचं झालं, तर नॅशनल बोल्शेविक्सच्या गांडीवर लाथा घातल्या जातील, मग त्या सुनावणीला कायदेशीर अधिष्ठान असो वा नसो.

निकुलिन न्यायालयातील ही हास्यास्पद पद्धती कोणाच्या नजरेस पडणार आहे? कारण फक्त मूठभरच लोक उपस्थित आहेत. उरलेल्या देशाला हा संदेश मिळतो की सत्ताधिकारी विनोद करण्याच्या मनःस्थितीत नाहीत आणि त्यांच्या बाजूने

नसाल, तर तुरुंगात रवानगी! लोकांना चांगलं बदडून काढा, कोणतीही दया दाखवू नका आणि मग बघा तुमचं उद्दिष्ट कसं फुलतंय ते.

व्यायामासाठी बाहेर जायला नकार दिल्याने प्लॅटॉन लेबेडेव्हला खोडोरकोवस्कीचा मित्र आणि को-डिफेंडंटला पनिशमेंट सेलमध्ये हलवण्यात आलं आहे. त्याला सिऱ्होसिस ऑफ लिव्हरचा गंभीर आजार आहे आणि आठवड्यापूर्वीच त्याला तुरुंगाच्या रुग्णालयातून एका साधारण कैद्याच्या एकत्रित कोठडीत हलवण्यात आलं आणि त्याची प्रकृती फारच ढासळली. त्याची तब्येत ठीक नसल्याने त्याने व्यायामासाठी बाहेर पडायला नकार दिला. त्याचा फायदा उठवून त्यांनी लेबेडेव्हला अशा कोठडीत टाकलं, जिथे खायला फक्त पाव आणि पाणी, खोली उबदार करायची व्यवस्था गायब आणि अंथरुणं-पांघरुणंदेखील नाहीत!

दुसरं कारण म्हणजे त्याला मिचुरिन न्यायालयात पंचवीस ऑगस्ट तारीख खटल्याचे कागदपत्रं वाचून तयारी करण्यासाठी देण्यात आलेली आहे. बरोबर कागदपत्रं घेऊन जायला परवानगी नसल्याने त्याला निर्णयाविरुद्ध अपील करण्याची तयारीही करता येणार नाही.

लेबेडेव्हला अद्यापही खोडोरकोव्स्कीची साथ आहे आणि खोडोरकोव्स्की त्याचे शेरे लिहून काढतो आहे. निकाल दोघांना उद्देशून आहे आणि त्यांचे वकील उत्तम आहेत. तरीही एखाद्याने फक्त अपराध स्वीकारून दयेची याचना करायला नकार दिला, म्हणून त्याचा सूडबुद्धीने छळ करणं हे अगदी राक्षसी आहे.

या देशाची काळजी करण्यासारखी कारणं आहेत. आजचे जागतिक नेते गांडीत शेपूट घालून पुतिन यांच्याबरोबर चुंबनांची देवाणघेवाण करतात, तेव्हा खरं म्हणजे त्यांनी त्याला धारेवर धरून त्याची जागा दाखवून द्यायला पाहिजे.

एकवीस ऑगस्ट

गोर्बाचेव्हच्या १९९१ सालच्या उठावाची आणि त्याच्यापासून आमच्या मुक्ततेचा आणखी एक वार्षिक दिन. 'फ्री रशिया' पक्षाने आयोजित केलेल्या एका उत्सवाला सुमारे आठशे लोक उपस्थित राहिले. त्या सभेवरून गाडीने जाताना मला तिथे थांबावंसं वाटलं नाही. स्वातंत्र्यच नाही, तर काय साजरं करणार? पूर्वी आमच्याकडे जे होतं, ते मिळवण्यासाठी सगळी वर्षं खर्ची पडत आहेत आणि मिळतंय तेही वेड्यावाकड्या स्वरूपात!

अधिकृतपणे, एका मतचाचणीत अठ्ठावन्न टक्के लोकांची 'रशिया फॉर द रशियन्स' या घोषणेला मान्यता होती. दुसऱ्या अठ्ठावन्न टक्के लोकांना जेव्हा विचारण्यात आलं की, त्यांना जर चांगला पगार मिळाला तर ते काय करतील? तेव्हा ते म्हणाले की, बाहेरच्या देशात मालमत्ता खरेदी करून ते तिथे राहायला

जातील. 'फ्री रशिया'साठी हा मृत्युदंड आहे आणि अलीकडे आपल्याकडे क्रांती का झाली नाही, त्याचंही उत्तर आपल्याला मिळतं. कोणीतरी दुसरं ते आपल्यासाठी करावं याची आपण वाट बघतोय.

तेवीस ऑगस्ट

बेसलानमध्ये मृत्यू पावलेल्यांपैकी काहींच्या मातांनी स्वत:ला व्लाडिकाव्काझ, नॉर्थ ओस्लेरिया येथील कोर्टाच्या इमारतीत स्वत:ला कोंडून घेतलं आहे. त्या इमारतीत नुरपाशा कुलाएव्हची सुनावणी चालू आहे. अधिकृतपणे तो एकटाच जगलेला दहशतवादी आहे, ज्यांनी शाळेला वेढा घातला होता.

त्या शोकांतिकेनंतर त्या मुलांच्या मातांनी फक्त पुतिन यांच्यावर विश्वास व्यक्त केला होता आणि तो एक वस्तुनिष्ठ चौकशी नक्की करेल, याची त्यांना खात्री वाटत होती. पण एक वर्ष उलटून गेलं आहे आणि त्या चौकशीनुसार सगळ्या नोकरशहांना, सुरक्षा हस्तकांना दोषमुक्त करण्यात आलं होतं. या हस्तकांनी आणि नोकरशहांनी योजना आखून तो हल्ला घडवून आणला होता आणि इतक्या मोठ्या प्रमाणावर मुलांच्या आणि प्रौढांच्या मृत्यूंना ते कारणीभूत ठरले. स्त्रिया आता आग्रह धरतायत की, त्यांनाच आता अटक व्हावी. त्यांच्या मुलांच्या मृत्यूंना त्या स्वत:लाच दोषी समजत आहेत; कारण त्यांनी पुतिन यांना मत दिलं. हा कोंडून घेऊन धरणं धरण्याचा प्रकार त्याचाच भाग आहे. त्यांचा आता धीर सुटला आहे.

खोडोरकोव्स्कीने मात्रोस्स्काया तुरुंगात उपोषण सुरू केलं आहे. पाणी प्यायचंदेखील त्याने नाकारलं आहे. ही क्रांती त्याच्या प्लॅटॉन लेबाडेव्ह या गंभीररीत्या आजारी असलेल्या मित्रासाठी आहे. त्याच्या वकिलामार्फत खोडोरकोव्स्कीने असं विधान केलं, की लेबेडेव्हला शिक्षा देण्याच्या कोठडीत हलवणं ही नक्कीच खोडोरकोव्स्कीने वर्तमानपत्रात प्रसिद्ध केलेल्या लेखांवरची प्रतिक्रिया होती. हे लेख निकालानंतर प्रकाशित झाले होते.

ब्राव्हो, खोडोरकोवस्की! मला वाटलं नव्हतं त्याच्यात असं काहीतरी आहे म्हणून! माझी चूक होती याबद्दल मला आनंदच आहे. आता तो आमच्यापैकी एक झालाय. हुकूमशहा उपोषण करत नाहीत, ते आमच्यासारखे लोकच करतात.

मुक्त भाषणाचा जो हक्क आम्हाला घटनेने दिलेला आहे, त्याचा पुनरुच्चार करण्यासाठी उपोषण करणं हा गेल्या काही महिन्यांत एकमेव मार्ग ठरला आहे. तुम्हाला बरंच काही बोलता येत नसेल, पण तुम्ही उपोषणाला बसलात, तर तुम्हाला गप्प बसण्यास भाग पाडलेलं आहे, हे तुम्ही दाखवू शकता. निषेध सभांत भाग घेणंपण सपशेल निरुपयोगी ठरलं आहे. जे लोक आधीच बदलले आहेत,

त्यांच्यापुढे उपदेशाचे डोस दिल्यासारखं! ज्यांना तुमचे मुद्दे पटतायत, त्यांना पुन:पुन्हा तेच सांगण्यात काय हाशील? पिकेट लाइनमध्ये उभं राहणंपण निरर्थकच! रशियात जी पुस्तकं प्रकाशित होत नाहीत, कारण त्यांचा रोख नेमका नसतो, त्या पुस्तकांचा तरी काय उपयोग? फक्त परदेशात राहणारेच लोक ती पुस्तकं वाचतात.

उपोषणाला बसायला राज्याच्या परवानगीची गरज नाही. आपण कोणीही ते करू शकतो.

आणखी एक सकारात्मक मुद्दा : प्रत्येकाला दुसरा काहीतरी जनसंपर्कासाठी करतोय असा संशय येतो. उपोषण कोणत्या प्रकारात मोडतं? हे उघडच आहे, की जो अगदी इरेला पेटलाय, तोच उपोषणाला बसतो.

आपण या इंडियन समरचा आनंद लुटत असताना कोणतं नवीन कौशल्य मिळवलंय? जुलैमध्ये तीन आठवडे 'हिरोज ऑफ रशिया', सोव्हिएत युनियन आणि सोशॅलिस्ट लेबर उपोषणावर होते. मध्यंतरी पुतिन यांनी त्यांचा जनसंपर्काचा पाठिंबा निओ-फॅसिस्ट ठगांना त्यांच्याबरोबर शशलिक खाऊन दिला. हा कार्यक्रम त्वेरमध्ये होता. त्यामुळे 'हिरोंचा' अपमानच झाला, पण तरीही त्यांचं उपोषण प्रभावी झालं.

एलगोव्ह पिनल कॉलनीतले कैदी पण उपोषणावर गेले. त्यामुळे त्यांना नंतर त्रास भोगावा लागला. तरी नंतर त्यांचा छळ कमी झाला. मानवी हक्कांच्या युरोपीय न्यायालयाच्या आरामात चाललेल्या कामकाजाला मोठाच हादरा बसला आहे. भविष्यात इतर तुरुंग चालवणारे या प्रकारांमुळे थोडा गांभीर्याने विचार करतील.

रास्काझोवो या तांबोव्ह प्रॉव्हिन्सच्या मिलिशियाने केलेल्या मारझोडीच्या बळींनीदेखील आवाज उठवला. आणखी एक असंच उपोषण झालं तर या खाटकांना गजाआडच जावं लागेल.

सगळ्या राजकीय कैद्यांना सोडून देण्यात यावं, या मागणीसाठी चौदा डिसेंबरच्या प्रकरणातले नॅशनल बोल्शेविक्स त्यांच्या मॉस्को येथील स्थानबद्धता कोठड्यांत उपोषणावर गेले. नॅशनल बोल्शेविक्स हेदेखील राजकीय कैदीच आहेत, हे आता कोणाच्या लक्षात आल्यावाचून राहील?

सत्ताधिकाऱ्यांनी शांतपणे या उन्हाळ्यात उपोषणकर्त्यांची दखल घेतली. त्या उपोषणाचा ते जरी वरवरचा उल्लेख करत असले, तरी सोची येथे त्यांनी असा शेरा मारला की, अशा लोकांपासून अधिकाऱ्यांनी हातभर लांबच राहावं. पण लोक थट्टा करत नसून त्यांच्याबरोबर तडजोड करणार नाहीत, या गोष्टीचा प्रकाश त्यांच्या डोक्यांत हळूहळू पडायला लागला आहे. उपोषण हा सत्ताधिकाऱ्यांशी संवाद नसून तुमच्या सहयोगी नागरिकांशी आहे.

माझ्या मनात असा विचार येतो की, पंतप्रधान फ्राडकॉव्ह, सुरकॉव्ह आणि

स्वत: पुतिन उपोषणाला बसतील, अशी कल्पनाही आपण करू शकत नाही. ही त्यांची शैली नाही. एखाद्या बॉम्बरमध्ये किंवा खटारा वोन्गात बसून अंगरक्षकांव्यतिरिक्त एखादी चक्कर मारणं इथपर्यंत ठीक आहे; पण खोडोरकोव्स्कीने ज्या प्रकारचा निषेध लोकांबरोबर सहभागी होऊन केलाय, तसा त्यांच्यासाठी आऊट ऑफ क्वेश्चन!

चोवीस ऑगस्ट

मुलांच्या माता बेसलानला परत गेल्या आहेत. मरिना पार्क म्हणते की, ज्या देशाला मुलांची गरज नाही, त्या देशात मुलांना जन्म देणाऱ्या आम्हीच अपराधी आहोत. ज्या अध्यक्षांना मुलांची पर्वा नाही, त्या अध्यक्षांना मतं देऊन आम्ही अपराध केला आहे. चेचन्यात युद्ध सुरू झालं त्याबद्दल आम्ही दहा वर्षं गप्प बसलो आणि त्यामुळे कुलाएव्हसारख्या बंडखोरांचा उदय झाला, याबद्दलही आम्ही गुन्हेगार आहोत.

एला केसेव्हा, आणखी एक माता, जिने तिचा मुलगा गमावलाय. ती म्हणते की, मुख्य गुन्हेगार पुतिन आहेत. त्यांच्या अध्यक्षपदाच्या मागे ते लपतात. त्यांनी आम्हाला भेटण्याचं आणि क्षमा मागण्याचं नाकारलं आहे. अशा अध्यक्षांच्या कारकीर्दीत आम्हाला जगावं लागतंय ही एक शोकांतिका आहे. ते कोणतीही जबाबदारी घ्यायचंच नाकारतात.

त्यानंतर असं माहीत झालं की, पुतिन कमिटी ऑफ मदर्स ऑफ बेसलानच्या प्रतिनिधींना भेटण्यासाठी मॉस्को येथे दोन सप्टेंबरला बोलावत आहेत. सुरुवातीला त्या माता निरुत्साही होत्या. दोन सप्टेंबर हा दिवस मृतांच्या स्मृती जागवण्यासाठी होता. तेव्हा कसं जाणार? अध्यक्षीय प्रशासनाने मग त्यांना उद्धटपणाने उत्तर पाठवलं की, *''त्या येवोत किंवा न येवोत, पुतिन यांची आणि बेसलानच्या लोकांची बैठक होईलच. कोणालातरी टीव्हीच्या कॅमेऱ्यासमोर उभं करून बोलायला लावण्यात येईल की, बेसलानचा प्रत्येकजण त्याच्यावर किती प्रेम करतो ते.'' रशियात तुम्हाला असे कोणीना कोणीतरी नेहमीच भेटतील.*

त्यांनी काय निर्णय घ्यावा? त्या अत्याचारानंतर पुतिन यांनी सगळं सत्य लोकांपुढे आणण्याचं वचन दिलं होतं. बऱ्याच जणांनी त्याच्यावर विश्वास ठेवला. ज्यांनी आपली मुलं गमावली होती, त्या 'ब्लॅक मदर्स'नीदेखील!

अलेक्झांडर तोरशिनच्या अध्यक्षतेखाली नेमण्यात आलेल्या आयोगाने बेसलानच्या घटनांची कारणं, परिस्थिती, यांची सखोल चौकशी करून त्याबद्दलचा एक साक्षीदार आणि खराखुरा अहवाल मार्च २००४ पर्यंत देण्याचं आश्वासन दिलं होतं.

काहीही घडलं नाही. आजच्या घटकेपर्यंत कसला अहवाल नाही की काही

नाही आणि ती चौकशी म्हणजे एक विडंबन ठरलं आहे. ज्या लोकांना ओलीस म्हणून ठेवण्यात आलं होतं, त्यापैकी बरेच लोक एवढे क्रोधित झाले, की त्यांनी कुलाएव्हच्या त्या अक्कलशून्य, कातडीबचाव सुनावणीत कोणताही साक्षीपुरावा द्यायला नकार दिला.

मरिना पार्क उपरोधाने म्हणते, ''नक्कीच कोणीही अपराधी नाही, नाहीतर त्यांना एवढी पदकं कशी देण्यात आली असती?'' बेसलानचे नागरिक अद्याप त्यांच्या दु:खात चूर आहेत. लोक त्यांचे फोटो काढायला येतात, जणू काही ते 'झू'मधले प्राणीच आहेत आणि निघून जातात. 'त्यांना पैशांची गरज आहे का?' असं विचारण्यात येतं, आणि उत्तर मिळतं की त्यांना पाहिजे आहे ते निखळ सत्य!

नॉर्थ कॉकाससच्या सैनिकी न्यायालयाने एका विशेष कारवाई गटाला सोडून दिल्याबद्दल मिलिटरी कॉलेजियन सुप्रीम कोर्टाकडे अपील करण्याच्या विचारात आहे. या युनिटने, जे मध्यवर्ती अन्वेषण संचालनालयापेक्षा कमी दर्जाचं आहे, सहा लोकांना गोळ्या घालून ठार केलं आणि चेचन्याच्या शातोय जिल्ह्यात जानेवारी २००२ मध्ये त्यांची प्रेतं जाळून टाकली. निकाल कायद्याच्या विरोधात ठरवून हा खटला फेरविचारासाठी पाठवण्यात आला आहे.

बचाव असा करण्यात आला की, ती प्रेतं जाळणारे सैनिक फक्त त्यांच्या वरिष्ठांच्या आज्ञेचं पालन करत होते. पण न्यायालयाने या सत्याकडे पूर्णपणे डोळेझाक केली की, कोणालाही लेखी सूचना नव्हत्या, फक्त वॉकी-टॉकीवरून एका संशयास्पद संचालकाचा आवाज तेवढा ऐकू आला. सुप्रीम कोर्टानेदेखील हा महत्त्वाचा तपशील विचारात घेतला नाही.

हा खटला पुन्हा रास्टोव-ऑन-डॉनकडे फिरवला जाणार असल्याने उलमानच्या युनिटला अपराधी ठरवण्याची काहीच शक्यता दिसत नाही. तो तर फक्त त्याचं मातृभूमीविषयीचं कर्तव्य बजावत होता आणि तसंही चेचेन्स हे *अप्रायोरी* अपराधी असतात. साऊथ रशियात चेचेनविरोधी तीव्र भावना आयुष्याचा एक भागच झाली आहे.

निकाल राखून का ठेवण्यात आला आहे? तर पुतिन यांची थुंकी झेलण्यासाठी! उलमानला सोडण्याबद्दल त्यांनी आश्चर्य व्यक्त केलं, की लगेच सुप्रीम कोर्ट तो खटला पुन्हा विचारात घेणार आणि त्यानंतर काय होतंय यात त्यांना स्वारस्य नाही.

चेचन्याला 'धुऊन' काढण्याचे प्रकार GRU तर्फे केले जातात. अशाच इतर मोठ्या प्रकरणांची आपल्याला माहिती नाही, कारण त्या दाखल केल्या जात नाहीत. बोरोझडिनोव्स्काया या डोंगराळ गावात चार जून रोजी जीआयूने केलेले अत्याचार, तसंच चार जुलै रोजी अब्दुल-अझीम यांगुलबाएव्ह, या डोंगरावरच्या झुमसॉय गावच्या प्रशासकाचा खून, ही आणखी काही उदाहरणं.

यांगुलबाएव्हला ठार करण्यात आलं, कारण त्याने त्याच्या गावातल्या चार लोकांचं अपहरण, लूटमार यांचा अहवाल पुढे पाठवला आणि एका सैनिकाची ओळखदेखील पटवली. त्याचा परिणाम म्हणून तो डोंगरातल्या एका रस्त्यावरून चार जुलै रोजी त्याच्या यूएझेड जीपने जात असताना बंदुका घेतलेल्या तीन मुखवटाधारींनी त्याला जीआरयूची ओळख सांगितली आणि जीपमधून खाली उतरायला भाग पाडलं. त्यांनी त्याचं ओळखपत्र मागितलं. जेव्हा त्यांच्या आज्ञेप्रमाणे तो त्याच्या गाडीची डिकी त्यांना तपासणी करण्यासाठी उघडायला गेला, तेव्हा त्याला पॉईंट-ब्लँक रेंजवरून तीन वेळा गोळ्या घालून ठार करण्यात आलं. त्या गनला सायलेन्सर बसवलेला होता.

सत्तावीस ऑगस्ट

बेसलानच्या संसदीय आयोगाच्या अध्यक्षाने अलेक्झांडर तॉरशिनने, जो सोव्हिएत ऑफ द फेडरेशनचा डेप्युटी स्पीकर आहे, त्यानं असं मान्य केलंय की, बेसलान ज्या अहवालाची एवढे दिवस वाट बघत होता, तो अस्तित्वातच नाही. फक्त काही फुटकळ पानं आहेत.

रशिया फक्त खांदे उडवते!

एकोणतीस ऑगस्ट

नॅशनल बोल्शेविक्सची सुनावणी मुद्दामहून रेंगाळत ठेवून त्यांना तुरुंगात खितपत ठेवण्यात येत आहे. उद्देश हा की, इतरांना जरब बसावी, पण परिणाम उलटाच झाला आहे. त्या मुलांचे आईवडील निषेधाच्या सभा आयोजित करत आहेत.

कम्युनिस्टांनी आता नॅशनल बोल्शेविक्सना पाठिंबा द्यायला सुरुवात केली आहे, पण त्यांच्यावर अनामिक हल्ले होणं चालूच आहे. नाशीस्ट त्यांच्यावर बेसबॉल बॅटने हल्ले करतात आणि मिलिशिया सरळ त्यांना पाठीशी घालतात. राजकीय हेतूने प्रेरित झालेले हे हल्ले पूर्ण तयारीनिशी केले जातात. दरवाजे तोडण्यासाठी मोबाईल जनरेटरवर चालणारी करवतदेखील त्यांच्याकडे असते.

गुंडागर्दी, अत्याचार करणाऱ्यांना जरी पकडलं गेलं, तरी लगेच सोडून देण्यात येतं. आरोप ठेवले तरी काढून घेतले जातात. चौकशी करणारे म्हणतात, "तुम्हाला समजायला पाहिजे, इट्स पॉलिटिक्स!"

ज्यांच्यावर हल्ले होतात, त्यांचे कोणी वकील असतील तर ते सांगतात, "कोर्टात अद्याप फाइल्सदेखील पाठवण्यात आलेल्या नाहीत. नॅशनल बोल्शेविकच्या प्रकरणापेक्षाही अधिक स्पष्ट गुन्हे असले, तरीही!"

अध्यक्षीय प्रशासनाने त्यांच्यावर टाकलेल्या विश्वासाचा गैरफायदा घेऊन त्याची परतफेड करण्यासाठी या 'ग्लॅडिएटर्स ऑफ स्पार्टाक'नी मुठी वळल्या आहेत.

अगदी चेचन्यात घडतंय तसंच आहे हे. ज्यांनी बरेचसे गुन्हे केले आहेत आणि खटलेही प्रलंबित आहेत अशा लोकांना राजवट पंखाखाली घेते. त्यांना संरक्षण देण्याच्या बदल्यात मग आम्ही सांगतो त्यांना तुम्ही ठोकायचं, 'यू किल ऑन अवर से-सो.'

आपल्याला हाही दिवस कदाचित पाहावा लागेल, जेव्हा 'रमझान-द-नटर'च्या पावलांवर पाऊल टाकून, 'रोमा द स्टिकलर'ला रशियन राज्याकडून मानसन्मान अर्पण करण्यात येईल आणि अध्यक्ष तसं जाहीर करतील!

एका तरुणांच्या गटाला दुसऱ्या गटाविरुद्ध भडकवून देण्याचं तंत्रदेखील वापरलं जातंय. भीती आणि समोरासमोर येणं उपयोगी पडतं. सामाजिक समतोल ही गोष्ट त्यांच्या अजेंडावर नाही. आणखी चार वर्षं सत्तेत राहण्यासाठी वेगवेगळ्या सामाजिक गटांना एकमेकांच्या कडव्या विरोधात रणशिंग फुंकून उभं करायचं, हा त्यांचा जणू काही एक जादूचा गालिचाच आहे. त्या गालिच्यावर बसून ते देशाच्या साधनसंपत्तीला मुठीत ठेवण्याचं स्वप्न बघत आहेत. इथे आपण मात्र एकमेकांना झोडत बसलो आहोत.

नॅशनल बोल्शेविक्सवर होणारे पद्धतशीर बेसबॉलबॅट हल्ले... त्याच्यामागे मला हीच गोष्ट स्पष्ट दिसते.

एकतीस ऑगस्ट

बेसलानमध्ये दोन गट पडले आहेत. मुलांच्या मातांनी पुतिन यांना भेटायला मॉस्कोला दोन सप्टेंबरला जायचे की नाही?

पुतिन यांचा त्यांनी भेटायला यावं यावर भर आहे, पण काही माता नकार देत आहेत. अनपेक्षितपणे पुतिन यांनी त्यांना आणण्यासाठी एका विशेष विमानाचीही व्यवस्था करायची तयारी दाखवली आहे. आज क्रेमलिनमध्ये जाणाऱ्या प्रतिनिधी मंडळात मुलं गमावलेल्या माताच नव्हे, तर तैमूराझ मामसुरॉव्ह या पित्याचाही समावेश आहे. त्याची दोन मुलं शाळेतल्या हल्ल्यातून बचावली आणि त्या दहशतवादी घटनेच्या वेळी तो रिपब्लिकन संसदीय नेता होता.

राजकीय आत्महत्या घडू नयेत म्हणून मामसुरॉव्ह पुतिन यांच्याकडे दहशतवाही उद्रेकाच्या मुळाशी जाऊन सत्य शोधण्याचा प्रयत्न करणार नाही.

शिष्टमंडळाचा आणखी एक सभासद आहे मैरबेक टुआएव्ह. मदतनिधीचं वाटप करण्याच्या सार्वजनिक आयोगाचा तो निर्देशक आहे. त्याची मुलगीही

बेसलानच्या त्याच शाळेत शिकत होती आणि मारली गेली. सगळ्या जगातून मदतीचा ओघ सुरू झाल्यावर त्याला त्याच्या वाटपाच्या कामाच्या देखरेखीवर नेमण्यात आलं.

तातारकान सबानोव्ह हा शाळेचा पूर्वीचा मुख्याध्यापक होता आणि एक सप्टेंबरच्या संचालनाला गेलेला असताना तो त्या हल्ल्यात ठार झाला. त्याचा मुलगा अझमत-सबानोव्ह हादेखील सभासद आहे आणि मदतनिधी वाटपाच्या कामासाठी मैरबेक टुआएव्हचा डेप्युटीपण. बेसलान गावातल्या लोकांचा बहुतेक वेळ दफनभूमीतच व्यतीत होतो.

मरिना पार्क ही स्त्री *'मदर्स ऑफ बेसलान'* संस्थेची अतिशय सक्रिय सभासद आहे. समितीचा बराचसा पत्रव्यवहार तिच्याच सह्यांनी झाला आहे, पण आता मात्र ती दोन सप्टेंबरच्या पुतिन यांच्या बरोबरच्या सभेला जायला तयार नाही. ''नुसतीच सहानुभूती मिळवण्यासाठी हजारो किलोमीटर्सचा प्रवास करून जाण्यात काय हशील आहे? ते आम्हाला आम्ही आमची चौकशी पुढे चालू ठेवू नये म्हणून भेटतायत. आमच्याबरोबर त्याला फोटोही काढायचे आहेत.'' मरिना मला फोनवर सांगते.

अलेक्झांडर गुमेत्सोव्ह, ज्याने त्याची अझा ही बारा वर्षांची मुलगी या हल्ल्यात गमावली, त्यालाही अध्यक्षांना भेटण्याची इच्छा नाही.

आतापर्यंत राज्य सत्ताधिकाऱ्यांकडून इतके वेळा फसवणूक झाल्याने त्यांच्यावरचा त्यांचा विश्वास उडाला आहे आणि पुन्हा तो ठेवणं कठीण आहे. पुतिन यांनी आता अगदी काही जरी केलं, त्यांना अचानक पश्चात्तापदेखील झाला आणि स्वत:चा अपराध कबूल करून ते संरक्षण सेवांकडून सत्य उगळवण्याची शपथ घ्यायला तयार असले, तरीही या सगळ्या बेसलान प्रकरणात होरपळलेल्या लोकांचा त्यांच्यावर विश्वास बसणार नाही.

म्हणूनच वीस मातांमधून फक्त दोन किंवा तीनच माता क्रेमलिनला जाणार आहेत. राजकीयदृष्ट्या अधिक विश्वासार्ह असे लोकही पुतिन यांनी त्या बैठकीला बोलावले आहेत.

अझाची आई, रिम्मा रॉर्चिनोव्हा ही मात्र जाणार आहे. तिला पुतिन यांच्या नजरेला नजर भिडवून काही महत्त्वाचे, अनुत्तरित प्रश्न विचारायचे आहेत. रिम्मा कोणत्याही भ्रमात नाही, पण हे प्रश्न विचारून ती तिच्या मुलीच्या स्मृतींबद्दलचं तिचं कर्तव्य बजावू शकते. मॉस्कोला जाऊन ती ही कारवाई निर्देशित करणारं मुख्यालय, हल्ला, ग्रेनेड-लॉंचर्स आणि डोळ्यांवर घोंगावणारी फेडरल हेलिकॉप्टर्स, याबद्दल प्रश्न विचारणार आहे.

हे सगळं किती कठीण असणार आहे, याची आपण फक्त कल्पनाच करू शकतो. आपण त्यांना निदान थोडेफार नैतिक बळ आणि पाठिंबा तरी द्यायला हवा.

म्हणजे पुतिन यांना सगळं काही 'मॅनेज' करायच्याऐवजी त्यांच्या प्रश्नाना उत्तर देणं भाग पडेल.

पण अशी सामाजिक एकजूट असल्याचा फार अल्प पुरावा आहे. हे सगळं नाटक आपण टेलिव्हिजनवर पाहतो. दुःखाने चूर होऊन टोकाची कृती करणाऱ्या बेसलानच्या मातांना टीव्हीवर बघणं, म्हणजेच आपल्यासाठी एक 'सोप ऑपेरा' पाहण्यासारखं झालं आहे. 'दुःखाने त्या वेड्या झाल्या आहेत,' असं म्हणत आपण ''त्या काळाबरोबर त्यांचं दुःख विसरतील आणि काहीही करण्यासारखं नाही.'' असं पुटपुटतो.

लोकमत नावाची काही चीज उरली आहे की नाही? उद्या एक सप्टेंबरला एक वर्ष होईल आणि एकाही कर्तव्यचुकार नोकरशहाला, जनरलला, अन्वेषण सेवांच्या संचालकाला किंवा मिलिशियाच्या मुख्याला कोणताही कबुलीजबाब द्यायला भाग पाडण्यात आलेलं नाही. कोणीही तसं या गोष्टीबद्दल आग्रही नाही.

एक सप्टेंबर २००५पर्यंत ही गोष्ट स्पष्ट झाली की, लोकशाहीवादी चळवळ ढासळण्याच्या बेतात आहे. एकही सामायिक आघाडी असणार नाही. वास्तवात किंवा चेचेन आणि मॉस्को ड्युमाच्या निवडणुकांतदेखील. २००८च्या समितीने हे भूत झटकून टाकलं आहे. सिटिझन्स काँग्रेस 'कोमा'मध्ये आहे. रशियन बुद्धिवादी लोकांचा एकही असा मंच नाही, जेणेकरून ते त्यांचा उद्देश ठासून सांगू शकतील किंवा राज्याच्या देखरेखीवर प्रभाव पाडू शकतील.

गॅरी कास्पारॉव्हने जरी युनायटेड सिटिझन्स फ्रंटची स्थापना केली असली, तरी तिच्याकडे नवीन सभासद आकर्षित होताना दिसत नाहीत.

> त्यांचं मिशन त्यांनी असं अधोरेखित केलंय की, आपला विरोधी पक्ष आपण व्यवस्थित आयोजित केला पाहिजे. त्यासाठी एका संस्थेची स्थापना करून सगळ्या जबाबदार नागरिकांना आपण एकत्र आणलं पाहिजे.
>
> पण गोम अशी आहे की, हे शब्द कितीही चांगले असले तरी कास्पारॉव्हसकट सगळ्यांचा इतिहास निवडणुकांत अपयशच दर्शवतो. येल्त्सिनच्या सरत्या काळात काहींचं वर्तन तर एवढं भयानक होतं, ज्यामुळे पुतिन यांचा काळ सुरू होणं शक्य झालं.

परखडपणेच बोलायचं झालं, तर हे काम त्यांच्या आवाक्याबाहेरचं आहे आणि इतर लाखो रशियन लोकांसारखा माझाही कास्पारॉव्हखेरीज इतरांवर विश्वास नाही. व्लादिमीर रिझकॉव्हच अद्याप रशियाच्या रिपब्लिकन पक्षाची सूत्रं हलवतोय. गेली पंधरा वर्षं हेच चालू आहे. येल्त्सिनच्या काळात 'डेमोक्रॅटिक प्लॅटफॉर्म ऑफ द

कम्युनिस्ट पार्टी ऑफ द सोव्हिएत युनियन' असा एक विचित्र गट स्थापन झाला आणि त्यावेळेला तो सुधारणावादी भासला, पण लोक आता रिझकॉव्हकडेही फिरकत नाहीत.

युनियन ऑफ राईट फोर्सेसशी यावलिन्स्कीने उघडउघड वैर पत्करलंय आणि त्यांची नवीन लीडर, निकिता बोलिख हिच्याशी आपला काहीही संबंध नसल्याचं जाहीर केलंय. त्यामुळे याब्लोको आणि यूआरएफची एकत्रित बांधणी होण्याची आशा मावळली आहे.

याब्लोकोचा सक्रिय भाग आहे त्यांची तरुण आघाडी. त्यांची लीडर आहे इलिया येल्त्सिन. त्यांचा विरोध हा नॅशनल बोल्शेविक्ससारखाच वाटतो. यंग याब्लोको खुद्द यावलिन्स्कीचाही फार आदरपूर्वक विचार करत नाही, कारण यंग याब्लोको अधिक प्रामाणिक, शुद्ध हेतूंचे आहेत आणि यावलिन्स्की हा एक 'टिपिकल ओल्ड डेमोक्रॅट' आहे.

अध्यक्षीय प्रशासनाचं झुकतं माप मिळवण्यासाठी युनियन ऑफ राईट फोर्सेस 'त्यांचं पुतिन विरोधात काहीही म्हणणं नाही.' असं सांगत आहेत. संपूर्ण उन्हाळ्यात बेलिखने पंचेचाळीस विभागांचा दौरा करून लोकांना उजवीकडे वळवण्याचा प्रयत्न केला, पण तो फसला.

रशियात सध्या डावीकडे वळणं अधिक सयुक्तिक आहे. खोडोरकोव्स्कीचं बरोबर आहे, पण त्याचे तुरुंगातून व्यक्त झालेले विचार डेमोक्रॅट्सनी झिडकारले. रशियाचा लेफ्ट मार्च एक चांगला पक्ष आहे. त्यामुळे रशियन 'ऑरेंज रेव्होल्यूशन'ची शक्यताही बाद होते. एखादा भव्य क्रांतिकारी ऑरेंज, ट्युलिप्स किंवा रोझेसचा तोडगा रशियात निघणार नाही.

आपली क्रांती जर झालीच, तर ती रेड असेल, कारण कम्युनिस्ट हीच देशातील जवळजवळ सर्वाधिक डेमोक्रॅटिक ताकद आहे, म्हणूनच ती रक्तरंजित असेल. युक्रेनच्या ऑरेंज रेव्होल्यूशनने काही काळासाठी डेमोक्रॅट्स आणि लिबरल्सना एकत्र आणलं, पण नंतर त्यांच्यात अधिकच दुफळी माजली. गळवावर फोड व्हावा, तशी आता त्यांच्या जागी अध्यक्षीय प्रशासनाची 'डेमोक्रॅटिक' नाशी मूव्हमेंट आली आहे!

आज रक्तरंजित क्रांतीची धमकी खुद्द राज्य सत्ताधिकाऱ्यांकडून मिळते आहे किंवा मग बहुतेक विरोधी पक्षांकडून, जे नाशीच्या समोरासमोर आले की, त्यांचा संयम गमावून बसतात. सध्याच्या परिस्थितीनुसार रशियातल्या कोणत्याही क्रांतीचा रंग लाल असेल, अशी खात्री कोणालाही देता येणार नाही; सुरकॉव्हचे रस्त्यावर मारामाऱ्या करणारे नाशीच त्यांची अस्त्रं त्यांच्या सध्याच्या राजकीय मालकांविरुद्ध परजणार नाहीत!

मी भयभीत आहे?

लोक मला बरेचवेळा सांगतात की, मी निराशावादी आहे. माझा रशियन लोकांच्या सामर्थ्यावर विश्वास नाही. पुतिन यांना विरोध करणं हे माझं वेड आहे आणि त्याच्या पलीकडे मला काही दिसत नाही.

मला सगळं काही दिसतंय आणि तोच एक मोठा प्रश्न आहे. मी वाईट आणि चांगलं दोन्ही पाहते. लोकांना त्यांच्या आयुष्यात चांगले बदल व्हावेत असं वाटत असतं, पण तसं घडवून आणायला मात्र ते असमर्थ असतात. हे सत्य लपविण्यासाठी मग ते फक्त चांगल्या गोष्टींवरच लक्ष केंद्रित करतात आणि वाईट गोष्टी अस्तित्वातच नाहीत, असा आभास निर्माण करतात.

माझ्या विचारसरणीप्रमाणे एखाद्या मोठ्या पानाखाली वाढणारी अळंबी तिथेच टिकून राहण्याची आशा करू शकत नाही. निश्चितच कोणीतरी त्या अळंबीकडे लक्ष गेल्यावर ती कापून घेणार आणि खाऊन टाकणार! तुम्ही जर माणूस म्हणून जन्माला आला असाल, तर तुम्हाला एखाद्या अळंबीसारखं वागता येणार नाही.

२०१६पर्यंतचा राज्याच्या सांख्यिकी समितीने वर्तवलेला लोकसंख्येचा अधिकृत अंदाज मला पटत नाही. २०१६पर्यंत माझ्या पिढीचे बरेचसे लोक अस्तित्वात नसतील, पण आमची मुलं-नातवंडं जिवंत असतील. त्यांचं आयुष्य कोणत्या प्रकारचं असेल किंवा मुळात ते असेल की नाही याची आपल्याला काळजी नाही का?

बऱ्याच लोकांना या गोष्टीची पर्वा आहे असं वाटत नाही. आपण अशाच राजकीय आणि आर्थिक धोरणांप्रमाणे पुढे वागत राहिलो, तर रशियन लोकसंख्या ६.४ मिलियननी घटेल. २०१६ मध्ये रशियाची लोकसंख्या १३८.८ मिलियन असेल, हा अंदाजही आशावादीच म्हणावा लागेल.

या निराशावादी अंदाजाचा जर चिकाटीने पाठपुरावा केला, तर तुम्हाला रशियातली परिस्थिती बदलण्यासाठी आत्ताच काहीतरी करावंसं वाटेल. तो निराशावादी

दृष्टिकोन असा आहे की, आपण फक्त १२८.७ मिलियन लोक उरणार आहोत. लाखो गरीब आणि खासगी वैद्यकीय सेवांचा लाभ घेण्याची पात्रता नसलेले लोक मृत्यू पावतील. तरुण लोक युद्धात आणि युद्धाच्या बाहेरदेखील मारले जातील. ते सर्व लोक जे 'आमच्या बाजूचे नाहीत' त्यांना गोळ्या घातल्या जातील किंवा तुरुंगात खितपत पडून मरावं लागेल.

आता आहे तसंच जर सगळं राहिलं तर हे घडेल. आपण जर मूलतत्त्ववादी पद्धतीने गरिबी हाताळली नाही, आरोग्यसेवा पुरवण्याकडे अक्षम्य दुर्लक्ष केलं, वातावरणही असंच राहिलं, दारूबाजपणा आणि नशेच्या गोळ्यांचं सेवन याविरुद्ध जर आपण निश्चयी, राष्ट्रीय पातळीवरची मोहीम उघडली नाही, तर हे घडणं अटळ आहे. उत्तर कॉकाससला चालू असलेल्या युद्धाचा शेवट झाला नाही, ज्या यंत्रणेमुळे माणूस फक्त जेमतेम जगू शकतो, अशा लज्जास्पद समाजकल्याणाची यंत्रणा बदलली गेली नाही, तर त्याला एक परिपूर्ण आणि गौरवास्पद आयुष्य जगण्याच्या काहीच शक्यता नसतात. चांगलं खाणं, विसावा घेणं, क्रीडांचा आनंद घेणं, याचीही संधी नसते.

अजूनही बदल होण्याचं काहीच चिन्ह नाही. राज्य प्रशासनाने सावधगिरीच्या सूचनांकडे कानावर हात ठेवण्याची भूमिका घेतली आहे. ते लोक स्वत:चं आयुष्य जगतात, लोभाने कायमचे विकृत झालेले चेहरे आणि त्रासलेलेही! त्यांना अधिक श्रीमंत होण्यापासून जर कोणी रोखत असेल, तर ते चिडणारच. ती शक्यताच फेटाळून लावण्यासाठी, त्यांचं प्राधान्य आहे ते नागरिकांना, समाजाला पंगू बनवणं. दररोज ते रशियन लोकांना हेच पटवून देण्याचा प्रयत्न करत राहतात की, समाज आणि विरोधी पक्षाला पैसे पुरवले जातात ते सी.आय.ए., ब्रिटिश, इस्रायली, मार्शियन इंटेलिजन्स सर्व्हिसेस आणि अर्थातच जगभर पसरलेलं कोळ्याच्या जाळ्यासारखं अल्-कायदा.

आज आमच्या राज्य प्रशासनाला कशात रस असेल, तर पैसा कमावण्यात, अगदी शब्दश:!

कोणाला जर असा विचार करायचा असेल की, आशावादी अंदाज वर्तवणे सोयीस्कर आहे, तर करू दे त्यांना तसं. तो एक सुलभ मार्ग निश्चितच आहे, पण पुढच्या पिढीसाठी एक मृत्युदंडाची शिक्षादेखील!

सूची

पदाधिकारी, नेते

बासाएव शमिल : रशियाने जेव्हा चेचन्यावर १९९४ मध्ये हल्ला केला, तेव्हा चेचेन गोरिलांचा हा एक प्रमुख कमांडर होता. त्याच्या कुटुंबाचे अकरा सदस्य रशियन बाँबहल्ल्यात ठार झाले. त्यानंतर तो एक निर्दय लढवय्या बनला. *'नोर्ड-ओस्त'* आणि 'फर्स्ट स्कूल इन बेसलान' येथील ओलीस प्रकरणांची योजना आखणारा मुख्य सूत्रधार, असा त्याच्यावर आरोप होता. रशियन सरकारने त्या दोन्ही प्रकरणांचा रक्तरंजित अंत केला. शमिल २००६ मध्ये एका बाँबस्फोटात मारला गेला.

बेरेझोव्स्की, बोरिस : येल्त्सिनच्या काळात सीमित लोकांच्या सरकारचा मुख्य बनला आणि प्रसारमाध्यमांचं असं एक साम्राज्य त्याने तयार केलं ज्यामुळे येल्त्सिनच्या पुन्हा निवडून येण्याला मदत झाली. पुतिन यांचा चेचेन युद्धाला असलेल्या त्याच्या विरोधामुळे तो त्यांच्यापासून वेगळा झाला आणि उदारमतवादी लोकशाहीच्या रशियामधल्या कारणांसाठीदेखील. सध्या तो लंडनमध्ये आहे. त्याचा एक निकटवर्ती सहकारी, अलेक्झांडर लिटव्हिनेनको, याच्या २००६ मध्ये झालेल्या खुनाबद्दल त्याने पुतिन यांना दोषी ठरवलं होतं.

बोन्नेर, येलेना : मानवी हक्कांचा अविश्रांत पुरस्कार करणारी कार्यकर्ती. तिचे वडील, जे अमेरिकेत जन्मलेले होते आणि कम्युनिस्ट इंटरनॅशनलचे सचिव होते, त्यांचा १९३७ मध्ये त्या काळच्या सत्ताधारी पक्षाकडून खून झाला. नोबेल पारितोषिक मिळवणारे पदार्थविज्ञान शास्त्रज्ञ आणि मानवी हक्कांसाठी कार्य करणारे अँड्रे साखारॉव्ह यांची येलेना ही विधवा.

चुबैस अनातोली : १९९४-९६ काळात उपपंतप्रधान. 'शॉक थेरपी' या मार्केटमध्ये क्रांती घडवण्यासाठी राबवलेल्या कार्यक्रमाशी संबंधित. खासगीकरण

आणि सीमित लोकांच्या सरकारची येल्त्सिनच्या हाताखाली निर्मिती. 'युनियन ऑफ राईट फोर्सेस पॉलिटिकल पार्टी'चे सहनेते.

फ्रॅडकोव्ह मिखैल : फेडरल टॅक्स पोलिसांचे पूर्वीचे निर्देशक. युरोपियन युनियनचे प्रतिनिधी. २००४ मध्ये पुतिन यांनी त्यांना रशियाचे पंतप्रधान केले. त्यासाठी वादग्रस्त मिखैल कासिआनोव्ह यांना हटवण्यात आलं होतं.

फ्रीडमॅन मिखैल : १९८८ मध्ये 'अल्फा ग्रुप'ची 'को-फाउंडर' नात्याने स्थापना. या गटाकडे सध्या रशियाच्या सर्वांत मोठ्या खासगी बँकेची मालकी आहे आणि त्यांना तेल, किरकोळ विक्री, दूरसंचार संवादाची माध्यमं या क्षेत्रात रस आहे.

गोर्बाचेव्ह, मिखैल : सोव्हिएत कम्युनिस्ट पक्षाचा (१९८४-९०) शेवटचा जनरल सेक्रेटरी. यूएसएसआरचे (१९९०-९१) पहिले कार्यकारी अध्यक्ष. कम्युनिस्ट राजवटीला लोकशाहीचं स्वरूप देण्याच्या प्रयत्नांमुळे ते पडलं.

कादिरोव्ह अखमद : मॉस्कोच्या बाजूने असलेल्या चेचेन मुफ्तीचा सदस्य, नंतर चेचन्याचा अध्यक्ष. पुतिन यांच्या दुसऱ्या पर्वाच्या उद्घाटनाला उपस्थित राहिल्यानंतर क्रेमलिनमध्ये त्याचा वध करण्यात आला.

कादिरोव्ह रमझान : १९९४-९६च्या पहिल्या चेचेन लढाईत रशियाच्या विरोधात तो लढला. दुसऱ्या युद्धात (१९९९ ते आजतागायत) त्याने रशियाला पाठिंबा दिला. त्याचे वडील अखमद कारिरोव्ह यांच्या वधानंतर पंतप्रधान म्हणून त्याला नियुक्त करण्यात आलं. मिलिटरीला पूरक फोर्सचे प्रमुख.

कास्पारोव्ह गॅरी : १९८५मध्ये, वयाच्या बाविसाव्या वर्षी, सर्वांत तरुण जागतिक बुद्धिबळपटू. २००५मध्ये 'चेस पॉलिटिक्स' सोडून रशियाच्या राजकारणात प्रवेश.

खाकामाडा आयरिना : उद्योजक आणि मार्च २००४च्या अध्यक्षीय निवडणुकीची उमेदवार. 'फ्री रशियन डेमोक्रॅटिक' पक्षाची अध्यक्षा.

खोडोरकोव्हस्की मिखैल : पूर्वीचा रशियाचा स्वायत्त, सर्वांत श्रीमंत, थोड्या लोकांचं सरकार चालवणारा, मेनोटेप बँकेचा उद्गाता, तसेच युकोस ऑईल कंपनीचाही. लोकशाहीवादी विरोधी पक्षांना मदत केली आणि पारदर्शी पाश्चिमात्य व्यावसायिक व्यवहारांचा परिचय करून दिला. पुतिन यांच्या मर्जीतून उतरल्याने २००३मध्ये अटक. करांमध्ये चुकवाचुकवीचे आरोप. अटकेनंतर नऊ वर्षांच्या कारावासाची शिक्षा.

कुचमा लिओनीड : १९९४ ते २००५ या काळात युक्रेनचा दुसरा अध्यक्ष. २००५ मध्ये २००० साली झालेल्या जिओर्गी गोंगाडेझ या पत्रकाराच्या खुनात हात असल्याचा अधिकृत आरोप.

लिमोनोव्ह एडुआर्ड : राष्ट्रवादी, पण अजूनही नोंदल्या न गेलेल्या नॅशनल बोल्शेविक्स पक्षाचा जन्मदाता. रशियन लेखक. बेकायदेशीर शस्त्र-खरेदीच्या आरोपाखाली २००२ मध्ये दोन वर्षांचा कारावास.

लुकाशेंको अलेक्झांडर : बेलारसचा हुकमत गाजवणारा अध्यक्ष, १९९४ पासून.

मस्खाडोव्ह अलेक्झांडर : पहिल्या चेचेन युद्धातला आघाडीचा सैनिकी नेता. १९९७ मध्ये अध्यक्षपदासाठी निवड. क्रेमलिनमध्ये येल्त्सिनबरोबर शांततेचा करार, पण इस्लामिक मूलतत्त्ववादी आणि निधर्मी राष्ट्रवादी यांच्यातील फूट रोखण्यात अपयश. शांततेने संघर्ष मिटवण्यासाठी वाटाघाटी करण्याचा प्रयत्न करताना २००५ मध्ये एफएसबीकडून मारला गेला. त्याच्या कुटुंबीयांना त्याचे मृत शरीर दफनासाठी देण्यात आले नाही.

मिरोनोव्ह सर्गी : २००१पासून सोव्हिएत फेडरेशनचा स्पीकर. रशियन संसदेच्या वरच्या हाउसचा २००३पासून रशियन पार्टी ऑफ लाईफचा अध्यक्ष. २००६ मध्ये त्या पार्टीचं रोदिना आणि रशियन पेन्शनर्स पार्टीजमध्ये विलीनीकरण. आता त्या पार्टीचं 'रशियन जस्टिस पार्टी' असं नामकरण. त्या पार्टीत तो पुतिन यांच्या बाजूने आहे.

पामफिलोवा एला : १९९०च्या दशकात ड्युमा डेप्युटी आणि २०००मध्ये अध्यक्षपदाची उमेदवार. नागरी समाज आणि मानवी हक्क विकासासाठी अध्यक्षीय आयोगाची अध्यक्षा.

व्लादिमीर पुतिन : १९९१मध्ये केजीबीचा राजीनामा. लेफ्टनंट कर्नलचा हुद्दा. १९९८-९९मध्ये एफएसबीचे अध्यक्ष. रशियन फेडरेशनचे २००० साली बोरिस येल्त्सिननंतर अध्यक्ष. २००४मध्ये पुन्हा निवडून आले. २००८मध्ये त्यांची अध्यक्षपदाची मुदत संपते.

राखीमोव्ह मूर्तझा : १९९३मध्ये बाश्कोर्तोस्तानचे अध्यक्ष म्हणून निवडून आला. १९९८ आणि २००३मध्ये त्याची पुन्हा निवड झाली. 'द ऑर्गनायझेशन फॉर सिक्युरिटी अँड को-ऑपरेशन इन युरोप' या संस्थेने २००३ च्या निवडणुकीचे वर्णन 'मूलभूत भ्रष्टाचाराची पाळंमुळं असल्याने कलंकित' असं केलं.

रोगोझिन दिमित्री : राष्ट्रवादी रोदिना (मदरलँड) पार्टीचे नेते, २००६च्या सुरुवातीला या पक्षाने हिरिरीने स्थानिक रशियन लोकांच्या हक्कांचा पुरस्कार केला. क्रेमलिनच्या ताणाखाली त्यांनी पद सोडलं. युनायटेड रशिया पार्टीला यांच्या पक्षाचं वाढतं आव्हान होतं.

रिझकोव्ह लादिमीर : १९९३पासून ड्युमाचे डेप्युटी आणि रशियन रिपब्लिकन पक्षाचे सहअध्यक्ष.

साकाशविली मिखैल : जॉर्जियात झालेल्या २००३च्या रक्तहीन 'रोझ रिव्होल्यूशन'चे नेते. निवडणुकांत हस्तक्षेप झाल्याचा आक्षेप असल्याने एडुआर्ड शेवार्डनाड्झे यांना पद सोडावं लागलं. २००४मध्ये जॉर्जियाचे अध्यक्ष. अडजारा आणि ॲबखाजिआ येथील विरोधाचा बीमोड केला, पण दक्षिण ओस्सेशिया येथे अद्याप गंभीर प्रश्न आहेत.

साखारॉव्ह अँड्रे : 'सोव्हिएत हायड्रोजन बाँबचे जनक' असा परिचय. सत्तेचे सर्वाधिक निर्भीड टीकाकार. त्यांना १९७५चं शांततेचं नोबेल पारितोषिक जाहीर झालं, पण ते घेण्यासाठी जायला ते प्रवास करू शकले नाहीत. भ्रष्टाचाराच्या विरोधातील त्यांची भूमिका, तसंच सोव्हिएत सत्तेची अवैधता याबद्दल त्यांनी उठवलेला आवाज, हे उच्चभ्रू वर्तुळात फारच प्रभावी होतं. १९८९ मध्ये निधन.

सुरकोव्ह लाडिस्लाव : १९९०च्या दशकात उच्च पदं विभूषित करणारा आघाडीचा क्रेमलिन आदर्शवादी आणि हरहुन्नरी माणूस. मेनाटेप आणि आल्फा बँकेत उच्च स्थानांवर. १९९८-९९मध्ये ओआरटी टेलिव्हिजन कंपनीचे जनसंपर्क निर्देशक. पुतिन यांच्या अध्यक्षीय प्रशासनाचे उपप्रमुख. स्वत: निम्मे चेचेन; चेचन्याच्या युद्धाचे पुरस्कर्ते आणि रमझान कादिरोव्हच्या क्रेमलिनचे पाठीराखे.

यावलिन्स्की ग्रीगोरी : १९९०मध्ये रशियाच्या 'कम्युनिस्ट ते फ्री-मार्केट इकॉनॉमी' असा बदल घडवून आणण्यासाठी केलेला एक असफल प्रयत्न. दोन वर्षांचा कार्यक्रम, पण अयशस्वी.

१९९५मध्ये याब्लोको राजकीय पक्षाचा सह-निर्माता. याच पार्टीने नंतर अध्यक्ष येल्त्सिनना पदावरून उतरवण्याचा प्रयत्न केला. २००४मध्ये अध्यक्षीय पदाची निवडणूक लढवण्यास नकार. भूमिका अशी की, पुतिन यांनी ड्युमामध्ये याब्लोकोत प्रतिनिधित्व असावं याची खात्री करण्यासाठी संसदीय निवडणुकांत हस्तक्षेप केला होता.

येल्त्सिन बोरिस : १९९१ ते १९९९मध्ये रशियन फेडरेशनचे पहिले

अध्यक्ष. रशियन रिपब्लिकमध्ये कम्युनिस्ट पार्टीला मज्जाव करण्यात आणि 'कॉमनवेल्थ ऑफ इंडिपेंडंट स्टेटसच्या' बाजूने यूसएसआरला पदच्युत करण्यात यशस्वी. सैन्याच्या पाठिंब्याने स्वत:ची वैयक्तिक सत्ता अबाधित ठेवण्यासाठी पहिलं चेचेन युद्ध सुरू केल्याचा अंदाज. स्वत:च्या प्रतिस्पर्ध्यांचा २००० सालचा अध्यक्षपदाचा दावा फोल करण्यासाठी, व्लादिमीर पुतिन यांच्याकडे १९९९मध्ये सत्तांतर.

झाकेव अखमद : सध्या चेचेन रिपब्लिक ऑफ इचकेरिआच्या विभक्त सरकारचे विदेशी मंत्री. पहिल्या चेचेन युद्धाचा प्रतिकार करणारे नेते. १९९६मध्ये चेचन्याचे, शांततेची बोलणी करणारे प्रतिनिधी. त्यामुळे रशियाने यातून अंग काढून घेतलं. उपपंतप्रधान, नंतर परराष्ट्रमंत्री. १९९९च्या दुसऱ्या चेचेन युद्धात जखमी. २०००मध्ये झाकेवने चेचन्या सोडलं आणि मस्खाडोव सरकारच्या पश्चिम युरोपातले सर्वांत ठळक प्रतिनिधी झाले. युकेने २००३मध्ये राजकीय आश्रय दिल्यावर लंडनमध्ये वास्तव्य.

झिरिनोव्हस्की लादिमीर : स्पष्टवक्ता, लोकांच्या बाजूने बोलणारा, पुढारलेला राष्ट्रवादी राजकारणी, रशियन लिबरल डेमोक्रॅटिक पार्टीचा नेता. पूर्वीचा केजीबी हस्तक अलेक्झांडर लिट्‌विनेन्को याला २००६मध्ये लंडन येथे विषप्रयोगाने मारण्यात आल्यावर त्याने टिप्पणी केली, 'फितुराला कुठल्याही पद्धतींचा वापर करून संपवलं पाहिजे.'

झ्याझिकॉव्ह मुरात : इंगुशेटियाचा अध्यक्ष. चेचन्याशी निकटचे स्थानिक संबंध असलेलं रिपब्लिक. १९८०च्या दशकात केजीबीचा सभासद. २००४मध्ये एफएसबीच्या जोरदार हस्तक्षेपाने अध्यक्ष म्हणून निवडला गेला होता.

संस्था

कॉमनवेल्थ ऑफ इंडिपेंडंट स्टेट्स (CIS) : १९९१मध्ये स्थापना. पूर्वीची यूएसएसआरची रिपब्लिक. सर्वसाधारणपणे एकत्रित करणारी संस्था, जॉर्जिया, बाल्टिक स्टेट्स ऑफ एस्टोनिया, लॅटव्हिया आणि लिथुआनिया ही रिपब्लिक्स वगळून.

ड्युमा : रशियन संसद. येल्त्सिनच्या घटनेप्रमाणे १९९३मध्ये सुप्रीम सोव्हिएतऐवजी स्वीकारली गेली. तिच्यात निवडून आलेले चारशे पन्नास डेप्युटी आहेत.

एफएसबी (फेडरल सिक्युरिटी ब्यूरो) : वर्तमानातली डोमेस्टिक स्टेट

सिक्युरिटी संस्था. पूर्वीच्या फेडरल काउंटर एस्पिऑनेज सर्व्हिस नंतरची.

केजीबी (कमिटी ऑफ स्टेट सिक्युरिटी) : सोव्हिएत गुप्त पोलीस. १९९१मध्ये फेडरल काउंटर एस्पिऑनेज सर्व्हिस अस्तित्वात येईपर्यंत. गोर्बाचेव्ह विरोधी कारवाईमध्ये सहभाग.

लिबरल डेमोक्रॅट्स : १९८९मध्ये नोंदणी झालेला पहिला विरोधी पक्ष. कम्युनिस्ट पार्टीच्या एकाधिकारशाहीला सुरुंग.

लादिमीर झिरिनोव्स्कीच्या नेतृत्वाखाली संभ्रमित करणारं नाव असलेली, तावातावाने बोलणारी, येल्त्सिनने पाठिंबा दिलेली नॅशनल पार्टी.

ओमोन (OMON – स्पेशल ऑपरेशन्स युनिट ऑफ द मिलिशिया) : १९८० ची मॉस्को येथील समर ऑलिंपिक्स दहशतवादी हल्ल्यांपासून वाचवण्यासाठी १९७९ मध्ये स्थापना. नंतर निदर्शनं काबूत आणणारे पोलीस म्हणून वापर. रशियन फेडरेशनच्या प्रत्येक विभागात आढळणारं युनिट.

रोदिना : राष्ट्रवादी. सर्वसाधारणपणे सोशॅलिस्ट पार्टी. २००३मध्ये स्थापण्यात आलेली. नेता दिमित्री रोगोझिन. काहीजण क्रेमलिनने स्थापन केलेली असंही मानतात. कम्युनिस्ट पार्टीबद्दल भ्रमनिरास झालेल्या मतदारांची मतं मिळवण्यासाठी, २००३च्या निवडणुकांत ड्युमात या संस्थेने सदतीस जागा मिळवल्या आणि आता ते म्हणतात, "आम्ही पुतिन यांच्या बाजूने, पण सरकारच्या विरोधात!"

रशियन फेडरेशन : १९९१पासून यूएसएसआरनंतरचं राज्य, पण यूएसएसआरच्या स्वायत्त रिपब्लिक्सचा त्यात अंतर्भाव नाही.

युनियन ऑफ राईट फोर्सेस : १९९९मध्ये स्थापण्यात आलेली लिबरल पार्टी. छोट्या पक्षांनी एकत्र येऊन फ्री-मार्केट परिवर्तन आणण्याच्या उद्देशाने; तसंच पुतिन यांच्या लोकशाही स्वातंत्र्याची गळचेपी करणाऱ्या प्रवृत्तींची कडवी टीका करणारा पक्ष.

अधिकृतपणे २००३च्या पार्लमेंटरी निवडणुकांत चार टक्के मतदान. त्यामुळे पाच टक्के पाठिंब्याची गरज असलेल्या ड्युमात प्रतिनिधित्व गमावलं. क्रेमलिनने मतदानातील घोटाळा केला गेल्याचा संशय बळावण्यास कारण.

युनायटेड रशिया : २००१मध्ये क्रेमलिनने निर्माण केलेला पक्ष. व्लादिमीर पुतिनना पाठिंबा देण्यासाठी. ड्युमात घटनात्मक बहुमत.

याब्लोको : १९९५मध्ये स्थापित करण्यात आलेली लिबरल पार्टी. डेमोक्रॅटिक कँपमधल्या अंतर्गत कलहाचा परिणाम. प्रेसच्या स्वातंत्र्यावर गदा आणण्याच्या विरोधात आणि डेमोक्रॅटिक राजकीय घडामोडींच्या बाजूने बोलणारी संस्था. युरोपियन युनियनमध्ये रशियाच्या अंतिम एकात्मिक विलीनीकरणाला पाठिंबा. चेचन्याच्या युद्धाला विरोध. संसदीय मार्गाने पुतिन यांची राजवट हटवण्याचं आवाहन.

इतर

बाश्कोर्टोस्तान किंवा बाश्किरिया : काही अंशी सदर्न युरल्स माउंटन्स आणि नजीकच्या पठारी प्रदेशांतून आकाराला आलेली. चार मिलियन लोकसंख्या, त्यापैकी छत्तीस टक्के लोक स्थानिक रशियन, एकोणतीस टक्के बाश्किर आणि चोवीस टक्के तातार.

चेचन्या : नॉर्थ कॉकाससच्या पूर्वेकडे असलेलं आणि मुख्यत्वे सुन्नी मुस्लीम लोकसंख्येचं ठिकाण. दोन चेचेन युद्धांत आर्थिक अंगभूत गुणवत्ता नष्ट झाली. लढणाऱ्या आणि नागरी आयुष्यांची मोठ्या प्रमाणावर हानी. रशियन सरकारच्या प्रतिपादनानुसार दोन बिलियन यूएस डॉलर्स २००० सालापासून या विभागाच्या पुनर्रचनेसाठी खर्च करण्यात आले आहेत, पण रशियन इकॉनॉमिक मॉनिटरिंग एजन्सीच्या म्हणण्यानुसार ३५० मिलियन डॉलर्सपेक्षा अधिक रक्कम खर्च झालेली नाही.

डागेस्तान : रशियाच्या दक्षिणेच्या अगदी टोकाला वसलेलं ठिकाण. संमिश्र लोकवस्ती.

जॉर्जिया : रशियापासून स्वतंत्रता जाहीर करणारं पहिलं रिपब्लिक. यूएसएसआर पडण्याच्या थोडं पूर्वी. रशियाने वारा घातलेले अबखाजिया आणि साउथ ऑसर्टियापासून विभक्त होण्याचे प्रश्न. नैसर्गिक संपत्तीची समृद्धता, पर्यटकांना आकर्षित करणारं, वाईन तयार करण्याबद्दल प्रसिद्ध. जॉर्जिया भ्रष्टाचाराशी लढा देत आहे, कारण त्याचा जॉर्जियाच्या आर्थिक व्यवस्थेवर परिणाम होत आहे.

इंगुशेटिया : वेगवेगळ्या सुफी पंथांचे सुन्नी मुसलमान, चेचन्याच्या युद्धातले बरेचसे निर्वासित इथे आले आहेत. लोकसंख्येत सत्त्याहत्तर टक्के लोक इंगुश, वीस टक्के चेचेन आणि एक पूर्णांक दोन टक्के रशियन आहेत.

कर्गिझिया किंवा काय्र्गीझस्तान : पर्वतांचा प्रदेश. कधीकधी 'सेंट्रल एशियाचं स्वित्झर्लंड' असा उल्लेख होणारं. २००५मध्ये हस्तक्षेप केलेल्या निवडणुकांच्या

विरोधात 'ट्युलिप क्रांती' आणि विरोधी पक्षांना दडपलं जाण्याच्या निषेधात नवीन राजवट; भ्रष्टाचाराविरुद्ध लढण्याची वचनपूर्ती करण्यासाठी निकराने प्रयत्न करते आहे. तसेच सत्तेचे विकेंद्रीकरण करण्याचाही प्रयत्न.

ऑरेंज रेव्होल्यूशन : २००४ ते २००५ या कालावधीत युक्रेनमध्ये उफाळलेलं, मॉस्कोला अनुकूल असलेल्या सत्ताधाऱ्यांनी अध्यक्षीयपदाच्या निवडणुकीतल्या हस्तक्षेपाच्या विरोधात मोठ्या प्रमाणावर घडवून आणलेलं. डिसेंबर २००४मध्ये पुन्हा झालेल्या निवडणुकांत विक्टर युशचिन्कोचा विजय. पहिल्या निवडणुकीच्या आधी त्याच्यावर विषप्रयोग करण्यात आला होता. विक्टॉर यानुकोव्चूला चव्वेचाळीस, तर त्याला बावन्न टक्के मतं मिळाली.

रोझ रेव्होल्यूशन : नोव्हेंबर २००३ च्या संसदीय निवडणुकीतल्या घोटाळ्याबाबत जॉर्जियात सातत्याने झालेला निषेध. मिखैल साकाशविलीचा विजय. अध्यक्ष एडुआर्ड शेवार्डनाड्झेचा पराभव. गुलाबांचा अहिंसेचे प्रतीक म्हणून वापर. जानेवारी २००४ मध्ये पुन्हा झालेल्या निवडणुकांत साकाशविलीच्या पक्षाचा अभूतपूर्व विजय.

युक्रेन : १९९१मध्ये रशियापासून स्वतंत्र, पण फ्री-मार्केट सुधारणांत संथपणा. ऊर्जा पुरवठ्यासाठी रशियावर अवलंबून. रशियाने या गोष्टीचा राजकीय फायद्यासाठी वापर करून घेतला. युक्रेनच्या सेहेचाळीस मिलियन लोकसंख्येत अठ्ठ्याहत्तर टक्के युक्रेनियन आणि सतरा टक्के रशियन आहेत.

वाहाबिझ्म : सौदी अरेबिया, कतार आणि पश्चिम इराकमध्ये प्रभाव असलेला इस्लामचा पंथ. विश्वास आणि धार्मिक आचरणात अतिशय कर्मठ आणि कायद्यासंबंधीच्या विषयात विशिष्ट भूमिकेचा पुरस्कार. रशियन भाषा बोलणारे वाहाबी अरब चेचन्यात पहिल्या चेचेन युद्धाच्या अखेरीस मोठ्या संख्येने घुसले. याचाच परिणाम म्हणून रशियन सरकारने ओघाने चेचन्याला 'इस्लामी मूलतत्त्ववादाचा सेतू' म्हणून जाहीर केलं.

डायरी ऑफ ॲन फ्रँक

अनुवाद

मंगला निगुडकर

"द डायरी ऑफ ॲन फ्रँक" हे जागतिक साहित्य-विश्वातील एक अमोल लेणे आहे. एका तेरा वर्षीय मुलीची ही अनुभव-गाथा वाचताना; डोळ्यांत टिपूसही येणार नाही, अशी व्यक्ती शोधून सापडणार नाही. दुसऱ्या महायुद्धाच्या काळात ज्यू लोकांचा जो छळ झाला, त्यातील अघोरी अनुभव वाट्याला आलेली ही बालिका. आईवडील, बहिण आणि अन्य चार व्यक्ती नात्झी भस्मासुरापासून दूर पळत, एका इमारतीत लपून-छपून जीवन कंठू लागतात. पण दोन वर्षांतच त्यांना हुडकून काढण्यात येते आणि जर्मन छळछावणीत सर्वांची रवानगी होते. कसेबसे वडील मात्र वाचतात. ॲनच्या मृत्युनंतर तिची डायरी वडिलांच्या हाती आली आणि १९४७ साली ती जेव्हा प्रसिद्ध झाली; तेव्हा तिचे वाङ्मयीन आगळेपण वाचकांच्या तात्काळ ध्यानात आले. महायुद्धात मानवी जीवन किती कवडीमोल झाले होते, वांशिक वर्चस्वाच्या खोट्या कल्पनेपायी इतरांचा अमानुष छळ करण्यासाठी मनुष्य कसा प्रवृत्त होतो, याचे प्रत्ययकारी चित्रण तर या डायरीत आहेच; पण एका उमलत्या कळीच्या भावभावनांना तिने आपल्या लेखनात यथेच्छ, कोणताही आडपडदा न ठेवता, वाट मोकळी करून दिली आहे. "मला मृत्युनंतरही जगायचे आहे, आणि म्हणून देवाने दिलेल्या या देणगीबद्दल मी अत्यंत ऋणी आहे" असे तिने लिहिले. ही देवाची देणगी; म्हणजे तिच्यात वसणाऱ्या सर्व भावभावनांना शब्दांत पकडण्याचे सामर्थ्य.

गेल्या ४० वर्षांत या पुस्तकाच्या लाखो प्रति खपल्या!

CPSIA information can be obtained
at www.ICGtesting.com
Printed in the USA
LVHW040316020723
751122LV00001B/48

9 788184 982343